திறந்தநிலை மார்க்சியம்

தொகுதி-IV

மூடப்படும் உலகத்திற்கு எதிராக

தொகுப்பாசிரியர்கள்:

அனா சிசிலியா டீனர்ஸ்டெய்ன், அல்ஃபோன்சோ கார்சியா வேலா, எடித் கோன்சாலஸ், ஜான் ஹாலவே

தமிழில்:

ப.கு.ராஜன், மா.சிவகுமார்

பதிப்பாசிரியர்:

ந.முத்துமோகன்

இணை பதிப்பாசிரியர்:

ப.கு.ராஜன்

நியூ செஞ்சுரி புக் ஹவுஸ் (பி) லிட்.,

41-பி, சிட்கோ இண்டஸ்ட்ரியல் எஸ்டேட்,

அம்பத்தூர், சென்னை - 600 050.

☎: 044 - 26251968, 26258410, 48601884

Language: Tamil
Thiranthanilai Marxiyam
Volume-IV
Moodappadum Ulagathirku Ethiraga

Edited by: **Ana Cecilia Dinerstein, Alfonoso Garcia Vela, Edith Gonzalez and John Holloway**

Translated into Tamil by: **P.K. Rajan, Ma.Sivakumar**

Editor: **N. Muthumohan**

Joint Editor: **P.K. Rajan**

First Edition: January, 2024

Copyright: Publisher

No.of Pages: 292

Publisher:
New Century Book House Pvt. Ltd.,
41-B, SIDCO Industrial Estate, Ambattur, Chennai - 600 050.
Tamilnadu State, India.
Email: info@ncbh.in | Online: www.ncbhpublisher.in

Originally Published as
Open Marxism | Volume IV - AGAINST A CLOSING WORLD
by **PlutoPress (2020)**

ISBN: 978-81-9530-047-1

Code No. A4927

₹ 480/-

Branches

Ambattur 044 - 26359906 **Spenzer Plaza (Chennai)** 044-28490027
Trichy 0431-2700885 **Pudukkottai** 04322- 227773 **Thanjavur** 04362-231371
Tirunelveli 0462-4210990, 2323990 **Madurai** 0452-2344106, 4374106
Dindigul 0451-2432172 **Coimbatore** 0422-2380554 **Erode** 0424-2256667
Salem 0427-2450817 **Hosur** 04344-245726 **Krishnagiri** 04343-234387
Ooty 0423-2441743 **Vellore** 0416-2234495 **Villupuram** 04146-227800
Pondicherry 0413-2280101 **Nagercoil** 04652-234990

திறந்தநிலை மார்க்சியம்
தொகுதி-IV
மூடப்படும் உலகத்திற்கு எதிராக

தொகுப்பாசிரியர்கள்: **அனா சிசிலியா டீனர்ஸ்டெய்ன், அல்ஃபோன்சோ கார்சியா வேலா, எடித் கோன்சாலஸ், ஜான் ஹாலவே**

தமிழில்: **ப.கு.ராஜன், மா.சிவகுமார்**

பதிப்பாசிரியர்: **ந.முத்துமோகன்**

இணை பதிப்பாசிரியர்: **ப.கு.ராஜன்**

முதல் பதிப்பு: ஜனவரி, 2024

அச்சிட்டோர்: **பாவை பிரிண்டர்ஸ் (பி) லிட்.,**
16 (142), ஜானி ஜான் கான் சாலை, இராயப்பேட்டை, சென்னை - 14
☎: 044-28482441

All rights reserved. No part of this book may be reprinted or reproduced or utilised in any form or by any electronic, mechanical, or other means, now known or hereafter invented, including photocopying and recording, or in any information storage or retrieval system, without permission in writing from the publishers.

பதிப்புரை

மானுட விடுதலைக்கான தத்துவமாக 19-ம் நூற்றாண்டில் உருவான மார்க்சியத்தின் இன்றைய நிலை என்ன? குறிப்பாக, 1990-களில் சோவியத் ஒன்றியத்திலும் கிழக்கு ஐரோப்பிய நாடுகளிலும் கம்யூனிஸ்ட் கட்சி ஆட்சிகள் வீழ்ந்த பிறகு, முதலாளித்துவத்துக்கு எதிரான கோட்பாடாக மார்க்சியம் காலாவதியாகிப் போனதா என்ற கேள்வி உலகமெங்கும் எழுந்தது. சோவியத் ஒன்றியம் இருந்தபோதே அதனுடன் முரண்பட்டு வேறு பாதை சமைத்த மாவோயிசம், யூரோ கம்யூனிசம் போன்ற மாற்றுகளும் வெற்றி பெறவில்லை என்பதால் இந்தக் கேள்வி மேலும் வலுப்பெற்றது. மறுபுறத்தில் சோசலிச மாற்று முகாம் என ஒன்று இல்லாத நிலையிலேயே முதலாளித்துவம் தன் உள்ளார்ந்த முரண்பாடு களில் சிக்கித் தவிப்பதும் மேலும் தெளிவாகியது. மூன்றாம் பாதை என்றெல்லாம் பேசிய 'சமூக ஜனநாயக' வகைகளும் முனை மழுங்கி சில இடங்களில் ஃபாசிச சக்திகளுக்கும் சில இடங்களிலும் 'புதிய இடதுசாரி' வகைகளுக்கும் இடம் விட்டு காலாவதியாகின. இவை எல்லாம் சரியான மார்க்சிய மாற்றைக் கண்டறிவதை இன்றைய கால கட்டத்தின் அறிவார்ந்த தளத்தின் தலையாய பணியாக மாற்றியுள்ளன. மார்க்சிஸ்டுகள் தரப்பிலும் மார்க்சியத்தின் எதிரிகளிடமிருந்தும் இதற்கான எதிர்வினைகள் நாட்டுக்கு நாடு வேறுபட்டன, அரசியல் களத்திலும் கோட்பாட்டு விவாதங்களிலும் போராட்டங்கள் நடந்தன. தத்துவத்துறையில் பின்நவீனத்துவம் என்ற போக்கைக் குறிப்பாக சொல்லலாம்.

இவற்றுக்கான மார்க்சிய எதிர்வினையின் ஒரு பகுதியாக, ஸ்காட்லாந்தின் எடின்பர்க் பல்கலைக் கழகத்தில் பணியாற்றி வந்த வெர்னர் போன்ஃபெல்ட், ரிச்சர்ட் குன் ஆகியோரும், ஏதென்ஸ் பல்கலைக் கழகத்தைச் சேர்ந்த காஸ்மாஸ் சைக்கோபீடிசும் இணைந்து *திறந்தநிலை மார்க்சியத்தின்* முதல் இருதொகுதிகளை 1992-ம் ஆண்டு வெளியிட்டனர். 'இயங்கியலும் வரலாறும்' என்ற முதல் தொகுதியில் தொகுப்பாசிரியர்களின் அறிமுகத்துடன் மார்க்சின் இயக்கவியலை கான்ட், ஹெகல் ஆகியோரில் தொடங்கி மீட்டமைப்பது, அரசு பற்றிய விவாதங்கள் ஆகியவை தொடர்பாக வெவ்வேறு ஆசிரியர்களால் எழுதப்பட்ட ஐந்து கட்டுரைகள் இடம் பெற்றன. 'கோட்பாடும் நடைமுறையும்' என்ற இரண்டாவது தொகுதியில், தொகுப்பாசிரியர்களின் அறிமுகத்தோடு வரலாற்றுப் 'பொருள்முதல்வாதம்' என்ற பெயரில்

வளர்த்தெடுக்கப்பட்ட மார்க்சின் 'வரலாறு குறித்த பொருள்முதல்வாத கருத்தாக்கம்' (materialist conception of history) மீதான விமர்சனமாக இரண்டு கட்டுரைகளும் வர்க்க நோக்குநிலையைப் பற்றிய மூன்று கட்டுரைகளும் இடம் பெற்றன.

திறந்தநிலை மார்க்சியம் என்ற சிந்தனைப் போக்கின் முதல் வெளிப்பாடான இந்த இரண்டு தொகுதிகளில் வரலாற்றுப் பொருள் முதல்வாதம் என்ற வரையறையை இதன் ஆசிரியர்கள் பகுப்பாய்விற்கு உள்ளாக்குகின்றனர். அரசு பற்றிய லெனினிய கோட்பாட்டையும் பகுப்பாய்வு செய்கின்றனர். மரபுரீதியான மார்க்சியத்தில் கேள்விக்கு அப்பாற்பட்ட வரையறைகளாக கருதப்பட்டவற்றை விமர்சனப் பார்வையுடன் மீளாய்விற்குத் திறப்பதைத்தான் திறந்தநிலை மார்க்சியத்தின் நோக்கமாகக் கொண்டுள்ளனர், அதன் ஆசிரியர்கள். தமது விமர்சன பகுப்பாய்வையும் விவாதத்துக்குட்படுத்தி சரி, தவறுகளை பரிசீலித்து மார்க்சியத்தை வளர்த்தெடுக்கும்படி அழைக்கின்றனர்.

இதைத் தொடர்ந்து 1995-ம் ஆண்டு திறந்தநிலை மார்க்சியத்தின் மூன்றாவது தொகுதியான 'மார்க்சின் விடுவிப்பு' என்பதைத் தொகுப்பதில் எடின்பர்க் பல்கலைக் கழகத்தைச் சேர்ந்த ஜான் ஹாலவேயும் இணைந்தார். இதில், தொகுப்பாசிரியர்களின் அறிமுகத்துடன், மார்க்சின் இயக்கவியல் முறைபாடு பற்றியும், உரிமைகள் பற்றிய தத்துவம் தொடர்பாகவும் ஆழமான கட்டுரைகளோடு, பின்நவீனத்துவம், வரலாற்றின் முடிவு, பின்-கீன்சியம், வேபரியனிசம் போன்ற சமூகவியல் கோட்பாடுகளை கூர்மையாக விமர்சிக்கும் கட்டுரைகளும் உழைப்பின் மையநிலையை நிறுவும் கட்டுரைகளும் இடம் பெற்றுள்ளன.

சுமார் 15 ஆண்டுகளுக்குப் பிறகு, 2008-ம் ஆண்டு வெடித்த முதலாளித்துவ நெருக்கடியின் பின்விளைவாக, அமெரிக்காவில் வால்வீதி ஆக்கிரமிப்பு தொடங்கி, ஆப்பிரிக்காவிலும் அரபு நாடுகளிலும் முன்னாள் சோவியத் குடியரசுகளிலும் 'வண்ணப் புரட்சிகளாக' மாற்றப்பட்ட மக்கள் எழுச்சிகள் வெடித்தன. லத்தீன் அமெரிக்க நாடுகளில் ஏகாதிபத்திய எதிர்ப்பு புதிய இடதுசாரி அரசியல் வளர்ச்சியடைந்தது. நெருக்கடியையும் போராட்டங்களையும் பயன்படுத்திக் கொண்டு இந்தியா உள்ளிட்ட முக்கியமான நாடுகளில் பிற்போக்கு அரசியல் ஆட்சியை பிடித்தது.

இந்நிலையில், திறந்தநிலை மார்க்சியத்தின் முதல் மூன்று தொகுதிகள் வெளியான 25 ஆண்டுகளுக்குப் பிறகு இந்தத் தொடரின் நான்காவது தொகுதியை அனா சிசிலியா டீனர்ஸ்டெய்ன், அல்ஃபோன்சோ

பதிப்புரை

கார்சியா வேலா, எடித் கோன்சாலஸ், ஜான் ஹாலவே ஆகியோர் தொகுத்து வெளியிட்டுள்ளனர். அந்தத் தொகுதியில் திறந்தநிலை மார்க்சியத்தை இத்தாலியிலும் லத்தீன் அமெரிக்காவிலும் நடந்த நடைமுறை போராட்டங்களுடன் இணைக்கின்றனர். இதற்கு வெர்னர் போன்ஃபெல்ட் முன்னுரை எழுதியுள்ளார். 20-ம் நூற்றாண்டின் (ஃபிராங்க் ஃபர்ட் பள்ளியின்) விமர்சனக் கோட்பாடுகளுடன் திறந்தநிலை மார்க்சியத்தின் கோட்பாட்டு சிந்தனை எப்படி இணைகிறது ('திறந்தநிலை மார்க்சியமும் விமர்சனக் கோட்பாடும்'), அரசு பற்றிய திறந்தநிலை மார்க்சியத்தின் விமர்சனத்தை மீள்பரிசீலனை செய்வது ('அரசு, மூலதனம், நெருக்கடி'), 21-ம் நூற்றாண்டில் நடக்கும் போராட்டங்களில் எழும் கேள்விகள் ('ஜனநாயகமும் புரட்சியும் விடுவிப்பும்') என மூன்று பிரிவுகளாக 11 கட்டுரைகள் வெளியிடப்பட்டுள்ளன.

மூலதனத்துக்கு எதிரான உயிர்த்துடிப்பான கோட்பாடாக மார்க்சியம் மட்டுமே தொடர்கிறது, மார்க்சியத்தை அதன் வறட்டுவாத, மூடுண்ட வடிவங்களில் இருந்து விடுவித்து அதன் விடுவிக்கும் உயிர்சக்தியை மீட்டெடுத்து அதை புரட்சிக்கான ஆயுதமாக கூர் தீட்டுவது இன்றைய புரட்சியாளர்களின் கடமையாக உள்ளது. திறந்த மனநிலையுடன் மார்க்சியத்தின் கருத்தினங்களை அணுகுவதைக் கோருவது இந்த நூல் தொகுதி மட்டும் இல்லை, கடந்த 100 ஆண்டுகால புரட்சிகர இயக்கத்தின் அனுபவங்களும் பின்னடைவுகளும் அதைக் கோருகின்றன. அந்த உணர்வில் மார்க்சியத்தை வறட்டுவாத மூடுபனியில் இருந்து விடுவிக்கும் பணிக்கு இந்த நான்கு தொகுதிகளின் 30 கட்டுரைகள் தமிழில் வெளியாவது பங்களிக்கும் என்று நம்புகிறோம்.

★ ★ ★

திறந்தநிலை மார்க்சியம் நூல் தொகுதியின் நான்காவது நூல், முதல் மூன்று நூல்களின் பாரம்பரியத்தை வளர்த்துச் செல்கிறது. இதில் அகநிலை முனைப்புக்கும் புறநிலை பொருண்மைக்கும் இடையேயான இயங்கியல் பற்றிய விவாதம் மையமான இடத்தைப் பெறுகிறது. இருபதாம் நூற்றாண்டில் செல்வாக்கு பெற்ற ஃபிராங்க்ஃபர்ட் பள்ளி மார்க்சியத்தின் விமர்சனக் கோட்பாட்டுடனும் அதிலிருந்து வளர்ச்சி யடைந்த மார்க்சின் புதிய வாசிப்பு போன்ற மரபுகளையும் திறந்தநிலை மார்க்சியத்துடன் தொடர்புபடுத்தி விவாதிக்கின்றன, இந்தத் தொகுதியின் கட்டுரைகள். அதன் ஒரு பகுதியாக, திறந்தநிலை மார்க்சியத்தின் மீது அகநிலைவாதம் என்ற விமர்சனத்தை வைக்கும் இரண்டு கட்டுரைகள் இடம் பெறுகின்றன. மேலும், உலகமயமான மூலதனத் திரட்டலின் பேரழிவுகளையும் அதற்கும் அரசு வடிவங்களுக்கும் உள்ள உறவையும்

பகுப்பாயும் கட்டுரைகளும் கடந்த 30 ஆண்டுகளில் நடந்த ஜபதிஸ்மா இயக்கம், வால்வீதி ஆக்கிரமிப்பு போன்ற போராட்டங்கள், தொழிலாளி வர்க்கம் மேன்மேலும் பாட்டாளிமயமாவது இவற்றைப் பற்றி விவாதிக்கும் கட்டுரைகளும் இடம் பெறுகின்றன. இறுதியாக, தனது கோட்பாட்டின் மீதான அகநிலைவாதம் என்ற விமர்சனத்துக்கு பதிலளிக்கும் விதமாக ஜான் ஹாலவேயின் இடம் பெற்றுள்ளது.

திறந்தநிலை மார்க்சியத்தின் முதல் மூன்று தொகுதிகளின் தொகுப்பாசிரியர்களில் ஒருவரான வெர்னர் போன்ஃபெல்ட் அவற்றுக்கும் இந்த நான்காவது தொகுதிக்கும் இடையிலான உறவையும், இடைப்பட்ட காலத்தில் உலகத்தில் ஏற்பட்ட சகாப்தகரமான மாற்றங்களையும் பதிவு செய்யும் வகையில் முன்னுரை ஒன்றை எழுதியுள்ளார். அந்த 25 ஆண்டுகளில் முதலாளித்துவத்தில் ஏற்பட்ட தீவிரமான நெருக்கடியையும், உலகெங்கிலும் நடந்த போராட்டங்களின் வீச்சையும், இவை தொடர்பான மார்க்சியக் கோட்பாட்டாக்கத்தில் நிகழ்ந்த வளர்ச்சிகளையும் அவர் சித்தரித்துள்ளார்.

திறந்தநிலை மார்க்சியத்தின் நோக்கம், “காட்டுமிராண்டித்தனத்துக்குள் சரிந்து விடுவதை தடுப்பது எப்படி என்று (மறு)சிந்திப்பது; முதலாளித்துவ உழைப்புப் பொருளாதாரம் பற்றிய விமர்சனத்தை பொருளாதார வறட்டுவாதங்களில் இருந்து விடுவிப்பது; அதற்கான கோட்பாட்டு பயணத்தின் ஊடாக மூலதனத்தை உடைப்பது; போராட்டத்தின் இயக்கத்தை வெளிப்படுத்தி, அந்த இயக்கத்தின் ஒரு பகுதியாக தன்னைப் புரிந்து கொள்வது. அதனால்தான், இந்தக் கட்டுரைகளின் தொகுதியை நாங்கள் திறந்தநிலை மார்க்சியத்தின் நான்காவது தொகுதியாக வெளியிடுகிறோம்” என்று இந்த நூலின் தொகுப்பாசிரியர்கள் தமது அறிமுகக் கட்டுரையில் கூறுகின்றனர்.

‘இதில் திறந்தநிலை மார்க்சியத்தோடு தொடர்புடையதாக அறியப்பட்ட ஆசிரியர்கள் மட்டுமின்றி புதிய அலை அல்லது திறந்த நிலை மார்க்சியத்தின் இரண்டாம் தலைமுறை மார்க்சிஸ்டுகளும் பங்களித்துள்ளனர். இந்தப் புதிய தலைமுறையில் பெண்களும் லத்தீன் அமெரிக்கர்களும் அதிகமாக இருப்பது, சமீப ஆண்டுகளில் கிளர்ச்சியும் கிளர்ச்சிகர சிந்தனையும் எடுத்துள்ள திசையைக் காட்டுகிறது... எனினும், பல அத்தியாயங்களின் நூல் பட்டியல்களில் வெள்ளையின ஆண்கள்தான் நிரம்பியுள்ளனர் என்பதை ஏற்றுக் கொள்ளத்தான் வேண்டும்.’ என்று திறந்தநிலை மார்க்சியப் பள்ளி 25 ஆண்டுகளில் எவ்வாறு மாற்றமடைந்தது என்பதை விளக்குகின்றனர்.

திறந்தநிலை மார்க்சியத்தின் முதல் மூன்று தொகுதிகளின் தொகுப்பாசிரியர்களில் ஒருவரான ரிச்சர்ட் குன்னும் 'பின்வரலாற்றின் குற்றப்பொறுப்பு' என்ற கட்டுரையை எழுதிய ஏட்ரியன் வில்டிங்கும் இணைந்து பரஸ்பர அங்கீகாரத்தின் புரட்சிகர தன்மையை விளக்கும் கட்டுரையை எழுதியுள்ளார்கள். முதலாளித்துவ சமூகத்தில் கூலித் தொழிலாளிக்கும் மூலதனத்தின் உடைமையாளருக்கும் இடையேயான உறவில் பரஸ்பர அங்கீகாரம் முரண்படும் அங்கீகாரமாகவும் பிறழ் அங்கீகாரமாகவும் மாறுவதை மூலதனம் நூலில் மார்க்ஸ் விளக்குவதை மீட்டுரைக்கிறார்கள். ஒரு 'தொழிலாளராக' இருப்பது என்பது, 'தொழிலாளி வர்க்கத்தின்' உறுப்பினராக இருப்பது என்பது முரண்படும் வழியில் அங்கீகரிக்கப்படுவதாகும். அத்தகைய அங்கீகரிக்கும் அடையாளம் கொண்டாடப்பட வேண்டயதில்லை, அது தூக்கி எறியப்பட வேண்டியது.' என்கின்றனர்

ஹெகலின் எழுத்துக்களில் பரஸ்பர அங்கீகாரத்தின் பாத்திரத்தை அடையாளம் கண்டு, அதன் அடிப்படையில் மார்க்ஸ் இறுதி வரை தனது இளம் ஹெகலிய புரட்சி உணர்வை தக்க வைத்திருந்தார் என்று வாதிடுகின்றனர். 'மார்க்ஸ் தனது புரட்சிகர வாழ்வை இளம் ஹெகலியராக தொடங்கினார், அதன் பின்னர் இலண்டனுக்கு அகதியாகப் போன பிறகும் தனது தொடக்ககால கருத்துகளை தொடர்ந்து பற்றிக் கொண்டிருந்தார். இளம் ஹெகலியவாதத்தில் இருந்து முறித்துக் கொண்டதற்காக அவர் புகழ்பெற்றார். மாறாக, இளம் ஹெகலிய மற்றும் இடது ஹெகலிய விடுவிக்கும் கருத்துருக்களை தொடர்ந்து ஆதரித்ததற்காக அவர் புகழ் பெற்றிருக்க வேண்டும்' என்று வாதிடுகின்றனர்.

அனா சிசிலியா டீனர்ஸ்டெய்ன், அல்ஃபோன்சோ கார்சியா வேலா, ஃபிரெடரிக் ஹேரி பிட்ஸ், மரியோ ஸ்கேபல் ஆகியோரின் கட்டுரைகள், இருபதாம் நூற்றாண்டின் மார்க்சிய பள்ளிகளுடன் தொடர்புபடுத்தி திறந்தநிலை மார்க்சியத்தை பரிசீலிக்கின்றன. எர்ன்ஸ்ட் ப்ளோஹின் சிந்தனையில் இருந்து, முதலாளித்துவ சமூகத்தில் நடைபெறும் போராட்டங்கள் நேர்மறையாக்கப்படும் என்ற அச்சத்தைக் கடந்து, நம்பிக்கை அடிப்படையிலான அவற்றின் விமர்சன அறுதியிடலை அனா சிசிலியா டீனர்ஸ்டெய்ன் வலியுறுத்துகிறார். அல்போன்சா கார்சியா வேலா, திறந்தநிலை மார்க்சியம் புற நிலைவாதத்தை மறுக்கும் போக்கில் தூய அகநிலைவாதத்துக்குள் விழுந்து விடுகிறது என்று முன்வைக்கிறார். 'பாரம்பரிய மார்க்சியத்தின் இயல்பாக இருந்த இயங்கியல், மொத்தத்தன்மை, விடுவிப்பு ஆகியவை

பற்றிய நேர்மறை கருத்தாக்கங்களை முறியடிக்க அது உதவி செய்தது... ஆனால், திறந்தநிலை மார்க்சியத்தின் கோட்பாட்டு மற்றும் நடைமுறை நோக்குநிலைகளின் அடித்தளமாக ஒரு ஒருமை உள்ளது... அத்தகைய ஒருமை, திறந்தநிலை மார்க்சியத்தின் பிரதிநிதிகளை, அறுதியான அகநிலைவாதம் என்ற பொறியில் சிக்கி விடச் செய்கிறது... அதில் முனைப்பின் அறுதி முதன்மை உள்ளார்ந்துள்ளது... இதன் அரசியல் விளைவு தன்னார்வவாதம்...' என்று கூறும் அவர், 20-ம் நூற்றாண்டின் கோட்பாட்டாக்கத்தில் இந்தப் போக்கின் சமூக வேர்களையும் சுட்டிக் காட்டுகிறார். 'இந்த அகநிலைவாதம் சமூக ரீதியாக உருவானது.... முதலாளித்துவ சமூகத்துடன் தொடர்புடைய நவீன கோட்பாட்டாக்க போக்கின் பகுதி...'. 'பொதுவாகச் சொன்னால், எங்களது நோக்குநிலையை 'திறந்தநிலை மார்க்சியத்துக்கு உள்ளே - எதிராக - அதற்கு - அப்பால்' என்று புரிந்து கொள்ள முடியும்' "திறந்தநிலை மார்க்சியம் உலகை மாற்றுவதற்கு பங்களிப்பு செய்ய விரும்பினால் அது தன்னைப் பற்றியே பரிசீலிக்க வேண்டும்" என்று திறந்தநிலை மார்க்சியத்தின் மீது விமர்சனக் கணையை தொடுக்கிறார்.

ஃபிரெடெரிக் ஹேரி பிட்ஸ், திறந்தநிலை மார்க்சியமும் மார்க்சின் மறுவாசிப்புப் பள்ளியும் மதிப்பின் சமூகத் தன்மையை வலியுறுத்துவதை சுட்டிக் காட்டுகிறார். மார்க்சின் மறுவாசிப்புப் பள்ளி மதிப்பு பரிவர்த்தனையில் உறுதி செய்யப்பட வேண்டியிருப்பதன் மீது அழுத்தம் கொடுக்கின்றது. திறந்தநிலை மார்க்சியம் மதிப்பின் வடிவங்களான பணம், மூலதனம் ஆகியவற்றை கட்டுவிப்பதிலும் மறுகட்டுவிப்பதிலும் வர்க்கப் பகைநிலையின் பாத்திரத்தையும், வர்க்கப் போராட்டத்தின் மையத் தன்மையையும் மீட்டுரைக்கிறது. அந்த வகையில் இந்த இரண்டு பள்ளிகளும் ஒன்றை ஒன்று இட்டு நிரப்புகின்றன என்கிறார்.

மரியோ ஸ்கேபல் திறந்தநிலை மார்க்சியம் ஃபிராங்க்ஃபர்ட் பள்ளியின் வாரிசா என்ற கேள்வியை எழுப்பி, அது பொருண்மையின் முதன்மையை மறுதலித்து அகநிலைவாதத்துக்குள் விழுந்து விடுகிறது என்கிறார். திறந்தநிலை மார்க்சியம் தன்னைப் பற்றிய சுயபரிசீலனையின் மூலம் தன்னை மீட்டெடுத்துக் கொள்ள வேண்டியுள்ளது என்கிறார். 'இது உண்மையில் திறந்தநிலை மார்க்சியத்தின் இலக்கா அல்லது அது ஒரு கட்டத்தில் அவ்வாறு ஆகவேண்டுமா என்பது விவாதத்திற் குரியது. அத்தகைய திட்டத்திற்கு திறந்தநிலை மார்க்சியத்தின் கருத்தினங்களை நெகிழ்வாக்குவது என்று பெயரிடலாம்' என்று திறந்தநிலை மார்க்சிய பள்ளியின் விமர்சன ஆயுதங்களை அதன்மீதே திருப்புகிறார்.

மூலதனத்தின் மறுவுற்பத்தியின் பேரழிவுத் தன்மையை வலியுறுத்தி மூன்றாம் நூலில் வெளியான மரியா டல்லா கோஸ்டாவின் கட்டுரையைத் தொடரும் விதமாக, 21-ம் நூற்றாண்டில் மூலதனத்தின் திரட்டலை "இறுதிநிலைத்" திரட்டல் என்று சக்ராரியோ அன்டா மார்ட்டினெஸ் வகைப்படுத்துகிறார். மூலதனத் திரட்டலுக்கான தீவிரத்தின் மூலமும் வேகத்தின் மூலமும் முதலாளித்துவம் உழைப்புச் சக்தியையும், இயற்கையையும் சூறையாடுவதையும் அது மனித வாழ்வை மேலும் மேலும் கேள்விக்குள்ளாக்குவதையும் விளக்குகிறார்.

மூலதனம் நாடுகளின் எல்லைகளைத் தாண்டி பாய்வதையும் அரசுகள் ஆட்சிப்பரப்பு வரம்புக்குட்பட்டிருப்பதையும் பற்றிய கோட்பாடுகளை பரிசீலிக்கின்றனர், ரோட்ரிகோ பாஸ்கலும் லூசியானா கியோட்டோவும். இந்த இரண்டும் தனித்தனி நிகழ்முறைகள் இல்லை, வர்க்கப் போராட்டத்தின் இரண்டு வெளிப்பாடுகள்தான் என்று விளக்குகின்றனர். மூலதனத்தின் (உபரி மதிப்பின்) உற்பத்திக்கு ஆட்சிப்பரப்பு வரம்பு தேவைப்படுவதற்கும், அதன் சுற்றோட்டம் ஆட்சிப்பரப்பு வரம்பைத் தாண்டி செல்ல வேண்டியிருப்பதற்கும் இடையிலான முரண்பாடாக இதை விளக்குகின்றனர். அரசுகளின் வடிவம் முதலாளித்துவத்தின் இயல்பாலேயே தீர்மானிக்கப்படவில்லை, அது வர்க்கப் போராட்டத்தின் விளைவு என்று வாதிடுகின்றனர்.

தொழிலாளி வர்க்கத்தையும் முன்னணிப்படை என்ற கருத்தாக்கத்தையும் அடிப்படையாகக் கொண்ட புரட்சி பற்றிய கண்ணோட்டத்தை விமர்சிக்கின்றது காத்தரினா நசியோகாவின் கட்டுரை. தொழிலாளி வர்க்கம் என்ற ஒற்றுமை மேலும் மேலும் சிதைந்து போகிறது. வேலையில் உள்ள தொழிலாளர்களின் நிலைமைக்கும் வேலையில் இல்லாத தொழிலாளர்களின் நிலைமைக்கும் இடையேயான வேறுபாடு மங்கி வருகிறது. இந்நிலையில், புரட்சிக்கான முன்னணிப்படையாக தொழிலாளி வர்க்கத்தை ஒன்றுபடுத்துவது சாத்தியமா? அப்படியானால் புரட்சிக்கான உந்துசக்தி எது என்ற கேள்வியோடு முடிக்கிறார்.

அதற்கான ஒரு சாத்தியமான விடையாக செர்ஜியோ டிஷ்லர் மெக்சிகோவின் ஜபதிஸ்தா இயக்கத்தின் அனுபவங்களை திறந்தநிலை மார்க்சியத்தின் கோட்பாட்டு நிலைப்பாடுகளுடன் ஒப்பிடுகிறார். ஜபதிஸ்தாக்கள் முன்னணிப்படை என்ற கருத்தாக்கத்தையும், பொதுமைப்படுத்தும் கோட்பாடுகளையும் நிராகரிக்கிறார்கள். ‘கேட்டுக் கேட்டு நடக்கிறோம்’ என்றும், ‘காது கொடுத்துக் கேட்பதற்கு கற்றல்’ என்றும் தமது போராட்ட அனுபவத்தை தொகுத்துச்

சொல்கிறார்கள். சியாபாஸின் காடுகளுக்குள் நகரிலிருந்து சென்று ஜபதிஸ்மோவில் இணைந்து கொண்ட தேசிய விடுதலைப்படையின் (FLN) உறுப்பினர்கள் தமது கோட்பாட்டாக்க ஆணவத்தையும் முன்னணிப்படை என்ற மேல்நிலையையும் கைவிட வேண்டியிருந்தது, உள்ளூர் போராடும் மக்கள் தமது வட்டார கண்ணோட்டத்தை விரிவுபடுத்திக் கொள்ள வேண்டியிருந்தது என்று செயல்பாட்டுக்கும் கோட்பாட்டுக்கும் இடையேயான உறவை விளக்குகிறார்.

இறுதிக் கட்டுரையில், 'அழிவை நோக்கி ஓடிக் கொண்டிருக்கும் தொடர்வண்டிக்குள் இருக்கும் நாம்' என்ற உருவகத்தைப் பயன்படுத்தி ஜான் ஹாலவே முனைப்பின் முதன்மையையும் முனைப்புதான் தொடர்வண்டி என்ற பொருண்மையை கட்டுவிக்கிறது என்றும் விளக்குகிறார். புறநிலை என்பதை மனிதச் செயல்பாட்டில் இருந்து சுயேச்சையான, எல்லா மனிதச் செயல்பாடுகளுக்கும் முற்பட்ட இயற்கை என்றும், அதே நேரம் மனிதர்களால் கட்டுவிக்கப்பட்ட சமூகப் புறநிலை என்றும் பிரித்துப் பார்க்க வேண்டும் என்கிறார். சமூகப் புறநிலை (கேகன்ஸ்டாண்ட்) மனிதர்களால் கட்டுவிக்கப் பட்டது, மீண்டும் மீண்டும் நமது செயல்பாடுகளால் மறுகட்டுவிக்கப் படுகிறது. எனவே, அந்தப் புறநிலையை மாற்றும் ஆற்றல் முனைப்புகளுக்கு உள்ளது. இல்லை என்றால் போராட்டம் இருக்காது, அது பற்றிய கோட்பாட்டாக்கமும் இருக்காது, புரட்சியும் இருக்காது.

அப்படி இல்லை என்றால் '...நீங்கள் இந்தக் கட்டுரையை ஏன் படிக்கிறீர்கள், நான் அதை ஏன் எழுதுகிறேன்? ..... நாம் எதிர்ப்பின் மறுப்பின் கிளர்ச்சியின மகத்தான உலகத்தின் பகுதியாக உள்ளோம்....' என்று முனைப்பின் பாத்திரத்தை வலியுறுத்துகிறார். இவை எல்லாம் பொருண்மையை உடைக்கும் சாத்தியத்தைக் கொண்டுள்ளன என்கிறார்.

திறந்தநிலை மார்க்சியத்தின் இந்த 4-ம் நூல் தனது கோட்பாட்டாக்கத்தில் உள்ள உள்முரண்பாடுகளை பரிசீலிக்கிறது. தமது முதல்கட்ட கோட்பாட்டு புரிதல்களை அதற்குப் பின் நடந்த போராட்டங் களுடன் இணைக்க முயற்சிக்கிறது. முதல் மூன்று தொகுதிகள் முன் வைத்த வாதங்களின் பொருத்தப்பாடு நடைமுறையிலும் இந்த 4-ம் தொகுதியிலும் எவ்வளவு நிரூபிக்கப்பட்டுள்ளன என்பதை வாசகர்கள்தான் முடிவு செய்ய வேண்டும்.

★★★

பதிப்புரை

இன்றைய இந்தியாவின் உழைப்பாளி மக்களும் மார்க்சியத்தின் மாணவர்களும் ஜனநாயக சக்திகளும், மத, இன, மொழி, தேசிய இனச் சிறுபான்மையினரும் தங்கள் பிரச்சினைகளையும் அவற்றின் ஒன்றுக்கொன்று தொடர்பான விசைகளையும் கசடறக் கற்பதற்கு உதவும் ஒரு நூல் தொகுதியை மிகுந்த காலப் பொருத்தத்துடன் என்.சி.பி.எச் நிறுவனம், தமிழுக்குக் கொண்டு வருகின்றது. இரண்டாவது தவணையாக அது தமிழில் கொண்டு வரும், நவீன சமகால மார்க்சிய அரசியல் நூல் வரிசையின் ஒரு பகுதியாக இவை அமைகின்றன. தமிழகத்தின் மார்க்சிய சிந்தனையை வளப்படுத்தும் புதிய காற்றாய் இவை வந்துள்ளன.

இந்த நூலின் இரண்டு கட்டுரைகளையும் நான்கு நூல்கள் அடங்கிய இந்தத் தொகுதியில் முதல் நூலின் மூன்று கட்டுரைகளையும் மொழிபெயர்த்த தோழர் ப.கு. ராஜன் அவர்களின் அனுபவம் நிறைந்த எழுத்தாற்றலும் மொழித்திறனும் இயங்கியல், வரலாறு ஆகிய அடிப்படையான மார்க்சியத்தளங்களில் சமகாலச்சூழல்களை இயல்பாக எடுத்துரைக்கின்றன. அத்துடன் இந்த நூல் வரிசைக்கு இணை - பதிப்பாசிரியராக எனக்கு பிரதிச் செம்மையாக்கத்திற்கு அவர் உதவி புரிந்துள்ளார். இந்த நூலின் பெரும் பகுதியையும் இது அடங்கிய நான்கு நூல் தொகுதியின் ஏனைய நூல்களில் இரண்டாவது மூன்றாவது தொகுதிகளை முழுமையாகவும் முதல் நூலின் ஒரு பகுதியையும் தோழர். மா.சிவகுமார் தமிழில் மொழிபெயர்த்துள்ளார். எந்தவொரு மொழியிலும் வெளிப்படுத்தக் கடினமான ஆழமானதும் சிக்கலானதும் மிகப் புதியவையுமான சிந்தனைகளை கடும் உழைப்பு, மார்க்சியப் புரிதல், மொழித்திறன் ஆகியவை கொண்டு மொழி பெயர்த்த தோழர்கள் தமிழில் தந்துள்ளனர். குறுகிய காலத்தில் இந்தப் பணியை முடித்த அவர்களுக்கு என்.சி.பி.எச் நிறுவனம் சார்பாகவும், நூல் வரிசையின் பதிப்பாசிரியர் என்ற முறையில் என் சார்பாகவும் பாராட்டுதல்கள்.

என்.சி.பி.எச் நிறுவனத்தின் மேலாண்மை இயக்குநர் தோழர் க.சந்தானம் அவர்களுக்கு நன்றியை தெரிவித்துக்கொள்கிறோம்.

நியூ செஞ்சுரி புத்தக நிறுவனத்தின் பதிப்புத்துறை பொது மேலாளர் தோழர் சண்முகம் சரவணன் நூல்களின் தேர்வு முதற்கொண்டு அதன் ஒவ்வொரு நிலையிலும் சிறப்பு கவனத்துடன் இதனை வெற்றிகரமாக்க பெரும் உந்துதலை அளித்துள்ளார்.

நிறுவனத்தின் விற்பனை மேலாளர் தோழர் தி.இரெத்தினசபாபதி, பதிப்பு மேலாளர் திருமதி ப.ரேவதி, பாவை பிரிண்டர்ஸ் பொது மேலாளர் திரு.ஆ.சிவக்குமார் மற்றும் ஏனைய என்.சி.பி.எச் ஊழியர்கள் எனப் பெரிய அணி ஒன்றின் அக்கறை கொண்ட பணி இந்த நூல் வரிசையையும் அதில் இந்த நூலையும் உங்களிடம் கொண்டு வந்து சேர்த்துள்ளது.

நூலை நேர்த்தியாகவும் அழகாகவும் வடிவமைத்துத் தந்துள்ள வடிவமைப்பாளர் அ.குணசுந்தரிக்கும் அட்டையை வடிவமைத்த தோழர் கா.குணசேகரனுக்கும் எமது இனிய நன்றிகளைத் தெரிவித்துக் கொள்வோம்.

சமகாலச் சமூகத்தைப் புரிந்து கொள்வது, அதன் அடிப்படையில் மேம்பட்ட செயல்பாட்டிற்கு செல்வது என்பதற்கு உதவும் இந்த நூல் வரிசையையும் இந்த நூலையும் தமிழ்கூறும் நல்லுலகின் வாசகர்கள், அறிஞர் பெருமக்கள், செயல்பாட்டாளர்கள் வரவேற்று ஆதரவு அளிப்பார்கள் என்று நாங்கள் உறுதியாக நம்புகின்றோம்.

ந.முத்துமோகன்
பதிப்பாசிரியர்

பொருளடக்கம்

முன்னுரை	15
நன்றியறிவிப்பு	27
அறிமுகம்: மூடப்படும் ஒரு உலகத்திற்கு எதிராக திறந்தநிலை மார்க்சியம்	29
அனா சிசிலியா டீனர்ஸ்டெய்ன், அல்ஃபோன்சோ கார்சியா வேலா, எடித் கோன்சாலஸ், ஜான் ஹாலவே	

பகுதி I: திறந்தநிலை மார்க்சியமும் விமர்சனக் கோட்பாடும்

1. அங்கீகாரமும் புரட்சியும் — 51
   ரிச்சர்ட் குன், ஏட்ரியன் வில்டிங்

2. நம்பிக்கை பற்றிய ஒரு விமர்சனக் கோட்பாடு: அச்சத்தைத் தாண்டிய விமர்சன அறுதியிடல்கள் — 75
   அனா சிசிலியா டீனர்ஸ்டெய்ன்

3. புறநிலையும் விமர்சனக் கோட்பாடும்: திறந்தநிலை மார்க்சியத்துடன் சொற்போர் — 96
   அல்ஃபோன்சோ கார்சியா வேலா

4. மதிப்பு - வடிவம் கோட்பாடு, திறந்தநிலை மார்க்சியமும் மார்க்சின் மறுவாசிப்பும் (NRM) — 119
   ஃபிரெடெரிக் ஹேரி பிட்ஸ்

5. திறந்தநிலை மார்க்சியம் ஃபிராங்க்ஃபர்ட் பள்ளியின் வாரிசா? முறையாடாக சீர்குலைக்கும் விமர்சன பகுப்பாய்வு — 140
   மரியோ ஸ்கேபல்

பகுதி II: அரசு, மூலதனம், நெருக்கடி

6. 'இறுதிநிலை' திரட்டல் அல்லது
   முதலாளித்துவத்தின் வரம்புகள் — 167
   சக்ராரியோ அன்டா மார்டினெஸ்

7. அரசும் உலகளாவிய மூலதனமும்:
   சொற்போர் பற்றிய மீள்பரிசீலனை — 187
   ரோட்ரிகோ பாஸ்கல், லூசியானா கியோட்டோ

பகுதி III: ஜனநாயகமும் புரட்சியும் விடுவிப்பும்

8. பாட்டாளிகளும் தொழிலாளி வர்க்கமும்:
   இருபத்தியொன்றாம் நூற்றாண்டில் வர்க்கப் போராட்டத்தில்
   ஏற்பட்ட மாற்றங்கள் — 209
   கேத்ரினா நசியோகா

9. புரட்சிக்கான ஒரு புதிய இலக்கணமா அல்லது
   ஒரு எதிர் இலக்கணமா? ஜபதிஸ்மோவும் (zapatismo)
   திறந்தநிலை மார்க்சியமும் பற்றி — 234
   செர்ஜியோ டிஷ்லர்

10. புரட்சியிலிருந்து ஜனநாயகத்துக்கு:
    விடுவிக்கும் நோக்குநிலையை இழந்து விடுதல் — 253
    எடித் கோன்சாலஸ்

11. தொடர்வண்டி — 272
    ஜான் ஹாலவே

பங்களிப்பாளர்கள் — 287

முன்னுரை

வெர்னர் போன்ஃபெல்ட்

திறந்தநிலை மார்க்சியத்தின் முந்தைய மூன்று தொகுதிகள் 1992-க்கும் 1995-க்கும் இடையில் வெளியிடப்பட்டன. என்ன ஒரு காலம் அது! சோவியத் பேரரசு சரிந்தது, முதலாளித்துவம் பெரும் ஆரவாரத்துடன் கொண்டாடப்பட்டது; வெற்றி பெற்றதாக மட்டுமல்ல; அதுதான் நாகரிகத்தின் உச்சபட்ச முறையாகக் கூறப்பட்டது; வரலாற்றின் முடிவாக உறுதி செய்யப்பட்டு அறிவிக்கப்பட்டது. உடைமை பறிக்கப்பட்ட, உபரி மதிப்பின் உற்பத்தியாளர்களின் வர்க்கத்தை பரந்த செல்வத்துக்கு சேவை செய்வதற்காக வரலாறே வைத்துப் பராமரிப்பது போலக் காட்டப்பட்டது. 'வரலாறு' அதன் சொந்த நோக்கங்களை நோக்கி ஓடவில்லை; அது முதலாளித்துவ நாகரீகம், ஒழுக்கம், லாபம் ஆகிய நலன்களில் தன்னை உறுதிப் படுத்திக் கொள்ளவில்லை. 'வரலாறு' சமூகத்தை படைக்காது. அது எந்தப் பக்கச் சார்பும் எடுப்பதில்லை. இந்தப் பேச்சுகளில் வரலாறு எனக் கூறப்பட்டது உண்மையான அர்த்தத்தில் வரலாறே இல்லை. வரலாறு என்றைக்கும் தானாக விரிவதில்லை. மாறாக, தமது சொந்த நலன்களுக்காக, தமது சமூகத்தை படைக்கின்ற, திட்டவட்டமான மனிதர்கள் வரலாற்றையும் படைக்கிறார்கள். இறுதியில் வெளிப் பட்டதுதான் நிகழ்காலத்தில் நிலைத்து நிற்கிறது. 1980-களின் பிற்பகுதியிலும் 1990-களின் முற்பகுதியிலும் வரலாறு உண்மையிலேயே படைக்கப்பட்டது. இது பற்றி எந்த சந்தேகமும் இல்லை.

வெற்றிக் கூப்பாட்டு ஆரவாரத்தின் மத்தியில், 1980-களின் கடன் நெருக்கடி உலகளாவிய தெற்கில் இருந்து உலகளாவிய வடக்கிற்கு நகரத் தொடங்கியது. 1987-ன் சரிவில் தொடங்கி 1990-களின் முற்பகுதியில் 20 ஆண்டுகளுக்குள் ஏற்பட்ட மூன்றாவது உலகளாவிய பொருளாதார மந்தநிலை, பிரிட்டிஷ் பவுண்ட் மற்றும் மெக்சிகன் பெசோ முறையே 1992-லும் 1994-லும் வீழ்ச்சி அடைந்தது உள்ளிட்டு பல்வேறு நாணய நெருக்கடிகள், பெசோ நெருக்கடியோடு உடன் நிகழ்வான 1994 ஜபதிஸ்தாக்களின் எழுச்சி என்ற வழியாக இது நகர்ந்தது. பின்னர் உலக வல்லரசாக சீனா தோற்றம் பெற்றது, எதேச்சதிகார அரசாங்கத்தை மலிவான உழைப்புடனும் ஒழுக்கமான தொழிலாளர் உறவுகளுடனும் இணைத்த உழைப்புப் பொருளாதாரத்தின்

மீது அது நிறுவப்பட்டிருந்தது. அது முதல் வளைகுடா போர்க்காலம்; பெரும் சக்தி இன்னும் இருப்பது போன்ற தோரணையில் நாட்டின் உள்நாட்டுக் கட்டுப்பாட்டைப் பாதுகாக்கத் தேவையான உலகளாவிய எதிரியை தேடிய காலம்; ஹெகல் கூறியது போல், வெற்றிகரமான போர் உள்நாட்டு அமைதியின்மையைத் தடுத்து உள்நாட்டில் அரசின் அதிகாரத்தை எப்படி உறுதிப்படுத்த முடியும் என்பதைக் கண்ட காலம்.

1990-களின் முற்பகுதியில் இருந்து, சோவியத் யூனியன் அடிவானத்திற்கு அப்பால் சென்ற பிறகு, மார்க்சிய-லெனினியத்தின் கட்டமைப்பு முழுமையாக சிதைந்துவிட்டது. அது அரசு சோசலிசத்துக்கும் அதன் பல்வேறு வழித்தோன்றல் சித்தாந்தங்களுக்கும் அதிகாரபூர்வ கோட்பாடாகவும், நியாய ஆதாரமாகவும் இருந்தது. வழித்தோன்றல் சித்தாந்தங்கள் கிராம்சியன் அல்லது அல்தூசேரியன் யூரோகம்யூனிசம் அல்லது லெனினது இராணுவ தளபதி, 1921 க்ரோன்ஸ்டாட் எழுச்சியை அடக்கியவர், ஸ்டாலினிச எதிர்ப்பு லெனியத்தைத் தாங்கியவர் என ட்ராட்ஸ்கியிடம் தங்கள் விசுவாசத்தை பிரகடனப்படுத்திய பல்கிப் பெருகியிருந்த ட்ராட்ஸ்கிய குறுங்குழுக்கள் என வெளிப்பட்டது. இவற்றில் எல்லாம் அரசியல் பொருளாதாரத்தின் மீதான விமர்சன மரபுகள் தொடர்ந்தாலும் அவர்களின் வரலாறு முடிவிற்கு வந்துள்ளது. அரசு சோசலிசத்தின் முன்னோக்கிய நகர்வு பற்றிய நேற்றைய சிந்தனைகளுக்கு இனி சித்தாந்த அடித்தளத்தை அவை அளிக்கவில்லை. நிச்சயமாக, சிலர் இன்னும் புரட்சிகரக் கட்சியை சோசலிச மாற்றத்திற்கான ஒரு வழிமுறையாக நம்புகிறார்கள். ஆயினும்கூட, எதார்த்தத்தில், அப்படியான கட்சி இப்போது இல்லை - அது உண்மையில் நீண்ட காலமாக ஒரு மாயையாக இருந்துள்ளது. அது உள்நாட்டுப் போரின் போது ஸ்பெயினில் இறந்தது. ஸ்டாலினிச ரஷ்யாவில் விசாரணை நாடக வழக்குகளில் இறந்தது. அதன் நோயுற்ற அடித்தளம் - இறுதியாக 1953 அல்லது 1956-ல் அல்லது உண்மையில் 1968-ல் அழிந்தது. பிரிட்டனில் ஜெர்மி கோர்பைனைப் போல, பிரான்சில் ஜீன்-லூக் மெலன்சோன் போன்றோரும் நேற்றைய சக்தியின் வெறும் ஆவிதான். ஒரு சாவேஸ் [1991 முதல் 2013 வரை வெனிசுலாவின் அதிபராக இருந்த சோசலிஸ்ட் கட்சித் தலைவர் ஹியூகோ சாவேஸ் - மொ.பெ.] அல்லது மதுரோ [சாவேசுக்குப் பிறகு வெனிசுலாவின் அதிபராக இருக்கும் நிக்கோலஸ் மதுரோ- மொ.பெ.] அல்லது ஒரு ஒர்டேகா [நிகரகுவாவின் புரட்சியாளரும் 2007-ம் ஆண்டு முதல் அதிபராகவும் உள்ள தானியேன் ஒர்டேகா] அந்த சக்தி அல்ல. அது ஒரு நிம்மதி. கோர்பைன், மெலன்சோன் இருவரும் நியாயமற்ற உலகில் நீதிக்காக அரசியல்

அதிகாரத்தை நாடுகிறார்கள். அரசியல் பொருளாதாரத்தின் மீதான விமர்சனத்திற்கு பதிலாக இப்போதைய முயற்சி, அற வலியுறுத்தல் மற்றும் நல்வாழ்வு பற்றிய அரசியல் தத்துவ கருத்துக்கள் மூலம் புலம்பல் என்பதாகவே இருக்கின்றது.

அவற்றிலிருந்து மாறுபட்டு, *திறந்தநிலை மார்க்சியம்* தொகுதிகள் நியாயமற்ற உலகில் நீதிக்காக வாதிடவில்லை; அரச சோசலிசத் திட்டமிடலின் மூலம் உழைப்புப் பொருளாதாரத்துக்கான லெனினிய வடிவங்களுக்கோ அல்லது முற்போக்கான வரிவிதிப்புத் திட்டங்கள் மூலமும் மறுபகிர்வுக்கான நியாயமான யோசனைகள் மூலமும் முதலாளித்துவ உழைப்புப் பொருளாதாரத்தில் சமூக ஜனநாயக சீர்திருத்தங்களுக்கோ வாதிடவில்லை. பலரின் சார்பாக அரசியல் அதிகாரத்தை அடைவதற்கு உதவுகின்ற மேலாதிக்க மூலோபாயத்திற்கு ஆதரவாகவும் அவர்கள் வாதிடவில்லை. அவர்கள் நிறுவனங்களின் நிறுவனமாக அரசை அங்கீகரிக்கவில்லை. மாறாக, அவர்கள் உபரி மதிப்பின் உற்பத்தியும் ஈடேற்றமும் மூலதனத்தின் நோக்கம் என்றும் அரசு என்பது அந்த நோக்கத்தின் அரசியல் வடிவம் என்றும் புரிந்து கொள்பவர்கள். மேலும், உலகச் சந்தைப்போட்டி ஒவ்வொரு தேசிய அரசையும் போட்டி உழைப்புச் சந்தைகளை உருவாக்கக் கட்டாயப் படுத்துகிறது என்றும் அவை சமூக ஒருமைப்பாட்டின் குறிப்பிட்ட அளவை அடைவதற்கான நிபந்தனையாகும் என்றும் திறந்தநிலை மார்க்சியம் தொகுதிகளுக்குப் பங்களித்தவர்கள் புரிந்துகொண்டுள்ளனர். போட்டித்தன்மை, வலுவான நாணயம், நிதி விவேகம், அதிகரித்த உழைப்பின் உற்பத்தித்திறன் ஆகியவற்றின் அரசியல், தொழிலாளர்களின் உழைப்பு இலாபம் தருவதாக இருக்கும் வரையில் மட்டுமே அவர்களின் நலனை நீடிக்கச் செய்கின்ற மூலதனத்தின் அமைப்புக்கு சொந்தமானது. மூலதனத்தின் இந்த அமைப்பில் உழைப்பின் இலாபம் ஈட்டும்திறன் என்பது திவால் ஆகி விடுவதைத் தவிர்க்கும் ஒரு வழிமுறை மட்டுமல்ல. இது வேலைவாய்ப்பை நிலைநிறுத்துவதற்கான ஒரு வழியுமாகும். அது தொழிலாளர்கள் கூலி வருவாய் மூலம் தமது வாழ்வாதாரத்திற்கான நுகர்வுகளைப் பராமரிக்க அனுமதிக்கிறது.

சுரண்டப்படும் தொழிலாளியாக இருப்பதை விட மிக மோசமான சாபம் உள்ளது; அது சுரண்டப்பட முடியாத தொழிலாளியாக இருப்பது. உழைப்புச் சக்தியை விற்பனை செய்ய முடியாவிட்டால், மற்றபடி எதனை விற்று பிழைப்பு நடத்துவது? என்ன வழியில் வாழ்வாதாரங்களை அடைவது? முதலாவதாக, உபரி மதிப்பை உற்பத்தி செய்பவர்கள், உடைமை பறிக்கப்பட்ட உழைப்புச் சக்தியின் விற்பனையாளர்கள்.

அவர்கள் தேவைகளை நிறைவு செய்யப் போராடுவதற்கு சுதந்திரமாக உள்ளனர். அவர்களின் போராட்டம் முதலாளித்துவச் செல்வத்தை - அதாவது பணம் மேலும் பணத்தை விளைவிக்கும் என்ற கருத்தாக்கத்தைச் சார்ந்தது. செல்வம் பற்றிய இந்த கருத்தாக்கத்தில், மனிதத் தேவைகள் நிறைவு செய்யப்படுவது வெறும் பக்கவிளைவே. பணத்தின் நேரம்தான் கணக்கிடப்படுகிறது. உபரி மதிப்பை சுரண்டியெடுப்பதன் மூலம் மதிப்பைப் பெருக்குவது முக்கியமானது. வீணடிக்க நேரமில்லை. நேரம் என்பது பணம். பின்னர் திடீரென்று சமூகம் மீண்டும் ஒரு தற்காலிக காட்டுமிராண்டி நிலைக்குத் தள்ளப்படுகிறது. பஞ்சமும், பேரழிவுக்கான உலகளாவிய போரும் தங்கள் இரவு உணவு கிடைக்க தினசரி வேலை செய்ய வேண்டிய உழைக்கும் வர்க்கத்தினர் வாழ்வுச் சாதனங்களை பெறுவதற்கான அனைத்து வழிகளையும் முடக்கி விட்டது போல் தோன்றுகிறது. இரண்டாவதாக, அதிக பணத்தை விளைவிக்கும் பணம், சமமற்ற மதிப்புகளுக்கு இடையே சமமான பரிவர்த்தனை என்ற மர்மத்தை புரிந்துகொள்வதற்கான வழி உபரி மதிப்பு என்ற கருத்தாக்கத்தில் உள்ளது. உழைப்புச் சக்தியை வாங்குவது முதலில் நிகழ்கிறது, பின்னர் உழைப்புச் சக்தியின் மதிப்பை விட அதிகமான மொத்த மதிப்பை உற்பத்தி செய்யும் உற்பத்தி நிகழ் முறையில் உழைப்பு நுகரப்படுகின்றது. சமமெனத் தோன்றும் பரிவர்த்தனை உறவுகள் உழைப்புச் சக்தியை வாங்குபவர்களுக்கும் உபரி-மதிப்பின் உற்பத்தியாளர்களுக்கும் இடையேயான வர்க்க உறவின் அடிப்படையில் நிறுவப்பட்டவை. துயரத்தின் வரலாற்றை உள்ளடக்கிய இந்த சமூக உறவு, ஒரு குறிப்பிட அளவு பணம் இன்னொரு அளவு பணத்துடன் பரிவர்த்தனை என்ற பொருளாதார தோற்றத்தில் மறைந்து விடுகிறது.

மார்க்சிய சிந்தனையின் முழு வரலாற்றிற்கும் மாறாக, வர்க்கப் போராட்டம் நேர்மறையான ஒன்று இல்லை. மாறாக, அது முதலாளித்துவ சமூக உறவுகளில் நிரம்பித் தளும்பி அவற்றை முன்னோக்கிச் செலுத்துகிறது. வர்க்கப் போராட்டம் ஏதோ ஒரு அருவமான கருத்துருவைப் பின்பற்றுவதில்லை. தொழிலாளி வர்க்கத்தினருக்குள்ள வாய்ப்பான இருப்பியல் நிலைப்பாடுகளையும் இது வெளிப்படுத்துவ தில்லை. இந்த இருப்பியல் நிலையின்படி தொழிலாளி வர்க்கத்தினர்தாம் வரலாற்று முன்னேற்றத்தின் உந்து சக்தியாக உள்ளனர் என்பதே அரசு சோசலிச மரபின் புரிதலாகும். மாறாக, இது வாழ்வுச் சாதனங்களை பெறுவதற்கான போராட்டம். வரவையும் செலவையும் ஈடு செய்வதற்கான போராட்டம்; மானுட முக்கியத்துவத்துக்கான, வாழ் நாளுக்கான, மனித அரவணைப்புக்கான, பாசத்திற்கான போராட்டம்.

அரசியல் நீதிக்கான கோரிக்கை உடைமை பறிக்கப்பட்டவர்களின் துன்பத்தை அங்கீகரிக்கிறது. தொழிலாளர் வர்க்கத்தின் நிலைமைகளை மேம்படுத்தும் அரசியல் அர்ப்பணிப்பு முற்றிலும் அவசியம் என்பதில் சந்தேகமில்லை. அது சமூகம் அதன் தொழிலாளர்களை நடத்துவதை நாகரீகமாக்குகிறது. ஆயினும்கூட, வர்க்கச் சமூகத்தின் மீதான விமர்சனம் அதன் நேர்மறையான தீர்வை, உழைப்பை நுகர்வோருக்கும் உழைப்புச் சக்தியை விற்பவர்களுக்கும் இடையே நியாயமான பரிவர்த்தனை உறவுகளை அடைவதில் காண்பதில்லை. நியாயமான ஊதியம் என்றால் என்ன? இது கொடூரமான முதலாளிக்கு பரிவுணர்ச்சியுடைய மாற்று என்ற பழைய ஏமாற்று அல்லவா? அவரும் கூட தனது தொழிலாளர் களுக்கு அவர்களிடமிருந்து அவர் முன்பு அபகரித்த உபரி-மதிப்பை பணமாக்கிதானே சம்பளம் கொடுக்கிறார்? வர்க்க சமூகத்தின் மீதான விமர்சனம் 'யுகங்களின் சகதி' முடிவுக்கு வந்துவிட்ட நிலைக்கு முன்னேற்றம் அடையும் ஒரு சமூகத்தில் மட்டுமே தன் நேர்மறையான தீர்வைக் காண்கிறது.

1990-களின் திறந்தநிலை மார்க்சியம் தொகுதிகள் முதலாளித்துவ உழைப்புப் பொருளாதாரம் மீதான விமர்சனத்தை, அது கண் மூடித்தனமாக ஒழுங்கமைக்கப்பட்ட உழைப்புப் பொருளாதாரம் என்ற நேர்மறை கண்ணோட்டத்தின் வறட்டுவாதப் பிடியிலிருந்து விடுவிக்கும் முயற்சிக்கான பங்களிப்புகளாக இருந்தன. அந்த நேர்மறை கண்ணோட்டத்தில், அரசு சோசலிசம் முதலாளித்துவத்தை விட உயர்ந்தது, ஏனெனில் அது கரணியத்துடன் ஒழுங்கமைக்கப்பட்ட பொது அதிகாரத்தின் கூருணர்வுடனான திட்டமிடல் அடிப்படையிலான உழைப்புப் பொருளாதாரமாகக் கருதப்படுகிறது. மத்தியத்துவப் படுத்திய பொருளாதாரத் திட்டமிடலின், முதலாளித்துவ எதிர்ப்பின் உழைப்புப் பொருளாதாரம் மீதான விமர்சனம் முற்றிலும் அரூபமானது. இன்றைய நெக்ரி மற்றும் ஹார்ட்டின் தட்டையான கருத்தாடல்களில் அது பலருக்குமான அரசியல்- உண்மையில், அது முதலாளித்துவ எதிர்ப்புக்கான இறையியல் ஒன்றை அளிக்கிறது. தொழிலாளர்களது கட்சியின் ஆட்சி அமைந்தவுடன் முன்னேற்றம் ஏற்படும் என நம்பி நேர்மறை பக்கத்தை பார்க்கிறது. முதலாளித்துவத்திற்கு எதிரான இறையியல் முதலாளித்துவ சமூகத்தைப் புரிந்து கொள்ளவில்லை. மாறாக அதை மர்மமாக்குகிறது. முதலாளித்துவ செல்வம் என்றால் என்ன, அதன் கருத்தாக்கத்திற்கு உரியது என்ன, அது எப்படி உற்பத்தி செய்யப்படுகிறது? அதன் இயக்கவியல் என்ன? அதன் கருத்தாக்கத்தில் எது ஆதிக்கம் செலுத்துகிறது எனவே அதன் கருத்தாக்கம் நடைபெறுவது எப்படி? சடமாக்கப்பட்ட கூருணர்வு மட்டுமே முதலாளித்துவத்தை

ஒழுங்குபடுத்துவதற்கும் அதனை உழைக்கும் வர்க்கத்தின் நலன்களுக்காக பாடுபட வைப்பதற்கும் தேவையான அறிவு மற்றும் தொழில்நுட்ப நிபுணத்துவத்தை தான் கொண்டுள்ளதாக அறிவிக்க முடியும். *திறந்தநிலை மார்க்சியம்* தொகுதிகள் முதலாளித்துவ சமூக உறவுகள் மீதான விமர்சனத்தை அரசியல் பொருளாதாரம் மீதான விமர்சனமாகவும், உழைப்புப் பொருளாதாரம் மற்றும் அரசியல் அதிகாரக் கொள்கை ஆகிய இரண்டின் மீதான விமர்சனமாகவும் மீண்டும் வலியுறுத்த முயன்றன. குறைந்தபட்சம் அது முக்கியமான நோக்கமாக இருந்தது.

முந்தைய தொகுதிகள், 'வரலாற்று பொருள்முதல்வாதத்தை வக்கிரப்படுத்தியவர்கள்' என அடோர்னோ *எதிர்மறை இயங்கியல்* நூலில் (*Negative Dialectics*) வகைப்படுத்திய வறட்டுவாத மார்க்சிஸ்டு களிடமிருந்து மார்க்சை விடுவிப்பதற்கான தலையீடுகளாகவும் இருந்தன. அதைச் செய்வதற்கு, நேர்மறை பக்கத்தைப் பார்ப்பது ஒரு தேர்வாக இல்லை. மாறாக, அது முதலாளித்துவ செல்வத்தின் கருத்தாக்கத்தின் உள்ளாகவும் அதன் ஊடாகவும் சிந்திக்கும் முயற்சியை உள்ளடக்கியது, அது செயல்படும் சமூக தனிநபர்களின் முதுகுக்குப் பின்னால் ஒரு சுயாதீனமான விஷயமாக தன்னை நிறுவிக் கொள்கிறது. இருப்பினும், தனிநபர்கள் தமது சமூக நடைமுறையின் மூலம் அதற்கு ஒரு கூருணர்வையும் விருப்புறுதியையும் அளிக்கின்றனர். எதார்த்தமான பொருளாதார சாரமாக்கல்களின் கருத்தாக்கத்தைப் புரிந்து கொள்வதற்கான அத்தகைய முயற்சி இல்லாத நிலையில், மூலதனத்தின் கருத்தாக்கத்தைச் சேர்ந்த, அதன் முன்னேற்றத்தை நிலைப்புருவாக்கும் தொழிலாளி வர்க்கத்தின் போராட்டம் புரிந்து கொள்ளப்படாது. மாறாக, அது கிளர்ச்சி செய்யும் அந்நியப்பட்ட உழைப்பாக கற்பனாவாத உயர்வு நவிற்சி செய்யப்படும் அல்லது ஒழுக்க நெறியுடனான நேர்மையுணர்வாக ஒரு தேர்தல் ஆதரவு அடித்தளமாக பார்க்கப்படும்.

உழைப்புப் பொருளாதாரத்தின் சடங்குகள் எனும் பத்தாம் பசலி வழியில் இருந்து மார்க்சை விடுவிக்கும் முயற்சி எனும் நோக்கம் எந்த வகையிலும் புதுமையானது இல்லை. உண்மையில், அதன் புகழ்பெற்ற வரலாற்றை திரும்பிப் பார்க்க முடியும். எடுத்துக்காட்டாக, பானேகுக் (Pannekoek), கோர்ட்டர் (Gorter), மாட்டிக் (Mattick) ஆகியோர் பேசிய கவுன்சில் கம்யூனிசம்; கார்ல் கோர்ஷ் (Karl Korsch)-ன் எழுத்துகள்; அடோர்னோ, ஹோர்க்ஹெய்மர், பெஞ்சமின், மார்குஸ் ஆகியோரின் விமர்சனக் கோட்பாடு; யூகோஸ்லாவிய பிராக்சிஸ் குழு; ஆக் செலோஸின் திறந்தநிலை மார்க்சியம்; சூழ்நிலைவாத சர்வதேசியம்; பொலிவர் எச்செவர்ரியா, சான்செஸ் வாஸ்குவேஸ், ஷ்வார்ட்ஸ்,

அராந்தெஸ் ஆகியோருடன் தொடர்புடைய லத்தீன் அமெரிக்க விமர்சன மார்க்சிய பாரம்பரியம்; அரசு வழித்தோன்றல் சொற்போரில் ஈடுபட்ட கெர்ஸ்டன்-பெர்கர், பிளாங்கி (Blanke), நியூஸ்யுஸ் (Neußüss), வான் பிரவுன்ம்யூல் (von Braunmühl) உள்ளிட்டோர்; மார்க்சின் மறு வாசிப்பு (the neue Marx Lektüre) குழுவைச் சார்ந்த பக்ஹவுஸ், ரெய்ஷெல்ட், ஷ்மிட் போன்றோர்; தன்னாட்சி மார்க்சியம் என்று பேசிய டல்லா கோஸ்டா, ஃபெதரிச்சி, காஃபென்சிஸ், த்ரோந்தி, நெக்ரி, கிளீவர், போலோக்னா போன்றவர்களின் மார்க்சியம்; மற்றும், பிரிட்டிஷ் சூழலில் சோசலிசப் பொருளாதார நிபுணர்களின் மாநாடு, அதிலிருந்து உருவான குறிப்பாக சைமன் கிளார்க், ஜான் ஹாலவே ஆகியோரின் மதிப்பு, வர்க்கம், அரசு பற்றிய படைப்புகள். கட்டமைப்புவாத மார்க்சியத்தின் மீதான, குறிப்பாக லெவி-ஸ்ட்ராஸ், அல்தூசர், புலண்ட்ஸஸ் படைப்புகள் மீதான கிளார்க்கின் விமர்சனம், அரசு கோட்பாடு குறித்தும் மதிப்பு-வடிவ பகுப்பாய்வு குறித்தும் சைமன் கிளார்க் செய்த பங்களிப்புகள் 1990-களின் முற்பகுதியின் சூழலில் [விவாதங்களின்] உடனடி அடிப்படையாக இருந்தன.

திறந்தநிலை மார்க்சியம் என்ற தலைப்பு ஜோஹன்னஸ் அக்னோலியின் படைப்பிலிருந்து பெறப்பட்டது. அக்னோலி, பெர்லின் திறந்தநிலை பல்கலைக்கழகத்தில் அரசியல் பற்றிய விமர்சனம் துறையின் பேராசிரியர். பன்முகத்தன்மை வாய்ந்த மார்க்சிய பாரம்பரியத்திற்கான அவரது பங்களிப்பு, அரசியல் பொருளாதாரம் மீதான விமர்சனத்தை பொருளாதாரக் கருத்தினங்கள், தத்துவக் கருத்தாக்கங்கள், தார்மீக விழுமியங்கள், முதலாளித்துவ சமூகத்தின் அரசு வடிவம் உட்பட அரசியல் நிறுவனங்கள் குறித்த சமன்குலைக்கும் விமர்சனங்களை மையப்படுத்தி முன்வைத்தது. *திறந்தநிலை மார்க்சியம்* தொகுதிகளின் தலைப்புக்கும் அக்னோலிக்கும் இடையே உள்ள நேரடி இணைப்பு, 1980-ல் எர்னஸ்ட் மண்டலுடன் இணைந்து அவர் வெளியிட்ட புத்தகத்தின் தலைப்பு: *ஓஃபனர் மார்க்சிஸ்மஸ் : ஐன் கெஸ்ப்ரெஷ் யூபர் டாக்மென், ஆர்தடாக்ஸி & டீ ஹெரேசிடெர் ரியாலிடேட்* (*Offener Marxismus : Ein Gespräch über Dogmen,Orthodoxie & die Häresieder Realität - Open Marxism : A Discussion about Doctrines, Orthodoxy & The Heresy of Reality - திறந்தநிலை மார்க்சியம்: கோட்பாடுகள், மரபுவழி & எதார்த்தத்தின் வழமைக்கு மாறான கொள்கைகள், ஒரு விவாதம்*). அவரது காலத்தின் மிக முக்கியமான சமன்குலைப்பு சிந்தனையாளர். ஆனாலும் *திறந்தநிலை மார்க்சியம்* என்ற தலைப்பை ஜோஹன்னஸ் அக்னோலிக்கு மரியாதை செலுத்தும் முகமாகத் தேர்வு செய்யவில்லை. அது திட்டத்தின் அடிப்படையில் செய்யப்பட்டது.

திறந்தநிலை மார்க்சியத்தின் இந்த நான்காவது தொகுதியின் வெளியீடு மிகவும் தாமதமானதன் சூழல் குறித்து விளக்கம் தேவை இல்லை. எதுவும் எல்லாம் ஒன்று போல் இருந்தது போல் இல்லை. மேலும் நாம் பயங்கரவாத காலத்தில் போர்களுக்கு மத்தியில் வாழ்கிறோம். உயரடுக்கு சமூகம் என்று அழைக்கப்படும் சமூகத் தரப்பு ஒரு மோசடியாக மாறிவிட்டது, உண்மையில் காலா காலமாக அது அப்படித்தான் இருந்தது. முட்டாள்களின் சோசலிசமாகவும் சிந்தனையற்ற வெறுப்பிலும் தேசியவாதிகளின் சித்தப்பிரமையிலும் இரண்டிலும் யூத விரோதம் மீண்டும் நடைமுறையில் உள்ளது. இனவாதம் எப்பொழுதும் இருந்ததைப் போலவே பரவலாக உள்ளது - உள்ளேயும் வெளியேயும் எதிரியாக உள்ளது. பாலின விவகாரம் தாராளமயமாகி விட்டது. பெண்ணியம் ஒருமுறை வாக்குறுதியளித்தபடி இனியும் சமூகத்தை சீர்குலைவு செய்யப் போவதில்லை. நாகரிகங்களின் மோதல் என்று அழைக்கப்படுவது மீண்டும் சுதந்திரத்துக்கான வாக்குறுதியின் மீது தவிர்க்கமுடியாத தாக்குதலுக்கு வழிகோலியது. ஒரு நாட்டில் சோசலிசம் பற்றிய பேச்சும் கூட நோக்கம் குறித்த எந்த உணர்வும் இல்லாமல் மீண்டும் வந்துவிட்டது. - முதலில் நோக்கம் குறித்த உணர்வு எதுவும் இருக்க முடியாது, இரண்டாவது ஏனெனில் அப்படி எதுவும் இல்லை; மற்றும் மூன்றாவது, ஏனெனில் அப்படி ஒன்று என்றைக்குமே இருந்ததில்லை. 2008 நெருக்கடி உருவாக்கிய எதிர்மறை அரசியல் விளைவுகள் தீவிரமானவை, இடைவிடாதவை: சிக்கன நடவடிக்கைகள். நிச்சயமின்மை. இலாபமீட்டும்திறன். வளர்ச்சி வீதம். விலை அடிப்படையில் போட்டித்திறன். 1990-களின் முற்பகுதியில் இருந்து என்ன வித்தியாசம் என்றால், முதலாளித்துவம் என்பது ஒரு விமர்சனத்திற்குரிய சொல்லாக இருந்தது விசாரணைக்குரிய ஒன்றாக இருந்தது மறைந்துவிட்டது; அது சமகால பகுப்பாய்விலிருந்து மறைந்து விட்டது. *ஜெய்ட்கெய்ஸ்ட்* (*Zeitgeist - காலகட்டத்தின் மோஸ்தர்*) விமர்சனத்துக்கான பொருண்மையாக நவதாராளவாதத்தை அடையாளப்படுத்துகிறது. அதன் விளைவாக சமகாலத்தின் விமர்சனத்தில் கடந்த காலம் உயிரோடு வராது. மாறாக, இன்றைய நவதாராளவாத உலகம் குறித்த விமர்சனம் பணம் அதிகப் பணத்தைத் தராத, மாறாக வளர்ச்சிக்காகவும் வேலைகளுக்காகவும் உழைக்கும் ஒரு கற்பனையான காலகட்டத்தைக் குறிக்கிறது. நாகரீகத்தின் எதிர் படலமாகத் தோன்றுகிறது. மாயை எதார்த்தத்தின் மீது ஆதிக்கம் செலுத்துகிறது. நினைவாற்றல் இல்லாத சமூகத்தின் ஆவி உண்மையிலேயே பயமுறுத்துகிறது.

திறந்தநிலை மார்க்சியத்தின் முதல் மூன்று தொகுதிகள் வரலாற்று பொருள்முதல்வாதத்தின் வறட்டுவாத வக்கிரக்காரர்களிடமிருந்து

மார்க்சை விடுவிக்க முயன்றன. இந்த நான்காவது தொகுதியின் நோக்கம் நவதாராளவாத ஜெய்ட்கெய்ஸ்டை (மோஸ்தரை) மறுக்கும் விதமாக முதலாளித்துவத்தின் மீதான விமர்சனம் எனும் மைய-நிலையை மீண்டும் கொண்டு வருவதாகும் என எனக்குத் தோன்றுகிறது. அதன் ஒரு பகுதியாக சுயவிமர்சனத்தையும் திறந்த நிலையையும் மீண்டும் நிறுவுதல்; மேலும் ஒருபுறம் 'முடியாது' என்று சொல்வதன் அர்த்தம் என்ன என்பதை புதிதாக ஓரளவு சிந்திக்க வேண்டும் என்பதையும் கொண்டுள்ளது. ஒரு புறம் பொருண்மையின் முதன்மை உள்ளது. எதார்த்தமான சாரமாக்கலாக சமூகம் உள்ளது. அது செயல் படும் சமூக பாத்திரங்களின் முதுகுக்குப் பின்னால் தன்னை வெளிப் படுத்திக் கொள்கிறது, இன்னொரு புறம் சமூகம் தன்னிச்சையான ஒரு செயலாக்க முனைப்பாக உள்ளது - அதன் சொந்த உற்பத்திச் சக்திகள் மற்றும் உற்பத்தி உறவுகளின் புறநிலை இயங்கியலின் ஒரு பொருண்மை; ஆனால் அது தன்னளவிலும் ஒரு செயல்பாட்டு சக்தி.

பொருளாதார கருத்தினங்களின் வெறும் ஆளுமை வடிவங்களான செயல்பாட்டுச் சக்திகளின் முதுகுக்குப் பின்னால் தம்மை உறுதிப் படுத்திக் கொள்ளும் உலகில் நம்பிக்கையே உண்மையான இலட்சிய வாதம். பொருளாதாரத் தளத்தில் புறநிலை உண்மை என்ன? பொருளாதார நிர்ப்பந்தத்திற்கு உள்ளாக்கும் சமகால உலகில் அதனைப் புரிந்து கொள்ள சிந்தனையுள்ள செயல்பாட்டாளர்களின் தலையீடு தேவைப்படுகிறது; அதில் இருக்கும் உண்மையை வெளிக்கொணர இது தேவைப்படுகின்றது. அடோர்னோவைப் பொறுத்தவரை, கான்ட்டின் *தூய கரணியத்தின் விமர்சனம்* நூலின் ஆகச் சிறந்த கூறுகள், அதன் உண்மை உள்ளடக்கம், 'கோட்பாட்டு பிணக்குகள் விட்டுச் செல்கின்ற காயங்கள்' ஆகும் (அடோர்னோ 1965: 84). கனவுலகின் சாத்தியம் அதன் தர்க்கத்திலும் அதன் முறையான ஒருமைப்பாட்டிலும் உள்ள 'விரிசல்களில்' (ப்ருயூஹ Brüche) உள்ளது. கிராக் கேபிடலிசம் (2010)-ல் ஹாலவே குறிப்பிடுவது போல, இந்த விரிசல்கள் நிகழ்காலத்தில் ஏற்கனவே அனுபவித்த கனவுலகின் 'தடங்களில்' (ப்ளோஹ்) வெளிப் படுகின்றன. இந்தத் 'தடங்களில்' மட்டுமே 'எப்போதும் உண்மையான நீதியுள்ள எதார்த்தம்' வரும் என்ற நம்பிக்கை உள்ளது (அடோர்னோ 1973: 325). அறிவியல்ரீதியான, பொருளாதாரப் புறநிலைப் பார்வையில் மேம்போக்காகப் பார்க்கும்போது ஒரு மீபொருண்மவியல் கவனச் சிதறல் போலத் தெரியும் இலட்சியவாதம் என்பது உண்மையான எதார்த்தவாதம்.

திறந்தநிலை மார்க்சியத்தின் நோக்கம், சமூகத்தை முதன்மையாக பொருளாதாரப் பொருண்மையாக விளக்குவது அல்ல; அதை

அரூபமாக, வேண்டுமென்றே நிராகரிப்பது அல்ல. மாறாக, அதன் உண்மை உள்ளடக்கத்தை வெளிப்படுத்துவதே விளக்கத்தின் நோக்கம். முனைப்பாக உள்ள சமூகம் மட்டுமே பொருளாதாரம் எனும் பொருண்மையில் ஆதிக்கம் செலுத்தும் தர்க்கத்தின் புதிரை விடுவிப்பதும் ஏற்றுக்கொள்ள மறுப்பதும் சாத்தியமாகின்றது. இணங்க மறுப்பது என்பதே முனைப்பாக சமூகத்தின் கையொப்பம். இருப்பினும், பக்ஹவுஸ் (2005) குறிப்பிடுவது போல் உண்மை உள்ளடக்கம் பொருளாதார உலகின் மறைக்கப்பட்ட இரகசியமாக மனிதனின் உலகளாவிய தன்மையில் உள்ளது என்பது இதன் அர்த்தமல்ல. பொருளாதாரத்தை ஆய்வுப் பொருண்மையாகக் கொண்டு சமூகத்திற்குள் நுழைவது, சிந்தித்துப் பார்ப்பது வாழ்க்கையின் உண்மையான உறவுகள் என்பவற்றில் இருந்து அவை எந்த வடிவங்களில் புனிதப்படுத்தப் பட்டதோ அவற்றின் சமூக இயல்பை நிறுவுவது என்பதே நோக்கம் (மார்க்ஸ் 1990: 484, fn.4). சரியான விளக்கத்தின் முக்கியத்துவம் செயல் பாட்டிற்கு ஒரு மாற்று அல்ல மாறாக தவறான செயல்பாட்டை தடுக்கும் நடவடிக்கை; ஆகவே அது மாற்றத்திற்கான முன்நிபந்தனை.

அடோர்னோவின் எதிர்மறை இயங்கியல் (Negative Dialectics) பற்றிய குறிப்புடன் முடிக்கிறேன், ஏனெனில் அதில் ஆஷ்விட்ஸ் [ஹிட்லரின் நாஜி ஜெர்மனி தான் ஆக்கிரமித்த போலந்தில் நடத்திய பெருந்திரள் வதை/கொலை முகாம்களைக் குறிக்கிறது-மொ.பெ.] குறித்த நினைவுகள் உள்ளன. 'ஆஷ்விட்ஸ் மீண்டும் நடக்காத வண்ணம் அது போல் எதுவும் நடக்காத வகையில் ஒருவரின் எண்ணங்களையும் செயல்களையும் ஒழுங்குபடுத்துவது' என்ற நிலையை ஏற்படுத்தத் தேவையான கொள்கைகளாக்க வேண்டி அடோர்னோ, கான்டின் கருத்தினங்களின் தேவையை மறு ஆக்கம் செய்கின்றார். (1990:365). சமூகம் ஒரு பொருண்மையாக எதையும் செய்யாது. அது யாரையும் ஊனப்படுத்துவதோ, கொலை செய்வதோ நச்சு வாயுக் கூடத்தில் தள்ளுவதோ இல்லை. 'எல்லாவற்றையும் செய்பவன் மனிதனே, மாறாக, உண்மையான, உயிருள்ள மனிதனே அவற்றைச் செய்வது'. மேலும், அவ்வாறு செய்வதன் மூலம், கொடிய விருப்பம் கொண்ட ஒரு பொருண்மமாக சமுதாயத்தை மாற்றுவது மனிதன்தான் (எதிர்மறை இயங்கியல் நூலில் மேற்கோள் காட்டப்பட்டுள்ளபடி மார்க்ஸ் கூறியதை வேறு சொற் றொடர்களில்). இறுதியாக, உண்மையான பொருளாதார சாரங்களின் உருவங்களாக இழிவுபடுத்தப்பட்டிருந்தாலும் கூட 'தனிநபர்களும் அவர்களின் தன்னிச்சையான செயல்களும் இல்லாமல் ஒன்றுமில்லை' (அடோர்னோ 1990:304). நம்பிக்கை கடைசியாகத்தான் மரணத்தைத் தழுவுகின்றது.

யார்க்

26 மார்ச் 2019

நூல் பட்டியல்

அடோர்னோ டி டபிள்யு (1965), நோடன் சுர் லிடெராடுர், தொகுதி 3, பெர்லின்:சூர்கம்ப் (Adorno, T. W. (1965) *Noten zur Literatur*, Vol. 3, Berlin: Suhrkamp).

அடோர்னோ டி டபிள்யு (1973), 'டீ ஆக்டுவலிடேட் டெர் ஃபிலோசோஃபீ', கெசமல்ட வெர்கெ, தொகுதி 1, பெர்லின்: சுர்கம்ப் (Adorno, T. W. (1973) 'Die Aktualität der Philosophie', *Gesammelte Werke*, Vol. 1, Berlin: Suhrkamp).

அடோர்னோ டி டபிள்யு (1990), நெகடிவ் டயலெக்டிக்ஸ், லண்டன்: ரட்லெஜ் (Adorno, T. W. (1990) *Negative Dialectics*, London: Routledge).

பக்ஹவுஸ் எச் (2005), 'சம் ஆஸ்பெக்ட்ஸ் ஆஃப் மார்க்சஸ் கான்சப்ட் ஆஃப் கிரிடிக் இன் த கான்டெக்ஸ்ட் ஆஃப் ஹிஸ் எகனாமிக்-ஃபிலாசஃபிகல் தியரி', (Backhaus, H. (2005) 'Some Aspects of Marx's Concept of Critique in the Context of his Economic-Philosophical Theory'), *வெர்னர் போன்ஃபெல்ட், காஸ்மாஸ் சைக்கோபீடிஸ் (தொகுப்பாசிரியர்கள்), ஹ்யூமன் டிக்னிடி: சோசியல் அடானமி அண்ட் த கிரிடிக் ஆஃப் கேபிடலிசம்-ல், ஆல்டர்ஷாட்:ஆஷ்கேட்* (W. Bonefeld and K. Psychopedis (eds), *Human Dignity: Social Autonomy and the Critique of Capitalism*, Aldershot: Ashgate).

ஜான் ஹாலவே (2010), கிராக் கேபிடலிசம், லண்டன்: புளூடோ பிரெஸ் (Holloway, J. (2010) *Crack Capitalism*, London: Pluto Press).

மார்க்ஸ் கே (1990), மூலதனம் முதல் பாகம் (Marx, K. (1990) *Capital*, Vol. 1, London: Penguin).

நன்றியறிவிப்பு

இந்தத் தொகுதியின் பல அத்தியாயங்களை (அத்தியாயங்கள் 3, 5, 6, 7, 9, 10 ஸ்பானிஷ் மொழியிலிருந்து, அத்தியாயம் 8 கிரேக்கத்தி லிருந்து) மொழிபெயர்த்தமைக்காக அன்னா மே ஹாலவே-க்கு (Anna-Maeve Holloway) எங்கள் உளமார்ந்த நன்றிகளைத் தெரிவிக்கிறோம். அவரது அர்ப்பணிப்புணர்வு இல்லாமல் இந்த நூல் சாத்தியமாகி யிருக்காது.

இந்த மொழிபெயர்ப்புக்கான செலவுகளை ஏற்றுக் கொண்டமைக்காக Benemérita Universidad Autónoma de Puebla-¡ Instituto de Ciencias Sociales y Humanidades 'Alfonso Vélez Pliego' -க்கு எங்களது மனமார்ந்த நன்றிகள்.

அறிமுகம்: மூடப்படும் ஒரு உலகத்துக்கு எதிராக திறந்தநிலை மார்க்சியம்

அனா சிசிலியா டீனர்ஸ்டெய்ன், அல்ஃபோன்சோ கார்சியா வேலா, எடித் கோன்சாலஸ், ஜான் ஹாலவே

உலகை மூடிக் கொண்டிருப்பதற்கு எதிராக நாங்கள் எழுதுகிறோம். நம்மைச் சுற்றி சுவர்கள் எழுப்பப்படுகின்றன. மெக்சிகோவுடனான அமெரிக்க எல்லையில் உள்ள சுவர், பிரெக்சிட்டர்கள் [இங்கிலாந்து, ஸ்காட்லாந்து, வேல்ஸ் அடங்கிய பிரிட்டனும் வட அயர்லாந்தும் இணைந்த ஐக்கிய முடியரசு ஐரோப்பிய ஒன்றியத்தில் இருந்து வெளியேறுவதை ஆதரித்தவர்கள் - மொ.பெ.] கட்டப் போகும் சுவர்கள், உலகெங்கும் இடதுசாரி, வலதுசாரி தேசியவாதம் கட்டிக் கொண்டிருக்கும் சுவர்கள்: ஒதுக்கி வைப்பதற்கான சுவர்கள், எல்லைகளின் சுவர்கள், பெரும்பாலும் வெறுப்பின் சுவர்கள், வலியின் சுவர்கள். அறிவுரீதியாகவும் கல்விப்புலரீதியாகவும் கூட நம்மைச் சுற்றி மதில்கள் எழுப்பப்படுகின்றன. (நாங்கள் நான்கு பேர் வேலை செய்யும்) பல்கலைக்கழகங்களில் கல்விப்புல தூய்மைவாத சுவர்கள் வளர்ந்து கொண்டே போகின்றன: போட்டி, பாதுகாப்பின்மை மற்றும் கல்விப்புல வேலை நிச்சயமின்மையின் அழுத்தங்கள், கூடவே தரக் கட்டுப்பாடு குழுக்கள், தரக்குறியீட்டு எண்ணுடனான ஆய்விதழ்கள் பட்டியல், மதிப்பிடுவதற்கான அளவுரீதியான தேர்வு-அடிப்படைகள் இவை அனைத்தும் எழுத விரும்புவதை எழுதுவதை கடினமாக்கு கின்றன. குறிப்பாக மாணவர்களும் இளம் கல்வியாளர்களும் சொல்ல விரும்புவதை சொல்வதை கடினமாக்குகின்றன. சமூக அறிவியல் துறைகள் (disciplines) ஒழுக்கப்படுத்துவதாகவே ஆகின்றன. கல்விப்புல மதிற்சுவர்களுக்கு வெளியே எதிர்ப்புப் போராட்டங்கள் தொடரவும் விரிவடையும் செய்யும் நேரத்தில், விமர்சனரீதியான சிந்தனை பல்கலைக்கழகங்களில் இருந்து துரத்தியடிக்கப்படுகிறது, அவை புண்படுத்தாத வடிவங்களாக மாற்றப்படுகின்றன, அல்லது ஒரேயடியாக விலக்கப்படுகின்றன. படிப்படியாக, பல நேரங்களில் நாம் உணராமலேயே விமர்சன சொற்கள் விலக்கப்பட்டவையாகின்றன. அவை 'கெட்டு வார்த்தைகள்' (durty words) ஆகின்றன (புரூனெட்டா, ஓ ஷியா 2018) [இந்த நூலாசிரியர்கள் அரசமறுப்புவாதம் பற்றிய கட்டுரைகளின்

தொகுப்பான தமது நூலுக்கு durty words என்று பெயர் வைத்துள்ளனர்-மொ.பெ.]. மேன்மேலும் அதிகமாக, அவை பயன்பாட்டில் இருந்து ஒழிவது வரை இந்த கெட்டு வார்த்தைகள் கிசுகிசுப்பாக பேசப் படுகின்றன. மிகத் தெளிவாக ஒதுக்கப்படுவது 'புரட்சி'. 'வர்க்கப் போராட்டம்', 'மூலதனம்' போன்ற சொற்களும் அதில் சேர்கின்றன. ஆணாதிக்க காலனிய முதலாளித்துவம் எவ்வளவு கொடுமையான தாகவும், காட்டுமிராண்டித்தனமானதாகவும் ஆகிறதோ அவ்வளவுக்கு அதைக் குறைவாகவே நம்மால் குறிப்பிட முடிகிறது.

புரட்சிகர சிந்தனை ஒழிந்து போய் விடவில்லைதான். அப்படி எல்லாம் ஏதும் நடந்து விடவில்லை என்பது உண்மைதான். மூலதனத்தின் மீதான விமர்சன பகுப்பாய்வு இருக்கிறது. ஆனால், அது மூலதனத்தின் வெளிப்பாட்டு வடிவங்களான எதேச்சாதிகாரம், நவ-தாராளவாதம், பொருளாதாரம் நிதிமயமாவது, கொள்கை தோல்வி, பிரதிநிதித்துவ ஜனநாயகத்தின் நெருக்கடி இன்னபிறவற்றின் மீதான விமர்சனத்தின் நிழலில்தான் பிழைத்திருக்கிறது. அப்படியானால், உலகம் மூடப்படுவதற்கு எதிராக நாங்கள் எழுதுகிறோம். ஏனென்றால், இன்றைக்கு நடக்கும் போராட்டங்கள் சிலவற்றில் நாங்கள் ஒரு அபாயத்தைப் பார்க்கிறோம். ஒழுங்குபடுத்தல், வேலை உருவாக்கம், வினியோக நீதி, வெளிப்படையான ஜனநாயகம் இன்னபிறவற்றை மட்டும் கோருவதில் அபாயம் உள்ளது. எங்கள் பார்வையில் இந்த விமர்சனங்களும் கோரிக்கைகளும் அவசியமானவை, முக்கியமானவை, ஆனால் மூலதனத்தின் மீதான விமர்சனம் இல்லாமல் அவை முழுமை யற்றவை (இந்தத் தொகுதியில் கோன்சாலஸின் அத்தியாயத்தைப் பார்க்கவும்). சமூக உறவுகள் தீவிரமாக மாய்மாலமாக்கப்படுவதோடு (fetishisation) கூடவே, விடுதலை என்பது நகைப்புக்குரிய பேயுருவமாக தெரிகிறது. விடுதலை பற்றி பேசுவது அபத்தமாகவே ஆகி விடுறது. '"ஒவ்வொருவரின் மேம்பாடும் எல்லோரின் மேம்பாட்டுக்குமான நிபந்தனை"யாக இருக்கும் சமூகம்' அர்த்தமற்றதாகிறது. (இந்தத் தொகுதியில் ரிச்சர்ட் குன், ஏட்ரியன் வில்டிங் பங்களிப்பைப் பார்க்கவும்). சமீப ஆண்டுகளில், குறிப்பாக 2008 நிதித்துறை நெருக்கடிக்குப் பிறகு மூலதனம் ஒரே நேரத்தில் மேலும் அரூபமாகவும் மேலும் மூர்க்க மானதாகவும் ஆகியுள்ளது. நவ-ஃபாசிசம், போர், அன்னியர் வெறுப்பு, பெண்கொலை, இனவாதம், சுற்றுச்சூழல் அழிவு, அனைத்து வகை போராட்டங்களின் மீதும் உலகம் முழுவதும் செலுத்தப்படும் அடக்குமுறை - எல்லாமே சுவர்களால் சூழப்பட்ட உலகத்தை முன்னறிவிக்கின்றன. இது இப்போது, 'முன்னணி இல்லாத உலகம்' (ப்ளோஹ், அம்ஸ்லர் 2016:26-ல் சுட்டப்பட்டது). '"உலகமாக உலக

நிகழ்முறையாக" ஆகும் இடமாக இருப்பதற்கு' பதிலாக (ஃப்ளோஹ், அம்ஸ்லர் 2016:16-ல் சுட்டப்பட்டது), முன்னணி இல்லாத உலகத்தில் நம்பிக்கை தொடர்ந்து சிறுமைப்படுத்தப்படுகிறது. உலக நெருக்கடியின் 'அவசரத்தை' விவாதிக்க வேண்டிய நேரத்தில் நம்பிக்கை ஒரு பகற் கனவாக அல்லது நன்னம்பிக்கையாக தவறாக விளக்கப்படுகிறது, அல்லது காற்றில் கோட்டை கட்டுவதாக ஒதுக்கித் தள்ளப்படுகிறது (பார்க்கவும் இந்தத் தொகுதியில் டீனர்ஸ்டெய்ன்-ன் பங்களிப்பை). இதிலிருந்து விடுபட வழியே இல்லையா? அமைப்பாக்கப்பட்ட இடதுசாரி கட்சிகள் 'எங்களுக்கு வாக்களியுங்கள்' என்ற மாற்றை முன் வைக்கின்றன. ஆனால், இந்த அமைப்புரீதியான நம்பிக்கை எதார்த்தமான ஒரு மாற்றா? அல்லது அது முதலாளித்துவத்தை முதலாளித்துவத் திடமிருந்தே காப்பாற்றுவதற்கான வழியா? (ஹாலவே, நசியோகா, டவ்லோஸ் 2019). அமைப்புரீதியான நம்பிக்கை முன்மொழியும் மாற்று, முதலாளிகளை 'கட்டுப்படுத்தி', மனித முகத்துடன் கூடிய பலருக்கான முதலாளித்துவத்தை உருவாக்குவோம் என்ற தற்காலிக வாக்குறுதி. ஆனால் எப்படி? இந்த எளிய கேள்விக்கு பதில் சொல்லும் முயற்சியில், அமைப்புரீதியான நம்பிக்கை எதார்த்தத்தின் மதில்களின் மீது மோதித் தகர்கிறது. அங்கு மூலதனத்தின் கட்டுப்பாடற்ற தர்க்கமும் வாழ்வின் மீது பணத்தின் அதிகாரமும் ஆதிக்கம் செலுத்துகின்றன. நம்மைப் பொறுத்தவரை, இந்தத் தொகுதியின் முன்னுரையில் போன்ஃபெல்ட் முன்மொழிவது போல 'நேர்மறையான பக்கத்தைப் பார்ப்பது ஒரு தேர்வாக இல்லை'.

மார்க்சியம் ஒரு அடங்கமறுக்கும் சொல். ஆனால், அதன் அடங்க மறுத்தலைத் தக்க வைத்துக் கொள்ள வேண்டுமானால், அதனை தொடர்ந்து மீட்டுருவாக்க வேண்டும். அது முதலாளித்துவத்தின் கொடூரங்களின் மீது காரித் துப்ப வேண்டும், ஆனால், அதே நேரம் அதன் சொந்த மரபின் மூடுண்ட வறட்டுவாதங்களையும் நிராகரிக்க வேண்டும். திறந்தநிலை மார்க்சியம் என்ற கருத்துநிலை *திறந்தநிலை மார்க்சியம்* I-ன் அறிமுகத்தில் தெளிவுபடுத்தப்பட்டிருந்தது (வெர்னர் போன்ஃபெல்ட் முதலானோர் 1992a). இந்தச் சொல் முதன்முறையாக 1980-ல் தோன்றியது. யோஹனஸ் அக்னோலிக்கும் எர்னஸ்ட் மண்டலுக்கும் இடையே மார்க்சின் அரசியல் பொருளாதாரம் மீதான விமர்சன பகுப்பாய்வு தொடர்பான சொற்போரில் இடம் பெற்றது, அது *ஓஃபனர் மார்க்சிஸ்முஸ்* (*Offener Marxismus*) என்ற பெயரில் பதிப் பிக்கப்பட்டது. *ஓஃபனர் மார்க்சிஸ்முஸ்* மார்க்சிய கருத்தினங்களை நெகிழ்வாக்குவதற்கான திட்டப்பணியையும் தாண்டிச் சென்றது (பார்க்கவும் போன்ஃபெல்டின் முன்னுரை). திறந்தநிலை மார்க்சியம்

என்பது மார்க்ஸ், குறிப்பாக மூலதனம் நூலில், வளர்த்தெடுத்த கருத்தினங்களைப் பற்றிய புதிய புரிதல் வடிவமாக உருவாக்கப்பட்டது. அந்தக் கருத்தினங்கள் முன்தீர்மானிக்கப்பட்ட விதிகள் இல்லை; அவை வர்க்கப் போராட்டத்தின் (போராட்டங்களின்) கருத்தாக்கங்கள். வர்க்கப் போராட்டத்துக்கும் முதலாளித்துவ வளர்ச்சி விதிகளுக்கும் இடையிலான முந்தைய இருமை நிலைக்கு எதிராக, பணம், மூலதனம், அரசு, சட்டம், முதலானவற்றை மேலிருந்தான போராட்டத்தின் வடிவங்களாக, எனவே எதிர்ப்புக்கும் கிளர்ச்சிக்கும் வழி விடுவதாக ஆய்வு செய்யுமாறு திறந்தநிலை மார்க்சியம் மார்க்சிஸ்டுகளுக்கும், புரட்சிகர சிந்தனையாளர்களுக்கும், செயல்பாட்டாளர்களுக்கும் சவால் விடுத்தது. அப்படியானால், திறந்தநிலை மார்க்சியத்தின் முக்கியமான ஒரு அம்சம், முதலாளித்துவ சமூகத்தை மட்டுமின்றி அதன் கருத்தினங்களை வறட்டுவாதமாக மூடி விடுவதையும் இரண்டையும் மறுதலிப்பது ஆகும். விமர்சனத்தின் மீது கவனம் குவிக்கப்பட்டது. கோட்பாடாகவும் போராட்டமாகவும் தம்மை உறுதிப்படுத்திக் கொள்ளும் மூலதனத்தின் உள்ளுறை முரண்பாடுகள் பற்றிய விமர்சனத்தின் மீது கவனம் செலுத்தப்பட்டது. திறந்தநிலை மார்க்சியம் I-ன் அறிமுகத்தில் அதன் தொகுப்பாசிரியர்கள் குறிப்பிட்டது போல, 'விமர்சன பகுப்பாய்வு கோட்பாட்டின் கருத்தினங்களுக்கும் [அது செயல்பாட்டை பரிசீலிக்கிறது] செயல்பாட்டுக்கும் [அது விமர்சன பகுப்பாய்வின் சட்டகத்தை கட்டுவிக்கிறது] இடையே எதிரெதிர் இடையுறவைக் கொண்டிருக்கும் அளவுக்கு நெகிழ்வுடையதாக இருக்கும்' (வெர்னர் போன்ஃபெல்ட் முதலானோர். 1992a:xi)

இருபத்தியொன்றாம் நூற்றாண்டில் குறிப்பாக ஐரோப்பாவிலும் லத்தீன் அமெரிக்காவிலும் மார்க்சியத்தை மீள்சிந்தனை செய்வதன் மீது திறந்தநிலை மார்க்சிஸ்டுகளின் விமர்சனம் காத்திரமான தாக்கத்தைக் கொண்டிருந்தது. ஆனால் அந்த இடங்களுக்கு மட்டுமானதாக அல்லாது பிற இடங்களிலும் தாக்கம் கொண்டிருந்தது. இந்த அணுகு முறையின் அடிப்படையில் பல நூல்கள் எழுதப்பட்டன,[1] அவை பல மதிப்புரைகளையும், சொற்போர்களையும், விமர்சனங்களையும் தோற்றுவித்தன. அவை மார்க்சின் கோட்பாடு, அரசு பற்றிய கோட்பாடு, உலகளாவிய மூலதனமும் வர்க்கப் போராட்டமும், விமர்சனக் கோட்பாடு, சமூக வடிவம், மனித செயல்பாடு ஆகியவை பற்றிய திறந்தநிலை மார்க்சியத்தின் விளக்கங்களை மதிப்பிட்டன.[2]

1990-களில் திறந்தநிலை மார்க்சியம் தொடங்கிவைத்த பணியை இந்தத் தொகுதி தொடர்கிறது. இதன் நோக்கம் முந்தைய மூன்று தொகுதிகளின் நோக்கத்திலிருந்து வேறுபட்டதில்லை: காட்டுமிராண்டித்

அறிமுகம்

தனத்துக்குள் சரிந்து விடுவதை தடுப்பது எப்படி என்று (மறு) சிந்திப்பது; முதலாளித்துவ உழைப்புப் பொருளாதாரம் பற்றிய விமர்சனத்தை பொருளாதார வறட்டுவாதங்களில் இருந்து விடுவிப்பது; அதற்கான கோட்பாட்டு பயணத்தின் ஊடாக மூலதனத்தை உடைப்பது (போன்ஃபெல்டின் முன்னுரையைப் பார்க்கவும்); போராட்டத்தின் இயக்கத்தை வெளிப்படுத்தி, அந்த இயக்கத்தின் ஒரு பகுதியாக தன்னைப் புரிந்து கொள்வது; இதுதான் எங்களைப் பொறுத்தவரை திறந்தநிலை மார்க்சியத்தின் திட்டப்பணி, அதனால்தான், இந்தக் கட்டுரைகளின் தொகுதியை நாங்கள் திறந்தநிலை மார்க்சியத்தின் நான்காவது தொகுதியாக வெளியிடுகிறோம். மார்க்சியத்தை நாங்கள் முதலாளித்துவ ஆதிக்கம் பற்றிய புறநிலை பகுப்பாய்வாக பார்க்க வில்லை; அது விடுவிக்கும் கோட்பாடு, போராட்டத்தின் கோட்பாடு என்று கருதுகிறோம். ஜான் ஹாலவே வேறொரு இடத்தில் விளக்குவது போல, 'போராட்டத்தைப் பற்றி பேசுவது சமூக வளர்ச்சியின் திறந்த நிலை பற்றி பேசுவது; மார்க்சியத்தை போராட்டம் பற்றிய கோட்பாடாக சிந்திப்பது மார்க்சிய கருத்தினங்களை திறந்தநிலை கருத்தினங்களாக சிந்திப்பது, சமூகத்தின் திறந்தநிலையை கருத்தாக்கம் செய்யும் கருத்தினங்களாக சிந்திப்பது' (1993:76). மார்க்சைப் பொறுத்தவரை 'சமூக வடிவங்கள் பற்றிய விமர்சன பகுப்பாய்வு... பொருளாதார கருத்தினங்கள் மீதான மானுட அடிப்படையிலான விமர்சன பகுப்பாய்வு. பொருளாதார கருத்தினங்களின் கட்டுவிக்கப்பட்ட வடிவங்களை "மனிதர்களுக்கு இடையேயான உறவுகளாக" மீட்பதன் மூலம் அந்த விமர்சனம் செய்யப்படுகிறது' (பீலர் முதலானோர் 2006: 178-ல் போன்ஃபெல்ட்). திறந்தநிலை மார்க்சியம் II-ன் தொகுப்பாசிரியர்கள் தமது முன்னுரையில் சொன்னதை நாங்கள் ஏற்றுக் கொள்கிறோம்:

> கருத்தினங்களின் திறந்தநிலை என்பதில் - அதாவது, செயல் பாட்டில் அவற்றின் திறந்தநிலையில் - கருத்தியல்கள் பற்றியும் சமூக நிகழ்வுகளைப் பற்றியும் பிரதிபலிப்பு விமர்சன பகுப்பாய்வு (reflexive critique) அடங்கியது. அவையோ வரலாற்றுரீதியில் உறுதி செய்யப்பட்ட வர்க்கப் போராட்ட வடிவங்களின் கூறுகளாகவே இருக்கின்றன... திறந்தநிலை மார்க்சியம் சமூக வாழ்வின் பகைநிலை இயல்பை வலியுறுத்துகிறது. இந்நிலையில், கோட்பாட்டுக்கும் செயல்பாட்டுக்கும் இடையேயான ஐக்கியம் என்ற மார்க்சிய புரிதல், வர்க்கப் போராட்டத்தை கோட்பாட்டுக்குக் கீழ்ப்படுத்தவில்லை. மாறாக, மூலதனமே உள்ளடங்கியிருக்கும் முரண்பாட்டின் இயக்கமாக வர்க்கப் போராட்டத்தை பயன் படுத்துகிறது. (போன்ஃபெல்ட், குன், சைக்கோபீடிஸ் 1992 b: xi, xii)

திறந்தநிலை என்பது கருத்தினங்களின், சொற்போர்களின், நமது சிந்தனைகளின், விமர்சனத்துக்கான வெளிகளின், அரசியல் சாத்தியத்தின் முன்னணிகளின் நெகிழ்வுத்தன்மையாகும் *(அம்ஸ்லர் 2016; இந்தத் தொகுதியில் டீனர்ஸ்டெய்ன்).*

திறந்தநிலை மார்க்சியத்தின் இந்த நான்காவது தொகுதி, கோட்பாட்டு விவாதமும் புரட்சிகர முதலாளித்துவ எதிர்ப்புச் செயல்பாடும் பிணைவதற்கு புதிய தூண்டுதலை தருகிறது. இதில் திறந்தநிலை மார்க்சியத்தோடு தொடர்புடையதாக அறியப்பட்ட ஆசிரியர்கள் மட்டுமின்றி புதிய அலை அல்லது திறந்தநிலை மார்க்சியத்தின் இரண்டாம் தலைமுறை மார்க்சிஸ்டுகளும் பங்களித்துள்ளனர். இந்தப் புதிய தலைமுறையில் பெண்களும் லத்தீன் அமெரிக்கர்களும் அதிகமாக இருப்பது, சமீப ஆண்டுகளில் கிளர்ச்சியும் கிளர்ச்சிகர சிந்தனையும் எடுத்துள்ள திசையைக் காட்டுகிறது. திறந்தநிலை மார்க்சியத்தை போராட்டத்தின் மாறும் ஓட்டங்களுக்கு ஏற்ப நெகிழ்வாக வைப்பது எங்களுடைய நோக்கம். எனினும், பல அத்தியாயங்களின் நூல் பட்டியல்களில் வெள்ளையின ஆண்கள்தான் நிரம்பியுள்ளனர் என்பதை ஏற்றுக் கொள்ளத்தான் வேண்டும்.

இந்தத் தொகுதியின் பங்களிப்புகளுக்கு தூண்டுதலாக 'மூடப்படும் உலகத்துக்கு எதிராக திறந்தநிலை மார்க்சியம்' என்ற பரந்த கருத்துரு உள்ளது. ஆனால், எப்படி பங்களிப்பது என்பதை அந்தந்த ஆசிரியர்களே தீர்மானித்தனர். கடந்த இருபது ஆண்டுகளில் திறந்தநிலை மார்க்சியத்தின் கோட்பாட்டு வளர்ச்சிகளையும் அரசியல் அக்கறைகளையும் கண்டறிந்து வாசகர் முன் வைக்கும் வகையில் தொகுப்பதற்கான இந்த முடிவு எடுக்கப்பட்டது. இந்தத் தொகுதியில் சேர்த்துள்ள பதினொரு அத்தியாயங்களை மூன்று முக்கிய ஆய்வுப் பொருட்களாக தொகுத்துள்ளோம்: 'திறந்தநிலை மார்க்சியமும் விமர்சனக் கோட்பாடும்' (பகுதி I); 'உலகளாவிய மூலதனம், தேசிய அரசு, முதலாளித்துவ நெருக்கடி' (பகுதி II); 'ஜனநாயகம் புரட்சி, விடுதலை' (பகுதி III).

கடந்த சில பத்தாண்டுகளாக, மார்க்சின் பணி இன்றைக்கு கொண்டுள்ள அர்த்தத்தையும் பொருத்தப்பாட்டையும் ஆய்வு செய்வதில் ஊடகவியலாளர்கள், கல்வியாளர்கள், செயல்பாட்டாளர்கள் மத்தியில் புதிய ஆர்வம் ஏற்பட்டுள்ளது. எனினும், துனயேவ்ஸ்கயாவின் *செலக்டட் ரைட்டிங்ஸ் ஆன் த டயலெக்டிக் இன் ஹெகல் அண்ட் மார்க்ஸ் (ஹெகல், மார்க்ஸ் ஆகியோரின் இயங்கியல் பற்றிய தேர்ந்தெடுத்த படைப்புகள்)* என்ற நூலுக்கு ஹுடிசும் ஆண்டர்சனும் எழுதிய

அறிமுகத்தில் தெளிவாக்குவது போல, 'மார்க்சை தற்காலத்தில் மறுவாசிப்பதில் ஹெகல் பற்றியும் இயங்கியல் பற்றியும் ஒப்பீட்டு ரீதியிலான மவுனம்தான் ஆச்சரியப்படுத்தும் அம்சம்...' (2002:XV). இந்தத் தொகுதியின் முதல் கட்டுரையில், ரிச்சர்ட் குன்னும் ஏட்ரியன் வில்டிங்கும் ஹெகலுக்கு திரும்பிச் செல்கின்றனர். மார்க்சும் அவருக்கு முன்னதாக ஹெகலும் கோட்பாடாக்கம் செய்த 'பரஸ்பர அங்கீகாரம்' என்ற புரட்சிகரக் கருத்துநிலையை அவர்கள் மீட்டெடுக்கின்றனர். பரஸ்பர அங்கீகாரம் என்ற கருத்துநிலையை மீட்டெடுப்பது இருபதாம் நூற்றாண்டில் ஒரு 'திறந்தநிலை' மார்க்சியத்தை புதுப்பிப்பதற்கான ஒரு வழி என்று ரிச்சர்ட் குன்னும் ஏட்ரியன் வில்டிங்கும் வாதிடுகின்றனர். அவர்களைப் பொறுத்தவரை, அங்கீகாரம் என்பது கோட்பாட்டு ரீதியாகவும் அரசியல்ரீதியாகவும் இடதுசாரிகளை ஒன்றுபடுத்தும் கொள்கையாக ஆக முடியும். ஹெகலின் *தூய உணர்வின் புலன்கடந்த ஆய்வு* (*Phenomenology of Spirit*) நூலின் பின்னணியில் இந்தப் பதத்தை மார்க்ஸ் விவாதிப்பதை பரிசீலிப்பதன் மூலம், இந்த ஆசிரியர்கள் ஹெகல், மார்க்ஸ் இருவரின் பொதுவான புரட்சிகர முனைப்பை சுட்டிக் காட்டுகின்றனர். ஆதிக்கமும் நிறுவனரீதியான அந்நியமாதலும் ஆன உலகில் அங்கீகாரத்தின் முரண்படும் வடிவங்களை அவர்கள் எவ்வாறு வெளிப்படுத்துகின்றனர் என்பதை விளக்குகின்றனர்.

திறந்தநிலை மார்க்சியத்தின் ஒரு முக்கியமான அக்கறையாக இருந்ததும், தொடர்ந்து இருப்பதும், கோட்பாட்டுக்கும் செயல் பாட்டுக்கும் இடையேயான ஒருமை என்ற மார்க்சின் கருத்துநிலை. போன்ஃபெல்ட் முதலானோர் சொல்வது போல, 'மார்க்சிய மரபுத் தூய்மை இந்த ஒருமையை "கோட்பாட்டை நடைமுறைப்படுத்தும் துறைக்கு"ப் பொருந்துவதாக புரிந்து கொள்கிறது. அது மூலதனத்தின் தர்க்கமும், சமூகச் செயல்பாடும் என்ற எதிரெதிர் பிரிவினையில் வெளிப்படுகிறது' (வெர்னர் போன்ஃபெல்ட் முதலானோர் 1995:2). அனா சிசிலியா டீனர்ஸ்டெய்ன், அல்ஃபோன்சோ கார்சியா வேலா, மரியோ ஸ்கேபல், ஃப்ரெடெரிக் ஹேரி பிட்ஸ் ஆகியோரின் அடுத்த நான்கு பங்களிப்புகள் இந்தப் பிரச்சினைக் களத்தை வெவ்வேறு வழிகளில் விவாதிக்கின்றன. தியோடர் டபிள்யூ அடோர்னோ, எர்ன்ஸ்ட் ப்ளோஹ், திறந்தநிலை மார்க்சியம், நியூ ரீடிங் ஆஃப் மார்க்ஸ் (மார்க்சின் மறுவாசிப்பு - NRM) ஆகியவை புரட்சிகர மாற்றத்தில் பொருண்மை (புறநிலை)க்கும் முனைப்பு (அகநிலை)க்கும் இடையேயான உறவு பற்றி செய்யும் கோட்பாட்டாக்கத்தை விவாதிக்கின்றன. அத்தியாயம் 2-ல், இன்றைய உலகில் செயல்பாட்டில் கோட்பாட்டின் இடத்தை அனா சிசிலியா டீனர்ஸ்டெய்ன் மீள்மதிப்பீடு செய்கிறார்.

வர்க்கப் போராட்டத்தின் புதிய வடிவங்களுக்கும் விமர்சனக் கோட்பாட்டின் புதுப்பித்தலுக்கும் இரண்டுக்கும் ஆன 'களம்' ஆக சமூக மறுவுற்பத்தித் துறையை சுட்டுவதன் மூலம், இன்றைய விமர்சனக் கோட்பாடு ப்ளோஹின் நம்பிக்கை பற்றிய தத்துவத்தை அடிப்படையாகக் கொண்டிருக்க வேண்டும் என்று வாதிடுகிறார். சமூகப் போராட்டங்களை நேர்மறையாக்குவது பற்றிய விமர்சனக் கோட்பாட்டாளர்களின் அச்சத்தையும் மீறி, காட்டுமிராண்டித்தனத்துக்கு எதிரான போராட்டம் சாத்தியமானது மட்டுமின்றி, மாற்று வாழ்க்கை வடிவங்களுக்கான போராட்டங்களின் வடிவில் *ஏற்கனவே* இருக்கிறது என்று டீனர்ஸ்டெய்ன் வாதிடுகிறார். சமூக மறுவுற்பத்தியின் நெருக்கடி என்ற பின்புலத்தில், இந்தப் போராட்டங்களை நேர்மறையாக கருதக் கூடாது: அவை அழிவின் மொத்தத்தன்மையை '*முரண்படும் வழியில்*' மறுதலிக்கும் வடிவமாக வாழ்வை உறுதி செய்யும் *விமர்சன அறுதி யிடல்கள்.* (ரிச்சர்ட் குன் 1994-ஐப் பார்க்கவும்). அவரைப் பொருத்த வரை, அடோர்னோவின் எதிர்மறை இயங்கியல் (அடோர்னோ 1995) முதலாளித்துவ மொத்தத்தன்மை இயங்கியல்ரீதியாக மூடப்படுவதை கோட்பாட்டுரீதியாக தடுக்கிறது. அதே நேரம், எதிர்மறை இயங்கியல் *செயல்பாட்டில்* 'முன்னணியுடனான உலகத்தை' அணுக முடியாது. ஆனால், இன்றைய தேவை இதுதான்.

இயங்கியல், மொத்தத்தன்மை, விடுதலை ஆகியவற்றை நேர் மறையாக கோட்பாட்டாக்கம் செய்வது மரபுத்தூய்மை மார்க்சியத்தின் குறிப்பான தன்மையாக இருந்தது. அதைத் தாண்டிச்செல்வதை திறந்தநிலை மார்க்சியம் சாத்தியமாக்குகிறது என்ற அறுதியிடலுடன் அல்ஃபோன்சோ கார்சியா வேலா தனது அத்தியாயத்தைத் தொடங்குகிறார். இது முதலாளித்துவ எதிர்ப்புப் போராட்டங்களுக்கு நடைமுறை பொருத்தப்பாடு கொண்டுள்ளது. இருந்தாலும், முக்கியமாக ஜான் ஹாலவேயின் ஆய்வைக் குறிப்பிட்டு, திறந்தநிலை மார்க்சியம் முனைப்புக்கும் பொருண்மைக்கும் இடையேயான பிரிவினை என்ற பிரச்சினையை, கட்டமைப்புக்கும் போராட்டத்துக்கும் இடையிலான பிரிவினை என்ற பிரச்சினையை இன்னும் தீர்க்க வில்லை என்று அவர் வாதிடுகிறார். திறந்தநிலை மார்க்சியத்தின் 'அகநிலைவாத' நிலைப்பாடு என்று தான் அழைப்பதை அவர் சுட்டிக் காட்டுகிறார். அது பொருண்மையை முனைப்பின் இருத்தல் நிலையாக மட்டுமே புரிந்து கொள்கிறது. இதனை விடுதலை பற்றிய தன்னார்வவாத நோக்குநிலை என்று கருதலாம் என்று கார்சியா வேலா வாதிடுகிறார். அவரது கருத்துப்படி இது பொருண்மையின் முதன்மை என்ற அடோர்னோவின் கருத்தில் இருந்து வேறுபடுகிறது. அடோர்னோவின்

அறிமுகம்

கருத்து நவீன சிந்தனையின் அகநிலைவாதத்தை மறுக்கிறது. அதன் மூலம் அகநிலைவாதத்தைத் தாண்டி கட்டமைப்புக்கும் போராட்டத் துக்கும் இடையிலான இருமைநிலையை மீள்சிந்திப்பதற்கான சாத்தியத்தை ஏற்படுத்துகிறது. அதன்மூலம், கட்டமைப்புவாதத்தின் புறநிலைவாதத்துக்குள் அது வீழ்ந்து விடுவதில்லை. கார்சியா வேலாவைப் பொருத்தவரை உலகை மாற்றி அமைப்பதற்கு, விமர்சன சிந்தனைக்கு சுய-பரிசீலனை தேவை. ஏனென்றால், விமர்சன சிந்தனை முதலாளித்துவ சமூகத்தில் இருந்து தனித்தியங்கவில்லை, மாறாக அதிலிருந்தே எழுகிறது. சிந்தனையின் சுய-பரிசீலனையை பயன்படுத்துவதுதான் அடோர்னோவின் எதிர்மறை இயங்கியலின் முக்கியமான ஒரு அம்சம். எனவே, திறந்தநிலை மார்க்சியத்தின் விமர்சனக் கோட்பாடு உலகை மாற்றுவதற்கு பங்களிக்க வேண்டுமானால், அது சுய-பரிசீலனையை மேற்கொள்ள வேண்டும். இல்லா விட்டால், அது இறுகலாகிவிடும் அபாயத்தை எதிர்கொள்கிறது.

அத்தியாயம்-4-ல், ஃபிரெடரிக் ஹேரி பிட்ஸ் மதிப்பு-வடிவம் பகுப்பாய்வுக்கு திறந்தநிலை மார்க்சியத்தின் விமர்சன பங்களிப்பின் மீது கவனம் செலுத்துகிறார். 'கட்டளையிடுவதாக பணத்தின்' விரிவாக்கம் என்ற எதார்த்த பிரச்சினையை மரபுத்தூய்மை பொருளியல் புரிந்து கொள்ளவே முடியாது (கிளீவர் 1996). ஏனென்றால், அவர்களது 'அரூபமான சாரமாக்கல்கள்' 'வரையறைகளில் உள்ள முரண்பாடுகளை ஒழித்துக்கட்ட' முயற்சிக்கின்றன. அதன் மூலம், 'பொருளாதார சாரமாக்கல் எதிலிருந்து வருகிறதோ அந்த நேர்வை' பொருளாதார கருத்தினங்கள் விளக்க முடியாது போகிறது (இல்யன்கோவ் 2008:243, 103). மார்க்சைப் போலவே திறந்தநிலை மார்க்சிஸ்டுகள் 'அரூபமான' அல்லது 'முறைபாடான' சாரமாக்கல்களை விமர்சிக்கின்றனர், போராட்டத்தின் எதார்த்தமான இயக்கத்தின் முரண்பாடுகள் அவற்றில் உருக்கொண்டிருக்கும் வகையில் தீர்மானகர சாரமாக்கல்களைப் பயன்படுத்துகின்றனர். 'மார்க்சியம் ஏதோ ஒன்றின் "கோட்பாடு" என்றால், அது முரண்பாடு பற்றிய ஒரு கோட்பாடு' (1994:53) என்கிறார் ரிச்சர்ட் குன். 'முரண்பாடு இல்லை என்றால், மூலதனம், பணம் போன்ற மானுடம் அல்லாத சக்திகள் இயல்பானவையாக்கப்பட்டு, பொருளாதாரம் நமக்கு மேல் இருக்கும் கடவுளைப் போன்ற மேநிலை படைத்ததாக, சமாளிக்க முடியாததாக மாறி விடுகிறது' என்று ரிச்சர்ட் குன் வாதிடுகிறார் (2016; 235). மதிப்பு-வடிவம் பகுப்பாய்வுக்கு திறந்தநிலை மார்க்சியத்தின் பங்களிப்பு பற்றிய ஹேரி பிட்ஸ்-ன் மதிப்பீடு இதே கருத்தைத்தான் வலியுறுத்துகிறது: மார்க்சின் மறுவாசிப்பைப் (NRM) பொறுத்த வரையில், 'உழைப்பு, மதிப்பு போன்ற பொருளாதார கருத்தினங்களை

37

சமூகம் என்ற முழுமையிலிருந்து பிரித்து விட்டால் அவை பொருந்தாமல் போகின்றன'. திறந்தநிலை மார்க்சியத்தைப் பொறுத்த வரையில் மதிப்பு என்பது வர்க்கப் போராட்டத்தை அடிப்படையாகக் கொண்ட - முரண்படும் - வரலாற்று நிகழ்முறை. ஹேரி பிட்ஸ்-ஐப் பொறுத்தவரை திறந்தநிலை மார்க்சியமும் மார்க்சின் மறுவாசிப்பும் 'புரட்சிகரமாக நெகிழ்வான, வறட்டுவாதமற்ற முடிக்கப்படாத திட்டப் பணியை' முன்வைத்தாலும், மார்க்சின் மறுவாசிப்பின் மதிப்பு பற்றிய 'பணவியல்' கோட்பாட்டின் மையச்சரடில் வர்க்கப் போராட்டத்தின் மையத்தன்மையை மீண்டும் வலியுறுத்தியதற்காக திறந்தநிலை மார்க்சியத்தை மதிக்க வேண்டும்.

அத்தியாயம் 5-ல், மரியோ ஸ்கேபலும் மார்க்சின் மறு வாசிப்பின் ஆய்வை விவாதிக்கிறார், திறந்தநிலை மார்க்சியத்துடன் அது கொண்டுள்ள ஒத்திசைவை ஆய்வு செய்கிறார். இருந்தாலும், அவர் திறந்தநிலை மார்க்சியம் அடோர்னோவின் எதிர்மறை இயங்கியலுடன் கொண்டுள்ள தொடர்பின் மீது கவனம் செலுத்துகிறார். திறந்தநிலை மார்க்சிஸ்டுகளை அடோர்னோவின் விமர்சனக் கோட்பாட்டின் வாரிசுகள் என்று கருத முடியுமா முடியாதா என்று ஸ்கேபல் பரிசீலிக்கிறார். திறந்தநிலை மார்க்சியத்தை அடோர்னோவின் விமர்சன பொருள்முதல்வாதத்தின் வாரிசாக கருத முடிவதை விட ஹெர்பர்ட் மார்குசின் அகநிலைவாத கருத்துமுதல்வாதத்துடன் தொடர்புபடுத்தி ஃபிராங்க்ஃபர்ட் பள்ளியின் வாரிசாக மட்டுமே கருத முடியும் என்று அவரது பகுப்பாய்வு முன்மொழிகிறது. பின் சொன்னதை மார்க்சின் மறுவாசிப்புப் பள்ளியின் கல்வியாளர்கள் ஏற்றுக் கொண்டனர். ஹேரி பிட்ஸ்-ஐப் போல இல்லாமல், திறந்த நிலை மார்க்சியம் முனைப்புக்கு மேல் பொருண்மையின் முதன்மையை நிராகரிப்பதோ மூலதனத்தையும் மதிப்பு-வடிவத்தையும் பகுப்பாய்வு செய்வதன் மையத்தில் வர்க்கப் போராட்டத்தை மீண்டும் வைப்பதோ, மார்க்சின் மறுவாசிப்பு பள்ளியின் மூலதனம் பற்றிய 'புறநிலைரீதியான' பகுப்பாய்வை 'சரிசெய்ய' முடிவதாக மரியோ ஸ்கேபல் கருதவில்லை. மரியோ ஸ்கேபலைப் பொருத்தவரை, திறந்தநிலை மார்க்சியம் அடோர்னோவுக்கு நெருக்கமாக இருப்பதை விட மார்குசின் விமர்சனக் கோட்பாட்டுக்கு நெருக்கமாக உள்ளது, எனவே 'மரபுத்தூய்மை மார்க்சியத்தின் வறட்டுவாத ஒற்றைப் பரிமாண பொருள்முதல்வாதத்துக்கு பதிலாக, அதே அளவு வறட்டுத் தனமான அதே அளவு ஒற்றைப் பரிமாண கருத்துமுதல்வாதத்தை' வைக்கும் அபாயத்தைக் கொண்டுள்ளது. 'அந்தக் கருத்து முதல்வாதம் முனைப்புக்கும் பொருண்மைக்கும் இடையேயான இயங்கியல் ஒருமை என்ற பின்புலத்தில் முனைப்புக்கு அறுதி முதன்மையை வழங்குகிறது'.

அடுத்த இரண்டு அத்தியாயங்கள், உலகளாவிய மூலதனமும் அரசும், மூலதனத் திரட்டலின் நெருக்கடி என்ற திறந்தநிலை மார்க்சியத்தின் பாரம்பரிய அக்கறைகள் தொடர்பாக புதிய விமர்சன அணுகுமுறைகளை வழங்குகின்றன: அத்தியாயம் 6-ல், சகாரியோ அன்டா மார்ட்டினெஸ், குறிப்பாக, மூலதனத்தின் சாத்தியமான இறுதி நிலை நெருக்கடியின் பின்புலத்தில் (பார்க்கவும் ஆர்ட்லீப் 2008; குர்ட்ஸ் 2010), ஆதித் திரட்டல் பற்றிய மார்க்சின் கருத்து நிலையின் இன்றைய பொருத்தப்பாட்டை கேள்விக்குள்ளாக்குபவர்களுடன் இணைகிறார் (டல்லா கோஸ்டா 1995; டேவிட் ஹார்வி 2005; போன்ஃபெல்ட் 2008; டீ ஏஞ்சலிஸ் 2008). 'சமூக ஒழுங்கமைப்புக்கான ஒரு அமைப்பு முறையாக' முதலாளித்துவம் மனித வாழ்க்கை மறுவுற்பத்தி ஆவதை உறுதி செய்யவில்லை, நேர் எதிரானதே நடக்கிறது என்று அவர் முன்மொழிகிறார்: முதலாளித்துவம் சமூகத்தின் மறுவுற்பத்திக்கான ஆதாரங்களை அழிக்கிறது, எனவே சமூகத்தின் மறுவுற்பத்தியில் ஒரு நெருக்கடியை ஏற்படுத்துகிறது (இந்தத் தொகுதியில் டீனர்ஸ்டெய்ன்-ன் பங்களிப்பைப் பார்க்கவும்). அன்டா மார்ட்டினெஸ் ஆதித் திரட்டல் என்ற சொல்லுக்குப் பதிலாக 'இறுதிநிலை மூலதனத் திரட்டல்' என்ற பதத்தை முன்மொழிகிறார். அதன் மூலம் இன்றைய உலக நிலைமையில் ஆதித் திரட்டல் பற்றி பேசுவது காலப்பொருத்தமற்றது என்று கூறுகிறார். 'இறுதிநிலை திரட்டலை'ப் பற்றி சிந்திக்கும் அவர் மூலதனத்துக்கும் வாழ்க்கைக்கும் இடையிலான பகைநிலையையும் சமூகத்தை ஒழுங்கமைப்பதற்கான வடிவமாக முதலாளித்துவத்தின் வரம்புகளையும் ஆய்வு செய்கிறார். அத்தியாயம் 7-ல் ரோட்ரிகோ பாஸ்கலும், லூசியானா கியோட்டோவும் சர்வதேச அரசியல் பொருளியல் (International Political Economy) துறையில் நிலைபெற்று விட்ட கருத்துரு ஒன்றை பரிசீலிக்கின்றனர். அதன்படி அரசு ஆட்சிப்பரப்பில் கால் கொண்டுள்ளது, மூலதனம் தன்னை உலகளாவியதாக, சுதந்திரமானதாக, ஆட்சிப்பரப்பு வரம்பற்றதாக பராமரித்துக் கொள்கிறது. அவர்களது பகுப்பாய்வு அரசுக்கும் பன்னாட்டு நிறுவனங்களுக்கும் ஏகாதிபத்தியத்துக்கும் இடையிலான உறவு பற்றிய நீண்ட-கால சொற் போர்களுக்கு திறந்தநிலை மார்க்சியம் வழங்கிய சமீபத்திய பங்களிப்புகளுடன் இணைகிறது. சர்வதேச அரசியல் பொருளியலின் எதார்த்தவாத நோக்குநிலை, இந்தப் பிரிவினையை ஏற்றுக் கொள்வதை அவர்களது பகுப்பாய்வு நிரூபிக்கிறது. இந்தப் பிரிவினை மூலதனத் திரட்டல் நிகழ்முறையில் இரண்டு கூறுகளைப் பற்றிய பகுப்பாய்வை அடிப்படையாகக் கொண்டது: ஆட்சிப்பரப்பு வரம்பு தேவைப்படும் உற்பத்தி, அது தேவைப்படாத சுற்றோட்டம். ஆனால், பாஸ்கலும் கியோட்டோவும் இந்தப் பிரிவினையை கேள்விக்குள்ளாக்குகின்றனர். ஆட்சிப்பரப்பு வரம்பும், ஆட்சிப்பரப்பு

வரம்பின்மையும் முறையே அரசுக்கும் மூலதனத்துக்கும் உரித்த பண்புகள் இல்லை, மாறாக அது வர்க்கப் பகைநிலையின் விளைவு என்று வாதிடுகின்றனர். ஆட்சிப்பரப்பு வரம்பும் உலகளாவிய தன்மையும் வர்க்கச் சுரண்டல் என்ற களத்தில் பதற்றத்தை உருவாக்கு கின்றன, இதனை தற்காலிகமாக அரசின் ஆட்சிப்பரப்பு எல்லைகளுக்குள் தான் தீர்க்க முடியும்.

நூலின் இறுதி மற்றும் மூன்றாவது பகுதி ஜனநாயகம், புரட்சி, விடுதலை தொடர்பானது. அத்தியாயம் 8-ல் 1970-கள் முதல் தொடரும் முதலாளித்துவ நெருக்கடியின் விளைவுகளை காத்தரினா நசியோகா விளக்குகிறார். தொடரும் இந்த நெருக்கடியின் விளைவாக வர்க்கப் போராட்டத்தில் காண முடிந்த மாற்றங்களையும் விளக்குகிறார். இன்றைய முதலாளித்துவ எதிர்ப்புப் போராட்டம் இரண்டு பரஸ்பரம் முரண்படும் இயங்காற்றல்களைக் காட்டுகிறது என்றும் அது முதலாளித்துவ நெருக்கடியின் தீவிரத்தையும் மூலதன உறவில் முரண்பாடுகள் கூர்மையடைவதையும் பிரதிபலிக்கிறது என்றும் அவர் வாதிடுகிறார். ஒரு புறம், தொழிலாளர் இயக்கத்தால் மேலாதிக்கம் செலுத்தப்பட்டு லெனினிய நியதியால் வழிநடத்தப்பட்ட இருபதாம் நூற்றாண்டில் ஆதிக்கம் செலுத்திய தொழிலாளர் வர்க்கத்தின் அரசியல் அமைப்பை இன்றைய பின்புலத்தில் உறுதி செய்வது கடினமானது. இன்னொரு பக்கம், பெரும்பாலும் தற்காப்புத்தன்மை கொண்ட மூலதனத்துக்கு எதிரான சமகால போராட்டங்கள், 'நாம், தொழிலாளர்கள்' என்ற பெயரில் நடத்தப்படுகின்றன. அதன் மூலம் கடந்த காலத்தில் தொழிலாளர் இயக்கத்தின் அடையாளத்தை கட்டமைத்த (உதாரணமாக) தேசம், அரசு ஆகிய கருத்தாக்கங்களில் வர்க்க ஒற்றுமையை தேடுகின்றன. எனவே, தொழிலாளி வர்க்கத்தை அடிப்படையாகக் கொண்ட அமைப்பு சிதைந்து போன அதே நேரம், வர்க்க ஒற்றுமை இல்லாமல் இருப்பது புரட்சிக்கான எதிர்காலத்தை கேள்விக்குள்ளாக்குகிறது. அப்படியானால், முதலாளித்துவ சமூகத்துக்கு எதிராக-அதைத் தாண்டிச் செல்லக் கூடிய அரசியல் எதிர்காலமாக புதிய போராட்டங்களை மாற்றுவது எப்படி என்று நசியோகா கேட்கிறார். அத்தியாயம் 9-ல் செர்ஜியோ டிஷ்லர் நசியோகாவுக்கான சாத்தியமான ஒரு விடையை வழங்கியிருக்கலாம். அவர் ஜபதிஸ்தா இயக்கத்தின் (சியாபாஸ், மெக்சிகோ) எடுத்துக்காட்டை, இன்றைய புரட்சி பற்றிய விவாதத்தினுள் கொண்டு வருகிறார்.[3] ஜபதிஸ்மோ வட்டாரத்தன்மை கொண்ட ஒரு எளிய புரட்சிகர இயக்கமாக இருக்கவில்லை, மார்க்சியத்துக்கும் இன்றைக்கு புரட்சிக்கும் இடையேயான உறவு போன்ற அடிப்படை பிரச்சினைகளில் சமகால புரட்சிகர சிந்தனையை புரட்டிப் போட்டது என்று டிஷ்லர்

முன் மொழிகிறார். புரட்சி பற்றிய லெனினிய நியதி மீதான ஒரு விமர்சனத்தை ஜபதிஸ்மோ வழங்குகிறது. அதாவது, முன்னணிப்படை, மேலாதிக்கம் போன்ற நோக்குநிலைகளில் இருந்து சிந்திக்கப்பட்ட புரட்சிகர முனைப்பு என்ற நியதியை விமர்சிக்கிறது. முதலாளித்துவ எதிர்ப்பு மாற்றத்துக்கான செங்குத்தான அரசு-மைய முனைப்பு என்ற கருத்துரு மீதான நடைமுறை விமர்சனமாக இருப்பதால் ஜபதிஸ்தாக்களின் தன்னாட்சி பொருத்தமுடையது. ஜபதிஸ்மோவின் காட்சிகள் மூலமாகவும் செயல்பாட்டின் மூலமாகவும், முதலாளித்துவ எதிர்ப்பு போராட்டத்தை மீள்-கருத்தாக்கம் செய்வதற்கு வழிவகுக்கும் ஒரு வெளியும் அரசியல்-கருத்தாக்க நிகழ்முறையும் கண்டறியப்பட்டன.

அத்தியாயம் 10-ல், இடதுசாரி சிந்தனையில் ஜனநாயகம் பெற்றிருக்கும் இடம் பற்றிய விமர்சன சிந்தனையுடன் எடித் கோன்சாலஸ் ஆரம்பிக்கிறார். புரட்சியிலிருந்து ஜனநாயகத்தை நோக்கிய நகர்வின் மீதும் விடுதலைக்கான எந்த ஒரு நிகழ்முறையின் மீதும் இது கொண்டிருக்கும் அரசியல் தாக்கங்கள் மீது அவர் அக்கறை கொண்டுள்ளார். கடந்த பத்தாண்டுகளில் விமர்சன பகுப்பாய்வுகளிலும் சரி, சமூக இயக்கங்களிலும் வேர்மட்ட அரசியல் சொல்லாடல்களிலும் செயல்பாட்டிலும் சரி ஜனநாயகம் என்பது மையமான கருப்பொருளாக ஆகியுள்ளது என்று கோன்சாலஸ் வாதிடுகிறார். வால்வீதி ஆக்கிரமிப்பும் அர்ஜென்டினாவின் சமூக இயக்கங்களும் முதலாளித்துவத்துக்கு எதிரான போராட்டத்தின் சின்னங்களாக மாறியுள்ளன என்பதில் ஐயமில்லை. இந்த இயக்கங்கள், ஒரு புதிய 'கிடைமட்டவாதத்தின்' மூலமாக புரட்சிகர ஜனநாயகத்தை மீட்டெடுத்துள்ளன (சிட்ரின் 2006; 2012). புதிய ஜனநாயகத்துக்கு முன்உருக்கொடுப்பதற்கான முகமைகளாக அவை கருதப்படுகின்றன (பிரிஸ்செட் 2013; தெய்வெய்னென் 2016). ஆனால், மூலதனம் பற்றிய விமர்சன பகுப்பாய்வு இல்லாமல் 'ஜனநாயகம்' என்ற கருத்தாக்கத்தை பயன்படுத்துவதன் வரம்புகளை இந்த இயக்கங்கள் உணர்ந்திருக்கின்றனவா? கோன்சாலசின் கருத்துப்படி முதலாளித்துவ சமூகத்தில் ஜனநாயகம் வாக்களிக்கும் சமத்துவம் என்பது உண்மையில் சமத்துவமின்மையின் சாரமாக்கல்தான். எனவே, 'மூலதனம் பற்றியதாக இல்லாத முதலாளித்துவ எதிர்ப்பு "ஜனநாயக" போராட்டத்தின் சக்தி என்னவாக இருக்கும்' என்பதுதான் கேள்வி. நூலின் கடைசி அத்தியாயத்தில், உலகத்தின் இப்போதைய நிலைமையைப் புரிந்து கொள்வதற்கு மூலதனம் என்ற கருத்தாக்கம் முக்கியமானது என்று ஜான் ஹாலவே வாதிடுகிறார். தனது திறந்தநிலை மார்க்சிய அணுகுமுறையை 'அகநிலைவாதம்' என்று வகைப்படுத்துவதற்கு (இந்தத் தொகுதியில் ஸ்கேபல், கார்சியா வேலா

ஆகியோரின் பங்களிப்பை பார்க்கவும்) ஜான் ஹாலவே பதிலளிக்கிறார். மூலதனத்தின் உள்ளார்ந்த விரிவாக்க, அழிவுரீதியான இயல்பின் உருவகமாக 'தொடர்வண்டி' என்பதை பயன்படுத்தி, மூலதனம் என்பது முனைப்பின் மீது ஆதிக்கம் செலுத்தும் தூய பொருண்மை இல்லை என்று ஹாலவே வாதிடுகிறார். மாறாக, மூலதனம் என்பது ஒரு போராட்டம். நாம்தான் 'தொடர்வண்டியை' உற்பத்தி செய்துள்ளோம் என்பது தெளிவானது என்கிறார் அவர்; அதாவது, தொடர்வண்டி ஒரு 'சமூகக் கட்டமைப்பு', அது 'கொலைகார போராட்டங்களின் மூலமாக' சமூக உறவுகளின் ஆதிக்க வடிவமாக 'பொருண்மையாக்கப்பட்டுள்ளது'. மூலதனத்துக்கே உரிய விதிகள் உள்ளன. ஆனால், மூலதனம் என்பதை ஆதிக்கத்தின் ஒரு வடிவமாக எளிமையாக புரிந்து கொள்ளும் போது பிரச்சினை ஆரம்பமாகிறது (மூலதன தர்க்கவியலாளர்களும் மார்க்சின் மறு வாசிப்பாளர்களும் அத்தகைய போக்கைக் கொண்டுள்ளனர்). 'பொருண்மையின் முதன்மை' மூலதனத்தின் பண்பாக இருக்கும் அதே நேரம், அதைத்தான் நாம் உடைக்க வேண்டியுள்ளது. முனைப்புக்கும் பொருண்மைக்கும் இடையே ஒரு ஒத்திசைவின்மை உள்ளது: 'முனைப்புக்குள் பொருண்மை இடம் பெறுவதற்கு பல முறை அழுத்தம் தரப்பட்டுள்ளது, ஆனால் நமது அக்கறைக்கு உரியது, பொருண்மைக்குள்ளாக முனைப்பின் அழிவு சக்திதான், முனைப்பின் நெருக்கடியாக அதற்குள்-அதை-எதிர்த்து-அதைத் தாண்டி முனைப்பு இடம் பெறுவது'.

நூல் பட்டியல்

அடோர்னோ டி டபிள்யூ (2000), இன்ட்ரொடக்ஷன் டு சோசியாலஜி, கேம்பிரிட்ஜ்: பாலிடி பிரெஸ் (Adorno, T. W. (2000) *Introduction to Sociology*, Cambridge: Polity Press).

அடோர்னோ டி டபிள்யூ (1995), நெகடிவ் டயலெக்டிக்ஸ், லண்டன் :கன்டினுவம் (Adorno, T. W. (1995) *Negative Dialectics*, London: Continuum).

அம்ஸ்லர் எஸ் (2016), 'லேர்னிங் ஹோப் : என் எபிஸ்டிமிலாஜி ஆஃப் பாசிபிலிடி ஃபார் அட்வான்ஸ்ட் கேபிடலிஸ்ட் சொசைடி' (Amsler, S. (2016) 'Learning Hope: An Epistemology of Possibility for Advanced Capitalist Society'), *ஏ.சி டீனர்ஸ்டெய்ன் (தொகுப்பாசிரியர்), சோசியல் சயின்சஸ் ஃபார் அன்-அதர் பாலிடிக்ஸ்: விமன் தியரைசிங் விதவுட் பாரசூட்ஸ், பேசிங்ஸ்டோக்: பால்க்ரேவ் மேக்மில்லன்-ல்* (A. C. Dinerstein (ed.), *Social Sciences for An-Other Politics: Women Theorising without Parachutes*, Basingstoke: Palgrave Macmillan), 19-32.

பெஸ்ட் பி, வெர்னர் போன்ஃபெல்ட், ஓ கேன் சி (தொகுப்பாசிரியர்கள்) (2018), த சேஜ் ஹேண்ட்புக் ஆஃப் ஃபிராங்ஃபர்ட் ஸ்கூல் கிரிடிகல் தியரி, 3 தொகுதிகள், லண்டன், சேஜ் (Best, B., Bonefeld, W. and O'Kane, C. (eds) (2018) *The Sage Handbook of Frankfurt School Critical Theory*, 3 vols, London: Sage).

பீலர் ஏ, மார்ட்டன் ஏ (2003), 'குளோபலைசேஷன், த ஸ்டேட் அண்ட் கிளாஸ் ஸ்ட்ரகிள்: எ "கிரிடிகல் எகானமி" எங்கேஜ்மென்ட் வித் ஓப்பன் மார்க்சிசம்',

பிரிடிஷ் ஜர்னல் ஆஃப் பாலிடிக்ஸ் அண்ட் இன்டர்நேஷனல் ரிலேஷன்ஸ் (Bieler, A. and Morton, A. (2003) 'Globalisation, the State and Class Struggle: A "Critical Economy" Engagement with Open Marxism', *British Journal of Politics and International Relations*) *5(4):* **467-99.**

பீலர் ஏ, வெர்னர் போன்ஃபெல்ட், பேன்ஹம் பி, மார்ட்டன் ஏ *(2006)*, *குளோபல் ரீஸ்ட்ரக்சரிங், ஸ்டேட், கேபிடல் அண்ட் லேபர் : கன்டெஸ்டிங் நியோ-கிராம்சியன் பெர்ஸ்பெக்டிவ்ஸ்*, பேசிங்ஸ்ட்ரோக்: பால்கிரேவ் மேக்மில்லன் (Bieler, A., Bonefeld, W., Burnham, P. and Morton, A. (2006) *Global Restructuring, State, Capital and Labour: Contesting Neo-Gramscian Perspectives*, Basingstoke: Palgrave Macmillan).

போல்டிரெவ் ஐ *(2015)*, *எர்ன்ஸ்ட் ப்ளோஹ் அண்ட் ஹிஸ் கன்டம்ப்ரரிஸ்: லொகேடிங் உடோபியன் மெசையானிசம் டுடே*, லண்டன்: புளூம்ஸ்பெரி (Boldyrev, I. (2015) *Ernst Bloch and his Contemporaries: Locating Utopian Messianism Today*, London: Bloomsbury).

வெர்னர் போன்ஃபெல்ட் *(2008)*, 'த பெர்மனன்ஸ் ஆஃப் பிரிமிடிவ் அக்யுமுலேஷன்: கமாடிடி ஃபெடிஷிசம் அண்ட் சோசியல் கான்ஸ்டிட்யூஷன்' (Bonefeld, W. (2008) 'The Permanence of Primitive Accumulation: Commodity Fetishism and Social Constitution'), வெர்னர் போன்ஃபெல்ட் *(தொகுப்பாசிரியர்)*, *சப்வெர்டிங் த பிரசென்ட், இமேஜினிங் த ஃப்யூச்சர்-ல்* நியூயார்க்: ஆடனோமீடியா (W. Bonefeld (ed.), *Subverting the Present, Imagining the Future*, New York: Autonomedia), 51-66.

வெர்னர் போன்ஃபெல்ட் *(2010)*, 'அப்ஸ்ட்ராக்ட் லேபர்: எகெய்ன்ஸ்ட் இட்ஸ் நேச்சர் அண்ட் ஆன் இட்ஸ் டைம்', *கேபிடல் & கிளாஸ்* (Bonefeld, W. (2010) 'Abstract Labour: Against its Nature and on its Time', *Capital & Class*) 34(2): 257-76.

வெர்னர் போன்ஃபெல்ட் *(2014)*, *கிரிடிகல் தியரி அண்ட் த கிரிடிக் ஆஃப் பொலிடிகல் எகானமி: ஆன் சப்வெர்ஷன் அண்ட் நெகடிவ் ரீசன்*, லண்டன்: புளூம்ஸ்பரி (Bonefeld, W. (2014) *Critical Theory and the Critique of Political Economy: On Subversion and Negative Reason*, London: Bloomsbury).

வெர்னர் போன்ஃபெல்ட் *(2016)*, 'பிரிங்கிங் கிரிடிகல் தியரி பேக் இன் அட் எ டைம் ஆஃப் மிசரி : த்ரீ பிகினிங்ஸ் விதவுட் கன்க்ளூஷன்', *கேபிடல் & கிளாஸ்* (Bonefeld, W. (2016) 'Bringing Critical Theory Back in at a Time of Misery: Three Beginnings Without Conclusion', *Capital & Class*) 40(2): 233-44.

வெர்னர் போன்ஃபெல்ட், ஜான் ஹாலவே *(தொகுப்பாசிரியர்கள்) (1995)* குளோபல் *கேபிடல், நேஷனல் ஸ்டேட் அண்ட் த பாலிடிக்ஸ் ஆஃப் மணி*, பேசிங்ஸ்டோக்: பால்கிரேவ் மேக்மிலன் (Bonefeld, W. and Holloway, J. (eds) (1995) *Global Capital, National State and the Politics of Money*, Basingstoke: Palgrave Macmillan).

வெர்னர் போன்ஃபெல்ட், காஸ்மாஸ் சைக்கோபீடிஸ் *(2005)*, *ஹியூமன் டிக்னிடி: சோசியல் அடானமி அண்ட் த கிரிடிக் ஆஃப் கேபிடலிசம்*, நியூயார்க்:ரட்லெஜ் (Bonefeld, W. and Psychopedis, K. (2005) *Human Dignity: Social Autonomy and the Critique of Capitalism*, New York: Routledge).

வெர்னர் போன்ஃபெல்ட், டிஷ்லர் எஸ் *(2002)*, *வாட் இஸ் டு பி டன்? லெனினிசம், ஆன்டி-லெனினிஸ்ட் மார்க்சிசம் அண்ட் த கொஸ்டியன் ஆஃப் ரெவல்யூஷன் டுடே*, நியூயார்க்: ரட்லெஜ் (Bonefeld, W. and Tischler, S. (2002) *What is to be Done? Leninism, Anti-Leninist Marxism and the Question of Revolution Today*, New York: Routledge).

வெர்னர் போன்ஃபெல்ட், ஜான் ஹாலவே, டிஷ்லர் எஸ் *(தொகுப்பாசிரியர்கள்) (2005)* (Bonefeld, W., Holloway, J. and Tischler, S. (eds) (2005) *Marxismo Abierto. Una visión Europea y Latinoamericana*, Vol. 2, Buenos Aires/Puebla: Ediciones Herramienta & Universidad Benemérita Autónoma de Puebla).

வெர்னர் போன்ஃபெல்ட், ரிச்சர்ட் குன், காஸ்மாஸ் சைக்கோபீடிஸ் *(தொகுப்பாசிரியர்கள்) (1992a), திறந்தநிலை மார்க்சியம்* I (Bonefeld, W., Gunn, R. and Psychopedis K. (eds) (1992a) *Open Marxism* 1, London: Pluto Press).

வெர்னர் போன்ஃபெல்ட், ரிச்சர்ட் குன், காஸ்மாஸ் சைக்கோபீடிஸ் *(தொகுப்பாசிரியர்கள்) (1992b), திறந்தநிலை மார்க்சியம்* II (Bonefeld, W., Gunn, R. and Psychopedis, K. (eds) (1992b) *Open Marxism* 2, London: Pluto Press).

வெர்னர் போன்ஃபெல்ட், ரிச்சர்ட் குன், ஜான் ஹாலவே, ஜான் ஹாலவே, காஸ்மாஸ் சைக்கோபீடிஸ் *(தொகுப்பாசிரியர்கள்) (1995), திறந்தநிலை மார்க்சியம்* III (Bonefeld, W., Gunn, R., Holloway, J. and Psychopedis, K. (eds) (1995) *Open Marxism* 3, London: Pluto Press).

பிரிஸ்செட் ஈ *(2013), 'ப்ரீஃபிகரிங் த ரெம் ஆஃப் ஃப்ரீடம் அட் ஆக்யுபை ஆக்லந்த்', ரீதிங்கிங் மார்க்சிசம்* (Brissette, E. (2013) 'Prefiguring the Realm of Freedom at Occupy Oakland', *Rethinking Marxism*) 25(2): 218-27.

பிரஃப் ஐ *(2009), 'த டோடலைசேஷன் ஆஃப் ஹ்யூமன் சோசியல் பிராக்டீஸ்: ஓப்பன் மார்க்சிஸ்ட்ஸ் அண்ட் கேபிடலிஸ்ட் சோசியல் ரிலேஷன்ஸ், ஃபூக்கோவியன்ஸ் அண்ட் பவர் ரிலேஷன்ஸ்', த பிரிட்டிஷ் ஜர்னல் ஆஃப் பாலிடிக்ஸ் அண்ட் இன்டர்நேஷனல் ரிலேஷன்ஸ்* (Bruff, I. (2009) 'The Totalisation of Human Social Practice: Open Marxists and Capitalist Social Relations, Foucauldians and Power Relations', *The British Journal of Politics and International Relations*) 11: 332-51.

புருனெட்டா வி, ஓ ஷியா கே *(தொகுப்பாளர்கள்) (2018), டுர்டி வேர்ட்ஸ், லிமரிக்: டுர்டி புக்ஸ்* (Brunetta, V. and O'Shea, K. (eds) (2018) *Durty Words*, Limerick: Durty Books).

கிளார்க் எஸ் *(தொகுப்பாளர்) (1991), த ஸ்டேட் டிபேட், பேசிங்ஸ்டோக்: மேக்மிலன்* (Clarke, S. (ed.) (1991) *The State Debate*, Basingstoke: Macmillan).

ஹேரி கிளீவர் *(1996), 'த சப்வெர்ஷன் ஆஃப் மணி-அஸ்-கமாண்ட் இன் த கரன்ட் கிரைசிஸ்'* (Cleaver, H. (1996) 'The Subversion of Money-as-Command in the Current Crisis'), *வெர்னர் போன்ஃபெல்ட், ஜான் ஹாலவே (தொகுப்பாசிரியர்கள்), குளோபல் கேபிடல், நேஷனல் ஸ்டேட், அண்ட் த பாலிடிக்ஸ் ஆஃப் மணி-ல், பேசிங்ஸ்டோக்: பால்கிரேவ் மேக்மிலன்* (W. Bonefeld and J. Holloway (eds), *Global Capital, National State and the Politics of Money, Basingstoke*: Palgrave Macmillan), 141-77.

மரியா டல்லா கோஸ்டா *(1995), 'முதலாளித்துவமும் மறு வுற்பத்தியும்'* (Dalla Costa, M. (1995) 'Capitalism and Reproduction'), *வெர்னர் போன்ஃபெல்ட், ரிச்சர்ட் குன், ஜான் ஹாலவே, காஸ்மாஸ் சைக்கோபீடிஸ் (தொகுப்பாசிரியர்கள்) (1995), திறந்தநிலை மார்க்சியம் III-ல்* (W. Bonefeld, R. Gunn, J. Holloway and K. Psychopedis (eds), *Open Marxism 3*, London: Pluto Press, 7-16).

டி ஏஞ்சலிஸ் எம் *(2008), 'மார்க்ஸ் அண்ட் பிரிமிடிவ் அக்யுமுலேஷன்: த கன்டினியுவஸ் கேரக்டர் ஆஃப் கேபிடல்ஸ் என்க்ளோஷர்ஸ்'* (De Angelis, M. (2008) 'Marx and Primitive Accumulation: The Continuous Character of Capital's Enclosures'), *வெர்னர் போன்ஃபெல்ட் (தொகுப்பாசிரியர்), சப்வெர்டிங் த பிரசென்ட், இமேஜினிங் த ஃப்யூச்சர்-ல், நியூயார்க், ஆடனோமீடியா* (W. Bonefeld (ed.), *Subverting the Present, Imagining the Future*, New York: Autonomedia), 27-50.

டீனர்ஸ்டெய்ன் ஏ சி *(2012), 'இன்டர்ஸ்டிஷியல் ரெவல்யூஷன்: தி எக்ஸ்ப்ளோசிவ் ஃப்யூஷன் ஆஃப் நெகடிவிடி அண்ட் ஹோப்'* (Dinerstein, A. C. (2012) 'Interstitial

Revolution: The Explosive Fusion of Negativity and Hope'), *கேபிடல் & கிளாஸ்* (*Capital & Class*) *36(3): 513-32.*

டீனர்ஸ்டெய்ன் ஏ சி (2015), த பாலிடிக்ஸ் ஆஃப் அடானமி இன் லத்தீன் அமெரிக்கா: தி ஆர்ட் ஆஃப் ஆர்கனைசிங் ஹோப், பேசிங்ஸ்டோக்: பால்கிரேவ் (Dinerstein, A. C. (2015) *The Politics of Autonomy in Latin America: The Art of Organising Hope*, Basingstoke: Palgrave).

டீனர்ஸ்டெய்ன் ஏ சி (2016), சோசியல் சயின்சஸ் ஃபார் அன்-அதர் பாலிடிக்ஸ்: விமன் தியரைசிங் விதவுட் பாரசூட்ஸ், பேசிங்ஸ்டோக்: பால்கிரேவ் மேக்மிலன் (Dinerstein, A. C. (ed.) (2016) *Social Sciences for An-Other Politics: Women Theorising without Parachutes*, Basingstoke: Palgrave Macmillan).

டீனர்ஸ்டெய்ன் ஏ சி (2018), 'ஜான் ஹாலவே : எ தியரி ஆஃப் இன்டர்ஸ்டிஷியல் ரெவல்யூஷன்' (Dinerstein, A. C. (2018) 'John Holloway: A Theory of Interstitial Revolution'), *பி பெஸ்ட், வெர்னர் போன்ஃபெல்ட், சி ஓ கேன் (தொகுப்பாசிரியர்க்ள), த சேஜ் ஹேண்ட்புக் ஆஃப் ஃபிராங்க்ஃபர்ட் ஸ்கூல் கிரிடிகல் தியரி-ல்*, லண்டன்: சேஜ் (B. Best, W. Bonefeld and C. O'Kane (eds), *The Sage Handbook of Frankfurt School Critical Theory*, London: Sage), 533-49.

டீனர்ஸ்டெய்ன் ஏ சி, நியரி எம் (தொகுப்பாசிரியர்கள்) (2002), த லேபர் டிபேட், நியூயார்க்: ரட்லெஜ் (Dinerstein, A. C. and Neary, M. (eds) (2002) *The Labour Debate*, New York: Routledge).

டீனர்ஸ்டெய்ன் ஏ சி, பிட்ஸ் எஃ எச் (2018), 'ஃப்ரம் போஸ்ட்-வொர்க் டு போஸ்ட்-கேபிடலிசம்? டிஸ்கசிங் த பேசிக் இன்கம் ஸ்ட்ரகிள்ஸ் ஃபார் அல்டர்நேடிவ் ஃபார்ம்ஸ் ஆஃப் சோசியல் ரீப்ரொடக்.ஷன்', *ஜர்னல் ஆஃப் லேபர் & சொசைடி* (Dinerstein, A. C. and Pitts, F. H. (2018) 'From Post-work to Post-capitalism? Discussing the Basic Income and Struggles for Alternative Forms of Social Reproduction', *Journal of Labor & Society*) 21(4): 471-91.

ட்யோன்மெஸ் பி ஈ, சட்டன் ஏ (2016), 'ரீவிசிடிங் த டிபேட் ஆன் ஓப்பன் மார்க்சிஸ்ட் பெர்ஸ்பெக்டிவ்ஸ்', *த பிரிடிஷ் ஜர்னல் ஆஃப் பாலிடிக்ஸ் அண்ட் இன்டர்நேஷனல் ரிலேஷன்ஸ்* (Dönmez P. E. and Sutton, A. (2016) 'Revisiting the Debate on Open Marxist Perspectives', *The British Journal of Politics and International Relations*) 18(3): 688-705.

ஈடன் டி (2012), அடானமி: கேபிடலிசம், கிளாஸ் அண்ட் பாலிடிக்ஸ், லண்டன்: ரட்லெஜ் (Eden, D. (2012) *Autonomy: Capitalism, Class and Politics*, London: Routledge). *க்ரோலியோஸ் வி (2017), நெகடிவிடி அண்ட் டெமாக்ரசி: மார்க்சிசம் அண்ட் த கிரிடிகல் தியரி டிரெடிஷன், நியூயார்க்: ரட்லெஜ்* (Grollios, V. (2017) *Negativity and Democracy: Marxism and the Critical Theory Tradition*, New York: Routledge).

க்ராஸ்ஃபோகல் ஆர் (2009), (Grosfoguel, R. (2009)) 'Izquierdas e Izquierdas Otras: Entre el Proyecto de la izquierda eurocéntrica y el Proyecto transmoderno de las nuevas izquierdas decoloniales', *Tabula Rasa* 11: 9-29.

குன் ஆர் (1994), 'மார்க்சிசம் அண்ட் கான்ட்ரடிக்ஷன்', *காமன் சென்ஸ்* (Gunn, R. (1994) 'Marxism and Contradiction', *Common Sense*) 15: 53-9, https://commonsensejournal.org.uk/1994/04/01/issue-15.

ஹார்வி E *(2005), த நியூ இம்பீரியலிசம், ஆக்ஸ்போர்ட் யூனிவர்சிடி பிரெஸ்* (Harvey, D. (2005) *The New Imperialism*, Oxford: Oxford University Press). ஜான் ஹாலவே *(1993)*, 'ஓப்பன் மார்க்சிசம், ஹிஸ்டரி அண்ட் கிளாஸ் ஸ்ட்ரகிள்', *காமன் சென்ஸ்* (Holloway, J. (1993) 'Open Marxism, History and Class Struggle', *Common Sense*) 13: 76-86.

ஹாலவே ஜே *(1994)*, *'த ரிலவன்ஸ் ஆஃப் மார்க்சிசம் டுடே', காமன் சென்ஸ்* (Holloway, J. (1994) 'The Relevance of Marxism Today', *Common Sense*) 15: 38-42.

ஹாலவே ஜே *(2002)*, *சேஞ்ச் த வேர்ல்ட் விதவுட் டேகிங் பவர்: த மீனிங் ஆஃப் ரெவ்ல்யூஷன் டுடே, லண்டன்: புளூடோ பிரெஸ்* (Holloway, J. (2002) *Change the World Without Taking Power: The Meaning of Revolution Today*, London: Pluto Press).

ஹாலவே ஜே *(2010)*, *கிராக் கேபிடலிசம். லண்டன், புளூடோ பிரெஸ்* (Holloway, J. (2010) *Crack Capitalism*. London: Pluto Press).

ஹாலவே ஜே, மட்டமாரஸ் எஃப், டிஷ்லர் எஸ் *(தொகுப்பாசிரியர்கள்) (2009)*, *நெகடிவிடி அண்ட் ரெவ்ல்யூஷன்: அடோர்னோ அண்ட் பொலிடிகல் ஆக்டிவிசம், லண்டன்: புளூடோ பிரெஸ்* (Holloway, J., Matamoros, F. and Tischler, S. (eds) (2009) *Negativity and Revolution: Adorno and Political Activism*, London: Pluto Press).

ஹாலவே ஜே, நசியோகா கே, டவ்லோஸ் பி *(தொகுப்பாசிரியர்கள்)*, *பியாண்ட் கிரைசிஸ்: ஆஃப்டர் த கொலாப்ஸ் ஆஃப் த இன்ஸ் டிட்யூஷனல் ஹோப், வாட்?, சான் ஃபிரான்சிஸ்கோ: பிஎம் பிரெஸ்* (Holloway, J., Nasioka, K. and Doulos, P. (eds) (2019) *Beyond Crisis: After the Collapse of the Institutional Hope, What?*, San Francisco: PM Press).

ஹூடிஸ் பி, ஆண்டர்சன் கே எல் *(2002)*, *'இன்ட்ரொடக்ஷன்: ரயா துனயேவ்ஸ்கயாஸ் கான்செப்ட் ஆஃப் டயலெக்டிக்*, (Hudis, P. and Anderson, K. L. (2002) 'Introduction: Raya Dunayevskaya's Concept of Dialectic'), *துனயேவ்ஸ்கயா ஆர், த பவர் ஆஃப் நெகடிவிடி: செலெக்டட் ரைட்டிங்ஸ் ஆன் த டயலெக்டிக் இன் ஹெகல் அண்ட் மார்க்ஸ்-ல், தொகுப்பாசி ரியர்கள் பி ஹூடிஸ், கே ஆண்டர்சன், லான்ஹம்: லெக்சிங்டன் புக்ஸ்* (R. Dunayevskaya, *The Power of Negativity: Selected Writings on the Dialectic in Hegel and Marx*, ed. P. Hudis and K. Anderson, Lanham: Lexington Books), xv-xlii.

இல்யன்கோவ் ஈ வி *(2008* [*1960*]*)* *த டயலெக்டிக்ஸ் ஆஃப் த அப்ஸ்ட்ராக்ட் அண்ட் த கான்க்ரீட் இன் மார்க்சஸ் கேபிடல், நியூடெல்லி: ஆகார் புக்ஸ்* (Ilyenkov, E. V. (2008 [1960]) *The Dialectics of the Abstract and the Concrete in Marx's Capital*, New Delhi: Aakar Books).

காஸ்நாபிஷ் ஏ *(2008)*, *ஜபதிஸ்மோ பியாண்ட் பார்டர்ஸ்: நியூ இமேஜினேஷன்ஸ் ஆஃப் பொலிடிகல் பாசிபிலிடிஸ், டொரோன்டோ: யூனிவர்சிடி ஆஃப் டொரோன்ட்டோ பிரெஸ்* (Khasnabish, A. (2008) *Zapatismo Beyond Borders: New Imaginations of Political Possibilities*, Toronto: University of Toronto Press).

கிசிலாஃப் ஏ, ஸ்டாரோஸ்டா ஜி *(2011)*, *'ஆன் வேல்யூ அண்ட் அப்ஸ்ட்ராக்ட் லேபர்: எ ரிப்ளை டு வெர்னர் போன்ஃபெல்ட்', கேபிடல் & கிளாஸ்* (Kiciloff, A. and Starosta, G. (2011) 'On Value and Abstract Labour: A Reply to Werner Bonefeld', *Capital & Class*) 35(2): 295-305.

குர்ட்ஸ் ஆர் *(2010)*, *'ஆன் த கரென்ட் குளோபல் எகனாமிக் கிரைசிஸ்: கொஸ்டியன்ஸ் அண்ட் ஆன்சர்ஸ்'*, (Kurz, R. (2010) 'On the Current Global Economic Crisis: Questions and Answers'), *என் லார்சன், எம் நீல்ஜெஸ், ஜே ராபின்சன், என் பிரவுன் (தொகுப்பாசிரியர்கள்) (2014), மார்க்சிசம் அண்ட் த கிரிடிக் ஆஃப் வேல்யூ-ல்* (N. Larsen, M. Nilges, J. Robinson and N. Brown (eds) (2014) *Marxism and the Critique of Value*), Chicago: MCM', 321-56.

மண்டல் இ, அக்னோலி ஜே (1980), ஓஃபனர் மார்க்சிஸ்முஸ் - அய்ன் கெஸ்ப்ரேஹ் யூபர் டாக்மன், ஆர்தோடோக்சீ அண்ட் டீ ஹேரெசீ டெர் ரியாலிடேட், ஃபிராங்ஃபுர்ட்: கேம்பஸ் (Mandel, E. and Agnoli, J. (1980) *Offener Marxismus - Ein Gespräch über Dogmen, Orthodoxie and die Häresie der Realität*. Frankfurt: Campus).

மிக்னோலோ டபிள்யூ (2002), 'த ஜபதிஸ்தாஸ் தியரடிகல் ரெவல்யூஷன்: இட்ஸ் ஹிஸ்டாரிகல், எதிகல் அண்ட் பொலிடிகல் கான்சிகுவன்சஸ்', ரிவியூ - ஃபெர்னார்ட் ப்ரவுடல் சென்டர் (Mignolo, W. (2002) 'The Zapatistas' Theoretical Revolution: Its Historical, Ethical, and Political Consequences', Review - Fernand Braudel Center) 25(3): 245-75.

மொயர் சி (2018), 'இன் டிஃபென்ஸ் ஆஃப் ஸ்பெக்யுலேடிவ் மெடீரியலிசம்', ஹிஸ்டாரிகல் மெடீரியலிசம் (Moir, C. (2018) 'In Defence of Speculative Materialism', *Historical Materialism*) 1. Online Article, 1-33, doi:10.1163/1569206X-00001609.

ஆர்ட்லீப் சி பி (2008), 'எ கான்ட்ரடிக்ஷன் பிட்வீன் மேட்டர் அண்ட் ஃபார்ம்: ஆன் த சிக்னிஃபிகன்ஸ் ஆஃப் த ப்ரொடக்ஷன் ஆஃப் ரிலேடிவ் சர்ப்ளஸ் வேல்யூ இன் த டைனமிக் ஆஃப் டெர்மினல் கிரைசிஸ்', (Ortlieb, C. P. (2008) 'A Contradiction Between Matter and Form: On the Significance of the Production of Relative Surplus Value in the Dynamic of Terminal Crisis'), என் லார்சன், எம் நீல்ஜஸ், ஜே ராபின்சன், எம் பிரவுன் (தொகுப்பாசிரியர்கள்), மார்க்சிசம் அண்ட் த கிரிடிக் ஆஃப் வேல்யூ-ல், சிகாகோ (N. Larsen, M. Nilges, J. Robinson and N. Brown (eds) (2014) *Marxism and the Critique of Value*, Chicago): MCM', 77-122.

சிட்ரின் எம் (தொகுப்பாசிரியர்) (2006), ஹாரிசான்டலிசம்: வாய்சஸ் ஆஃப் பாப்புலர் பவர் இன் அர்ஜென்டினா, ஓக்லந்த், சிஏ அண்ட் எடின்பர்க்: ஏகே பிரெஸ் (Sitrin, M. (ed.) (2006) *Horizontalism: Voices of Popular Power in Argentina*, Oakland, CA and Edinburgh: AK Press).

சிட்ரின் எம் (2012), எவ்ரிடே ரெவல்யூஷன்ஸ்: ஹாரிசான்டலிசம் அண்ட் அடானமி இன் அர்ஜென்டினா, லண்டன் அண்ட் நியூயார்க்: ஜெட் புக்ஸ் (Sitrin, M. (2012) *Everyday Revolutions: Horizontalism and Autonomy in Argentina*, London and New York: Zed Books).

சூசன் எஸ் (2012), '"ஓப்பன் மார்க்சிசம்" எகெய்ன்ஸ்ட் அண்ட் பியாண்ட் த "கிரேட் என்க்ளோஷர்"? ரிஃப்ளக்ஷன்ஸ் ஆன் ஹவ் (நாட்) டு கிராக் கேபிடலிசம்', ஜர்னல் ஆஃப் கிளாசிகல் சோசியாலஜி (Susen, S. (2012) '"Open Marxism" Against and Beyond the "Great Enclosure"? Reflections on How (Not) to Crack Capitalism', *Journal of Classical Sociology*) 12(2): 281-331.

தெய்வாய்னன் டி (2016), 'ஆக்யுபை ரெப்ரசென்டேஷன் அண்ட் டெமாக்ரடைஸ் ப்ரீஃபிகரேஷன்: ஸ்பீக்கிங் ஃபார் அதர்ஸ் இன் குளோபல் ஜஸ்டிஸ் மூவ்மென்ட்ஸ்', கேபிடல் & கிளாஸ் (Teivainen, T. (2016) 'Occupy Representation and Democratise Prefiguration: Speaking for Others in Global Justice Movements', *Capital & Class*) 40(1): 19-36.

சொலாகிஸ் ஏ (2010), 'ஓப்பனிங் அப் ஓப்பன் மார்க்சிஸ்ட் தியரீஸ் ஆஃப் த ஸ்டேட்: எ ஹிஸ்டாரிகல் மெடீரியலிஸ்ட் கிரிடிக்', த பிரிட்டிஷ் ஜர்னல் ஆஃப் பாலிடிக்ஸ் அண்ட் இன்டர்நேஷனல் ரிலேஷன்ஸ் (Tsolakis, A. (2010) 'Opening up Open Marxist Theories of the State: A Historical Materialist Critique', *The British Journal of Politics and International Relations*) 12: 387-407.

குறிப்புகள்

1. அவர்களில் பெஸ்ட், போன்ஃபெல்ட், ஓ கேன் 2018 (Best, Bonefeld and O'Kane 2018); போன்ஃபெல்ட், டிஷ்லர் 2002 (Bonefeld and Tischler 2002); போன்ஃபெல்ட், ஹாலவே, டிஷ்லர் 2005 (Bonefeld, Holloway and Tischler 2005); போன்ஃபெல்ட் 2014 (Bonefeld 2014); டீனர்ஸ்டெய்ன், நியரி 2002 (Dinerstein and Neary 2002); டீனர்ஸ்டெய்ன் 2015, 2016 (Dinerstein 2015, 2016); ஹாலவே 2002, 2010 (Holloway 2002, 2010); ஹாலவே, மட்டமோரஸ், டிஷ்லர் 2009 (Holloway, Matamoros and Tischler 2009); போன்ஃபெல்ட், சைக்கோபீடிஸ் 2005 (Bonefeld and Psychopedis 2005) ஆகியவை உள்ளன.

2. பீலர், மார்ட்டன் 2003 (Bieler and Morton 2003); ப்ரஃப் 2009 (Bruff 2009); ட்யோன்மெஸ், சட்டன் 2016 (Dönmez and Sutton 2016); சோலாகிஸ் 2010 (Tsolakis 2010); க்ரோலியோஸ் 2017 (Grollios 2017); கிசிலாஃப், ஸ்டாரோஸ்டா 2011 (Kiciloff and Starosta 2011); ஈடன் (Eden 2012); டீனர்ஸ்டெய்ன் 2012, 2018 (Dinerstein 2012, 2018); சூசன் 2012 (Susen 2012); ஹிஸ்டாரிகல் மெடீரியலிசம்- (*Historical Materialism*) 13(4) 2005-ல் வேறு பல எழுத்தாளர்கள்; கேபிடல் & கிளாஸ்-ல் (*Capital & Class*) 29(1), 2005-ல் பல ஆசிரியர்கள்; www.herramienta.com.ar/articulo.php?id=34 ல் உள்ள ஹெரமியன்டா 2002 (Herramienta (2002)) பல ஆசிரியர்கள்.

3. ஜபதிஸ்தாவின் கோட்பாட்டு புரட்சிக்கு பார்க்கவும் - மற்றவர்களோடு கூடவே க்ரோஸ்ஃபோகல் 2009 (Grosfoguel 2009); காஸ்நாபிஷ் 2009 (Khasnabish 2008); மிக்னோலோ 2002 (Mignolo 2002).

பகுதி - I
திறந்தநிலை மார்க்சியமும் விமர்சனக் கோட்பாடும்

1. அங்கீகாரமும் புரட்சியும்

ரிச்சர்ட் குன், ஏட்ரியன் வில்டிங்

[இங்கு 'அங்கீகாரம்' என்ற ஹெகலிய பதத்திற்கு அகராதிப் பொருளைக் காட்டிலும் சற்றே மாறுபட்ட பொருள் உள்ளது. ஹெகலின் கருத்துப்படி 'அங்கீகாரம்' எனும் பொறியமைவுதான் நமது இருப்பை ஒரு சமூக இருப்பின் பகுதியாக்குகின்றது. எனவே நாம் ஒரு குறிப்பிட்ட சமூகத்தின் அறம், அரசியல்சார் உரிமை கொண்ட உறுப்பினராக ஒன்றிணைக்கப்படுவது முறையான அங்கீகாரம் அளிக்கப்படுவதன் மூலம்தான். இந்த விளக்கம் அந்தப் பதத்திற்குள் பொருந்தி உள்ளது - மொ.பெ./ப.ஆ.]

திறந்தநிலை மார்க்சிய சிந்தனையை எவ்வாறு வளர்த்தெடுக்கலாம்? இந்த அத்தியாயத்தின் ஆசிரியர்கள் ஹெகலையும் (1770-1831), மேலும் பொதுவாக 'ஜெர்மன் கருத்துமுதல்வாதத்தையும்' ஆர்வமாக வாசிப்பவர்கள். திறந்தநிலை மார்க்சியம் துலக்கமாக்கும் கருப்பொருள் ஹெகலின் தூய உணர்வின் புலன்கடந்த ஆய்வு (1807) (*Phenomenology of Spirit*) நூலில் உள்ள ஒரு சிந்தனையின் இழையை எதிரொலிப்பது எங்கள் கவனத்தை ஈர்த்தது.[1] எங்களது சமீபத்திய படைப்பின் மையமாக இருந்த இந்த இழையை குறிப்பிடுவதன் மூலம் ஹெகலுக்கும் மார்க்சுக்கும் இடையேயான தொடர்ச்சியை நாங்கள் வலியுறுத்துகிறோம். வேறு வகையில் சொன்னால், 'இடது' ஹெகலியவாதம் அல்லது 'இளம்' ஹெகலியவாதம் என்று குறிப்பிடப்படுவதற்கு நாங்கள் புத்துயிர் கொடுக்க விரும்புகிறோம். அது நவ-தாராளவாத ஆண்டுகளில் கிட்டத்தட்ட செத்துப் போயிருந்தது.

மார்க்சியம் பாரம்பரியமாக விடுதலையை தனது நோக்கமாகக் கொண்டிருந்தது. அல்லது மார்க்சின் சொற்களில், 'ஒவ்வொருவரின் மேம்பாடும் எல்லோரின் மேம்பாட்டுக்குமான நிபந்தனையாக இருக்கும்' ஒரு சமூகத்தை நோக்கமாகக் கொண்டிருந்தது. (மார்க்ஸ், எங்கெல்ஸ் 1976b:506). மார்க்ஸ் உருவாக்க விரும்பும் சமூகத்தின் வடிவம், ஹெகலின் தூய உணர்வின் புலன் கடந்த ஆய்வு (ஃபினாமினாலஜி ஆஃப் ஸ்பிரிட்) நூலில் வேர் கொண்டுள்ளது என்று இந்த அத்தியாயத்தில் நாங்கள் வாதிடுகிறோம். மார்க்ஸ் தனது அறிவுத்துறை வாழ்க்கையை இளம் ஹெகலியராகத் தொடங்கினார் என்பது அனைவரும் அறிந்ததே.

இளம் ஹெகலியர்கள் என்பவர்கள் 1830-களிலும் 1840-களிலும் ஹெகலின் படைப்பில் உள்ள விடுவிக்கும் இழைகளை வலியுறுத்திய கோட்பாட்டாளர்கள். மார்க்ஸ் தனது தொடக்ககால எழுத்துக்கள் பலவற்றில் இளம் ஹெகலியர்களை விமர்சித்துள்ளார்.[2] எனினும், அவர் எப்போதுமே இளம் ஹெகலிய கருத்துக்களை உறுதியாகப் பின்பற்றினார் என்று சொல்வது அதே அளவு முக்கியமானது.

இங்கு நாங்கள் அக்கறை கொண்டுள்ள ஒரு முக்கியமான கருத்துரு 'அங்கீகாரம்'. ஹெகலின் *தூய உணர்வின் புலன்கடந்த ஆய்வு நூலில்*, 'பரஸ்பர அங்கீகாரம்' [பரஸ்பர அறிதல் என்றும் மொழிபெயர்க்கலாம் - மொ.பெ.] என்ற பதம் 1789-ம் ஆண்டின் ஃபிரெஞ்சுப் புரட்சி இலக்காக வைத்திருந்த சுதந்திரம், சுய-தீர்மானிப்பு ஆகியவற்றின் சாயல்களைக் கொண்டிருந்தது. காலத்தால் அதற்குப் பிந்தைய, அதைவிட பழமை வாதமான *உரிமை பற்றிய தத்துவம் (Philosophy of Right) (1821)* நூலில் அவ்வாறு இல்லை. அங்கீகாரம் 'பரஸ்பரமானதாக' அல்லது வேறொரு பதத்தை பயன்படுத்தினால், 'ஒருவொருக்கொருவரானதாக' இருக்கும் சமூகத்தில் சுதந்திரம் அன்னியப்படுத்தப்பட்டதாகவோ, முரண்பட்டதாகவோ இருக்காது. அங்கீகாரம் மறுக்கப்படும் இடத்தில் அதன் அளவில் சுதந்திரம் மறுக்கப்படுகிறது. பரஸ்பர அங்கீகாரம் இருக்கும் சமூகத்தில் தான் தனிமனிதர்கள் ஒருவர் மற்றொருவரின் சுதந்திரத்தை பார்க்கின்றனர் அல்லது அங்கீகரிக்கின்றனர். பரஸ்பர அங்கீகாரம் இடம் பெறும் இடத்தில் சுதந்திரம் செயல்படுகிறது.

'அங்கீகாரம்' என்பதை எதற்கு விவாதத்துக்குள் கொண்டு வர வேண்டும்? விடுவிக்கும் வகையிலான சமூக உறவுகளை மார்க்ஸ் விரும்புகிறார் என்று மட்டும் சொன்னால் போதாதா? இதற்கான ஒரு விடை, 'தூய' அல்லது 'பரஸ்பர' அங்கீகாரம் என்பது தனது ஃபினாமினாலஜி நூலில் ஹெகல் அவரால் முடிந்த வரை விளக்க முயற்சிக்கும் எதிரெதிரான [தருவதும் பெறுவதுமான - மொ.பெ/ப.ஆ], முன்னும் பின்னுமான நிகழ்முறையுடன் தொடர்புடையது. (பார்க்கவும் ஹெகல் 1977: 111-12). இந்த நிகழ்முறையை தெளிவாக்குவது முக்கியம் என்று நாங்கள் கருதுகிறோம்: விடுதலையைக் கோருவதன் பகுதியாக முன்னும் பின்னுமான இடையாடல் உள்ளது.

இரண்டாவது விடை, 'அங்கீகாரம்' - எனவே பரஸ்பரமாக உள்ள அங்கீகாரம் - என்பது வெறும் உணர்ந்து கொள்ளும் சக்தியை மட்டுமின்றி கட்டுவிக்கும் சக்தியையும் கொண்டுள்ளது. அதாவது, தனிமனிதர்கள் 'பார்க்கப்படும்' அல்லது அங்கீகரிக்கப்படும் முறைதான் அவர்கள் யார், என்ன என்பதை கட்டுவிக்கின்றது. தனிமனிதர்கள் சுய-தீர்மானிப்பதாக

அங்கீகரிக்கப்படும் போது அவர்களது சுய-தீர்மானிப்பு தீவிரப்படுத்தப் படுகிறது. ஹெகல் விவரிக்கும் அங்கீகாரம் என்ற நிகழ்முறையின் ஊடாக அவர்கள் சுய-தீர்மானிப்பதாக மாறுகின்றனர். ஒருவரை ஒருவர் அங்கீகரிக்கும் தனிமனிதர்கள் வெறுமனே அருகருகே அமர்ந்திருக்க வில்லை. அவர்கள் ஒருவர் மற்றொருவரின் சுய-தீர்மானிப்பை தெளிவாக்குகின்றனர்.

'அங்கீகாரம்' பற்றி பேசுவதற்கான இன்னொரு காரணம் அரசியல் ரீதியானது: விடுவிக்கும் அரசியல் திட்டப்பணிகளில், ஹெகலின் ஃபினாமினாலஜியிலும் மார்க்சின் எழுத்துக்களிலும் விளக்கப்பட்டுள்ள அங்கீகாரம் என்பது அதிகமாக முன்வைக்கப்பட்ட கருப்பொருள். உதாரணமாக, 'மாற்று' கூட்டுறவு ஒன்றில் - 'முன்உருக்கொடுக்கப்படும்' வகையிலான கூட்டுறவை நாங்கள் மனதில் கொண்டுள்ளோம்[3]- பெருமளவு ஆற்றல் பரிசோதனையில் செலவாகிறது. எதை வைத்து பரிசோதனை நடத்துகிறோம்? 'அங்கீகாரத்தின் வடிவங்களில் பரிசோதனை' என்பது இதற்கான விடை. 'சமூக உறவுகளில் பரிசோதனை' என்று பதிலளிப்பதும் சாத்தியமே. எனினும், அத்தகைய பதில் சம்பந்தப்பட்ட உறவுகளின் உள்ளடக்கம் பற்றி சிறிதளவே தெரிவிக்கிறது. (மார்க்சியம் உட்பட) புரட்சிகரக் கோட்பாடு வழக்கமாக வெறுமனே கோடிட்டு காட்டும் விடுவித்தல் பற்றிய விவரங்களை பரஸ்பர அங்கீகாரம் வழங்குகிறது என்று நாங்கள் முன்மொழிகிறோம். கூடுதலாக, எங்களது கருத்தாக்க சித்திரத்தில் 'அங்கீகாரம்' என்பதை அறிமுகப்படுத்துவதன் மூலம், பதினேழாம் நூற்றாண்டு முதல் புரட்சியாளர்கள் முக்கியமானதாக அங்கீகரித்த ஒரு செயல்பாட்டை தனித்துக் காட்டும் பதத்தை நாங்கள் பயன்படுத்துகிறோம்.[4] பரஸ்பர அல்லது முன்னும் பின்னுமான அங்கீகாரம் என்பது பல தலை முறைகளாக புரட்சியாளர்கள் சாதிக்க முயற்சித்த வடிவத்தைத் தன்னுள் கொண்டுள்ளது.

மரபுத்தூய்மை அல்லது DIAMAT (இயக்கவியல் பொருள் முதல்வாத)-பாணி மார்க்சிஸ்டுகள் மத்தியில் 'அங்கீகாரம்' என்பது ஒரு கோட்பாட்டு பதமாகவோ நடைமுறை அக்கறையாகவோ ஆதரவைப் பெறவில்லை என்பது உண்மைதான். சோவியத் ஒன்றியம் மேல்நிலை வகித்த பல பத்தாண்டுகளில் மார்க்சியம் 'அடித்தளம்/மேல்கட்டுமானம்' உருவகத்தின் பிடியில் இருந்தது இதற்கான ஒரு காரணம்.[5] சமூகத்தில் உள்ள ஒவ்வொன்றையும் 'அடித்தளம்' அல்லது 'மேல்கட்டுமானத்துக்கு' ஒதுக்க வேண்டுமானால், அங்கீகாரம் என்பது மேல்கட்டுமானத்தில் உள்ளது என்பதைச் சொல்ல வேண்டியதில்லை. திறந்தநிலை மார்க்சியம் பொருளாதாரவாதத்தில் இருந்தும் 'அடித்தளம்/

மேல்கட்டுமானம்' வறட்டுவாதத்தில் இருந்தும் முறித்துக் கொள்கிறது; அதற்கு மாறாக அன்றாட வேர்மட்ட பிரச்சினைகள் மீது கவனம் செலுத்துகிறது (பார்க்கவும் குன் 2017). அதன் மூலம் 'அங்கீகாரத்துக்கு' மையமான இடத்தைக் கொடுப்பதற்கான பாதை உருவாகிறது. இதைச் செய்ததும், புரட்சிகர செயல்பாட்டின் மையமான ஒரு இலக்கு, கோட்பாட்டு மேடையின் மையத்துக்கு நகர்கிறது.

அங்கீகாரம் பற்றி ஹெகல்

ஹெகலின் படைப்பை முறையாக விவாதிப்பதற்கு இந்த அத்தியாயத்தில் நேர, இட வரம்புகள் அனுமதிக்கவில்லை. வேறு படைப்புகளில், நாங்கள் ஹெகல் பற்றி எழுதியுள்ளோம், அதில் ஃபினாமினாலஜிக்கும் 'பிரபு', 'கொத்தடிமை' ஆகியோர் ('ஆண்டை-அடிமை இயங்கியல்' என்று அழைக்கப்படுவது) பற்றிய அதன் விவாதத்துக்கும் உறுதியான இடத்தை வழங்கியுள்ளோம்.[6] இங்கு நமது அக்கறைக்குரியவர் மார்க்ஸ். அவரை அடித்தளம் மற்றும் மேல்கட்டுமானம் பற்றிய கோட்பாட்டாளராக நாங்கள் பார்க்க வில்லை, மாறாக அங்கீகாரம் பற்றிய கோட்பாட்டாளராக கருதுகிறோம்.

ஹெகல் பற்றிய விரிவான விவாதத்தில் இறங்கா விட்டாலும், நமது கட்டுரையில் ஹெகலிய பிரச்சினைகளை கொண்டு வருவதை தவிர்க்க முடியாது. ஹெகல் ஃபினாமினாலஜியை எழுதிய போது 1789 ஃபிரெஞ்சுப் புரட்சி விடுதலைக்கு வழி வகுத்த ஒரு நிகழ்வாக அவரது கவனத்தை ஈர்த்தது. உண்மையான சிந்தனை (அல்லது அந்தச் சொல்லின் ஹெகலிய பொருளில், 'அறிவியல்') - உதாரணமாக, ஃபினாமினாலஜியின் 'அறிவியலே' - கால் கொண்ட நடைமுறை அடிப்படையாக ஃபிரெஞ்சு புரட்சிகர விடுதலையை அவர் பார்த்தார்.[7] ஃபினாமினாலஜியின் அத்தியாயம் IV-லும், இன்னும் குறிப்பாக அத்தியாயம் VI-லும் புராதன கிரேக்க நகர அரசுகளில் இருந்து தன் காலத்து ஃபிரெஞ்சுப் புரட்சி வரையிலான ஐரோப்பிய வரலாற்றின் கோட்டுச் சித்திரத்தை வழங்குகிறார். இந்த வரலாற்றின் ஒவ்வொரு கட்டமும் அங்கீகாரத்தின் தனித்த ஒரு வகைமுறையைக் கொண்டிருந்தது; இந்த வரலாறு ஃபிரெஞ்சுப் புரட்சியுடன் முடிகிறது. அப்போது பரஸ்பர அங்கீகாரம் [பரஸ்பர அறிதல் - மொ.பெ அல்லது அன்னியமாக்கப் படாத அங்கீகாரம் சாதிக்கப்பட்டது.

இந்த இடத்தில் ஃபினாமினாலஜி தொடர்பான சில விபரங்களை தவிர்க்க இயலாது. 1806-07-ன் ஹெகலுக்கு ஃபிரெஞ்சுப் புரட்சி பரஸ்பர அங்கீகாரம் நிலவுவதை சாத்தியமாக்கிய நிகழ்வாக இருந்தது. எனினும், நூலில் 'அறுதி சுதந்திரமும் பயங்கரமும்' (Absolute Freedom and Terror)

என்று தலைப்பிடப்பட்ட புரட்சியின் நிகழ்வுகளை விவாதிக்கும் பிரிவு நேரடியாக வெற்றிமுழக்கமிடும் பிரதியாக இல்லை. புரட்சிகரக் கூட்டத்தில் 'ஒவ்வொரு [தனிமனிதரும்] முழுமையில் இருந்து பிரிக்கப்படாமல் உள்ளார். அவர் எல்லாவற்றையும் செய்கிறார், மொத்தமும் செய்வதாகத் தோன்றுவது ஒவ்வொருவரின் நேரடியான கூருணர்வுரீதியான செயலாக உள்ளது' என்பது ஹெகலின் தொடக்கப் புள்ளி *(1977:357)*. பரஸ்பர அங்கீகாரம் என்ற கருத்துருவை முதலில் அறிமுகப்படுத்தும் போது ஹெகல் பயன்படுத்திய சொற்றொடரை இந்த வரையறை எதிரொலிக்கிறது. "நான்" "நாம்" ஆகவும் "நாம்" "நான்" ஆகவும் இருக்கும் ஒரு நிலையை அவர் மனதில் கொண்டுள்ளார் *(1977:110)*. ஐரோப்பிய வரலாற்றைப் பற்றிய கோட்டுச்சித்திரத்தின் இறுதியில் இந்த தருவதும் பெறுவதுமான சொல்லாடலுக்கு ஹெகல் திரும்புவதன் மூலம் ஃபிரெஞ்சுப் புரட்சி சாதித்தது என்ன என்பதை நாம் பார்க்க முடிகிறது. மொத்தத்தில், பரஸ்பர அங்கீகாரம் புரட்சிகர பாரிசின் தெருக்களில் முதன் முதலில் தோன்றுகிறது. மேலே மேற்கோள் காட்டப்பட்ட பத்தியில், புரட்சிகர சுதந்திரமும் பரஸ்பர அங்கீகாரமும் ஒரே விஷயம்தான் என்று ஹெகல் வாதிடுகிறார். கூட்டத்தின் செயல்பாடு நிலையற்றது, மறைந்து போகக் கூடியது என்று அவர் அறிந்திருந்தார் என்பதில் ஐயமில்லை: புரட்சி எதிர் கொண்ட பிரச்சினை, பரஸ்பர அங்கீகாரம் நீடிப்பதை உறுதி செய்வது தான். பரஸ்பர அங்கீகாரத்தை தொடங்கி வைக்கும் முயற்சிகள் பரஸ்பர அங்கீகாரத்துடனேயே முரண்படுகின்றன என்பதுதான் ஃபிரெஞ்சுப் புரட்சி எதிர்கொண்ட சிரமம். உதாரணமாக, புரட்சியானது அரசமைப்புச் சட்டத்தை உருவாக்குதல் என்ற 'சர்வப்பொது வேலையை'ச் செய்ய ஆரம்பிக்கும் போது அது தனிநபருக்கு மேலாகவும் எதிராகவும் நிற்கும் ஒரு சமூகக் கட்டமைப்பை உருவாக்குகிறது, அதன் மூலம் சுதந்திரத்தை மீண்டும் ஒருமுறை அன்னியமாக்குகிறது.[8] 'முறையான செயல்கள்' என்று ஹெகல் குறிப்பிடுவது *(1977:359)* - அவர் இராணுவப் படையெடுப்புகளைக் குறிக்கிறார் - சுதந்திரத்துடன் புதிய வழியில் முரண்படுகிறது, அதை அன்னியமாக்குகிறது. இறுதியில், புரட்சிகர அரசு பயங்கரமாக மாறும் போது முரண்பாடு தெளிவாகத் தெரிகிறது: 'சர்வப்பொது சுதந்திரத்தின் ஒரே வேலையும் பணியும்... இறப்பு' *(1977:360)*. ஃபிரெஞ்சுப் புரட்சி பரஸ்பர அங்கீகாரத்தை செயல் படுத்திய போதிலும், பரஸ்பர அங்கீகாரத்தை நிலையான வழியில் எப்படி நிறுவுவது என்று அது காட்டவில்லை. ஃபினாமினாலஜியின் ஹெகலுக்கு பரஸ்பர அங்கீகாரம் என்ற பிரச்சினை எதிர்காலத்தில் உள்ளது. இளம் ஹெகலியர்களும் மார்க்சும் பார்த்தது போல அவை நிகழ்காலத்தின் மற்றும் எதிர்காலத்தின் பிரச்சினைகள்.

இங்கு வலியுறுத்த வேண்டிய இன்னொரு விரிவான விஷயம் வரலாற்றின் போக்கு தொடர்பானது. ஃபினாமினாலஜியின் ஹெகலைப் பொறுத்தவரை, வரலாற்று காலகட்டங்கள் அங்கீகாரத்தின் வகை முறைகள் என்று நாங்கள் பரிந்துரைத்திருந்தோம். விதிவிலக்கு இல்லாமல் இந்த வகைமுறைகள் முரண்படும் - அல்லது இதையே வேறு வகையில் சொல்வதானால், அன்னியமாக்கப்பட்ட அல்லது முரண்பட்ட-அங்கீகாரத்தின் வகைமுறைகள் என்று நாங்கள் வலியுறுத்த விரும்புகிறோம். ஃபினாமினாலஜியின் வரலாற்று எடுத்துரைப்பின் இறுதியில்தான் அங்கீகாரம் முரண்படுத்தப்படாமல்- அதாவது பரஸ்பர - வழியில் இருக்கிறது. ஃபினாமினாலஜியின் ஹெகல் முரண்படும் அல்லது முரண்படுத்தப்பட்ட அங்கீகாரம் பற்றி எழுதும் போது அவர் மனதில் கொண்டுள்ள முரண்பாடுகள் - முரண்பாடுகளின் வகைகள் - என்ன? இது மார்க்சின் வாதங்கள் மீது தாக்கம் கொண்டிருப்பதால் அதை இங்கு தெளிவுபடுத்துகிறோம்.

ஃபினாமினாலஜி சிந்திக்கும் முரண்பாட்டின் ஒரு வகை, 'ஒரு தரப்பான, சமமில்லாத' அங்கீகாரம் என்று ஹெகல் அழைப்பது (1977:116). இந்த அங்கீகாரத்தின் மிகப் பிரபலமான உதாரணம் ஒரு பிரபுவுக்கும் (ஹெர் - *Herr*) அவரது பண்ணையடிமைக்கும் (*Knecht*) இடையேயான அங்கீகாரம். 'ஒரு சார்பான', 'சமத்துவமில்லாத' அங்கீகாரம் தன்னைத்தானே பலவீனப்படுத்திக் கொள்வதால் முரண்படுவதாக உள்ளது. பிரபு பண்ணையடிமையின் அங்கீகாரத்தை சார்ந்திருந்தாலும், பண்ணையடிமை அங்கீகரிக்கும் திறன் உடையவர் என்பதை அவர் பிரபு மறுப்பதால் அது தன்னைத் தானே பலவீனப்படுத்திக் கொள்கிறது. பிரபுவின் நோக்குநிலையில் இருந்து, பண்ணையடிமை மிகவும் கீழானவர். ஒரு ஆதிக்க உறவு (*Herrschaft*) என்பது கண்டிக்க வேண்டியது மட்டுமின்றி, தன்னைத்தானே தோற்கடித்துக் கொள்வதும் கூட, மணலில் கட்டப்பட்ட கோட்டை என்று ஹெகல் நமக்குச் சொல்கிறார். இதன் தாக்கங்கள் கணிசமானவை.

ஃபினாமினாலஜியில் முரண்படும் அங்கீகாரம் எடுக்கும் முக்கிய வடிவம் 'ஒரு தரப்பான சமமற்ற' அங்கீகாரம். ஆனால் இன்னொரு வடிவம் இருக்கிறது. இதுவும் மார்க்சின் படைப்பில் வருவதால் அதையும் அங்கீகரிப்பது முக்கியமாகிறது. முரண்படும் அங்கீகாரத்தின் இந்த வடிவம், வகிபாக வரையறைகளின் அடிப்படையில் செயல்படும் அங்கீகாரம், இது சமூக நிறுவனங்களில் பொறிக்கப்பட்டுள்ளதாக ஃபினாமினாலஜி கருதுகிறது. சமூக நிறுவனங்கள் - இவற்றுக்கு ஹெகலின் பதம் '*geistige Massen*' (பார்க்கவும் ஹெகல் 1977: 300, 356-7)- தனிமனிதர்களுக்கு மேலாக எதிராக நிற்கின்றன. சமூக நிறுவனங்களுடனான

உறவில் ஒரு தனிமனிதர் அன்னியமாக்கப்பட்ட வாழ்க்கையைத்தான் நடத்த முடியும். சமூக வகிபாக வரையறைகளின் அடிப்படையில் மட்டும் அறியப்படும் ஒரு தனிமனிதர் தனக்கு எதிராகவே பிரிக்கப் பட்டுள்ளார்: வகிபாக வரையறையில் சேர்க்கப்பட்டுள்ள மனிதரின் பகுதி (‘சர்வப்பொது’ பகுதி) சமூகரீதியாக அங்கீகரிக்கப்படுகிறது, ஆனால் தனிமனிதரின் எஞ்சிய பன்முகத்தன்மை (‘குறிப்பிட்ட’ பகுதி) கருத்தில் இருந்து அகன்று விடுகிறது. தனிநபர் ஒத்திசைவான, சுய-தீர்மானிக்கும் இருத்தலாக அங்கீகரிக்கப்படவில்லை. வகிபாகங்களால் வரையறுக்கப் படும் தனிநபர்களும் அவற்றை உருவாக்கும் நிறுவனங் களும் ஒன்று மற்றொன்றிலும் ஒன்று மற்றொன்றின் ஊடாகவும் சுதந்திரமாக இல்லை. நிறுவனங்களின் உலகத்தில் தனிமனிதர்கள் ஒருவர் மற்றொருவரின் சுய-தீர்மானிப்பை தெளிவாக்குவதில்லை.

மார்க்ஸ், ‘யோக்கமோனிஷென் கேரக்டர்மாஸ்கன்’ (‘ökonomischen Charaktermasken' - பொருளாதார பாத்திரங்களின் வேடங்கள்) பற்றி குறிப்பிட்டு அவற்றை விமர்சிக்கும் போது முரண்படும் அங்கீகாரத்தின் இரண்டாவது வடிவத்தை அவர் எடுத்துக் கொள்கிறார் (1975a: 114). சந்தையில் தனிமனிதர்கள், ‘ஒருவரை ஒருவர் உடைமையாளர்களாக அங்கீகரிக்கின்றனர்’ என்று குருண்ட்ரிசேயில் மார்க்ஸ் அறிவிக்கும் போது இது உணர்த்தப்படுகிறது (1973:243). ஃபினாமினாலஜியின் முரண்படும் அங்கீகாரத்தின் இரண்டாவது வடிவத்தை மனதில் கொண்டிராவிட்டால், இப்போது மேற்கோள் காட்டிய பகுதிகள் போன்றவற்றைப் புரிந்து கொள்வதற்கு முதலாளித்துவ சந்தை உறவுகளில் பரஸ்பர அங்கீகாரத்தின் மறைமுகமான அம்சங்களைத் தேடி நாம் ஓடிக் கொண்டிருப்போம்.[9] நாங்கள் பின்னர் நிரூபிக்கவிருப்பதைப் போல மார்க்சின் சிந்தனையில் அத்தகைய சீர்திருத்தவாத தடங்கள் எதுவும் இல்லை.

ஹெகலில் உள்ள விவரங்கள் பற்றிய பேசும் போது, வரலாற்றின் ஓட்டத்தில் - அல்லது மார்க்ஸ் சொல்வது போல, ‘இதுவரையிலான சமூகம் அனைத்தின்’ (மார்க்ஸ், எங்கெல்ஸ் 1976b, 482) - வரலாற்றில் இருக்கும் அங்கீகாரத்துக்கும், வரலாற்றுக்குப் பிந்தையது என்று அழைக்கும் உலகத்தில் இருக்கப் போகும் பரஸ்பர அங்கீகாரத்துக்கும் இடையிலான வேறுபாட்டை தெளிவுபடுத்துவது முக்கியமானது.[10] அன்னியமாக்கப்பட்ட அங்கீகாரத்துக்கும் சுய-தீர்மானிக்கும், விடுவிக்கும், நோக்குநிலை மீட்கப்பட்ட அங்கீகாரத்துக்கும் இடையிலானதுதான் அந்த வேறுபாடு. இந்த வேறுபாட்டை பரிசீலிக்கும் போது, வெறும் விவரம் பற்றியதாக இல்லாமல் நமது உரிமைகோரல்களுக்கு

இன்றியமையாத ஒரு கருத்தை நாம் வந்தடைகிறோம். அது, ஒரு நல்ல உரையாடலுக்கு இணையானது என்று நாங்கள் முன்மொழிகிறோம். அதாவது வரும் எல்லோரையும் இணைத்துக் கொள்ளும், பேசுபொருள் எங்கெல்லாம் இட்டுச் செல்கிறதோ அங்கெல்லாம் தொடர்ந்து செல்லும் ஒரு உரையாடல். இந்த உரையாடல் வெளிப்புற நிபந்தனைகளால் - உதாரணமாக, இந்த அல்லது அந்த சமூக நிறுவனம் அல்லது சமூக பாத்திரம் வலியுறுத்தும் தேவைகளால் - வரம்பிடப்பட்டால் அது 'நல்லதாக' இல்லாமல் போகிறது. அது 'உரையாடலாக' இல்லாமல் போகிறது. அது சமூக வகிபாகம் அல்லது நிறுவனம் சேவைசெய்யும் அதிகாரக் கட்டமைப்பை தூக்கிப் பிடிப்பதற்கான வெற்றுச் சடங்காகிறது. இந்தக் கருத்தை வேறு சொற்களில் சொன்னால்: அங்கீகாரம் பரஸ் பரமானதாக இருக்க வேண்டுமானால், முன்னும் பின்னும் செல்லும் இயங்காற்றலைக் கொண்டிருக்க வேண்டுமானால் (பேசுபொருள் எங்கெல்லாம் இட்டுச் செல்கிறதோ அங்கெல்லாம் செல்லும் 'நல்ல' உரையாடலைப் போல), அது தன்னைத் தவிர வேறு எதற்கும் பதிலளிக்க வேண்டியதாக இருக்கக் கூடாது. அங்கீகாரத்துக்கு ஒரு கட்டமைப்பு இருக்க வேண்டுமானால் அந்தக் கட்டமைப்பு அதற்கே உரியதாக இருக்க வேண்டும். குழப்பமயமான அல்லது தாறுமாறான என்ற உணர்வில் இல்லாமல், தனக்கான இயங்காற்றலை தானே தருகிறது என்ற உணர்வில் அது 'கட்டமைப்பற்றதாக' இருக்க வேண்டும். இந்த உணர்வில், அங்கீகாரம் பற்றிய எங்களது கருத்து அரசமறுப்புவாதம் என்று ஏற்பதில் எங்களுக்கு தயக்கமில்லை.

அங்கீகாரம் பற்றி மார்க்ஸ்

ஹெகலின் சிந்தனையின் மையத்தில் அங்கீகாரம் இருப்பது போலவே, மார்க்சின் சிந்தனை முழுவதிலும் ஓடும் கருப்பொருளாகவும் அது உள்ளது; அவரது அக்கறைகளின் பல்வகை வீச்சை புரிந்து கொள்ள அனுமதிக்கிறது. மார்க்ஸ், அங்கீகாரம் பற்றிய சிந்தனையாளர் என்று வ்ாதிடுவது மார்க்சிய அடிப்படையில் மரபு மீறியதுதான். நீண்ட காலமாக தொடரும் முன்முடிவுகள் காரணமாக, அங்கீகாரம் என்ற கருத்தாக்கத்துக்கு ஒரு 'மார்க்சியம் அல்லாத' ஒளி வட்டம் உள்ளது. ஆகச் சிறந்த நிலைகளில், அன்னியமாதல் பற்றிய விவாதங்களின் விளிம்புகளில்தான் அங்கீகாரம் இடம் பெறுகிறது; மிக மோசமான நிலைகளில், அது 'முதிர்ந்த' மார்க்ஸ் தூக்கி எறிந்து விட்ட ஹெகலிய சுமையைச் சேர்ந்தது என்று அனுமானிக்கப்படுகிறது. அங்கீகாரம் அடிப்படையில் மார்க்சை வாசிப்பதை இன்னும் ஒரு முன்முடிவு தடுக்கிறது. ஹெகலுடனான அவருடைய உறவை 'உரிமை பற்றிய

அங்கீகாரமும் புரட்சியும்   59

தத்துவம் மீதான விமர்சன பகுப்பாய்வு' என்ற கண்ணாடி மூலம் பார்த்து, ஹெகலின் முந்தைய - நாங்கள் வாதிட்டது போல மேலும் புரட்சிகரமான ஃபினாமினாலஜி ஆஃப் ஸ்பிரிட்-ன் தாக்கத்தை புறக்கணிப்பது இந்த முன்முடிவு. ஃபினாமினாலஜி அங்கீகாரம் பற்றி விவாதிப்பதன் புரட்சிகர தாக்கங்களை மார்க்ஸ் முழுமையாக அறிந்திருந்தார் என்றும், அது அவரது வாழ்நாள் முழுவதும் அவருக்கு உரைகல்லாக இருந்தது என்றும் நாங்கள் முன்மொழிகிறோம். அங்கீகாரம் பற்றிய ஹெகலின் கருத்துக்களும், மார்க்சின் கருத்துக்களும் இணையாகச் செல்கின்றன.

எனவே, அங்கீகாரம் என்பதை ஒரு 'முதலாளித்துவ' கருத்தினம் என்று புரிந்து கொண்டிருக்கும் வாசகர் மார்க்சை வாசிக்கும் போது தனது முன்முடிவுகளை கைவிட்டு விட வேண்டும். மார்க்சின் பார்வை அதை விட பல மடங்கு நுட்பமானது. அங்கீகாரம் முதலாளித்துவ சிந்தனையாளர்களும் முதலாளித்துவத்தின் பிற சப்பைக்கட்டுவாதிகளும் பயன்படுத்திய ஒரு கருத்தினம் என்பது உண்மைதான். ஆனால், அதை முரணின்றி புரிந்து கொள்ளும் போது அந்தக் கருத்தினம் முதலாளித்துவ உலகப் பார்வையை உடைத்து நொறுக்கி விடும். தனது காலத்தின் முரண்படும் அங்கீகார வகைமுறைகளை அம்பலப்படுத்தவும், இந்த முரண்பாடுகளை தீர்த்து வைக்கும் பரஸ்பர அங்கீகாரத்துடனான இருத்தலைப் பற்றி சிந்திப்பதும் என்ற ஹெகலின் சவாலை மார்க்ஸ் எடுத்துக் கொண்டார் என்று நாங்கள் கருதுகிறோம்.

அங்கீகாரம் பற்றி மார்க்ஸ் என்பதன் மீதான முழுமையான விவாதத்துக்கு இங்கு இடம் போதாது.[11] அதற்குப் பதிலாக, அவரது பிரதிகளில் இருந்து தேர்ந்தெடுக்கப்பட்ட மிகவும் பொருத்தமானவற்றை நாங்கள் தருகிறோம். நாங்கள் அவரது ஜேம்ஸ் மில் மீதான கருத்துக்கள் என்ற பிரதியிலிருந்து தொடங்குகிறோம். அது பாரிஸ் கையெழுத்துப் பிரதிகள் (1844) எழுதப்பட்ட அதே ஆண்டில் எழுதப்பட்டது. அது கடன் கொடுத்தவருக்கும் கடன்பட்டவருக்கும் இடையிலான உறவைப் பற்றிப் பேசுகிறது. இந்தச் சிறு பத்தியில், மார்க்ஸ் கடன் கொடுத்த வரையும் கடன்பட்டவரையும் பற்றிப் பேசுவது ஹெகல் பிரபுவையும் பண்ணையடிமையையும் பற்றிப் பேசுவதற்கு நெருக்கமாக இருப்பது அதை வாசிப்பவரின் கவனத்தை கவர்கிறது. கடன் கொடுத்தவருக்கும் கடன்பட்டவருக்கும் இடையிலான உறவு 'சுயேச்சை' (Selbständigkeit), 'சார்புநிலை' (Unselbständigkeit) என்ற அதே முரண்படும் கலவையை வெளிப்படுத்துகிறது. பிரபுவுக்கும் பண்ணையடிமைக்கும் இடையே இருப்பது போல கடன் கொடுத்தவர்-கடன்பட்டவர் உறவின் இரு தரப்பும்

அந்த உறவால் தீர்மானிக்கப்பட்ட தனிமனிதர்கள். மார்க்ஸ் கடனின் 'பிணைப்பு' என்று அழைப்பது கடன் கொடுத்தவரையும் (அகநிலையாக, தார்மீகமாக), குறிப்பாக, 'கடன்பெறும்தகுதி' அவரது அடையாளத்தை வரம்பிடும் கடன்பட்டவரையும் வரையறுக்கிறது (மார்க்ஸ் 1975b: 263). கடன் கொடுத்தவர், திருப்பிச் செலுத்தும் அவரது திறன் அடிப்படையில் மட்டுமே அங்கீகரிக்கப்படுகிறார் என்கிறார், மார்க்ஸ்.

> கடன்தகுதி இல்லாத மனிதர் மீது ஏழை என்ற தீர்ப்பு மட்டு மின்றி, எந்த நம்பிக்கையும், எந்த அங்கீகாரமும் [*Anerkennung*] இல்லை என்ற இழிவான விழுமிய தீர்ப்பும் மீது வழங்கப் படுகிறது. அவர் சமூகத்தில் ஒதுக்கப்பட்டவர், மோசமான மனிதர் என்றும் மதிப்பிடப்படுகிறது. ஏழை மனிதர் தனது ஏழ்மையோடு கூடவே, இந்த அவமானத்தையும் அனுபவிக்கிறார், பணக் காரரிடம் கடன் கேட்கும் அவசியம் என்ற அவமதிப்பான அவசியத்தையும் எதிர்கொள்கிறார். (1975b:264, மொழிபெயர்ப்பு மாற்றப்பட்டது).

கடன் கேட்பதில் அல்லது வழங்குவதில் பரஸ்பர அங்கீகாரம் இல்லை, மாறாக, 'பரஸ்பர நடிப்பும், பாசாங்கும், மேட்டிமைத்தனமும்' உள்ளது. ஹெகலிய அங்கீகாரத்தில் உள்ள தனிநபரின் சுதந்திரத்தை 'பரஸ்பரம் இட்டு நிரப்புவது' இங்கு 'பரஸ்பரம் கொள்ளையிடுவதாக' மாறுகிறது. கடன் கொடுத்தவருக்கும் கடன்பட்டவருக்கும் இடையிலான உறவு இங்கு பணத்துக்கு 'பரஸ்பர அடிபணிதலாக' மாறுகிறது (*wechselseitige Knechtschaft*). பிரபுவுக்கும் பண்ணையடிமைக்கும் இடையிலான உறவு சீட்டுக்கட்டு கோபுரமாக முடிந்தது போலவே, இந்த வகையிலான ஒரு பக்கமான அங்கீகாரமும் மிகவும் நிலையற்று: கடன்பட்டவர் கடனைக் கட்டத் தவறினால் என்ன ஆகும்?[12]

இந்தச் சிறிய பத்தியில் அங்கீகார உறவாக கடன் மீது மட்டும் மார்க்சின் அக்கறை இல்லை, மாறாக, அரசியல் பொருளாதார அறிஞர்கள் மீது (இங்கு குறிப்பாக ஜேம்ஸ் மில் மீது) அவர் அக்கறை காட்டுகிறார். அவர்கள் கடன் அமைப்பை, அதன் மூலம் பொதுவில் முதலாளித் துவத்தின் முக்கியமான ஒரு தூணை நியாயப்படுத்த முயற்சிக்கின்றனர். அரசியல் பொருளாதாரத்தில் (இன்றைக்கு, 'நவதாராளவாத' சிந்தனையில் என்று சொல்லலாம்), நாம் முகம் பார்க்கும் கண்ணாடி வழியாக, மனிதர்களின் சார்புநிலை சுதந்திரமாகத் தோன்றும் மனிதர்களின் அவமானம் கண்ணியமாகத் தோன்றும் உலகத்துக்குள் செல்கிறோம். அரசியல் பொருளாதாரம் முதலாளித்துவச் சந்தையை சுதந்திரம் மற்றும் சமத்துவத்தின் முழுநிறைவடிவாக, 'மனிதரின் மிக உயர்ந்த அங்கீகாரமாக'

முன்வைக்கிறது (மார்க்ஸ் 1975b:264).¹³ ஆனால், எதார்த்தத்தில் தனித்துவமும் விழுமியமும் 'போலியாக்கப்பட்ட' உலகம் அது. அதில் 'மனிதர்களே பணமாக மாற்றப்படுகின்றனர்'. அரசியல் பொருளாதாரத்தின் தலைகீழ் உலகத்தில், முரண்படும் அங்கீகாரம் பரஸ்பர அங்கீகாரமாக வேடம் போட முடிகிறது.

முரண்படும் அங்கீகாரம் மீதான மார்க்சின் இத்தகைய விமர்சனம் தலைகீழாக்கப்பட்ட சமூக உலகத்துக்குப் பொருத்தமானது. அந்த உலகில் எல்லாமே எப்படித் தெரிகிறதோ அதற்கு மாறானதாக உள்ளது. இந்த அளவில், மார்க்ஸ் ஹெகலை ('தலைகீழாக நின்று கொண்டிருப்பதாக' கருதப்பட்டார்) 'நேராக திருப்பி நிறுத்த' மட்டும் செய்யவில்லை (ஒப்பிடவும் மார்க்ஸ் 1976:103). மாறாக, அவர் ஹெகல் ஏற்கனவே சித்தரித்த முரண்படும் அங்கீகாரத்தின் 'தலைகீழான உலகம்' (verkehrte Welt) என்ற அதே கருத்துநிலையைப் பயன்படுத்துகிறார்.¹⁴ முரண்படும் அங்கீகாரம் 'தலைகீழ் உலகத்தை' உருவாக்குகிறது என்பதை, மார்க்சின் ஜேம்ஸ் மில் மீதான கருத்துக்களில், கடன் கொடுத்தவருக்கும் கடன் பட்டவருக்கும் இடையேயான உறவில் பரஸ்பர நம்பிக்கையும் பரஸ்பர அங்கீகாரமும் போன்ற 'சாயலை'ப் பற்றிய பல குறிப்புகளில் பார்க்க முடிகிறது (குறிப்பாக பார்க்கவும் மார்க்ஸ் 1975b:263). முரண்படும் அங்கீகாரம் ஆதிக்கம் செலுத்தும் இடங்களில் அறம் அவசியமாகவே பாசாங்கு வேடத்தில்தான் தோன்றுகிறது என்று ஹெகலைப் போலவே மார்க்சும் உணர்ந்து கொள்கிறார். முதலாளிவர்க்க அறம் தனது சொந்த சாராம்சத்தை தர்க்கத்தின் மூலமாக மறைத்துக் கொள்கிறது. எல்லாமே தலைகீழாக இருக்கும் ஒரு உலகத்தில்தான் கடன் அமைப்பு பரஸ்பர அங்கீகாரமாக தோன்றமுடியும்.

குருண்ட்ரிச (1857-8), மூலதனம் (1867) போன்ற பிந்தைய படைப்புகள் அங்கீகாரம் பற்றி பேசுவதைப் பரிசீலிக்கும் போது, மார்க்சின் உலகப் பார்வையில் தீவிரமான மாற்றம் எதுவும் இல்லை என்பது தெளிவாகிறது- எதற்கு அழுத்தம் கொடுக்கப்படுகிறது என்பதில்தான் மாற்றம் உள்ளது. குருண்ட்ரிசேயும், மூலதனமும் ஜேம்ஸ் மில் பற்றிய கருத்துக்கள் நூலின் நோக்கமான பலவகையான முரண்படும் அங்கீகாரத்தை அம்பலப் படுத்துகின்றன. ஜேம்ஸ் மில் பற்றிய கருத்துக்கள் கடன் கொடுத்த வருக்கும் கடன்பட்டவருக்கும் இடையில் சமத்துவமற்ற அங்கீகாரத்தின் மீது (மற்றும் அன்னியமாக்கப்பட்ட சமூக வகிபாகங்களின் மீது) கவனத்தை குவிக்கையில், 'உடைமையாளர்களுக்கு' இடையேயான பரிவர்த்தனையோடு தொடர்புடைய முரண்படும் அங்கீகாரத்தை குருண்ட்ரிச அம்பலப்படுத்துகிறது. தனிமனிதர்கள் 'ஒருவரை ஒருவர்

உடைமையாளர்களாக அங்கீகரிக்க' வேண்டும் என்றால் (மார்க்ஸ் 1973:243), அவர்கள் முதலில் ஒருவருக்கொருவர் சுயேச்சையாக இருப்பதாக சட்டரீதியாக அங்கீகரிக்க வேண்டும். 'யாரும் இன்னொருவரின் சொத்தை வன்முறையின் மூலம் கைப்பற்றுவதில்லை, ஒவ்வொருவரும் தனது சொத்தை சுயவிருப்பத்தோடு உடைமை மாற்றம் செய்கிறார்' (1973:243) என்பது இதன் பொருள். ஒருவர் மற்றவரின் சுதந்திரத்தை இவ்வாறு அங்கீகரிப்பது வெறும் சாயல் மட்டுமே என்று மார்க்ஸ் உடனடியாக சுட்டிக் காட்டுகிறார்: அது ஒரு 'மேற்பரப்பு நிகழ்முறை, அதன் கீழ், ஆழத்தில், முற்றிலும் வேறுபட்ட நிகழ்முறைகள் செயல்பட்டுக் கொண்டிருக்கின்றன. அவற்றில் தோற்றத்திலான தனிமனித சுதந்திரமும் சமத்துவமும் மறைந்து போகின்றன'(1973:247). உடைமையாளர்கள் அல்லது சுதந்திரமான சமத்துவமான அடிப்படையில் பரிவர்த்தனை செய்யும் நபர்கள் என்ற தோற்றத்துக்குப் பின்னால் பரிசீலிக்கும் போது, அதற்கு பதிலாக மூலதனத்தையும் உழைப்பையும் (அவற்றின் 'முன் நிபந்தனை') பரிசீலிக்கும் போது இந்த 'சமத்துவமும் சுதந்திரமும், சமத்துவமின்மையும், சுதந்திரமின்மையுமாக முடிகின்றன' (1973:248-9).[15]

இதற்கான காரணங்கள் மூலதனம் நூலில் வெட்டவெளிச்சமாக்கப் படுகின்றன. சரக்குப் பரிவர்த்தனையின் முற்கோளாக தொழிலாளியை முதலாளி முறையாக சுரண்டுவது இருப்பது அங்கு நிரூபிக்கப்படுகிறது. மூலதனம் நூலில், அங்கீகரிக்கும் சமத்துவமின்மையின் உறவு மையமானது. அந்தப் படைப்பின் மிகப் பிரபலமான நகர்வு அரசியல் பொருளாதாரத்தைத் தாண்டிச் செல்கிறது. அரசியல் பொருளாதாரம், 'திறந்த இடத்தில் எல்லார் கண் முன்னாலும் யாவும் நடைபெறுகிற' பரிவர்த்தனைத் துறையில் மட்டும் கவனம் செலுத்துகிறது. அங்கு 'சுதந்திரமும், சமத்துவமும், சொத்துடைமையும் பெந்தமும் கோலோச்சுகின்றன' (மார்க்ஸ் 1976:280) [மூலதனம் முதல் பாகம், பக்கம் 242-3 - மொ.பெ.]. அங்கிருந்து மார்க்ஸ் 'உற்பத்தியின் மறைவான உள்ளிற்குள்' செல்கிறார். அங்கு சமூக உறவுகள் மிகவும் வேறுபட்ட வடிவத்தை எடுக்கின்றன:

> சாமானியச் சுற்றோட்டத்தின், அல்லது சரக்குப் பரிவர்த்தனையின் இந்த மண்டலத்தை விட்டு - "தடையிலா வாணிபப் பாமரருக்கு" அவரது பார்வைகளையும் கருத்துகளையும், மூலதனம், கூலி உழைப்பு இவற்றின் அடிப்படையிலான சமூகத்தை சீர்தூக்கிப் பார்ப்பதற்கான துலாக்கோலையும் வழங்குகிற இந்த மண்டலத்தை விட்டு வெளியேறியதுமே, நமது கதாபாத்திரங்களின் முகபாவம் மாறி விடுவதாக நமக்குத் தோன்றுகிறது. முன்பு பண

உடைமையாளராக இருந்தவர் இப்போது முதலாளியாக முன்னால் நடைபோடுகிறார். உழைப்புச் சக்தியின் உடைமையாளர் உழைப்பாளியாகப் பின் செல்கிறார். ஒருவர் பெரிய மனிதத் தோரணையுடன் பார்க்கிறார். அகம்பாவமாய்ச் சிரிக்கிறார், கருமமே கண்ணாய் இருக்கிறார். மற்றவர் அச்சத்துடன் தயங்குகிறார், தனது தோலை சந்தையில் விற்க வருபவர் தோல் உரிக்கப்படுமே என்று மிரள்வதைப் போல மிரள்கிறார் (மார்க்ஸ் 1976:280) [மூலதனம் முதல் பாகம், பக்கம் 243 - மொ.பெ.].

கடன் முறையைப் போலவே, சமத்துவ உறவாகத் தோற்றமளிப்பது முரண்பாட்டினால் துளைக்கப்பட்டிருப்பதை மார்க்ஸ் வெளிப்படுத்துகிறார்; ஒருவருக்கு சுதந்திரமாக இருப்பது மற்றவருக்கு சுதந்திரமின்மையாக உள்ளது. கடன் அமைப்பைப் போலவே, பரிவர்த்தனைத் துறையும் 'மனிதர்களுக்கு' இடையே பரஸ்பர அங்கீகாரத்தின் சாயலை வழங்குகிறது. அதற்குப் பின்னால் மிகவும் வேறுபட்ட எதார்த்தம் உள்ளது: சுரண்டலின் எதார்த்தம் - அதாவது முரண்படும் அங்கீகாரம் உள்ளது. முதலாளித்துவ சுரண்டல் என்பது ஹெகலிய உணர்விலேயே உள்ள ஆதிக்கத்தின் (Herrschaft) ஒரு நேர்வு.[16]

முதலாளி தொழிலாளரைச் சுரண்டுவதில் ஹெகலிய 'ஒரு பக்க மற்றும் சமனற்ற அங்கீகாரம்' உள்ளது என்பது இப்போது தெளிவாகி யிருக்கும். ஆனால், ஹெகலின் முரண்படும் அங்கீகாரத்தின் இரண்டாவது வடிவம் என்று நாம் அழைத்தது மீதும் மார்க்ஸ் அதே அளவு அக்கறை கொண்டுள்ளார். அது வகிபாக-வரையறைகளைக் கொண்டுள்ளது. முதலாளியும் தொழிலாளரும், குறிப்பிட்ட வர்க்க உறவுகள் மற்றும் நலன்களின் 'ஆளுருவங்கள்' - 'பொருள்வடிவங்கள்' அல்லது 'அவதாரங்கள்' அல்லது 'சுமப்பவர்கள்' (அவர் பல்வேறு உருவகங்களைப் பயன் படுத்துகிறார்) (மார்க்ஸ் 1976:92). முதலாளி மூலதனத்தின் ஆளுருவமாகவே உள்ளார்; முதலாளியாக இருக்கும்போது மட்டுமே அவர் 'முக்கியத்துவம்' பெறுகிறார் (1976:739). அதேபோல, தொழிலாளர் தன்னளவில் உழைப்பின் ஆளுருவமாகவே உள்ளார்: உற்பத்திச் சாதனங்கள் இல்லாத அவர், வேலை செய்வதற்கான திறனை மட்டும் கொண்டிருக்கும் அவர், அவர் முற்றிலும் மாற்றத்தக்கதாகிறார்: 'சாரமான உழைப்பு' ஆகிறார். இவ்வாறாக, முதலாளி, தொழிலாளர் இருவருமே ஒரு 'சமூகப் பொறியமைவின்' 'இயந்திர சாதனங்கள்' அல்லது 'இயந்திர பாகங்கள்' ஆக உள்ளனர் (1976:742, 739). முதலாளித்துவச் சந்தை என்ற அமைப்பு அந்த வகிபாகங்களை தவிர்க்கவியலாமல் தோற்றுவிக்கிறது. உழைப்பின் ஆளுருவமாக அல்லது மூலதனத்தின் ஆளுருவமாக இருப்பது ஒரு

சாரமாக்கல், அதில் ஒருவரது எல்லா தனிப்பட்ட பண்புகளும் ஒதுக்கி வைக்கப்படுகின்றன, அவரது பன்முகத்தன்மைகள் ஒற்றை பொதுமைப் படுத்தலாக குறுக்கப்படுகின்றன. அது ஒரு 'கதாபாத்திரத்தின் வேடத்தை' அணிவது (Charaktermaske) (மார்க்ஸ் 1975a: 114).

அங்கீகாரம் பற்றி நாங்கள் சொன்னதில் இருந்து பார்க்கும் போது, மார்க்சின் சிந்தனைப் போக்கின் புரட்சித்தன்மை தெளிவாகிறது. அவர் நேரடியாக உழைப்பு என்ற கருத்தினத்தின் தரப்பை எடுக்க முடியாது என்பது இதில் உள்ளார்ந்தது. ஒரு வர்க்கம் என்பது ஒருபக்கமானதும் சமனற்றதுமான அங்கீகார உறவின் ஒரு துருவம். மேலும், அதில் வகிபாகத்தை வரையறுக்கும் அங்கீகாரமும் உள்ளது: ஒரு 'தொழிலாளராக' இருப்பது என்பது, 'தொழிலாளி வர்க்கத்தின்' உறுப்பினராக இருப்பது என்பது முரண்படும் வழியில் அங்கீகரிக்கப்படுவதாகும். அத்தகைய அங்கீகரிக்கும் அடையாளம் கொண்டாடப்பட வேண்டயதில்லை, அது தூக்கி எறியப்பட வேண்டியது. இந்த புரட்சிகர கருத்தின் சாயல்கள் ஜேம்ஸ் மில் பற்றிய கருத்துக்கள் (Comments on James Mill)-ல் ஏற்கனவே இடம் பெற்றிருந்தன. மார்க்ஸ் 'உழைப்புக்கு' எதிராக 'வாழ்வை' நிறுத்துகிறார் (1975b:278). அவை மார்க்சின் பிற்கால படைப்புகளிலும் மீண்டும் இடம் பெறுகின்றன. அவற்றில் கம்யூனிசம் என்பது உற்பத்தி அடிப்படையில் இல்லாமல், முற்றிலும் புதிய 'சுய-கூருணர்விலான செயல்பாடாக' கருதப்படுகிறது. குருண்ட்ரிச அதனை விளக்குவது போல: 'அதன் நுகர்வில் இருப்பதைப் போலவே அதன் உற்பத்தியிலும் பன்முகத்தன்மையதாக உள்ள செழுமையான தனித் தன்மையின் வளர்ச்சி, எனவே அதன் உழைப்பு இனிமேலும் உழைப்பாக இடம் பெறாமல், செயல்பாட்டின் முழு வளர்ச்சியாகவே இடம் பெறுகிறது' (மார்க்ஸ் 1973:325).[17]

மார்க்சின் படைப்புகளில் ஓடிக் கொண்டிருக்கும் அங்கீகாரம் என்ற கருப்பொருளைப் பற்றி அறிந்திராத வாசகர், தவறாக வழி நடத்தப்பட்டு, (வெறும் தோற்றசாயலுக்கு எதிராக) சமூக 'எதார்த்தம்' பற்றிய அவரது பார்வையை உற்பத்தித் துறையில் தேடலாம். மாறாக, மூலதனம் நூல் உணர்த்துவது போல, உற்பத்தித் துறையிலும் தனி மனிதர்கள் இன்னும் வேடங்களை ('personae' அதன் அசல் கிரேக்க அர்த்தத்தில்) அணிந்துள்ளனர், 'ஆளுருவமாக்கல்' ஒரு வேடமாகவே இருந்து விடுகிறது. முதலாளித்துவம் ஒப்பந்தத் 'தரப்புகளுக்கு' இடையேயான தன்னிச்சையான பரிவர்த்தனையாக தோன்றுவது போலவே, 'தொழிலாளர்', 'முதலாளி' என்பவர்கள் வெறும் வர்க்கங்கள் இல்லை, அவை தொடர்புடைய தனிமனிதர்களை தவறாக அங்கீகரிக்கும் (அதன்

மூலம் அன்னியமாக்கும்) சாரமாக்கல்கள்.[18] ஒரு விடுவிக்கப்பட்ட உலகத்துக்கும் அத்தகைய சாரமாக்கல்களுக்கும் பொருத்தப்பாடு இல்லை என்பதும் இதில் உள்ளார்ந்துள்ளது. இதன் தாக்கம் தீவிரமானது. மார்க்சின் சிந்தனையில் கம்யூனிசம் என்பது முதலாளி தொழிலாளி என்ற படிநிலை திருப்பி அமைக்கப்படுவது இல்லை, மாறாக அந்த வகிபாகங்கள் வெடித்து உடைக்கப்படுவதான் கம்யூனிசம்.[19]

கம்யூனிசத்தின் இருத்தலை மார்க்ஸ் சித்தரிக்கும் அரிதான ஆர்வத்துக்குரிய சந்தர்ப்பங்களில், காரணத்தோடுதான் உழைப்புப் பிரிவினை போன்ற சமூக வகிபாகங்களும் நிறுவனங்களும் இல்லாத ஒரு நிலைமை என்று அதனை காட்டுகிறார் (உதாரணமாக பார்க்கவும் மார்க்ஸ், எங்கெல்ஸ் 1976 a:47). மூலதனம் நூல் சரக்குகளின் உலகத்தைத் தாண்டி 'சுதந்திர மனிதர்களின் கூட்டுச் சமூகத்தை'ப் பற்றிப் பேசுகிறது. (மார்க்ஸ் 1976: 171) [மூலதனம் முதல் பாகம், பக்கம் 115- மொ.பெ.] - அதில் 'தனிநபர் ஒருவரின் முழுமையான சுதந்திரமான மேம்பாடே ஆளும் நெறியாக அமைகிறது' (மார்க்ஸ் 1976:739) [மூலதனம் முதல் பாகம், பக்கம் 795 - மொ.பெ. கம்யூனிஸ்ட் அறிக்கை, 'ஒவ்வொருவரின் தங்கு தடையற்ற மேம்பாடே அனைவரின் தங்கு தடையற்ற மேம்பாட்டுக்கான முன்நிபந்தனையாக இருக்கும் கூட்டு சமூகத்தை' எதிர்நோக்குகிறது. (மார்க்ஸ் எங்கெல்ஸ் 1976b:506) [மார்க்ஸ் எங்கெல்ஸ் தேர்வு நூல்கள் 1, பக்கம் 297- மொ.பெ. தனி மனிதர்கள் மற்றவர்களுடனான உறவுகளின் ஊடாக (அவற்றையும் மீறி இல்லாமல்) சுதந்திரமாக இருக்கும் அத்தகைய ஒரு நிலைமை 'பரஸ்பர அங்கீகாரம்' என்று ஹெகல் புரிந்து கொண்டதுதான் என்று நாங்கள் முன்மொழிகிறோம்.

அங்கீகாரம் என்பது ஒரு முதலாளித்துவ கருத்தியல் என்ற முன் முடிவை கைவிட வேண்டியதன் அவசியத்தை இந்தப் பிரிவின் தொடக்கத்தில் நாங்கள் குறிப்பிட்டிருந்தோம். அங்கீகாரம் ஒரு அறுதியிடும் கருத்தினமாக இல்லை, ஒரு புரட்சிகரக் கருத்தினமாக உள்ளது என்பது எங்கள் வாதம், அதை நியாயப்படுத்தியிருக்கிறோமா? பரஸ்பர அங்கீகாரத்தை வழிகாட்டும் கொள்கையாக மார்க்ஸ் பின் பற்றினாரா அல்லது அரசியல் பொருளாதாரம் அதனை பாசாங்குடன் பயன்படுத்துவதை அம்பலப்படுத்த மட்டும் செய்தாரா? இந்த இரண்டு சாத்தியங்களும் ஒன்றையொன்று விலக்குபவை இல்லை என்று நாங்கள் முன்மொழிகிறோம். மார்க்ஸ் 'அரசியல் பொருளாதார அங்கீகாரத்தை' - கடன்கொடுத்தவருக்கும் கடன்பட்டவருக்கும் இடையிலான அல்லது சரக்குகளின் உடைமையாளர்களுக்கு இடையிலான

அங்கீகாரத்தை - விமர்சிப்பதில், அதனை வெறும் முறைபாடான, தோற்றமயக்கமான, பாசாங்கான அங்கீகாரத்தை விட மேம்பட்ட அங்கீகாரத்தின் வடிவத்துக்கு எதிராக நிறுத்துவது உள்ளார்ந்துள்ளது. மார்க்ஸ் அங்கீகாரத்தின் மீதான விமர்சனத்தை முன்வைக்கவில்லை, மாறாக, அதற்கு எதிரான உண்மையில் ஆதிக்கம் செலுத்தும், பரஸ்பர அங்கீகாரத்தின் சாயலின் மீதான விமர்சகர் அவர். அவரது படைப்புகள் சமத்துவமும் சுதந்திரமும் நேர் எதிராக மாறுவதை, பரஸ்பர அங்கீகாரம் முரண்படும் அங்கீகாரமாக மாறுவதை அம்பலப்படுத்துகின்றன. இதில் 'இளம்' மார்க்சுக்கும், 'முதிய' மார்க்சுக்கும் இடையே எந்த முறிவும் இல்லை. மார்க்சைப் போல இந்த தலைகீழாக்கலை விமர்சிப்பது என்பது பரஸ்பர அங்கீகாரத்தை ஒரு விழுமியமாக போற்றுவது. அத்தகைய நிலைப்பாட்டில் இருந்து மட்டுமே - அது 'எங்கிருந்தோ வந்த கருத்து' என்று சொல்லக் கூடிய ஒரு உள்ளார்ந்த நிலைப்பாடாக இருந்தாலும் கூட - ஒருவர் அப்படி விமர்சிக்க முடியும். பரஸ்பர அங்கீகாரம் முரண்படும் அங்கீகாரமாக மாற்றப்படுவதை மதிப்பிடு வதற்கான அளவையாக அதுவே மார்க்சுக்கு (ஹெகலுக்கு இருந்தது போல) பயன்படுகிறது. மார்க்சின் விமர்சன பகுப்பாய்வு, முதலாளித்துவம் அதன் சாராம்சத்திலேயே வேறறுக்கின்ற பரஸ்பர அங்கீகாரத்தை விட வேறு எந்த விழுமியங்களையும் சார்ந்திருக்கவில்லை.[20]

அங்கீகாரமும் புரட்சியும்

நாங்கள் தந்துள்ள உருவரையின் அடிப்படையில் மார்க்சையும் மார்க்சியத்தையும் மறுவரைவு செய்வது ஏற்கக் கூடியதுதானா? கருத் துருக்களின் வரலாற்றைக் கொண்டு பார்த்தால் அது ஏற்கக் கூடியதுதான் என்று தெரிகிறது. ஹெகலின் இறப்புக்குப் பிந்தைய பத்தாண்டுகளில் ஹெகலியர்கள் வலது ஹெகலியர்கள் (அல்லது பழைய ஹெகலியர்கள்), இடது ஹெகலியர்கள் (அல்லது இளம் ஹெகலியர்கள்) என்று பிரிந்த போது,[21] ஃபினாமினாலஜியின் பரஸ்பர அங்கீகாரம் என்ற கருத்து நிலை இளம் ஹெகலியர்களுக்கு விடுவிப்புக்கான உருவமாக ஆனது. எடுத்துக்காட்டாக, எட்கர் பௌவர், சுய-கூருணர்வுடன் கூடிய, அதே நேரம் 'அரசுக்கு அப்பாற்பட்ட' ஒரு 'சுதந்திர சமுதாயத்தை' எதிர் நோக்கினார் (ஸ்டெபெலவிச் 1983: 273-4-ல் சுட்டப்பட்டது). மேக்ஸ் ஸ்டர்னரின் தி ஈகோ அண்ட் ஹிஸ் ஓன் (The Ego and His Own) குறிப்பிட்ட தன்மையை உள்ளடக்கிய மற்றும் '-இருந்து விடுதலை' (freedom from) என்பதை விட அதிகமான ஒரு 'புதிய சுதந்திரத்தை' ஆதரித்தது (ஸ்டெபெலவிச் 1983(339, 343-ல் சுட்டப்பட்டது). மார்க்ஸ் விடுவிக்கப்பட்ட சமூகம் பற்றிய தனது கருத்துநிலையை ஹெகலின்

பரஸ்பர அங்கீகாரம் என்ற கருத்துநிலையை அடிப்படையாகக் கொண்டு உருவாக்கினார் என்ற எங்கள் முன்மொழிவு இளம் ஹெகலிய காலகட்டத்துடன் நேரடியாக பொருந்துகிறது. மார்க்ஸ் தனது புரட்சிகர வாழ்வை இளம் ஹெகலியராக தொடங்கினார், அதன் பின்னர் இலண்டனுக்கு அகதியாகப் போன பிறகும் தனது தொடக்ககால கருத்துகளை தொடர்ந்து பற்றிக் கொண்டிருந்தார். இளம் ஹெகலிய வாதத்தில் இருந்து முறித்துக் கொண்டதற்காக அவர் புகழ்பெற்றார். மாறாக, இளம் ஹெகலிய மற்றும் இடது ஹெகலிய விடுவிக்கும் கருத்துருக்களை தொடர்ந்து ஆதரித்ததற்காக அவர் புகழ் பெற்றிருக்க வேண்டும்.

மார்க்சின் படைப்புகளை இன்னும் முழுமையாக ஆய்வு செய்தால், மார்க்ஸ் ஹெகலைப் போல அங்கீகாரத்தைப் பற்றிய கோட்பாட்டாளர் என்பதற்கு இன்னும் அதிக ஆதாரங்கள் கிடைக்கும் என்று நாங்கள் முன்மொழிகிறோம். இந்த ஒளியில் பார்க்கும் போது மார்க்சைப் பற்றிய கருத்து பெருமளவு மாறுகிறது, அதில் அந்த அளவுக்கு அரசியல் தாக்கங்களும் உள்ளார்ந்துள்ளன. முதலாளித்துவ சமூக உறவுகள் பற்றிய மார்க்சின் வாதங்களை அங்கீகாரம் தொடர்பான வாதங்கள் என்று நாம் புரிந்து கொள்ளும் போது, அவற்றின் முரண்படும் தன்மை தெளிவாகிறது. கம்யூனிசம் பற்றிய மார்க்சின் கருத்துக்களை பரஸ்பர அங்கீகாரம் பற்றிய வாதங்களாக புரிந்து கொள்ளும் போது, மற்றவர்களின்-மூலமாக-சுதந்திரம் என்ற அவரது தொலைநோக்குப் பார்வையின் ஆழம் இன்னும் தெளிவாகிறது. ஹெகலின் *ஃபினாமினாலஜி* ஆதிக்கத்தின் முரண்படும் வரலாற்றின் கோட்டுச் சித்திரத்தை வழங்குவது போலவே, மார்க்சின் படைப்பு ‘கீழ்த்தரமாக, அடிமையாக, ஒதுக்கப்பட்டவனாக, வெறுக்கத்தக்க இருத்தலாக மனிதனை ஆக்கிவைத்துள்ள எல்லா உறவுகளையும் தூக்கி எறியும்’ நோக்க முடையது (மார்க்ஸ், எங்கெல்ஸ் 1975:182) [*மார்க்ஸ் எங்கெல்ஸ் தேர்வு நூல்கள்*, தொகுதி 1, பக்கம் 49-50 - மொ.பெ. - மொழிபெயர்ப்பு மாற்றப்பட்டது]. வேறு சொற்களில், முரண்படும் அங்கீகாரத்தின் எல்லா உறவுகளையும் ஒழித்துக் கட்டுவது மார்க்சியத்தின் நோக்கம்.

அத்தகைய நோக்கம் இப்போதை விட அதிக பொருத்தமுடைய தாகவோ அல்லது அவசரமானதாகவோ எப்போதும் இருந்திருக்க முடியாது. தமது சொந்த கட்டமைப்புகளுக்குள்ளாகவே ஆதிக்கத்தையும் நிறுவனரீதியான அன்னியமாக்கலையும் மறுவுற்பத்தி செய்வதன் அபாயங்களை உலகெங்கிலும் உள்ள எண்ணற்ற இடதுசாரி இயக்கங்கள் உணர்ந்திருக்கின்றன. இந்த நேரத்தில் அங்கீகாரம் மீதான

கவனம் இன்னும் அதிகம் பொருத்தமானது. இன்றைய இடது-சாரி போராட்டங்கள் எல்லாவற்றையும் விட மேலாக, அமைப்பாக்கலின் படிநிலை வடிவங்களுக்கு முன்உருக்கொடுப்பதற்கு சாதகமாக நிராகரிப்பதைக் காட்டுகின்றன (குன், வில்டிங் 2014a). போராட்டம் எதை இலக்காகக் கொண்டுள்ளதோ - மார்க்சைப் பொறுத்தவரை 'ஒவ்வொருவரின் முழுமையான சுதந்திரமான மேம்பாடு' என்ற இலக்கு- அதனை போராட்டத்துக்குள்ளாகவே பேணி வளர்க்க வேண்டும். கடந்தகால இயக்கங்களின் ஜனநாயக-மத்தியத்துவத்தை விட முக்கியமானதாக முன்உருக்கொடுத்தலை தேர்ந்தெடுப்பதன் மையத்தில் பரஸ்பர அங்கீகாரம் உள்ளது என்று நாங்கள் முன்மொழிகிறோம்.

அங்கீகாரத்தின் அடிப்படையில் புரட்சியைப் பார்க்கும்போது புதிய புரிதல்கள் கிடைக்கின்றன. இன்றைய புரட்சிகர இயக்கங்களில் ஒற்றுமையையும் பரஸ்பர உதவியையும் பேணி வளர்ப்பன் மூலமும், சுய-கல்வியை முன்நிறுத்துவதன் மூலமும், தீவிர சமத்துவ, நேரடி ஜனநாயக ('கிடைநிலை') அமைப்பு வடிவங்களை வளர்ப்பதற்கான முயற்சியானது 'வெளிநோக்கிய போராட்டத்துக்கான' பரஸ்பரம் அங்கீகரிக்கும் 'இல்லத்தை' உருவாக்குவதற்கான முயற்சிகளாகவே உள்ளன.

புரட்சிகர போராட்டத்தில் பங்கேற்கும் ஒருவருக்கு (திறந்தநிலை மார்க்சியம் பற்றிய கோட்பாட்டாளருக்கு இருப்பது போலவே) சுய-தீர்மானிக்கும் எதிர்காலம் பற்றிய நம்பிக்கைக் கீற்றுகள் தொடர்பான கேள்விகள்தான் முக்கியமானவை. எல்லாவற்றுக்கும் மேலாக, எல்லாவற்றுக்கும் முன்னதாக பரஸ்பர அங்கீகாரம் தொட்டறியக் கூடியதாக, நேரடியாக அனுபவிக்கக் கூடியதாக இருப்பது முக்கியமானது. சுதந்திரம் நீடித்து நிலைப்பதற்கான வாழ்வும் உறவாடலும் பரஸ்பர அங்கீகாரம் ஆக உள்ளன. பரஸ்பர அங்கீகாரம் இருந்தால், புரட்சிக்கு எதிர்காலம் உள்ளது. பரஸ்பர அங்கீகாரத்துக்கு இடம் இல்லை என்றாலோ, அல்லது கூடுதலான அல்லது குறைவான தொலைவில் உள்ள மூலஉத்தி நோக்கத்துக்காக அது பலி கொடுக்கப்பட்டாலோ புரட்சி திசைமாறிப் போகிறது. புரட்சி புரட்சியாக இருக்க வேண்டு மானால், அது எப்படி தொடர நினைக்கிறதோ அப்படியே தொடங்குவது அவசியம். பரஸ்பரம் அங்கீகரிக்கும் உறவாடலின் வெண்தணலை புரட்சி ஆற விட்டு விட்டதும், படிநிலையுடனான வகிபாக-வரையறையின் அன்னியமாக்கலுடன் கூடிய ஓர் எதிர்காலம் அச்சுறுத்துகிறது. அதற்கு மாறாக, பரஸ்பர அங்கீகாரத்துடன் கூடிய 'இல்லம்' பேணி பாதுகாக்கப் பட்டால், அதற்கு எதிராக எவ்வளவு வன்முறை செலுத்தப்பட்டாலும்

புரட்சி அதன் கரணியத்தை தக்க வைத்துக் கொள்கிறது. புரட்சியின் இலக்கு தொடர்ந்து செயல்படுவதால் 'வெளிப்புறம் நோக்கிய போராட்டம்' சாத்தியமாகிறது.

நூல் பட்டியல்

ப்ளோஹ் ஈ (2006), ட்ரேசஸ், மொழிபெயர்ப்பு ஏ நாசர், ஸ்டேன் ஃபோர்ட்: ஸ்டேன்ஃபோர்ட் யூனிவர்சிடி பிரெஸ் (Bloch, E. (2006) *Traces*, trans. A. Nassar, Stanford: Stanford University Press).

கிளீவர் எச் *(2000), ரீடிங் கேபிடல் பொலிடிகலி,* இரண்டாம் பதிப்பு, லீட்ஸ் அண்ட் எடின்பர்க்: ஆன்டிதீசிஸ்/ஏகே பிரெஸ் (Cleaver, H. (2000) *Reading Capital Politically*, 2nd edition, Leeds and Edinburgh: Antithesis/AK Press).

கிளீவர் எச் *(2017), ரப்சரிங் த டயலெக்டிக்,* ஓக்லண்ட்:பி.எம். பிரெஸ். (Cleaver, H. (2017) *Rupturing the Dialectic*, Oakland: P. M. Press).

டினர்ஸ்டெய்ன் ஏ *(2015), த பாலிடிக்ஸ் ஆஃப் அடானமி: த ஆர்ட் ஆஃப் ஆர்கனைசிங் ஹோப்,* பேசிங்ஸ்டோக்: பால்க்ரேவ் மேக் மில்லன் (Dinerstein, A. (2015) *The Politics of Autonomy: The Art of Organising Hope*, Basingstoke: Palgrave Macmillan).

ஃபெதரிச்சி எஸ் *(2008), ரெவல்யூஷன் அட் பாய்ன்ட் ஜீரோ,* ஓக்லண்ட்:பிஎம் பிரெஸ் (Federici, S. (2008) *Revolution at Point Zero*, Oakland: PM Press).

குன் ஆர் *(2015)* (Gunn, R. (2015)), *Lo que usted siempre quiso saber sobre Hegel y no se atrevió a preguntar*, Buenos Aires: Herramienta.

குன் ஆர் *(2017), 'ஆன் ஓப்பன் மார்க்சிசம்'* (Gunn, R. (2017) 'On Open Marxism') *'25 இயர்ஸ் ஆஃப் ஓப்பன் மார்க்சிசம்'* கருத்தரங்கில் வாசிக்கப்பட்ட ஆய்வுக் கட்டுரை, ('25 Years of Open Marxism'), Benemérita Universidad Autónoma de Puebla, 16 October.

குன் ஆர், வில்டிங் ஏ *(2012), 'ஹாலவே, லா ப்யோடீ, ஹெகல்', ஜர்னல் ஆஃப் கிளாசிகல் சோசியாலஜி* (Gunn, R. and Wilding, A. (2012) 'Holloway, La Boétie, Hegel', *Journal of Classical Sociology*) 12(2).

குன் ஆர், வில்டிங் ஏ *(2013), 'ரெவல்யூஷனரி ஆர் லெஸ்-தேன் ரெவல்யூஷனரி ரெகக்னிஷன்'* (Gunn, R. and Wilding, A. (2013) 'Revolutionary or Less-than-Revolutionary Recognition'), www.academia.edu/4098673/Revolutionary_or_Less-than Revolutionary_ Recognition.

குன் ஆர், வில்டிங் ஏ *(2014a), 'ரெகக்னிஷன் கான்ட்ரடிக்டட்', சவுத் அன்லான்டிக் குவார்ட்டர்லி* (Gunn, R. and Wilding, A. (2014a) 'Recognition Contradicted', *South Atlantic Quarterly*) 113 (Spring).

குன் ஆர், வில்டிங் ஏ *(2014b), 'மார்க்ஸ் அண்ட் ரெகக்னிஷன்'* (Gunn, R. and Wilding, A. (2014b) 'Marx and Recognition'), at www.richard-gunn.com/marx-and-marxism.

ஹார்ட் எம், நெக்ரி ஏ *(2017), அசெம்ப்ளி,* ஆக்ஃபோர்ட்: ஆக்ஸ் ஃபோர்ட் யூனிவர்சிடி பிரெஸ் (Hardt, M. and Negri, A. (2017) *Assembly*, Oxford: Oxford University Press).

ஹெகல் ஜி டபிள்யு எஃப் *(1977), தூய உணர்வின் புலன் கடந்த ஆய்வு* (Hegel, G. W. F. (1977) *Phenomenology of Spirit*), மொழிபெயர்ப்பு ஏ வி மில்லர், ஆக்ஸ்ஃபோர்ட்: கிளாரண்டன் பிரெஸ் (A. V. Miller, Oxford: Clarendon Press).

ஹாலவே ஜே *(2010), கிராக் கேபிடலிசம்,* லண்டன்: புளூடோ பிரெஸ் (Holloway, J. (2010) *Crack Capitalism*, London: Pluto Press).

ஹோனத் ஏ (2014), ஃப்ரீடம்ஸ் ரைட், கேம்பிரிட்ஜ்:பாலிடி பிரெஸ் (Honneth, A. (2014) *Freedom's Right*, Cambridge: Polity Press).

ஹூக் எஸ் (1962), ஃப்ரம் ஹெகல் டு மார்க்ஸ், அன் ஆர்பர்: யூனிவர்சிடி ஆஃப் மிச்சிகன் பிரெஸ் (Hook, S. (1962) *From Hegel to Marx*, Ann Arbor: University of Michigan Press).

மெக்லெல்லன் டி (1980), த யங் ஹெகலியன்ஸ் அண்ட் கார்ல் மார்க்ஸ், லண்டன்:மேக்மில்லன்) (McLellan, D. (1980) *The Young Hegelians and Karl Marx*, London: Macmillan).

மாரம் ஒய், கிளெய்ன் என் (2012), 'வொய் நவ்? வாட் நெக்ஸ்ட்? எ கான்வர்செஷன் அபவுட் ஆக்யுபை வால்ஸ்ட்ரீட்', த நேஷன் (Marom, Y. and Klein, N. (2012) 'Why Now? What Next? A Conversation about Occupy Wall Street', *The Nation*) (9 January), www.thenation.com/article/why-now-whats-next-naomi-klein-and-yotam-marom-conversation-about-occupy-wall-street.

மார்க்ஸ் கே (1972), குருண்ட்ரிச (Marx, K. (1973) *Grundrisse*, Harmondsworth: Penguin).

மார்க்ஸ் கே (1975 a), மூலதனம் முதல் பாகம் (Marx, K. (1975a) *Kapital*, Vol. I, in K. Marx and F. Engels, Werke, Vol. 23, Berlin: Dietz Verlag).

மார்க்ஸ் கே (1975பீ), 'ஜேம்ஸ் மில்லின் எலிமெண்ட்ஸ் ஆஃப் பொலிடிகல் எகானமி-ல் இருந்து குறிப்புகள்' (Marx, K. (1975b) 'Excerpts from James Mill's *Elements of Political Economy*'), எர்லி ரைட்டிங்ஸ்-ல் (*Early Writings*, Harmondsworth: Penguin).

மார்க்ஸ் கே (1976), மூலதனம் முதல் பாகம் (Marx, K. (1976) *Capital*, Vol. 1, trans. B. Fowkes, Harmondsworth: Penguin).

மார்க்ஸ் கே (1971), அரசியல் பொருளாதாரம் மீதான விமர்சன பகுப்பாய்வுக்கு ஒரு பங்களிப்பு (Marx, K. (1971) *A Contribution to the Critique of Political Economy*, London: Lawrence and Wishart).

மார்க்ஸ் கே, எங்கெல்ஸ் எஃப் (1975), கலெக்டட் வொர்க்ஸ், தொகுதி 3 (Marx, K. and Engels, F. (1975) *Collected Works*, Vol. 3, London: Lawrence and Wishart).

மார்க்ஸ் கே, எங்கெல்ஸ் எஃப் (1976 a), கலெக்டட் வொர்க்ஸ், தொகுதி 5 (Marx, K. and Engels, F. (1976 a) *Collected Works*, Vol. 5, London: Lawrence and Wishart).

மார்க்ஸ் கே, எங்கெல்ஸ் எஃப் (1976 b), கலெக்டட் வொர்க்ஸ், தொகுதி 6 (Marx, K. and Engels, F. (1975) *Collected Works*, Vol. 3, London: Lawrence and Wishart).

ரெய்ஷெல்ட் எச் (2005), 'சோசியல் ரியாலிடி அஸ் அப்பியரன்ஸ்: சம் நோட்ஸ் ஆன் மார்க்சஸ் கன்செப்ஷன் ஆஃப் ரியாலிடி', (Reichelt, H. (2005) 'Social Reality as Appearance: Some Notes on Marx's Conception of Reality'), போன்ஃபெல்ட் டபிள்யூ, சைக்கோபீடிஸ் கே (தொகுப்பாசிரியர்கள்), ஹியூமன் டிக்னிடி: சோசியல் அடானமி அண்ட் த கிரிடிக் ஆஃப் கேபிடலிசம்-ல் (W. Bonefeld and K. Psychopedis (eds), *Human Dignity: Social Autonomy and the Critique of Capitalism*), Farnham: Ashgate. ரெனால்ட் ஈ (2012), 'த எர்லி மார்க்ஸ் அண்ட் ஹெகல்:த யங் ஹெகலியன் மீடியேஷன்' (Renault, E. (2012) 'The Early Marx and Hegel: The Young-Hegelian Mediation'), https://marxandphilosophy.org.uk/wp-content/uploads/2018/01/renault 2012.doc.

ஸ்மித் என் (தொகுப்பாசிரியர்) (1984), எ கலெக்ஷன் ஆஃப் ரான்டர் ரைட்டிங்ஸ் ஃப்ரம் செவன்டீன்த் செஞ்சுரி, லண்டன்: ஜங்ஷன் புக்ஸ் (Smith, N. (ed.) (1984) *A Collection of Ranter Writings from the Seventeenth Century*, London: Junction Books).

ஸ்டெபெலவிச் எல் எஸ் (தொகுப்பாசிரியர்) (1983) த யங் ஹெக லியன்ஸ்: அன் அந்தாலஜி, கேம்பிரிட்ஜ், கேம்பிரிட்ஜ் யூனிவர்சிடி பிரெஸ் (Stepelevich, L. S. (ed.) (1983) *The Young Hegelians: An Anthology*, Cambridge: Cambridge University Press).

ட்யோவ்ஸ் ஜே ஈ (1980), ஹெகலியனிசம், கேம்பிரிட்ஜ்: கேம் பிரிட்ஜ் யூனிவர்சிடி பிரெஸ். (Toews, J. E. (1980) *Hegelianism*, Cambridge: Cambridge University Press). ஏட்ரியன் வில்டிங், (2013), 'த பிராப்ளம் ஆஃப் நார்மடிவ் ரீகன்ஸ்ட்ரக்ஷன்' (Wilding, A. (2013) 'The Problem with Normative Reconstruction'), www. academia.edu/5115504/The_Problem_ With_ Normative_ Reconstruction.

வில்டிங் ஏ, குன் ஆர், ஸ்மித் ஆர், ஃபுக்ஸ் சி, ஓட் எம் (2015), 'ஆக்யுபை அண்ட் ப்ரிஃபிகரேஷன்: ஏ ரவுண்ட்டேபிள் டிஸ்கஷன்' (Wilding, A., Gunn, R., Smith, R. C., Fuchs, C. and Ott, M. (2015) 'Occupy and Prefiguration: A Roundtable Discussion'), www.richard-gunn.com/politics. வின்ஸ்டேன்லி ஜி (1973), த லா ஆஃப் ஃப்ரீடம் அண்ட் அதர் ரைட்டிங்ஸ் (Winstanley, G. (1973) *The Law of Freedom and Other Writings*), ed. C. Hill, Harmondsworth: Penguin.

குறிப்புகள்

1. குன் 2017-ல் திறந்தநிலை மார்க்சியம் பற்றிய பொதுவான ஒரு சித்திரத்தைத் தருவதற்கு முயற்சிக்கப்பட்டது.

2. ஆங்கில-மொழி வாசகருக்கு ஸ்டெபெலெவிச் 1983 ஒரு சிறந்த ஆதாரம். மெக்லெல்லன் 1980 இன்னொரு நியம பிரதி.

3. 'முன்உருக்கொடுத்தல்' பற்றி, அல்லது நாம் கைவரப்பெற விரும்பும் சமூக உறவுகளை எதிர்நோக்க முயற்சிப்பது பற்றி, பார்க்கவும் வில்டிங் முதலானோர் 2015, டீனர்ஸ்டெய்ன் 2015.

4. பார்க்கவும், உதாரணமாக வின்ஸ்டேன்லி 1973 (Winstanley 1973). பதினேழாம் நூற்றாண்டு படைப்புகளின் இன்னொரு பயனுள்ள தொகுப்புக்கு பார்க்கவும் ஸ்மித் 1984. வின்ஸ்டேன்லியின் டிக்கர்களும் (Winstanley's Diggers - தோண்டுபவர்கள்) அபிட்சர் கோப்பேவின் ரேன்டர்களும் (Abiezer Coppe's Ranters - புலம்புபவர்கள்) 'முன் உருக்கொடுத்தல்' அடிப்படையில் எழுதினர், செயல்பட்டனர்.

   [Diggers (டிக்கர்கள்) என்பவர்கள் டீரூ லெவலர்ஸ் (உண்மையான சமன் செய்பவர்கள்) என்றும் அறியப்பட்டனர். முன்னர் பொது நிலமாக இருந்து அடைப்புகள் மூலம் தனியார்மயமாக்கப்பட்ட நிலங்களை ஆக்கிரமித்து, அவற்றை தோண்டிப் போட்டனர், வேலிகளை பிடுங்கி எறிந்து, பள்ளங்களை நிரப்பி பயிரிட்டனர். அவர்களது தலைவர் ஜெரார்ட் வின்ஸ்டேன்லி - 1609 முதல் 1676 வரை - விக்கிபீடியாவிலிருந்து - மொ.பெ.]

   [Ranters (ரேன்டர்கள்) என்பவர்கள் இங்கிலாந்து காமன்வெல்த் காலத்தில் (1649-1660) உருவான பல போராட்டக் குழுக்களில் ஒன்று. அவர்கள் பெரும்பாலும் பொதுமக்கள், இந்த இயக்கம் இங்கிலாந்து முழுவதும் பரவியிருந்தது, அவர்கள் அமைப்பாக ஒழுங்கமைக்கப்படவில்லை, அவர்களுக்கு தலைவரும் இருக்க வில்லை - விக்கிபீடியாவிலிருந்து - மொ.பெ.]

5. பார்க்கவும் மார்க்ஸ் 1971-ஐ. குறிப்பாக பக்கம் 16-ல் மவுரிஸ் டாபின் தொகுப்பாசிரியர் குறிப்பைப் பார்க்கவும்.

6. பார்க்கவும் உதாரணமாக ஹெகல் 1977:119. குன், வில்டிங் 2013-ஐயும் பார்க்கவும். எங்களது கருத்துக்களை முன்வைக்கும் புத்தக நீள அறிக்கை *ரெவ்ல்யூஷனரி ரெகக்னிஷன்* (*Revolutionary Recognition*) வரவிருக்கிறது.

7. கோட்பாட்டுக்கும் செயல்பாட்டுக்கும் இடையேயான ஒருமையாக 'அறிவியல்' பற்றிய விவாதத்துக்கு பார்க்கவும் குன் 2015: Ch.5.

8. 'சர்வப்பொது வேலை' பற்றி, பார்க்கவும் ஹெகல் 1977: 357.

9. ஆக்சல் ஹொனத் அவரது *ஃப்ரீடம்ஸ் ரைட்* (Freedom's Right) -லும் (2014, முதலில் வெளியிடப்பட்டது 2011). அது பற்றிய விமர்சன பகுப்பாய்வுக்கு பார்க்கவும் வில்டிங் 2013.

10. ஹேரி கிளீவர் அவரது சமீபத்திய *ரப்சரிங் த டயலெக்டிக்* (*Rupturing the Dialectic*)-ல் இந்த வேறுபாடு அல்லது வேறுபடுத்தல் மீது கவனத்தை ஈர்க்கிறார் (பார்க்கவும் கிளீவர் 2017:110, n.5). அவரது தெளிவான வாசிப்புக்காக கிளீவருக்கு நன்றி செலுத்துகிறோம்.

11. அந்த முழுமையான விவாதத்தை குன், வில்டிங் 2014b-ல் பார்க்கலாம்.

12. மேலோட்டமாகப் பார்க்கும்போது, ஹெகல், மார்க்ஸ் இருவருமே ல பொயிடீ-ன் (La Boétie) கீழ்ப்படுத்தப்படுபவர்களின் ஒப்புதலை மட்டுமே சார்ந்திருக்கும், அந்த அளவு நொறுங்கும் தன்மையிலான - ஆதிக்கம் என்ற கருத்துருவை எதிரொலிக்கின்றனர். இருந்த போதிலும், ல பொயீடி, ஹெகல், மார்க்ஸ் ஆகியோருக்கு இடையே ஆதிக்கம் என்ற பிரச்சினை தொடர்பாக முக்கியமான வேறுபாடுகள் உள்ளன. பார்க்கவும் குன், வில்டிங் 2012.

13. அதே ஆண்டில் எழுதிய *பொருளாதார மற்றும் தத்துவ கையெழுத்துப் பிரதிகளில்*, முதலாளித்துவ பொருளாதாரங்கள் கொழிப்பு நிலையில் இருந்து கூலிகள் அதிகரிக்கும் போது கூட, தொழிலாளர் 'வெறும் இயந்திரசாதனமாக இருப்பதற்கு மறுக்கிறார், மூலதனத்தின் ஒரு கொத்தடிமையாக இருக்க மறுக்கிறார்' என்று மார்க்ஸ் எழுதுகிறார் (மார்க்ஸ், எங்கெல்ஸ் 1975: 238, மொழிபெயர்ப்பு மாற்றப்பட்டது).

14. 'தலைகீழாக்கப்பட்ட உலகம்' பற்றி ஹெகல் கூறுவதற்கு பார்க்கவும் 1977: 97-8.

15. தொடக்ககால படைப்புகளில் ஒரு தார்மீக தலைகீழாக்கமாகத் தோன்றுவது, பிந்தைய கால படைப்புகளில் '*Lichtbild*' ஆகத் தோன்றுகிறது. மார்க்சின் உருவகம் மிகத் தொடக்ககால ஒளிப்படக் கலையில் இருந்து வருகிறது: ஒளிப்பட ஸ்லைடு எதார்த்தத்தை தலைகீழாக்குவது போல, முதலாளித்துவம் உலகத்தை முகம் பார்க்கும் கண்ணாடி வழியாகக் காட்டுகிறது. (Marx 1973: 249). 'தலைகீழான உலகம்' ('*verkehrte Welt*') பற்றிய கோட்பாட்டாளராக (ஹெகலைப் போல) மார்க்ஸ் பற்றி பார்க்கவும் ரெய்ஷெல்ட் 2005.

16. உழைப்பின் மீதான மூலதனத்தின் 'ஆதிக்கம்' (*Herrschaft*) மூலதனம் நூலில் பரவலாக உள்ள கருப்பொருள் (பார்க்கவும் மார்க்ஸ் 1975 a: 386, 390, 526, 645, 648, 765), அதனை நேரடி 'ஆதிக்க அடிபணிதல் உறவுகளில்' (*unmittelbaren Herrschafts- und Knechtschaftsverhältnissen*)' இருந்து மார்க்ஸ் சில நேரங்களில் வேறுபடுத்திக் காட்டினாலும் (1975a: 93, 354) மற்ற உற்பத்தி முறைகளுடன் ஒப்பிடும் போது முதலாளித்துவ ஆதிக்கம் பெருமளவு இடையாடப்பட்டது

என்று அவர் சொல்கிறார் என்பது தெளிவு. அது (நிலப்பிரபுத்துவம் அல்லது அடிமை முறையில் இருப்பதைப் போல) ஒரு குறிப்பிட்ட பிரபுவால் செலுத்தப்படுவதற்கு மாறாக மூலதனம் (நிலப்பிரபுத்துவம் அல்லது அடிமை முறையில் இருப்பதைப் போல) தன்னளவில் கொண்டிருக்கும் அதிகாரத்தால் செலுத்தப்படுகிறது.

17. உழைப்பு பற்றிய மார்க்சின் விமர்சன பகுப்பாய்வு ஹாலவே 2010: 87-99, கிளீவர் 2000: 127-31 ஆகியவற்றில் விவாதிக்கப்படுகின்றன.

18. தான் முதலாளியை 'கண்கவர் வண்ணத்தில்' சித்தரிக்கவில்லை என்று மார்க்ஸ் சொல்கிறார். ஆனால், தொழிலாளர் தொடர்பாகவும் அவர் அதை குறிப்பிட்டிருக்கலாம் என்று எங்களுக்குத் தோன்றுகிறது. ஏனென்றால் இரண்டு வகிபாகங்களிலுமே தவறான அங்கீகாரம் உள்ளது. ஒரு வகிபாகம் மற்றதை விட கூடுதல் 'வசதியாக' தவறான அங்கீகாரத்தைக் கொண்டுள்ளது, வசதியாக அன்னியமாக்கப்பட்டது என்பதில் ஐயமில்லை. வர்க்கம் பற்றி மார்க்ஸ் தொடர்பான கூடுதல் விவாதத்துக்கு பார்க்கவும் குன், வில்டிங் 2014b.

19. ஒப்பிடவும். எர்னஸ்ட் ப்ளோஹ்: 'பாட்டாளிகள் மட்டும்தான் அவ்வர்க்கமாக இருக்க விரும்பாத ஒரே வர்க்கம்... [இவ்வாறாக] ஒவ்வொரு வகையான பாட்டாளி கலாச்சாரமும் [Proletkult] போலியானது, ஒரு முதலாளிவர்க்க நோய்த்தொற்று' (2006: 18).

20. பொருளாதார மற்றும் தத்துவ கையெழுத்துப் பிரதிகள் சொல்லும் 'அரசியல் பொருளாதாரத்தின் முற்கோள்களில் இருந்து தொடங்கி செயல்பட்டோம். அதன் மொழியையும் விதிகளையும் ஏற்றுக் கொண்டோம்...அரசியல் பொருளாதாரத்தின் அடிப்படையிலேயே, தொழிலாளி ஒரு சரக்கின் மட்டத்துக்கு வீழ்கிறார், மிக இரங்கத்தக்க சரக்காக ஆகிறார்' என்பதுடன் ஒத்ததாக இருப்பதாக கருதுகிறோம். (மார்க்ஸ், எங்கெல்ஸ் 1975: 270).

21. ஹெகலின் இறப்புக்குப் பிந்தைய ஆண்டுகளில் ஹெகலியனிசம் பற்றிய நீளமான இலக்கியத்தில் ஹூக் 1962, டேவிவஸ் 1980 (Hook 1962, Toews 1980) ஆகியவை அடங்கும். ரெனால்ட் 2012 (Renault 2012) ஒரு புதிய பரிசீலனையை வழங்குகிறது.

22. இன்றைக்கு அத்தகைய உறவுகள் மார்க்சின் காலத்தில் இருந்த அளவுக்கு பரவலாக உள்ளது. சில்வியா ஃபெதரிச்சி பதிவு செய்வது போல, 'ஏழ்மை, வேலையின்மை, மிகைவேலை, வீடின்மை, கடன் இவற்றோடு கூடவே, தொழிலாளி வர்க்கம் மேன்மேலும் கிரிமினல் மயமாக்கப்படுவதும் நடந்துள்ளது. பதினேழாம் நூற்றாண்டின் மாபெரும் சிறையடைப்பை (Grand Confinement) நினைவுபடுத்தும் வகையில் பெருந்திரள் சிறைப்படுத்தல் மூலமாகவும், புலம்பெயர் தொழிலாளர்கள், கடன் கட்டத் தவறும் மாணவர்கள், சட்டவிரோத பொருட்களை உற்பத்தி செய்பவர்கள், விற்பவர்கள், பாலியல் தொழிலாளர்கள் ஆகியவர்களைக் கொண்ட சட்டவிரோத பாட்டாளிகளின் உருவாக்கம் மூலமாகவும் தொழிலாளி வர்க்கம் கிரிமினல்மயமாக்கப்படுகிறது. அவர்கள், நிழலில் இருக்கும் பல்வகை உழைக்கும் பாட்டாளிகள். உரிமைகள் இல்லாத மக்கள் உருவாக்கப்படுவதை நமக்கு நினைவூட்டுகின்றனர். அடிமைகள், கொத்தடிமை வேலையாட்கள், பியூன்கள், தண்டிக்கப்பட்டவர்கள், ஆவணம் இல்லாதவர்கள் - முதலாளித்துவத் திரட்டலுக்கான கட்டமைப்புரீதியான அவசியமாக தொடர்ந்து நீடிக்கின்றனர்' (ஃபெதரிச்சி 2008: 105).

23. இந்தச் சொல் மாரோம் 2012-ல் இருந்து வருகிறது. இதற்கு மாறுபட்ட பார்வை ஹார்ட், நெக்ரி ஆகியோரின் *அசெம்ப்ளி (2017)*-ல் உள்ளது (Hardt and Negri's *Assembly (2017)*). அதன் பல வலுவான அம்சங்களைத் தாண்டி, நாம் வாதிட்டது போல அங்கீகாரத்துடன் உள்ளார்ந்து முரண்படும் நிறுவனங்களை கை விடுவதற்கு தயங்குகிறது. பரஸ்பர அங்கீகாரத்தை நிறுவனமயமாக்காமல் நீடிக்க வைப்பதுதான் விஷயம் என்று நாங்கள் வாதிடுகிறோம்.

2. நம்பிக்கை பற்றிய ஒரு விமர்சனக் கோட்பாடு: அச்சத்தைத் தாண்டிய விமர்சன அறுதியிடல்கள்

அனா சிசிலியா டினர்ஸ்டெய்ன்

இன்னும் கைவரப்பெறாத சாத்தியம் தொடர்பான எதிர்பார்ப்பு, நம்பிக்கை, செயல்நோக்கு, இது மனித கூருணர்வின் அடிப்படை அம்சமாக இருப்பதோடு மட்டுமின்றி, திட்டவட்டமாக சரி செய்து புரிந்து கொள்ளும் போது, புறநிலை எதார்த்தம் முழுவதற்கும் உள்ளாக ஓர் அடிப்படை தீர்மானிப்பு ஆகும். மார்க்சின் பணிக்குப் பிறகு, அற்பமானவற்றுக்குள் விழுந்து விடாமலோ அல்லது முட்டுச் சந்துக்குள் சிக்கி விடாமலோ, உண்மை பற்றிய ஆராய்ச்சியோ, எதார்த்தமான மதிப்பீடோ உலகின் அகநிலை மற்றும் புறநிலை நம்பிக்கை-உள்ளடக்கங் களை தவிர்ப்பது சாத்தியமில்லை. தத்துவம் எதிர்காலத்தைப் பற்றிய மனசாட்சியையும், எதிர்காலத்துக்கான பொறுப்புணர் வையும், நம்பிக்கை பற்றிய அறிவையும் பெற்றிருக்க வேண்டும், இல்லை என்றால், அதில் இனிமேலும் அறிவு இருக்காது (எர்ன்ஸ்ட் ப்ளோஹ் 1986:7, சாய்வெழுத்து மூலநூலில் உள்ளது).

விமர்சனக் கோட்பாடு உண்மையிலேயே இன்றைய புரட்சிகர செயல்பாட்டுடன் பொருந்துகிறதா? 'துயரத்தின் காலத்தில் நாம் விமர்சனக் கோட்பாட்டை மீட்டெடுக்க வேண்டும்' என்று போன் ஃபெல்ட் (2016) சரியாகவே முன்மொழிகிறார். இந்தக் கோட்பாடு எர்ன்ஸ்ட் ப்ளோஹின் நம்பிக்கை பற்றிய விமர்சனக் கோட்பாடாக இருக்க வேண்டும், தியோடர் டபிள்யூ அடோர்னோவின் எதிர்மறை இயங்கியலாக இருக்கக் கூடாது என்று நான் இந்த அத்தியாயத்தில் வாதிடுகிறேன். விமர்சனம் என்பது 'பின்புலத்துடன் பொருத்தப்பட வேண்டும், அது தன்னை வரலாற்றுரீதியாக அமைந்திருப்பதாக பார்க்க வேண்டும். அப்போதுதான் தனது சொந்த இருத்தலுக்கான சாத்தியத்தை அது விளக்க முடியும்' (போஸ்டோன் 2007:109, எனது மொழி பெயர்ப்பு). 'இன்றைக்கு முதலாளித்துவத்தின் வடிவத்துக்கு பொருத்தமான ஒரு விமர்சன பகுப்பாய்வை மீட்டெடுப்பது அவசியமாக உள்ளது' (2007:111, எனது மொழிபெயர்ப்பு). சமகால வரலாற்று பின்புலத்துக்குள்ளிருந்து

நாம் விமர்சனக் கோட்பாட்டை மீள்சிந்தனை செய்ய வேண்டும். நம்பிக்கை பற்றிய விமர்சனக் கோட்பாட்டை நான் ஆய்வு செய்வதன் நோக்கம், நெருக்கடி மற்றும் அழிவின் காலத்தில் சமூக மறுவுற்பத்தியை மையமாகக் கொண்ட இப்போதைய (வர்க்கப்) போராட்டத்தின் இலட்சிய உள்ளடக்கத்தை புரிந்து கொள்வது ஆகும். இயங்கியல் ரீதியாக மூடுறுவதைத் தடுக்கும் அளவுக்கு அடோர்னோவின் விமர்சனக் கோட்பாடு முக்கியமானது. ஆனால், இன்றைய முதலாளித்துவ நெருக்கடியின் பின்புலத்தில் வேர்மட்டங்களில் நடந்து கொண்டிருக்கும் முன்உருக்கொடுக்கும் போராட்டங்கள் மீது அது தாக்கம் செலுத்த முடியவில்லை. சமூக மறுவுற்பத்தி தொடர்பான பிரச்சினைகளை மையமாகக் கொண்ட போராட்டங்களுக்கும் எர்ன்ஸ்ட் ப்ளோஹின் நம்பிக்கை பற்றிய விமர்சன தத்துவத்துக்கும் இடையே ஒரு தொடர்பை நான் நிறுவுகிறேன். இப்போதைய போராட்டங்களை நேர்மறை செயல்பாட்டில் இருந்து வேறுபடுத்திக் காட்டுவதற்காக 'விமர்சன அறுதியிடல்கள்' என்று நான் அழைக்கிறேன். விமர்சன அறுதியிடல்களும் ப்ளோஹின் விமர்சனக் கோட்பாடும் இரண்டும் எதிர்மறைத் தன்மையை கைவிடாமல் புரட்சிகர செயல்பாட்டின் இலட்சிய பரிமாணத்தை அச்சத்தைக் கடந்து செல்வதாக விரித்துரைக்க முடியும் என்று நான் முன்மொழிகிறேன்.

நெருக்கடியும் சமூக மறுவுற்பத்தியும் வாழ்க்கைப் போராட்டங்களும்

2008-ம் ஆண்டின் முதலாளித்துவ நெருக்கடி, முதலாளித்துவம் நெருக்கடி பீடித்தது என்ற உண்மையை மீண்டும் அம்பலப்படுத்தியது (கிளார்க் 1994:280). ஆனால், பண-மூலதனத்தால் இயக்கப்படும் சமூக மறுவுற்பத்தியின் நெருக்கடியையும் அது வெளிப்படுத்தியது. 'அதன் மனிதத் தாக்கம் காரணமாக முதலாளித்துவ வளர்ச்சி எப்போதுமே நிலைப்புருவற்றதாகவே இருந்தது' (டல்லா கோஸ்டா 1995:11; சாய்வெழுத்துகள் மூல படைப்பில்) என்ற அதே நேரம், ஆதிக்கத்துக்கான எதேச்சதிகார உத்திகளுடன், 'சிக்கன நடவடிக்கை' 'தீர்வுகளுடன்' தற்போதைய நெருக்கடி சமூகக்களத்தின் நாலா திசைகளிலும் ஊடுருவிக் கொண்டிருக்கிறது. இந்த ஊடுருவல் வாழ்வின் மறுவுற்பத்தியை நிலைப்புருவாக்கும் நீர், உணவு, குடியிருப்பு போன்ற அடிப்படை தேவைகளை நிறைவேற்றுவது பாதிக்கப்படும் அளவுக்கு நடந்துள்ளது. இவ்வாறு பரந்த உணர்வில் புரிந்து கொள்ளும் போது, சமூக மறுவுற்பத்தியின் நெருக்கடி, வர்க்கப் போராட்டத்தை சமூகத் தளத்துக்குள் இடம் மாற்றியுள்ளது (டீனர்ஸ்டெய்ன், பிட்ஸ் 2018).

ஜெஹ்னர், ஹன்சன் (Zechner, Hansen 2015) முன்மொழிவது போல, இது 'ஒரு நெருக்கடியும் பரவலாகி விட்ட பாதிக்கக் கூடிய நிலையும் ஆகும்... இது சமூக பொருளாதார வளங்களையும் உயிர்வாழ்தலையும் மையமாகக் கொண்ட எண்ணற்ற போராட்டங்களை கட்டவிழ்த்து விட்டுள்ளது. அவை உயிர் வாழ்தலுக்கான போராட்டத்தை மையப் படுத்தியுள்ளன: அன்றாட வாழ்க்கை, உடல்ரீதியாக பிழைத்திருத்தல், கூட்டு வாழ்க்கை: மனிதத் தேவைகள் என்ற பிரச்சினை இந்த நெருக்கடியில் உள்ள பெரும்பாலானவர்களை பாதித்துள்ளது'.

'ஏழைகளின்' சமூகப் போராட்டங்களைக் குறிப்பிடுவதற்கு 'பிழைத்திருக்கும் உத்திகள்' என்ற பதம் அடிக்கடி பயன்படுத்தப் படுகிறது. அது தனிநபர்களும், குடும்பங்களும் மற்றும் ஒட்டுமொத்த சமுதாயங்களும் அனுபவிக்கும் சிரமங்களைக் குறிக்கிறது. 'எந்த மேம்பட்ட, ஆன்மீக விஷயங்களுக்கும் இன்றியமையாததான செப்பமற்ற பொருளாயத விஷயங்களைப்' பெறுவதற்காக அவை போராடுகின்றன (பெஞ்சமின் 1999:246)' (போன்ஃபெல்ட் 2016:241). எதார்த்தத்தில், இவை வர்க்க/தொழிலாளர் போராட்டங்கள். சமூக மறுவுற்பத்தி பெண்ணியவாதிகள் மார்க்சை அடிப்படையாகக் கொண்ட வர்க்கம் பற்றிய ஒரு சிக்கலான புரிதலை வழங்குகின்றனர். அவர்கள் வேலையில் இருப்பதை அடிப்படையாகக் கொண்ட வரையறையைத் தாண்டிய தொழிலாளி வர்க்கம் பற்றிய பரந்துபட்ட புரிதலை ஆதரிக்கின்றனர் (பட்டசார்யா 2017). மார்க்சைப் போல நாம் உற்பத்தியையும் சமூகத்தின் மறுவுற்பத்தியையும் ஒரு மொத்தமாக கருதும் போது, சமூகத்தின் மறுவுற்பத்தியை மையமாகக் கொண்ட போராட்டங்கள் 'உழைப்புச் சக்தி நீடிப்பதற்கான நிலைமைகளையும்', 'உழைப்புச் சக்தி உடல்ரீதியாகவும் சமூகரீதியாகவும் தலைமுறை ரீதியாகவும் மறுவுற்பத்தி செய்யப்படும் முறையையும்' எதிர் கொள்கின்றன என்பது தெளிவாகிறது (ஃபெர்குசன், மெக்நல்லி 2015). உழைப்புச் சக்தி இல்லாமல் முதலாளித்துவ வேலை இருக்க இயலாது. எனவே, உணவு, நிலம், மருத்துவம், கல்வி, நீர், குடியிருப்பு இவற்றை மையமாகக் கொண்ட சமூகத்தின் மறுவுற்பத்திக்கான போராட்டங்கள், 'வர்க்கப் போராட்டத்தின் பகுதிகள்தான்' (டீனர்ஸ்டெய்ன், பிட்ஸ் 2018).

சமூகத்தின் மறுவுற்பத்தியில் ஏற்பட்டுள்ள பொதுவான நெருக்கடி இன்றைக்கு கனவுலகை மீட்டெடுப்பதற்கான பின்புலத்தை வழங்குகிறது (டீனர்ஸ்டெய்ன் 2017 a). இந்தப் பின்புலத்தில் நடக்கும் போராட்டங்கள் உணவு உற்பத்திக்கும் நுகர்வுக்குமான முதலாளித்துவம் அல்லாத

வடிவங்கள், கூட்டுறவு வீட்டு வசதி, குடிநீர் அமைப்புகள், நிலம் மற்றும் கிராமப்புற சீர்திருத்தம், ஆரோக்கியமும் மருத்துவமும், புரட்சிகரக் கல்வி முறைகள், இவற்றுடன் கூடவே உலகின் வேர் மட்டங்களில் சமூக உறவுகளை கலைரீதியாக, அறம்சார்ந்து, அழகுணர்ச்சியுடன் மாற்றி அமைப்பதையும் இலக்காகக் கொண்டுள்ளன. அவை மிகை சாத்தியங்களையும், உள்ளார்ந்த விமர்சனங்களையும், புரட்சிகர அறிவுகளையும், மாற்று அமைப்புகளையும் உருவாக்குகின்றன. இருந்த போதிலும், தற்கால மக்கள் அணிதிரட்டல்களின் இலட்சிய உலகம் பற்றிய பரிமாணம் விமர்சனக் கோட்பாட்டு எழுத்துக்களிலும் விவாதங்களிலும் பிரதிபலிக்கவில்லை. அதற்கு ஒரு சில விதி விலக்குகள் உள்ளன. தற்போதைய போராட்டங்களில் இலட்சியக் காரணி தொடர்பான மவுனத்தை நான் பரிசீலிக்கிறேன். அதுதான் வர்க்கப் போராட்டத்தைப் புரிந்து கொள்வதற்கும் விமர்சனப் போராட்டத்தை மீட்பதற்கும் தேவையான குறிப்பைக் கொண்டுள்ளது.

நேர்மறை தன்னாட்சிவாதமா அல்லது விமர்சன அறுதியிடல்களா?

முன்னர் ஒரு முறை 'நம்பிக்கையை ஒழுங்கமைக்கும் கலை' என்று நான் அழைத்த (டீனர்ஸ்டெய்ன் 2015), சமுதாயமாக்கும், உருவாக்கும், கண்டறியும், படைக்கும், முரண்படும் நிகழ்முறை பொதுவில் வாழ்வதற்கான சாத்தியமான வழிகளை - மதரீதியாகவோ புலன்கடந்தரீதியாகவோ இல்லாமல் என்றாலும் - உருவாக்க முயற்சிக்கிறது. அதன் மூலம் வாழ்க்கையை பாதுகாக்கிறது என்ற உணர்வில் அறுதியிடுவதாக உள்ளது. இந்த அறுதியிடும் கோட்பாட்டை போராட்டத்தின் கோட்பாடாக கோட்பாட்டாக்கம் செய்வது திறந்த நிலை மார்க்சியம், விமர்சனக் கோட்பாடு ஆகியவற்றுக்கு முன்நிற்கும் பிரச்சினை (இந்தத் தொகுதியின் அறிமுகத்தைப் பார்க்கவும்). இன்றைய உலகத்தின் துயரம் காட்டுமிராண்டித்தனத்துக்கு எதிரான ஒரு அறுதியிடும் நடைமுறையை பேணி வளர்த்துள்ளது என்றால், அது 'போராட்ட முன்னணிகளுடனான உலகத்தை' வெளிப்படுத்துகிறது என்றால் (ப்ளோஹ் 1986), விமர்சனக் கோட்பாடு அதைப் புரிந்து கொள்ள முடியுமா என்பதுதான் கேள்வி. இன்றைய போராட்டங் களுக்கான கோட்பாட்டாளராக அடோர்னோவுக்கு புத்துயிர் கொடுத்த தொகுதியில் (ஹாலவே, மாடமோரஸ், டிஷ்லர் 2009), ஹாலவே நேர்மறை தன்னாட்சிவாதத்துக்கும் எதிர்மறை தன்னாட்சிவாதத்துக்கும் இடையே தெளிவாக வேறுபடுத்துகிறார். முன்னதை நிராகரிக்கும் அவர் பின்னதை ஆதரிக்கிறார்: நேர்மறை தன்னாட்சிவாதம் வகைப்

படுத்துவதாகவும் 'முற்போக்கு அரசாங்கங்களுடன் உறவாடுவதாகவும்' இருக்கிறது, எதிர்மறை தன்னாட்சிவாதம் 'எல்லா அடையாளங்களையும் எதிர்த்தும் அவற்றைத் தாண்டியும் முன் தள்ளுகிறது, அது பயனுள்ள படைப்பூக்க-செயல்பாடு மொட்டு விட்டு மலர்வதன் பகுதி. இந்த வேறுபடுத்தல் அரசியல்ரீதியாக முக்கியமானது' (ஹாலவே 2009b:99).

இந்த அத்தியாயத்தில், சமூக மறுவுற்பத்தியை மையமாகக் கொண்ட போராட்டங்களைக் குறிப்பதற்கு நான் 'விமர்சன அறுதியிடல்கள்' என்ற சொல்லைப் பயன்படுத்துகிறேன். ஏனென்றால், அவை மூலதனத்துடன், அதற்கு எதிராக, அதனைத் தாண்டி மறுதலிப்பின் ஒரு வடிவமாக வாழ்வை உறுதி செய்கின்றன (டீனர்ஸ்டெய்ன் 2017b). நேர்மறை தன்னாட்சிவாதத்தையும் விமர்சன அறுதியிடல்களையும் நான் தெளிவாக வேறுபடுத்துகிறேன். அதன் மூலம், விமர்சன அறுதி யிடல்களின் புரட்சிகர மாற்றத்துக்கான சாத்தியத்தை அங்கீகரிக்கிறேன். நேர்மறை தன்னாட்சிவாதம் எதார்த்தத்தை அப்படியே ஏற்றுக்கொண்டு அரசியல் நிகழ்முறையுடன் இணக்கப்படுத்திக் கொள்கின்றது. அதே நேரம், விமர்சன அறுதியிடல்கள் அந்த எதார்த்தத்தை மறுதலித்து, மறுதலிப்பை இணக்கப்படுத்தாமலேயே ஒரு புதிய எதார்த்தத்தை அறுதியிடுகின்றன என்பது முதல் வேறுபாடு. நேர்மறை தன்னாட்சி வாதம் பணத்தின் மூலமாக வாழ்வை மறுவுற்பத்தி செய்ய வேண்டும் என்ற கட்டாயத்துக்கும் வாழ்வதற்கும் பணத்தை ஒழித்துக் கட்ட வேண்டும் என்பதற்கும் இடையிலான முரண்பாட்டை புறக்கணித்து விடுகிறது, அதே நேரம் விமர்சன அறுதியிடல் இந்த முரண்பாட்டை எதிர்கொண்டு பரிசீலிக்கிறது என்பது முதலாவது வேறுபாட்டுடன் இணைந்த இரண்டாவது வேறுபாடு. நேர்மறை செயல்பாட்டுக்கும் விமர்சன அறுதியிடல்களுக்கும் இடையே மூன்றாவது வேறுபாடு, விமர்சன அறுதியிடல்களில் மட்டும்தான் இன்னும் இல்லாத எதார்த்தத்தில் காத்திருக்கும் கற்பனையான படைப்புகளின் (Novum) சாத்தியமும் எதிர்நோக்கலும் தொடர்பான மெய்யான பொறுப்புணர்வை நாம் காண்கிறோம் (ப்ளோஹ் 1986 [1959]).

பொதுவாகச் சொன்னால், போராட்டங்களின் அறுதியிடும் பரிமாணத்துடன் தன்னை இணைத்துக் கொள்வதற்கு விமர்சனக் கோட்பாடு சிரமப்படுகிறது, எதிர்ப்பை நேர்மறையாக்குவது பற்றிய அச்சத்தை அதாவது கிளர்ச்சியை அரசு வெற்றி கொண்டு விடும் என்ற அச்சத்தைக் கொண்டுள்ள ஒரு கோட்பாட்டின் நோய்க்கூறு இது. அடோர்னோவைப் பொறுத்தவரையில், கூலே (Coole) கூறுவது போல, 'தொகுப்புகள்' 'சிந்தனை பரிசோதனைகளாக' மட்டும் இல்லை, அவை

நடைமுறை மறுதலிப்புகளையும் தூண்டுகின்றன என்று வலியுறுத்துவதைத் தாண்டி.. அடோர்னோ செயல்பாடு பற்றிய இந்த உணர்வை விளக்கிக் கூறவில்லை' (கூலே 2000:179). "காட்டுமிராண்டித்தனத்தை எதிர்த்துப் போராடும் செயல்பாடு" வேண்டும் என்று அவர் கருதினாலும், அத்தகைய செயல்பாடு இருக்க முடியாது' (போன்ஃபெல்ட் 2016:239-40). அடோர்னோவைப் பொறுத்தவரை, முதலாளித்துவம் என்பது அதன் முனைப்புகளால் தொடர்ந்து மறுவுற்பத்தி செய்யப்படும் ஒரு புறநிலை மொத்தமாக உள்ளது. இந்த மொத்தத்தின் இருத்தல் ஒரு 'அவசியம்', ஏனென்றால் சரக்கு உற்பத்தி அமைப்பில் 'மொத்தத்தன்மை மாய்மாலம், இறுகலாக்கம் போன்ற நேர்வுகளுடன் உள்ளார்ந்து இணைந்துள்ளது' (க்ரோலியோஸ் 2017:132). இறுகலாக்கப்பட்ட மொத்தத்துடன் அரசியல் செயல்பாட்டுவாதம் அல்லது சமூக செயல்பாட்டுவாதத்தின் மூலம் நேரடியாக மோத முடியாது. இன்று, 'காட்டுமிராண்டித்தனத்துடன் நேரடியாகவோ, உடனடியாகவோ மோத முடியாது: செல்வம் பற்றிய தனது கருத்தாக்கத்தில் வக்கற்றவரை உள்ளடக்கியிருக்கும் சமூக மறுவுற்பத்தி அமைப்பில் பணத்துக்கு எதிராக போராடுவதிலும், பணத்தின் சுற்றோட்டத்தை தடுப்பதிலும், பொருளாதார மதிப்பு விதியுடன் மோதுவதிலும், முதலாளித்துவ இலாபத்தை எதிர்ப்பதிலும், வறுமையை எதிர்த்துப் போராடுவதிலும் அர்த்தம் உள்ளதா?' (போன் ஃபெல்ட் 2016: 239-40).

'மேல்நிலை விரக்தியில்' கால் கொண்டுள்ள அரசியல் தேக்கத்துக்கு இட்டுச் செல்லும் முடக்கி விடும் 'கோட்பாட்டு' நிலை இது (ப்ளோஹ் 2009). ஒருபுறம், முதலாளித்துவம் ஒரு மொத்தமாக இருப்பது வரை, உலகத்தை மாற்றியமைப்பதற்கான சாத்தியம் 'இருப்பதை முழுமையாக அனைத்தும் தழுவியதாக மாற்றியமைப்பதாகத்தான்' உள்ளது (போல்டிரெவ் 2015:172). மறுபுறம், அவ்வாறு செய்வது என்பது 'புரட்சிகர மாற்றம் என்ற கருத்துருவை வக்கிரமாக்கி திருவுருவணக்க நிகழ் முறையின் பகுதியாக' ஆக்குவதாகவே பொருள்படும் (டிஷ்லர் 2008:109). புரட்சிகர மாற்றத்தை மொத்தமாக்குவது நடைமுறை சாத்தியமற்றதா யிருக்க, உலகத்தை அங்குமிங்குமாக மாற்றியமைப்பது நம்பிக்கையை முற்றிலும் முறியடித்து விடும். அடோர்னோ 'தடுக்கப்பட்ட நிலை' என்று அழைத்த ஒரு நிலைமைக்கு இது இட்டுச் செல்கிறது: 'சமூகரீதியாக மட்டுமின்றி அறிவுரீதியாகவும் சமூகத்தை புரட்சிகரமாக மாற்றுவதற்கான எல்லா முயற்சிகளும் மூடுண்டிருப்பதாகத் தெரிகிறது' (வில்டிங் 2009:27).

அதிகாரத்தை கைப்பற்றாமலேயே உலகத்தை மாற்றுங்கள் (சேஞ்ஜ் த வேர்ல்ட் விதவுட் டேக்கிங் பவர் Change the World Without Taking Power) (2002), முதலாளித்துவத்தை கீறுவோம் (கிராக் கேபிடலிசம் Crack Capitalism) (2010) ஆகிய நூல்களை வெளியிட்டு ஹாலவே விமர்சனக் கோட்பாட்டை விடுவித்துள்ளார். 'கீறல்' என்ற அவரது கருத்துநிலை எதிர்மறைத்தன்மைக்கும் நம்பிக்கைக்கும் இடையே ஒரு கூட்டுறவை உருவாக்கியது (டீனர்ஸ்டெய்ன் 2012). 'கீறல்' என்பது எதிர்மறை செயல்பாட்டை, போராட்டத்தை, நெகிழ்வுத்தன்மையை, இயக்கத்தைக் குறிக்கும் ஒரு ஊக்கமூட்டும் சொல். அது சமூக செயல் பாட்டாளரின் எதிர்ப்புக்கான சொல்பட்டியலில் ஏற்கனவே சேர்ந்து விட்டது. கீறல்கள்: 'அரசின் தர்க்கத்துடன், நேரத்தை ஒருபடித்தாக்கு வதுடன், சரக்குகளும் பணமும் மாய்மாலமாக்கப்படுவதுடன் மோதுதல்' அவை 'அதே நேரத்தில்... இன்னொரு வகையிலான (முதலாளித்துவ எதிர்ப்பு) மனிதச் செயல்பாடான, செயல் அறுதி யிடப்படுவதை காட்டுகின்றது (டீனர்ஸ்டெய்ன் 2012:522). ப்ளோஹின் தத்துவத்துடன் அவர் நீண்ட நெடுங்காலம் தொடர்பு கொண்டிருப்பதால் தான் ஹாலவே சமூகப் போராட்டங்களின் இலட்சிய மற்றும் எதிர் நோக்கும் அம்சங்களை 'கீறல்கள்' என்று கருத்தாக்கம் செய்ய முடிந்தது. இதை நான் வேறு இடத்திலும் வலியுறுத்தியுள்ளேன்: 'கீறல்கள்' என்பவை "புரட்சி என்ற கேள்விக்கு ஆயிரக்கணக்கான விடைகளை" அளிக்கும் "விரிசல்கள்" (ஹாலவே 2002:4)' (டீனர்ஸ்டெய்ன் 2018:545). கீறல்கள் பற்றியும் உடைப்புகளில் புரட்சி பற்றியும் கோட்பாடாக்குவதில், ஃப்ளோஹின் சொற்களில் பயம் இல்லை, நம்பிக்கை உள்ளது.

நம்பிக்கை: சாத்தியத்தை கோட்பாட்டாக்கம் செய்வது, போராட்ட முன்னணிகளை நெகிழ்வாக்குவது

சாத்தியத்தை கோட்பாடாக்குவதற்கு எர்ன்ஸ்ட் ப்ளோஹ் அஞ்சிய தில்லை. அவரது விமர்சன தத்துவம் முழுக்க முழுக்க சாத்தியத்தைப் பற்றியது. ப்ளோஹின் விமர்சன தத்துவத்தில் 'மானுடம் என்பது தரப்பட்டதை ஏற்றுக் கொள்வதாக இல்லாமல் உருவாவதற்கான சவாலாக புரிந்து கொள்ளப்படுகிறது. அப்படியானால், இருத்தலின் உள்ளடக்கம் தொடர்பாக எந்த ஒரு எதார்த்த அனுமானத்தையும் செய்ய முடியாது' என்று டேலி முன்மொழிகிறார் (டேலி 2013: 172). சாத்தியத்தின் உள்ளடக்கத்தைக் 'கண்டறிவது' செயல்முனைப்பற்றது இல்லை, அது செயல்முனைப்பானது (ப்ளோஹ் 1971:21). நமது சொந்தத் தேவைகளையும் இல்லாமைகளையும் நிறைவு செய்வதற்காக வெளிநோக்கியும் முன்நோக்கியும் செயல்படும்படி நாம் கட்டாயப்

படுத்தப்படுகிறோம். நம்பிக்கை என்பதை முக்தி அல்லது மதம் என்பதிலிருந்து முற்றிலும் வேறுபட்டதாக, மானுட ஆற்றலின் வெடிப்பாக ப்ளோஹ் பேசுகிறார்:

> அது உண்மையான மானுட உடைமையின் தொடர்ந்த இன்னும் இல்லாததாக தன்னை முன்வைத்துக் கொள்கிறது. அது அர்த்தத்துக்கான தேடலின் ஒரு அம்சம், அது அர்த்தத்துக்கான வேட்கையை (அதனுடன் இறப்பின் அர்த்தமின்மையை) மறு உலகில் கிடைக்கும் நிவாரணமாக கனவு காணும் வடிவத்தில் இல்லாமல், அதனை வெகுமக்களுக்கான ஏதோ ஒரு போதை மருந்தால் மழுங்கடிப்பதற்கு மாறாக, கனவு காணும் உலகின் தேவைகளைப் பற்றிய உண்மையான விழிப்புணர்வையும் மெய்யான திருப்தியையும் ஈட்டுவதற்காக இடை விடாமல் பாதிக்கப் படாமல் மனிதர்கள் வேலை செய்து கொண்டிருக்கும் ஓய்வற்ற உழைப்பின் உணவால் நிரப்புகிறது (ப்ளோஹ் 2008: 248).

அப்படியானால், ப்ளோஹைப் பொறுத்தவரை உலகை புரட்சிகரமாக மாற்றியமைப்பதற்கான திறவுகோலாக நம்பிக்கை உள்ளது. நம்பிக்கை இல்லாமல் புரட்சிகர மாற்றம் நடக்க முடியாது (போல்டிரெவ் 2015). புரட்சிகர மாற்றியமைத்தல் பற்றிய ப்ளோஹின் புரிதல் இலக்கு ரீதியானதோ, இறுதித்தீர்ப்போ இல்லை: அது புலன் கடப்பு இல்லாத நிச்சயமற்ற திட்டவட்டமான செயல்பாடு. நம்பிக்கை பற்றிய விமர்சனக் கோட்பாடு, 'போராட்ட முன்னணி இல்லாத உலகம்' என்று ப்ளோஹ் அழைத்ததை நிராகரிக்கிறது. 'மார்க்சின் பணி சிந்தனையில் தெளிவு பெறுவதைத் தாண்டி திட்டவட்டமான நடைமுறையில் இறங்குவதற்கான ஒரு திருப்பு-முனையாக அமைகிறது. ஆனால், இந்த முனையை மையமாகக் கொண்டு சிந்தனையில் ஆழமாக வேர் கொண்டுள்ள பழக்கங்கள் போராட்ட முன்னணிகள் இல்லாத உலகத்தையே பிடித்துக் கொள்கிறன.. எல்லா மனிதர்களின் ஏக்கமும் ஒரே நேர்மையான பண்பும் இதுவரை ஆராயப்படாதது' என்று அவர் வாதிடுகிறார் (ப்ளோஹ் 1986:5). முன்னணி இல்லாத உலகம் என்பது "மோசமாக நிலவும் எதார்த்தங்களை மாற்றுவதற்கான அவற்றுக்கான எதிர்வினைகளை விளக்கவோ அவற்றை எதிர்கொள்ளவோ வெளியோ இருப்பிடமோ இல்லாத 'அரசியல் இருப்பினமாக' அல்லது 'இருத்தல் நிலையாக' உள்ளது. ஏனென்றால், இந்த எதார்த்தங்களில் மனிதர்களிலோ பொருட்களிலோ 'இறுதி செய்யப்படாத பொருண்மைகள்' அல்லது 'நெகிழ்வான பரிமாணங்கள்' இல்லை' (அம்ஸ்லர் 2016:25-ல் ப்ளோஹை மேற்கோள் காட்டியது).

'முன்னணி இல்லாத உலகத்துக்கு' எதிராக, ப்ளோஹ் 'முன்னணியுடன் கூடிய' உலகத்தைத் திறந்து விடும் 'இன்னும்-இல்லாத-இருத்தலின் இருப்பினவியலை' வழங்குகிறார். முன்னணி என்பது ஒரு 'பௌதீக இடம்' இல்லை, மாறாக, இன்னும் இல்லாததன் களம் (அம்ஸ்லர் 2016:25). முன்னணியில்தான் 'உருவாகாதது இடம் பெற்றுள்ளது, அது தன்னை விரித்துரைக்க முயற்சிக்கிறது' (ப்ளோஹ் 1986:199). சமூக மறுவுற்பத்தியை மையமாகக் கொண்ட போராட்டங்கள் 'மோசமாக இருக்கும் எதார்த்தங்களை' மாற்றுகின்றன, செயல்பாட்டின் முன்னணியில் சாத்தியத்தை உருவாக்குகின்றன. ஆனால், நாம் நம்பிக்கையை கற்றுக் கொள்ளவும் கற்பிக்கவும் (*docta spes*) வேண்டும். அதன் மூலம், 'நாம் சேர்ந்துள்ள உருவாக்கத்துடன் முனைப்பாக' இணைத்துக் கொள்ள வேண்டும் (ப்ளோஹ் 1986:3).

பொருளாயத எதார்த்தத்தின் கனவுலகத் தன்மை: அகநிலைவாதத்தை கைவிடுதல்

இன்னும் இல்லாததை எதிர்நோக்கும் கூருணர்வு கருத்தியல் ரீதியானதோ கருத்துமுதல்வாதமோ இல்லை, மாறாக அது இப்போதைய எதார்த்தத்தின் பொருளாயத பரிமாணத்துடன் இணைக்கப்பட்டுள்ளது. நம்பிக்கை என்பது வெறும் தர்க்கத்தின் புறவீச்சாகவோ, மனித சிந்தனையின் 'உளரீதியான உருவாக்கமோ' இல்லை, மாறாக *எதார்த்தத்தில் என்ன சாத்தியம் என்பதைத் தெரிவிப்பது* (ப்ரொன்னர் 1997:177, அழுத்தம் சேர்க்கப்பட்டது). உலகத்தை மாற்றுவது எப்போதுமே சாத்தியம்தான் என்ற வாதம், உலகத்தின் பொருளாயத உள்ளடக்கத்தை அங்கீகரிப்பதை அடிப்படையாகக் கொண்டது. அது ப்ளோஹின் தத்துவத்தின் இருப்பினவியல் மீதும் ஞானவியல் மீதும் தாக்கம் செலுத்துகிறது: அவரது ஊகரீதியிலான பொருள்முதல்வாதம் (மொயர் 2018 b).

"அகநிலைவாத" கோட்பாடுகளுடன் ப்ளோஹின் அணுகுமுறை பகைதன்மையிலானது. அகநிலை விருப்பார்வங்களை புறநிலை போக்குகளுடன் இணைக்கும் தாக்கம் என்று அவர் நம்பிக்கையை புரிந்து கொள்கிறார். அதன் மூலம் மனிதர்களை அவர்களது எதிர்கால உளவியல் நிலைக்கு மட்டுமின்றி எதிர்கால உலகத்துக்கும் வழி நடத்துகிறார்' என்பதை போல்டிரெவ் துலக்கமாக்குகிறார் (போல்டிரெவ் 2015:33). ப்ளோஹின் தத்துவத்தின் அகநிலை என்பது 'முனைப்பின் சித்தம்' என்ற அகநிலை இல்லை. மாறாக, உலகின் பொருண்மையில் இடம் பெறும் இன்மை என்ற உணர்வில் அது உள்ளது. அதாவது, கனவுலகம் என்பது அகநிலையானது இல்லை மாறாக அது பொருண்மையிலேயே உள்ளது, 'கூருணர்வு பெற்ற பொருட்களாக

உள்ள மனிதர்கள் அதனை ஈடேற்றம் செய்யும் சக்தி படைத்தவர்கள்' என்று ப்ளோஹ் வாதிடுகிறார் (மொயர் 2018தீ:2). விமர்சனக் கோட்பாட்டாளர்களும் ஜான் ஹாலவேயும் ப்ளோஹின் தத்துவத்தில் இந்த முக்கியமான அம்சத்தின் மீது மிகக் குறைவாகவே கவனம் செலுத்தியுள்ளனர். திறந்தநிலை மார்க்சியத்தின் மீது 'அகநிலைவாதம்' என்ற குற்றச்சாட்டுகளை (இந்தத் தொகுதியில கார்சியா வேலா, ஸ்கேபல் ஆகியோரின் கட்டுரைகளைப் பார்க்கவும்) மறுப்பதற்கு நான் அதனை இப்போது பரிசீலிக்கிறேன்.

ப்ளோஹ், அடோர்னோ இருவருக்குமே, 'எல்லா விமர்சனச் சிந்தனையிலும் இலட்சிய உலகச் சிந்தனை உள்ளார்ந்துள்ளது'; 'கனவுலகின் முக்கியமான பாத்திரம் விமர்சனத்துக்கான அதன் திறன்' என்று இருவருமே ஏற்றுக் கொள்கின்றனர் (மொயர் 2018a:x). ப்ளோஹின் கற்பனாவாதம் என்று கூறப்படுவது பற்றிய (அது அடோர்னோவின் எதிர்மறை இயங்கியலுடன் உடன்படவில்லை) அடோர்னோவின் விமர்சனம் நியாயப்படுத்த முடியாதது. கனவுலகு பற்றிய ப்ளோஹின் கருத்தாக்கம் கற்பனாவாதம் இல்லை. அது வரலாறு பற்றிய வரலாற்றுப் பொருள்முதல்வாத புரிதலுடனும், உலகத்தைப் பற்றிய பொருள்முதல்வாத புரிதலுடனும் பிரிக்க முடியாமல் இணைக்கப்பட்டது (மொயர் 2018b). கனவுலகு பொருளாயதமாக இருப்பதோடு மட்டுமின்றி, 'பொருளாயத எதார்த்தமே இன்னும் இறுதிசெய்யப்பட்ட வடிவில் இல்லை என்ற நேரடி பொருளில் இலட்சியமாக உள்ளது' (மொயர் 2018a: 201). உலகின் பொருளாயத எதார்த்தத்தில் கனவுலகின் சாத்தியம் அமைந்துள்ளது. ப்ளோஹின் 'ஊகத்தன்மையிலான பொருள்முதல்வாதத்தில்' பொருள் என்பதன் அர்த்தம் சாத்தியத்தில் - இருத்தல் (மொயர் 2018b). கனவுலகு பற்றியும் புரட்சிகர மாற்றம் பற்றியும் அகநிலைவாத அணுகுமுறையில் இருந்தும் தன்னார்வவாத அணுகுமுறையில் இருந்தும் இது பெரிதும் வேறுபட்டது. ப்ளோஹின் பொருள்முதல்வாதம் முழுக்க முழுக்க தொட்டறியக் கூடியது, மனித உணர்ச்சிகளுடன் இணைக்கப்பட்டது (க்ரோலியோஸ் 2017:221), ப்ளோஹ் ஒரு 'கற்பனாவாத மெய்யிலாளராக' இருக்கிறார் என்ற ஹேபர்மாசின் ஆதாரமில்லாத குற்றச்சாட்டுக்கு எதிராகவும் இது நிற்கிறது (க்ரோலியோஸ் 2017:222; மொயர் 2018a, 2018b).

திட்டவட்டமான கனவுலகும் நம்பிக்கை பற்றிய விமர்சனக் கோட்பாடும்

திட்டவட்டமான கனவுலகுக்கும் அரூபமான கனவுலகுக்கும் இடையே ப்ளோஹ் குறிப்பிடத்தக்க வகையில் வேறுபடுத்துவதை ருத் லெவிடாஸ் துலக்கப்படுத்துகிறார் (லெவிடாஸ் 1997). எதிர் நோக்காத

இலட்சிய உலகச் சிந்தனையை ப்ளோஹ் விமர்சித்தார் (லெவிடாஸ் 2008:43). திட்டவட்டமான கனவுலகம் என்பது 'புலன் கடப்பு எதையும்' கொண்டிராத செயல்படும் நிகழ்முறை (ப்ளோஹ் 1971:41); அது முன்-தீர்மானிக்கப்படாத செயல்பாடாக இருப்பதாலேயே அது திட்டவட்டமானது. அது மனித உழைப்பின் எதேச்சையான உருமாற்றும் செயல்பாட்டின் விளைபொருள் (ப்ளோஹ் 2009: xix). ப்ளோஹ் கனவுலகை எதிர்காலத்துக்கு அனுப்பி விடவில்லை, ஏனென்றால் அப்படி செய்தால், 'நான் அங்கு இல்லை என்பது மட்டுமின்றி கனவுலகே தன்னுடன் இருக்கவில்லை' என்று அவர் வாதிடுகிறார் (அடோர்னோ, ப்ளோஹ், க்ருயூகர் 1975:3-ல் ப்ளோஹ்). கனவுலகம் என்பது எதிர்காலத்தில் இருக்கப் போகும் 'சிந்தனை' இல்லை, மாறாக அது ஒரு 'நடைமுறை சார்ந்த கருத்தினம்' (லெவிடாஸ் 1997:70). இன்னும் இல்லாதது, 'மூடப்பட்டதாக, குறுக்கப்பட்ட வடிவில் அதன் "போக்குக்கு" ஏற்ப எதிர்பார்க்கப்படும் ஒன்றாக' புரிந்து கொள்ளப்படவில்லை. அப்படிப்பட்ட புரிதல் 'இன்னும் இல்லாததை பின்நோக்கி பொருள்கூறுவதாக இருக்கும். அது புதியதற்குள் இயங்கியல்ரீதியாக தாவுவதைத்தான் முடக்கி விடுகிறது அல்லது புரிந்து கொள்ளத் தவறுகிறது' (ப்ளோஹ் 1986: 1373). மாறாக, அது கற்பனைப் படைப்பின் (Novum) உடன் இணைத்து புரிந்து கொள்ளப் படுகிறது. 'கற்பனைப் படைப்பின் (Novum) மூலமாகத்தான் நாம் நமது இடத்தை அறிந்து கொள்கிறோம், அதன் மூலம் மானுட இருத்தலின் இயல்பு பற்றிய கருதமுடியாத கேள்விக்கு திட்டவட்டமான வழிகளில் மறுஉரு கொடுக்கிறோம். அதன் மூலம் கனவுலகின் திசையை நாம் தெளிவாகக் காண முடிகிறது' (ஜைப்ஸ் 1988: xxxvii).

சமூகப் போராட்டங்களும் தன்னாட்சியான அணிதிரட்டலும் அடிப்படையான நடைமுறை கேள்விகளை மீண்டும் ஆய்வு செய்கின்றன: பணம்-மதிப்பு-மூலதனம் என்ற உலகத்துக்கு அப்பால் சமூக மறுவுற்பத்தியின் பிற வடிவங்களை விரித்துரைப்பதற்கான சாத்தியங்கள் என்ன? சுய-விரிவடையும் சாரமாக்கலின் அதிகாரத்தை நாம் எவ்வாறு எதிர்த்து நிற்க முடியும்? மனித வாழ்க்கையின் மறு வுற்பத்தி பண-மூலதனத்தின் மூலம் நடத்தி வைக்கப்படுகிறது என்ற மெய்ம்மைக்கும் (கூலிக்காக வேலை செய்து பணம் ஈட்டுவது அசாத்தியமாகி விட்ட அல்லது மேன்மேலும் கடினமானதாகி விட்ட நேரத்தில்) முதலாளித்துவச் சொத்துடைமையின் மிக அரூபமான சக்தியான பணத்தினால் இயக்கப்படும் சமூக மறுவுற்பத்தியின் அமைப்பை அழிப்பதற்கான தேவைக்கும் இடையிலான முரண் நிலையை நாம் எப்படிக் கையாள்வது? அதில் இருக்கும் முரண்பாடுகளை

எவ்வாறு கடந்து செல்வது? இந்தக் கேள்விகளுக்கான விடைகளைத் தேடுவதுதான் கனவுலகை மீட்டெடுப்பதன் தொடக்கப்புள்ளி. பண-மூலதனத்துக்கு எதிராகவும் அதைத் தாண்டியும் சமூகத்தின் மறு உற்பத்திக்கான மாற்று வடிவங்களை தேடுவதற்கு மிகவும் துலக்கமான திட்டவட்டமான தொடக்கப் புள்ளி இது. இந்த கனவுலக செயல்பாட்டில் ஆணாதிக்கரீதியான காலனிய முதலாளித்துவ சமூகத்தின் மீதான அனுபவரீதியான விமர்சனம் உள்ளார்ந்துள்ளது. இந்த விமர்சனம் அன்றாட வாழ்விலும் உடலிலும், சமூக உறவுகளிலும், சமுதாய செயல்பாடுகளிலும் வேர் கொண்டுள்ளது. விமர்சன அறுதியிடல்கள் முன்உருக்கொடுக்கப் பட்டவை, ஏனென்றால் அவை எதார்த்தத்தின் எல்லைக் கோடுகளை எதிர்க்கின்றன இன்னும் இல்லாத எதார்த்தத்துடன் தொடர்பு ஏற்படுத்திக் கொள்கின்றன (ப்ளோஹ் 1986:146).

வாழ்க்கை வடிவங்களை தேடுவது, எதிர்மறை செயல்பாட்டுக்கு மாறான 'நேர்மறை' செயல்பாட்டைக் கொண்டிருக்கவில்லை. விமர்சன அறுதியிடல்கள் என்பவை எதிர்மறைத்தன்மையின் பகைநிலையிலான முரண்படும் வடிவங்கள். மாற்றுகளைப் பற்றி ஆராய்ந்து அறுதியிடுவதன் மூலம் அவை 'அரசியல் சாத்தியத்தின் முன்னணிகளை' திறந்து விடுகின்றன. (அம்ஸ்லர் 2016). முடியாது என்று சொல்லும் போது (பார்க்கவும் ஹாலவே 2015), வரையறுக்கப்படாத குறைபாட்டை (அதனை ப்ளோஹ் 'இல்லாதது' என்று அழைக்கிறார்), அதாவது கண்ணியத்தை ஈடேற்றம் செய்வதற்கான நாம் அப்பாலைக்குள் நுழைகிறோம். கண்ணியத்தின் குறைபாடு, எதார்த்தத்தில் ஒரு குறைபாடு இல்லை. இல்லாதது இருக்க முடியாது என்பதால் கண்ணியத்தின் குறைபாடு அதன் இல்லாமை, அது வெறும் இல்லாமை மட்டுமில்லை, மாறாக அது ஈடேற்றம் பெறாத பொருள்வகையாகும். நம்பிக்கை பற்றிய விமர்சனக் கோட்பாட்டைப் பொறுத்தவரையில், மறுதலிப்புக்கான சாத்தியம் எதார்த்தத்தை ஈடேற்றம் பெறாத பொருள்வகைமை நிறைந்ததாக புரிந்து கொள்ளும் திறனை சார்ந்துள்ளது. மறுதலிக்கப்படும் போது அது ஏற்கனவே ஈடேற்றம்பெற ஆரம்பிக்கிறது, எனவே அது திட்ட வட்டமான கனவுலகின் பொருள்வகையை கட்டுவிக்கிறது. நம்மிடம் குறைவதை உண்மையில் நாம் தேடவில்லை: ஒரு 'குறைபாடாக' உணர்ந்ததை ஈடேற்றம் செய்வதற்காக நாம் தேடுகிறோம். ஆனால், அதனை ஈடேற்றம் செய்வதற்கான சாத்தியம் தற்போதைய பொருளாயத எதார்த்தத்தில் ஏற்கனவே உள்ளார்ந்துள்ளது. கண்ணியம் ஏற்கனவே சாத்தியமானது. நாம் அதை ஈடேற்றம் செய்ய வேண்டும். 'எப்படி யானாலும் வெறுமனே உள்ளதை தீர்மானகரமாக மறுதலிப்பதில் சாராம்சத்தில் கனவுலகம் காணப்படுகிறது, என்ன உள்ளதோ அதனை

போலியானதாக திட்டவட்டமாக வெளிப்படுத்தும் அளவுக்கு, என்ன இருக்க வேண்டும் என்பதை நோக்கி அது எப்போதுமே சுட்டுகிறது' (நியூபர்ட்-டாப்ளர் 2018:726-ல் சுட்டியபடி ப்ளோஹ்).

எல்லா சமூகப் போராட்டங்களும் எதிர்கொள்ளும் நேர்மறையாக்கம் என்ற அபாயத்தைப் பற்றி விமர்சனக் கோட்பாடு அக்கறை கொள்ள வேண்டுமா? இல்லை, ஏனென்றால் அத்தகைய அக்கறை நியாயப் படுத்த முடியாதது என்பது மட்டுமின்றி, அது அச்சத்துக்கும் சோர்வுக்கும் 'தடுக்கப்பட்ட நிலைக்கும்' இட்டுச் செல்கிறது. பிரச்சினை நடைமுறை சார்ந்தது, அரசியல் சார்ந்தது, அதனை முன்தரப்பட்டதாக கோட்பாட்டாக்க முடியாது. திட்டவட்டமான இலட்சிய உலகங்கள் மூலதனத்தின் தர்க்கங்களினுள் செரிக்கப்பட்டு விடலாம் என்ற அபாயம் மெய்யானது. வர்க்கப் போராட்டமும் கனவுலகச் செயல்பாடும் இடையாடப் பட்டவை என்பதை அங்கீகரிப்பது முக்கியமானது: சட்டம், பணம், அரசு, தொழிற்சங்கங்கள், கருத்தியல் ஆகியவை முதலாளித்துவ சமூக உறவுகள் செயல்படும் சமூக உறவுகளின் வடிவங்கள் (டீனர்ஸ்டெய்ன் 2015). இந்த இடையாடல்கள் 'வடிவ நிகழ்முறைகள்' (ஹாலவே 2010:618). அப்படியானால் வர்க்கப் போராட்டம் அவற்றை வெட்டிச் செல்கிறது, எனவே அவை நெருக்கடிக்குள்ளாகக் கூடியவை. நெருக்கடிகள் 'இடையாடல்நீக்க' தருணங்களை ஏற்படுத்துகின்றன (போன்ஃபெல்ட் 1987). எடுத்துக்காட்டாக ஒரு நிதி நெருக்கடி அல்லது அரசின் நெருக்கடி, முதலாளித்துவ இடையாடல்கள் தமது உண்மையான மாய்மாலத் தன்மையை மறைத்துக் கொள்ள முடியாத போது ஏற்படும் மாய்மால நீக்க நேர்வுகள். அந்தத் தருணங்களில் தன்னாட்சியான அணி திரட்டலுக்கான வெளி திறந்து விடப்படுகிறது. ஏனென்றால் எதிர்ப்பை உள்வாங்குவதற்கான சாத்தியம் குறைகிறது (டீனர்ஸ்டெய்ன் 2015:70). இடையாடல்நீக்கம், இடையாடல்களின் வடிவங்கள் தொடர்பாக நடக்கும் போராட்டத்தை வெளிப்படுத்துகின்றது.

அச்சத்துக்கு அப்பால்: போராட்டமாக இடம்பெயர்ப்பு

என்னுடைய பார்வையில், கேள்வி 'இடையாடல்களை, எடுத்துக் காட்டாக அரசை, நாம் எவ்வாறு தவிர்க்கமுடியும்' என்பது இல்லை. மாறாக, 'இடப்பெயர்ப்பை' எப்படி கோட்பாடாக்குவது என்பதுதான் கேள்வி. அதாவது, நமது புரட்சிகர போராட்டங்களை நேர்மறை கிளர்ச்சிகளாக இடம் பெயர்த்து விடுவதன் மூலம் முதலாளித்துவ இடையாடல்கள் அவற்றை ஒடுக்கி அடக்கி ஒன்றிணைத்து சட்ட ரீதியானதாக்கி தடை செய்து புறக்கணிப்பது எவ்வாறு? முதலாளித்துவம் அல்லாத இடையாடல் வடிவங்களை விரித்துரைப்பது சாத்தியமா?

ஒரு நெருக்கடிக்குப் பிறகு முதலாளித்துவ இடையாடல்கள் மீட்டெடுக் கப்பட்டு, அவற்றின் உண்மையான மாய்மாலமாக்கும், முடக்கும் இயல்பு மீண்டும் ஒரு முறை தெளிவற்றதாக்கப்படும் போது இந்தக் கேள்விகள் அரசியல்ரீதியாக பொருத்தப்பாடுடையதாகின்றன. இந்த இடையாடல்களுக்கும் நமது போராட்டங்களுக்கும் புது ஒப்பனை கொடுக்கப்படுவதையும் (அவை முழுவதும் இல்லாமல் செய்யப்பட வில்லை என்றால்) நாம் அனுபவரீதியாக பார்க்க முடிகிறது. ஒரு புதிய சட்டம், புதிதாக ஒதுக்கப்பட்ட நிதித்திட்டம், ஒரு புதிய கொள்கை செயல்திட்டம், ஒரு புதிய அரசுத் துறை, ஒரு புதிய வழிநடத்தும் குழு ஆகிய வடிவங்களில் அவற்றை நாம் பார்க்க முடிகிறது. நாம் தோற்கடிக்கப்பட்டதாக உணர்வோம் அல்லது அப்படி உணராமல் இருந்து விடலாம்.

நம்பிக்கை ஏமாற்றப்படமுடியாததாக இருக்க வேண்டும் என்று ப்ளோஹ் வாதிட்டார்: 'நம்பிக்கை என்பது பற்றுறுதி இல்லை. ஏமாற்றப்படமுடியாததாக இல்லை என்றால் அது நம்பிக்கையாக இருக்காது' (ப்ளோஹ் 1988: 16-17). 1918-ல் ஜெர்மன் புரட்சியின் தோல்வியாலும் நாஜியிசத்தாலும் குறியிடப்பட்ட தனது அரசியல் அனுபவத்தை அவர் வெளிப்படுத்தினார். ஆனால் விமர்சன அறுதியிடல்கள் மீறலை உருவாக்குகின்றன. 'போராட்டமாக' இடப் பெயர்ப்பை புரிந்து கொள்வதில்தான் குறிப்பு கிடைக்கிறது. (வாஸ்கெஸ் 2011:41). இடம்பெயர்க்கமுடியாமை என்ற கேள்வியை அரசியல்ரீதியாக பொருந்தும் வகையில் புரிந்து கொள்ள வேண்டும். 'இடம்பெயர்க்க முடியாமல் இடப்பெயர்ப்பின் எல்லைக்கு அப்பால்' இருந்து விட்ட, 'உட்சேர்ப்பதன் இயக்கத்தில் ஒதுக்கி வைக்கப்பட்ட' அறிகுறிகள், கருத்துருக்கள், பார்வைஎல்லைகள், செயல்பாடுகள், கனவுகள், காரணிகள் என்ன? உள்ளடக்குவதற்கான நகர்வில் இருந்து விடுவிக்கப்பட்டது என்ன?' (வாஸ்கெஸ் 2011:36). நம்பிக்கை பற்றிய விமர்சனக் கோட்பாடு, புரட்சிகர மாற்றத்தைக் கொண்டு வருவதற்கு வர்க்கப் போராட்டங்களின் சாத்தியத்தை கண்டறியும் மார்க்சின் முறையின் முக்கியத்துவத்தை வலியுறுத்துகிறது. அதாவது, மூலதனத்தின் இலக்கணத்துக்குள் இடம்பெயர்த்து விட முடியாத ஒரு மீறலை (excess) உருவாக்குவது (டீனர்ஸ்டெய்ன் 2015). ப்ளோஹின் தத்துவத்தின் மூலம் நம்பிக்கை என்ற திறவுகோலைப் பயன்படுத்தி சமூகத்தின் மறுவுற்பத்தி தொடர்பான அரசியலை நாம் ஆய்வு செய்ய முடிகிறது.

மீறல் என்பது 'மூலதனத் திரட்டலின் புறநிலை விசைக்கும் நமது அகநிலை பொருத்தமின்மைக்கும் இடையிலான ஐக்கியமின்மையால்'

(ஹாலவே, இந்தத் தொகுதியில்) வரையறுக்கப்படவில்லை என்று நான் முன்மொழிகிறேன்: கற்பனாரீதியான மீறல் என்று ப்ளோஹ் அழைக்கும் ஒன்றால் அது வரையறுக்கப்படுகிறது. அதாவது 'கனவுலகுக்கான இன்னும் நிறைவேற்றப்படாத தெரிவிப்பினாலும், அதன் சாத்தியம் தொடர்பான எதிர்நோக்கும் கூருணர்வினாலும் வரையறுக்கப்படுகிறது' (மொயர் 2018 a :2017). ஆனால் இதற்கு ஒரு வரம்பு உள்ளது. ஜபதிஸ்தாக்களால் வழிநடத்தப்படும் சியாபாஸ் சமுதாயங்களைப் போன்ற (இந்தத் தொகுதியில் டிஷ்லரின் கட்டுரையைப் பார்க்கவும்) மேற்குலகுக்கு வெளியிலான, பூர்வகுடி மக்களின் எதிர்ப்பியக்கத்தின் கற்பனாரீதியான மீறல் நினைவுக்கெட்டிய காலத்தில் இருந்தே காலனிய ஆட்சியாளர்களாலும் முதலாளித்துவ ஜனநாயகங்களாலும் ஒடுக்கப்பட்ட பாரம்பரியங்களாலும் வழக்கங்களாலும் பழக்கங்களாலும் வழிநடத்தப்படுகின்றன (டீனர்ஸ்டெய்ன் 2015). இதன் முக்கியத்துவம் என்ன? ஏனென்றால், இங்கே கடந்தகாலத்தை பாதுகாக்கப் போராடுவது போராட்டத்தின் ஒரு வடிவத்தை கட்டுவிக்கிறது (ஆப்ரி 2003). அது புதிய பாணியிலான அரசியல் சிந்தனையுடன் அணிதிரட்டப்பட்டுள்ளது (கஸ்நபிஷ் 2008:51). மாயன் பாரம்பரியங்களுடனும், வழக்கங்களுடனும், பழக்கங்களுடனும் தொடர்பு ஏற்படுத்திக்கொள்வதன் மூலம் ஜபதிஸ்தாக்கள் தன்னாட்சியை செலுத்தும் அதே நேரம், 'நாங்கள் கற்பனையாலும் படைப்பூக்கத்தாலும் எதிர்காலத்தாலும் ஒன்றுபட்டுள்ளோம்' என்று அவர்கள் வாதிடுகின்றனர். (சப்காமாண்டன்டெ இன்சர்ஜன்ட் மார்கோஸ் இன் பொன்ஸ் டி லியோன் 2001:167).

நம்பிக்கை பற்றிய விமர்சனக் கோட்பாடு விமர்சன அறுதியிடல்களாலும் அவற்றின் திட்டவட்டமான கனவுலகங்களாலும் உருவாக்கப்பட்ட கனவுலக மிகையின் மீது கவனம் குவிக்கிறது. நேர்மறையாக்கத்துக்கும் விமர்சன அறுதியிடலுக்கும் இடையில் தெளிவான வேறுபாட்டை நிறுவுவது நம்பிக்கை பற்றிய விமர்சனக் கோட்பாட்டுக்கு முக்கியமான அரசியல் முக்கியத்துவம் கொண்டுள்ளது என்பதை நாம் பார்க்க முடிகிறது. அது திட்டவட்டமான கனவுலகின் அறுதியிடல் சாத்தியத்தை அங்கீகரிப்பதன் மூலம் இன்றைய வர்க்கப் போராட்டத்தில் இணைய விரும்புகிறது. இந்த வேறுபடுத்தல் இல்லாவிட்டால், எதிர்மறைத் தன்மை ஒரு அரூபமான விமர்சனமாக மாறுகிறது, வர்க்கப் போராட்டத்தின் மெய்யான இயக்கத்திலிருந்து பிரிக்கப்பட்டதாகிறது, வரலாற்றுரீதியாக குறிப்பிட்ட தன்மையற்றதாகிறது. இத்தகைய விமர்சனம் துணைநிலை போராட்டங்கள் வழங்கும் அனுபவரீதியான விமர்சனத்தை ஒடுக்கி விடும் என்ற அபாயமும் உள்ளது, அவற்றின்

மீது ஐரோப்பிய மையவாத, ஆண்-ஆதிக்க தத்துவத்தை சுமத்தும் அபாயம் உள்ளது.

விமர்சனக் கோட்பாட்டாளர்கள் நம்பிக்கை, கனவுலகம் போன்ற கேள்விகளை விவாதிக்க முடிவு செய்தால், நேர்மறையாக்கம் பற்றிய பயத்தை விட்டு விட வேண்டும். 'எதிர்காலம் பற்றிய கனவின்மையில்... பயம்தான் உள்ளது, நம்பிக்கை இல்லை; நிகழ்காலத்தின் இன்னும் பெரிய பரிமாணமாக எதிர்காலத்தைப் புரிந்து கொள்வதற்கு பதிலாக.. ஒரு எதிர்-உச்சம்தான் இருக்கும்' *(ப்ளோஹ் 1971: 32-3)*. இறுதியில், நாம் அனைவரும் 'நமக்கேயுரிய குருட்டுப் புள்ளியில்' நிற்கின்றோம் *(ப்ளோஹ் 2000:200)*. நமக்குத் தெரியாது. 'கருத்தில் கொள்ளமுடியாத' கேள்வி ஒருபோதும் முன்வைக்கப்படாமல் போகலாம். 'நிகழ் காலத்துக்கும் அதன் எதிர்காலத்துக்கும் இடையேயான உறவைத்தான் முரண்பாடு வெளிக்கொணர்கிறது. நான் நானாக இருக்கிறேன், நானாக இல்லை' *(குன் 1994:55)* என்று குன்-ஐப் பின்பற்றி கூறலாம். நாம் இன்னும் இல்லை.

நூல் பட்டியல்

அடோர்னோ டி டபிள்யூ *(1995)*, *நெகடிவ் டயலெக்டிக்ஸ், நியூயார்க்:கன்டினுவம்* (Adorno, T. W. (1995) *Negative Dialectics*, New York: Continuum).

அடோர்னோ டி டபிள்யூ, ஈ ப்ளோஹ், க்ர்யூகர் எச் *(1975)*, 'சம்திங் இஸ் மிஸ்சிங். எ டிஸ்கஷன் பிட்வீன் எர்ன்ஸ்ட் ப்ளோக் அண்ட் தியோடர் டபிள்யூ அடோர்னோ ஆன் த காண்ட்ரடிக்ஷன்ஸ் ஆஃப் உடோபியன் லாஙிங்' (Adorno, T. W., Bloch, E. and Krüger, H. (1975) 'Something's Missing. A Discussion Between Ernst Bloch and Theodor W. Adorno on the Contradictions of Utopian Longing'), *ப்ளோஹ் (தொகுப்பாசிரியர்), த உடோபியன் ஃபங்ஷன் ஆஃப் ஆர்ட் அண்ட் லிட்ரேச்சர்:செலக்டட் எஸ்சேஸ்-ல், கேம்பிரிட்ஜ், எம்ஏ: எம்ஐடி பிரெஸ்* (Bloch, E. (ed.), *The Utopian Function of Art and Literature: Selected Essays*, Cambridge, MA: MIT Press), 1-17.

அம்ஸ்லர் எஸ் *(2016)*, 'லேர்னிங் ஹோப்: என் எபிஸ்டிமாலஜி ஆஃப் பாசிபிலிடி ஆஃப் அட்வான்ஸ்ட் கேபிடலிஸ்ட் சொசைட்டி' (Amsler, S. (2016) 'Learning Hope: An Epistemology of Possibility for Advanced Capitalist Society'), *ஏ.சி. டீனர்ஸ்டெய்ன் (தொகுப்பாசிரியர்), சோசியல் சயின்சஸ் ஃபார் என்-அதர் பாலிடிக்ஸ்: விமன் தியரைசிங் விதவுட் பாரசூட்ஸ்-ல், பேசிங்ஸ்டோக்: பால்கிரேவ் மேக்மில்லன்* (A. C. Dinerstein (ed.), *Social Sciences for An-Other Politics: Women Theorising without Parachutes*, Basingstoke: Palgrave Macmillan), 19-32.

ஆப்ரி ஏ *(2003)*, 'அடானமி இன் த சான் ஆந்த்ரேஸ் அக்காட்ஸ்: எக்ஃப்ரஷன் அண்ட் ஃபுல்ஃபில்மென்ட் ஆஃப் எ நியூ ஃபெடரல் பேக்ட்' (Aubry, A. (2003) 'Autonomy in the San Andre´s Accords: Expression and Fulfilment of a New Federal Pact'), *ஜே.ருஸ், ஆர் ஹெர்னாண்டஸ் காஸ்டிலோ, எஸ் மாட்டியேஸ் (தொகுப்பாசிரியர்கள்), மாயன் லைவ்ஸ், மாயன் உடோபியாஸ்: தி இண்டீஜினியஸ் பீப்பிள்ஸ் ஆஃப் சியபாஸ் அண்ட் த ஜபதிஸ்தா ரெபலியன்-ல், ஆக்ஸ்ஃபோர்ட்: ரோமன் & லிடில்ஃபீல்ட்,* (J. Rus, R. Hernandez Castillo and S. Mattiace (eds), Mayan Lives, Mayan Utopias: *The Indigenous Peoples of Chiapas and the Zapatista Rebellion*, Oxford: Rowman & Littlefield), 219-42.

பெஞ்சமின் டபிள்யூ *(1999)*, *'தீசிஸ் ஆன் த ஃபிலாசஃபி ஆஃப் ஹிஸ்டரி'*, (Benjamin, W. (1999) 'Theses on the Philosophy of History'), *இல்லுமினேஷன்ஸ்: எஸ்சேஸ் அண்ட் செலக்ஷன்ஸ்-ல், லண்டன்: பிம்லிகோ*, (*Illuminations: Essays and Selections*, London: Pimlico), *245-55*.

பட்டசார்யா டி *(2017)*, *'ஹவ் நாட் டு ஸ்கிப் கிளாஸ் : சோசியல் ரீப்ரொடக்ஷன் ஆஃப் லேபர் அண்ட் த குளோபல் வொர்கிங் கிளாஸ்'*, (Bhattacharya, T. (2017) 'How Not to Skip Class: Social Reproduction of Labor and the Global Working Class'), *பட்டசார்யா டி (தொகுப்பாசிரியர்), சோசியல் ரீப்ரொடக்ஷன் தியரி*, லண்டன்: புளூடோ பிரெஸ், *68-93*. (T. Bhattacharya (ed.), Social Reproduction Theory, London: Pluto Press), 68-93.

ப்ளோஹ் ஈ *(1971)*, *ஆன் கார்ல் மார்க்ஸ்*, நியூயார்க்: ஹெர்டர் அண்ட் ஹெர்டர் (Bloch, E. (1971) On Karl Marx, New York: Herder and Herder).

ப்ளோஹ் ஈ *(1986[1959])*, *த பிரின்சிபிள் ஆஃப் ஹோப்*, கேம்பிரிட்ஜ், எம்ஏ: எம்ஐடி பிரெஸ் (Bloch, E. (1986 [1959]) *The Principle of Hope*, Cambridge, MA: MIT Press).

ப்ளோஹ் ஈ *(1988)*, *த உடோபியன் ஃபங்ஷன் ஆஃப் ஆர்ட் அண்ட் லிட்ரேச்சர்: செலக்டட் எஸ்சேஸ்*, (Bloch, E. (1988) *The Utopian Function of Art and Literature: Selected Essays*), மொழிபெயர்ப்பு ஜே ஜைப்ஸ், எஃக் மெக்லன்பர்க், கேம்பிரிட்ஜ், எம்ஏ: எம்ஐடி பிரெஸ் (J. Zipes and F. Mecklenburg, Cambridge, MA: MIT Press).

ப்ளோஹ் ஈ *(1998)*, 'கேன் ஹோப் பி டிஸ்அப்பாய்ன்டட்?' (Bloch, E. (1998) 'Can Hope Be Disappointed?'), *லிட்ரரி எஸ்சேஸ்-ல், ஸ்டேன் ஃபோர்ட்: ஸ்டேன்ஃபோர்ட் யூனிவர்சிட்டி பிரெஸ்* (*Literary Essays*, Stanford: Stanford University Press), 339-45.

ப்ளோஹ் ஈ *(2000 [1918])*, *த ஸ்பிரிட் ஆஃப் உடோபியா*, ஸ்டேன் ஃபோர்ட்: ஸ்டேன்ஃபோர்ட் யூனிவர்சிட்டி பிரெஸ் (Bloch, E. (2000 [1918]) The Spirit of Utopia, Stanford: Stanford University Press).

ப்ளோஹ் ஈ *(2009 [1972])*, *ஏதிசம் இன் கிறிஸ்டியானிடி*, லண்டன்: வெர்சோ (Bloch, E. (2009 [1972]) *Atheism in Christianity*), London: Verso.

போல்டிரெவ் ஐ *(2015)*, *எர்ன்ஸ்ட் ப்ளோஹ் அண்ட் ஹிஸ் கன்டம்ப்ரரீஸ்: லொகேடிங் உடோபியன் மெசையானிசம் டுடே*, லண்டன் : புளூம்ஸ்பரி (Boldyrev, I. (2015) *Ernst Bloch and his Contemporaries: Locating Utopian Messianism Today*, London: Bloomsbury).

போன்ஃபெல்ட் டபிள்யூ *(1987)*, *'மார்க்சிசம் அண்ட் த கான்செப்ட் ஆஃப் மீடியேஷன்', காமன் சென்ஸ் 2* (Bonefeld, W. (1987) 'Marxism and the Concept of Mediation', *Common Sense* 2): 67-72, https://commonsense journal.org.uk/1987/07/01/issue-two.

போன்ஃபெல்ட் டபிள்யூ *(2009)*, 'எமன்சிபேடரி பிராக்சிஸ் அண்ட் கான்சப்சுவாலிடி இன் அடோர்னோ' (Bonefeld, W. (2009) 'Emancipatory Praxis and Conceptuality in Adorno'), ஜே ஹாலவே, பி எஃப் மடமோரஸ், எஸ் டிஷ்லர் *(தொகுப்பாசிரியர்கள்), நெகடிவிடி அண்ட் ரெவல்யூஷன்: அடோர்னோ அண்ட் பொலிடிகல் ஆக்டிவிசம்-ல்*, லண்டன்: புளூடோ பிரெஸ் (J. Holloway, P. F. Matamoros and S. Tischler (eds), *Negativity and Revolution: Adorno and Political Activism*, London: Pluto Press, 122-47).

போன்ஃபெல்ட் டபிள்யூ *(2009)*, 'ஆன்டகனிசம் அண்ட் நெகடிவ் கிரிடிக்: என் இன்டர்வியூ', *வியூபாய்ன்ட் மேகசின்* (Bonefeld, W. (2013) 'Antagonism and Negative Critique: An Interview', *ViewPoint Magazine*), www.viewpointmag.com/2013/09/15/antagonism-and-negative- critique-an-interview/September 15.

போன்ஃபெல்ட் டபிள்யூ *(2009)*, 'பிரிங்கிங் கிரிடிகல் தியரி பேக் இன் அட் எ டைம் ஆஃப் மிசரி: த்ரீ பிகினிங்ஸ் விதவுட் கன்க்ளூஷன்', *கேபிடல் & கிளாஸ்* (Bonefeld,

W. (2016) 'Bringing Critical Theory Back in at a Time of Misery: Three Beginnings Without Conclusion', *Capital & Class* 40(2)): 233-44.

ப்ரொன்னர் எஸ் (1997), 'உடோபியன் ப்ரொஜக்‌ஷன்ஸ்: இன் மெமரி ஆஃப் எர்ன்ஸ்ட் ப்ளோஹ்' (Bronner, S. (1997) 'Utopian Projections: In Memory of Ernst Bloch'), ஜே ஓ டேனியல், டி மோய்லன் (தொகுப்பாசிரியர்கள்), *நாட் யெட்: ரீகன்சிடரிங் எர்ன்ஸ்ட் ப்ளோஹ்-ல்*, லண்டன்: வெர்சோ (J. O. Daniel and T. Moylan (eds), *Not Yet: Reconsidering Ernst Bloch*, London: Verso), 165-74.

கிளார்க் எஸ் (1994), *மார்க்சஸ் தியரி ஆஃப் கிரைசிஸ்*, பேசிங்ஸ்டோக்: மேக்மிலன் (Clarke, S. (1994) Marx's Theory of Crisis, Basingstoke: Macmillan).

கூலெ டி (2000), *நெகடிவிடி அண்ட் பாலிடிக்ஸ்: டயனிசஸ் அண்ட் டயலெக்டிக்ஸ் ஃப்ரம் கான்ட் டு போஸ்ட்ஸ்ட்ரக்சுரலிசம்*, லண்டன்: ரட்லஜ் (Coole, D. (2000) Negativity and Politics: Dionysus and Dialectics from Kant to Poststructuralism, London: Routledge).

டல்லா கோஸ்டா எம் ஆர் (1995), 'முதலாளித்துவமும் மறு வுற்பத்தியும்' (Dalla Costa, M. R. (1995) 'Capitalism and Reproduction'), வெர்னர் போன்ஃபெல்ட், ரிச்சர்ட் குன், ஜான் ஹாலவே, காஸ்மாஸ் சைக்கோ பீடிஸ் (தொகுப்பாசிரியர்கள்), *திறந்தநிலை மார்க்சியம் III* (W. Bonefeld, R. Gunn, J. Holloway and K. Psychopedis (eds), *Open Marxism 3*, London: Pluto Press, 7-15).

டேலி எஃப் (2013), 'த ஜீரோ பாய்ன்ட்: என்கவுன்டரிங் த டார்க் எம்ப்டினெஸ் ஆஃப் நதிங்னஸ்' (Daly, F. (2013) 'The Zero Point: Encountering the Dark Emptiness of Nothingness'), பி தாம்சன், எஸ் சிஜெக் (தொகுப்பா சிரியர்கள்), *த பிரைவடைசேஷன் ஆஃப் ஹோப்: எர்ன்ஸ்ட் ப்ளோஹ் அண்ட் த ஃப்யூச்சர் ஆஃப் உடோபியா-ல்*, துர்ஹம், என்சி: டியூக் யூனிவர்சிட்டி பிரெஸ் (P. Thompson and S. Z?iz?ek (eds), *The Privatization of Hope: Ernst Bloch and the Future of Utopia*, Durham, NC: Duke University Press), 164-202.

டீனர்ஸ்டெய்ன் ஏ சி (2012), 'இன்டர்ஸ்டிஷியல் ரெவல்யூஷன்: ஆன் தி எக்ஸ்ப்ளோசிவ் ஃப்யூஷன் ஆஃப் நெகடிவிடி அண்ட் ஹோப்', *கேபிடல் & கிளாஸ்* (Dinerstein, A. C. (2012) 'Interstitial Revolution: On the Explosive Fusion of Negativity and Hope', *Capital & Class*) 36(3): 513-32.

டீனர்ஸ்டெய்ன் ஏ சி (2015), *அடானமி இன் லத்தீன் அமெரிக்கா: தி ஆர்ட் ஆஃப் ஆர்கனைசிங் ஹோப்*, பேசிங்ஸ்டோக்: பால்கிரேவ் மேக்மிலன் (Dinerstein, A. C. (2015) *Autonomy in Latin America: The Art of Organising Hope*, Basingstoke: Palgrave Macmillan).

டீனர்ஸ்டெய்ன் ஏ சி (2016), 'த ரேடிகல் சப்ஜக்ட் அண்ட் இட்ஸ் கிரிடிகல் தியரி. என் இன்ட்ரொடக்‌ஷன்' (Dinerstein, A. C. (2016) 'The Radical Subject and its Critical Theory. An Introduction'), ஏ சி டீனர்ஸ்டெய்ன் (தொகுப்பாசிரியர்), *சோசியல் சயின்சஸ் ஃபார் என்-அதர் பாலிடிக்ஸ்: விமன் தியரைசிங் விதவுட் பாரசூட்ஸ்-ல்*, பேசிங்ஸ்டோக்: பால்கிரேவ் மேக்மிலன் (A. C. Dinerstein (ed.), *Social Sciences for An-Other Politics: Women Theorising without Parachutes*, Basingstoke: Palgrave Macmillan), 1-18.

டீனர்ஸ்டெய்ன் ஏ சி (2017a), 'கான்க்ரீட் உடோபியா: ரீப்ரொடி யூசிங் லைஃப் இன், எகெய்ன்ஸ்ட் அண்ட் பியாண்ட் த ஓப்பன் வெய்ன்ஸ் ஆஃப் கேபிடல்', பப்ளிக் செமினார், நியூயார்க்: நியூ ஸ்கூல் சோசியல் ரிசர்ச் (Dinerstein, A. C. (2017a) 'Concrete Utopia: Reproducing Life in, Against and Beyond the Open Veins of Capital', Public Seminar, New York: New School Social Research), www.publicseminar.org/2017/12/concrete-utopia.

டீனர்ஸ்டெய்ன் ஏ சி (2017b), தலைமையுரை: 'அஃபர்மேஷன் அஸ் நெகேஷன்: தி அதர் கிரிடிகல் தியரி', சிம்போசியம் ஃபார் த 25த் ஆனிவர்சரி ஆஃப் ஓப்பன்

மார்க்சிசம், இன்ஸ்டிட்யூட் ஃபார் ஹியூமானிடிஸ் அண்ட் சோசியல் சயின்சஸ், (Dinerstein, A. C. (2017b)) Keynote: 'Afirmación como negatividad. La otra teoría crítica' (Affirmation as Negation: The Other Critical Theory), Symposium for the 25th Anniversary of Open Marxism, Institute for Humanities and Social Sciences), Benemérita Autonomous University of Puebla, Puebla, 16-19 October.

டீனர்ஸ்டெய்ன் ஏ சி *(2018)*, 'ஜான் ஹாலவே: த தியரி ஆஃப் இன்டர்ஸ்டிஷியல் ரெவல்யூஷன்' (Dinerstein, A. C. (2018) 'John Holloway: The Theory of Interstitial Revolution'), *பி. பெஸ்ட், டபிள்யூ போன்ஃபெல்ட், சி ஓ கேன் (தொகுப்பாசிரியர்கள்), த சேஜ் ஹேண்ட்புக் ஆஃப் ஃபிராங்க் ஃபர்ட் ஸ்கூல் ஆஃப் கிரிடிகல் தியரி-ல்,* லண்டன், சேஜ் (B. Best, W. Bonefeld and C. O'Kane (eds), *The Sage Handbook of Frankfurt School Critical Theory*, London: Sage), 533-49.

டீனர்ஸ்டெய்ன் ஏ சி, பிட்ஸ் எஃப் எச் *(2018)*, 'ஃப்ரம் போஸ்ட்-வொர்க் டு போஸ்ட்-கேபிடலிசம்? டிஸ்கசிங் த பேசிக் இன்கம் அண்ட் ஸ்ட்ரகிள்ஸ் ஃபார் அல்டர்நேடிவ் ஃபார்ம்ஸ் ஆஃப் சோசியல் ரீப்ரொடக்ஷன்', *ஜர்னல் ஆஃப் லேபர் & சொசைட்டி* (Dinerstein, A. C. and Pitts, F. H. (2018) 'From Post-work to Post-capitalism? Discussing the Basic Income and Struggles for Alternative Forms of Social Reproduction', *Journal of Labor & Society*) 21(4): 471-49.

ஃபெர்குசன் எஸ், மெக்நல்லி டி *(2015)*, 'சோசியல் ரீப்ரொடக்ஷன் பியாண்ட் இன்டர்செக்ஷனாலிடி: என் ஓவர்வியூ', *வியூபாய்ன்ட் மேகசின்* (Ferguson, S. and McNally, D. (2015) 'Social Reproduction Beyond Intersectionality: An Interview', *Viewpoint Magazine*), https://viewpointmag.com/ 2015/10/31/social-reproduction-beyond-intersectionality-an-interview- with-sue-ferguson-and-david-mcnally.

க்ரோலியோஸ் வி *(2017)*, *நெகடிவிடி அண்ட் டெமாக்ரசி: மார்க்சியம் அண்ட் த கிரிடிகல் தியரி டிரெடிஷன், நியூயார்க்:ரட்லெஜ்* (Grollios, V. (2017) *Negativity and Democracy: Marxism and the Critical Theory Tradition*, New York: Routledge).

குன் ஆர் *(1987)*, 'மார்க்சிசம் அண்ட் மீடியேஷன்', *காமன் சென்ஸ்* (Gunn, R. (1987) 'Marxism and Mediation', *Common Sense*) 2: 57-66, https:// commonsensejournal.org.uk/1987/07/01/issue-two.

குன் ஆர் *(1987)*, 'மார்க்சிசம் அண்ட் கான்ட்ரடிக்ஷன்', *காமன் சென்ஸ்* (Gunn, R. (1994) 'Marxism and Contradiction', *Common Sense*) 15, https:/ commonsensejournal.org.uk/1994/04/01/issue-15.

ஹாலவே ஜே *(2002)*, *சேஞ்ஜ் த வேர்ல்ட் விதவுட் டேகிங் பவர்: த மீனிங் ஆஃப் ரெவல்யூஷன் டுடே, லண்டன் : புளூடோ பிரெஸ்* (Holloway, J. (2002) *Change the World Without Taking Power: The Meaning of Revolution Today*, London: Pluto Press).

ஹாலவே ஜே *(2009ஏ)*, 'வொய் அடோர்னோ?' (Holloway, J. (2009a) 'Why Adorno?'), ஜே ஹாலவே, எஃப் மடமோரஸ், எஸ் டிஷ்லர் *(தொகுப்பாசிரியர்கள்), நெகடிவிடி அண்ட் ரெவல்யூஷன்: அடோர்னோ அண்ட் பொலிடிகல் ஆக்டிவிசம்-ல், லண்டன்: புளூடோ பிரெஸ்* (J. Holloway, F. Matamoros and S. Tischler (eds), *Negativity and Revolution: Adorno and Political Activism*, London: Pluto Press), 12-17.

ஹாலவே ஜே *(2009பீ)*, 'நெகடிவ் அண்ட் பாசிடிவ் அடானமிசம். ஆர் வொய் அடோர்னோ? பகுதி 2' (Holloway, J. (2009b) 'Negative and Positive Autonomism. Or Why Adorno? Part 2'), ஜே ஹாலவே, எஃப் மடமோரஸ், எஸ் டிஷ்லர் *(தொகுப்பாசிரியர்கள்), நெகடிவிடி அண்ட் ரெவல்யூஸன்: அடோர்னோ அண்ட் பொலிடிகல் ஆக்டிவிசம்-ல், லண்டன்: புளூடோ பிரெஸ்* (J. Holloway, F. Matamoros and S. Tischler (eds), *Negativity and Revolution: Adorno and Political Activism*, London: Pluto Press), 95-100.

ஹாலவே ஜே *(2010), கிராக் கேபிடலிசம், லண்டன்: புளூடோ பிரெஸ்* (Holloway, J. (2010) Crack Capitalism, London: Pluto Press).

ஹாலவே ஜே *(2015)*, 'நோ, நோ, நோ', *ரோர் மேகசின்* (Holloway, J. (2015) 'No, No, No', *Roar Magazine*), Issue 0, https://roarmag.org/ magazine/john-holloway-no-no-no.

ஹாலவே ஜே, மடமோரஸ் எஃப், டிஷ்லர் எஸ் *(தொகுப்பா சிரியர்கள்), நெகடிவிடி அண்ட் ரெவ்ல்யூஷன்: அடோர்னோ அண்ட் பொலிடிகல் ஆக்டிவிசம், லண்டன்: புளூடோ பிரெஸ்* (Holloway, J., Matamoros, F. and Tischler, S. (2009) (eds) *Negativity and Revolution: Adorno and Political Activism*, London: Pluto Press). கஸ்நபிஷ் ஏ *(2008)*, ஜபதிஸ்மோ பியாண்ட் பார்டர்ஸ்: நியூ இமாஜினேஷன்ஸ் ஆஃப் பொலிடிகல் பாசிபிலிடிஸ், டொரோன்டோ: யூனிவர்சிடி ஆஃப் டொரோன்டோ பிரெஸ் (Khasnabish, A. (2008) Zapatismo Beyond Borders: New Imaginations of Political Possibilities, Toronto: University of Toronto Press).

லெவிடாஸ் ஆர் *(1997)*, '*எஜுகேடட் ஹோப்: எர்ன்ஸ்ட் ப்ளோஹ் ஆன் அப்ஸ்ட்ராக்ட் அண்ட் கான்க்ரீட் உடோபியா*' (Levitas, R. (1997) 'Educated Hope: Ernst Bloch on Abstract and Concrete Utopia'), ஜே ஓ டேனியல், டி மொய்லன் *(தொகுப்பாசிரியர்கள்), நாட் யெட்: ரீகன்சிடரிங் எர்ன்ஸ்ட் ப்ளோஹ்-ல், லண்டன்:* வெர்சோ (J. O. Daniel and T. Moylan (eds), *Not Yet: Reconsidering Ernst Bloch*, London: Verso).

லெவிடாஸ் ஆர் *(2008)*, 'பிராக்மெடிசம், உடோபியா அண்ட் ஆன்டி- உடோபியா', *கிரிடிகல் ஹரைசான்ஸ்* (Levitas, R. (2008) 'Pragmatism, Utopia and Anti-Utopia', *Critical Horizons*) 9(1): 42-59.

மொயர் சி *(2018a)*, 'எர்ன்ஸ்ட் ப்ளோஹ்: த பிரின்சிபிள் ஆஃப் ஹோப்' (Moir, C. (2018a) 'Ernst Bloch: The Principle of Hope'), பி.பெஸ்ட், டபிள்யூ போன்ஃபெல்ட், சி ஓ'கேன் *(தொகுப்பாசிரியர்கள்), த சேஜ் ஹேண்ட்புக் ஆஃப் ஃபிராங்க்ஃபர்ட் ஸ்கூல் கிரிடிகல் தியரி*, லண்டன் B. Best, W. Bonefeld and C. O'Kane (eds), *The Sage Handbook of Frankfurt School Critical Theory*, London: Sage, 199-215.

மொயர் சி *(2018b)*, 'இன் டிஃபென்ஸ் ஆஃப் ஸ்பெகுலேடிவ் மெடீரியலிசம்', *ஹிஸ்டாரிகல் மெடீரியலிசம்*, இணையக் கட்டுரை (Moir, C. (2018b) 'In Defence of Speculative Materialism', *Historical Materialism*), 1-33, doi:10.1163/1569206X-00001609.

நியூபெர்ட்-டாப்ளர் ஏ *(2018)*, 'கிரிடிகல் தியரி அண்ட் உடோபியன் தாட்' (Neupert-Doppler, A. (2018) 'Critical Theory and Utopian Thought'), பி. பெஸ்ட், டபிள்யூ போன்ஃபெல்ட், சி ஓ'கேன், *த சேஜ் ஹேண்ட்புக் ஆஃப் ஃபிராங்க்ஃபர்ட் ஸ்கூல் கிரிடிகல் தியரி-ல்* (B. Best, W. Bonefeld and C. O'Kane (eds), *The Sage Handbook of Frankfurt School Critical Theory*), London: Sage, 714-33.

பொன்ஸ் டி லியோன் *(தொகுப்பாசிரியர்) (2001), அவர் வேர்ட் இஸ் அவர் வெபன்: செலக்டட் ரைட்டிங்ஸ் ஃப்ரம் சப்கமாண்டன்ட மார்கோஸ், நியூயார்க்: செவன் ஸ்டோரீஸ் பிரெஸ்* (Ponce de Leo´n, J. (ed.) (2001) *Our Word Is Our Weapon: Selected Writings from Subcomandante Marcos*, New York: Seven Stories Press).

போஸ்டோன் எம் *(2007), மார்க்ஸ் ரீலோடட்*, (Postone, M. (2007) *Marx Reloaded*). *Repensar la Teoría Crítica del Capitalismo*, ed. A. Riesco Sánz and J. García López, Madrid: Bifurcaciones, Traficantes de Sueños.

டிஷ்லர் எஸ் *(2009)*, '*அடோர்னோ: த கான்சப்சுவல் பிரிசன் ஆஃப் த சப்ஜெக்ட், பொலிடிகல் ஃபெடிஷிசம் அண்ட் கிளாஸ் ஸ்டிரகிள்*', (Tischler, S. (2009) 'Adorno: The Conceptual Prison of the Subject, Political Fetishism and Class Struggle'), ஜே ஹாலவே,

எஃப் மடமோரஸ், எஸ் டிஷ்லர் *(தொகுப்பாசிரியர்கள்), நெகடிவிடி அண்ட் ரெவ்ல்யூஷன்: அடோர்னோ அண்ட் பொலிடிகல் ஆக்டிவிசம்-ல், லண்டன்: புளூடோ பிரெஸ்* (J. Holloway, F. Matamoros and S. Tischler (eds), *Negativity and Revolution: Adorno and Political Activism*, London: Pluto Press), 103-21.

வாஸ்கஸ் ஆர் *(2011)*, 'டிரான்ஸ்லேஷன் அஸ் எரேசர்: தாட்ஸ் ஆன் மாடர்னிடிஸ் எபிஸ்டமிக் வயலன்ஸ்', *ஜர்னல் ஆஃப் ஹிஸ்டாரிகல் சோசியாலஜி* (Vázquez, R. (2011) 'Translation as Erasure: Thoughts on Modernity's Epistemic Violence', *Journal of Historical Sociology*) 24: 27-44.

வில்டிங் ஏ *(2009)*, 'பைட் பைப்பர்ஸ் அண்ட் பாலிமேத்ஸ்: அடோர்னோஸ் கிரிடிக் ஆஃப் பிராக்சிசம்' (Wilding, A. (2009) 'Pied Pipers and Polymaths: Adorno's Critique of Praxisism'), ஜே ஹாலவே, எஃப் மடாமோரஸ், எஸ் டிஷ்லர் *(தொகுப்பாசிரியர்கள்), நெகடிவிடி அண்ட் ரெவ்ல்யூஷன்: அடோர்னோ அண்ட் பொலிடிகல் ஆக்டிவிசம்-ல், லண்டன், புளூடோ பிரெஸ்* (J. Holloway, F. Matamoros and S. Tischler (eds), *Negativity and Revolution: Adorno and Political Activism*, London: Pluto Press), 18-38.

ஜெஷ்னர் எம், ஹன்சன் பி ஆர் *(2015)*, 'பில்டிங் பவர் இன் எ கிரைசிஸ் ஆஃப் சோசியல் ரீப்ரொடக்.ஷன்', *ரோர் மேகசின்* (Zechner, M. and Hansen, B. R. (2015) 'Building Power in a Crisis of Social Reproduction', *Roar Magazine*), https://roarmag.org/magazine/building- power-crisis-social-reproduction.

ஜைப்ஸ் ஜே *(1988)*, 'இன்ட்ரொடக்ஷன்: டுவேர்ட் எ ரியலைசேஷன் ஆஃப் ஆன்டிசிபேடரி இல்யூமினேஷன்' (Zipes, J. (1988) 'Introduction: Toward a Realization of Anticipatory Illumination'), *ஈ ப்ளோஹ் (தொகுப்பாசிரியர்), த உடோபியன் ஃபங்ஷன் ஆஃப் ஆர்ட் அண்ட் லிடரேச்சர்: செலக்டட் எஸ்சேஸ்-ல்* (E. Bloch (ed.), *The Utopian Function of Art and Literature: Selected Essays*), மொழிபெயர்ப்பு ஜே ஜைப்ஸ், எஃப் மெக்லன்புர்க் (J. Zipes and F. Mecklenburg), London: MIT Press, xi-xliii.

குறிப்புகள்

1. இந்த அத்தியாயத்தின் முந்தைய பதிப்பின் மீதான கருத்துக்களுக்காக சாரா அம்ஸ்லர், வெர்னர் போன்ஃபெல்ட், எடித் கோன்சாலஸ், ரிச்சர்ட் குன் ஆகியோருக்கு எனது நன்றிகள். முந்தைய வரைவுகள் மீதும் தொடர்புடைய ஆய்வுக் கட்டுரைகள் மீதும் பின்வரும் நிகழ்வுகளில் பங்கேற்றவர்களின் ஆர்வமும், உற்சாகமும், நுண்ணுர்வும் நிறைந்த கருத்துக்களுக்காக அவர்களுக்கும் நன்றிகள்: the Symposium for the 25th Anniversary of Open Marxism, Institute for Humanities and Social Sciences, Benemérita Autonomous University of Puebla, Puebla, 16-19 October 2017; the Seminar 'Subjectivity and Critical Theory', Institute for Humanities and Social Sciences, Benemérita Autonomous University of Puebla, Puebla; the Conference 'Ernst Bloch and the Marxist Legacy', University of Warsaw, June 16-17, 2018; the Public Debate 'Critical Theory Today: Conversation with John Holloway', Standing Seminar for Critical Theory, University of Bath, 11 October 2018; the 2018 Summer School 'The Art of Organising Hope', organised by CESDER-PRODES A.C. and UCIRed in Zautla, 22-29 July; and the Alternative Summit, 'The Art of Organising Hope: New Narratives for Europe', Ghent, November 2018, with special mention to Dominique Willaert, Sara Vilardo and Matthias Velle (from the Victoria Deluxe Artist Organisation, Ghent).

3. புறநிலையும் விமர்சனக் கோட்பாடும்: திறந்தநிலை மார்க்சியத்துடன் சொற்போர்

அல்ஃபோன்சோ கார்சியா வேலா

ஹாலவேயைப் பொறுத்தவரை

சிந்தனை அதன் சொந்த பொருத்தப்பாடு தொடர்பாக திருப்தியடைய வேண்டியதில்லை; நமது சிந்தனையை கைவிடாமலேயே நாம் அதற்கு எதிராக சிந்திக்க முடியும். இயங்கியல் என்பதை வரையறுக்க முடியும் என்றால், இந்த வரையறை அதற்கான முன்மொழிவிற்கு தகுதியானது (அடோர்னோ 2007:141)

முதன்மையாக, முதலாளித்துவ எதிர்ப்பு சிந்தனையை மேம்படுத்தவும் விடுவிக்கும் கோட்பாட்டையும் செயல்பாட்டையும் பற்றிய ஒருமைவாத எதிர்ப்பு கருத்தாக்கத்தை முன்வைக்கவும்தான் திறந்தநிலை மார்க்சியம் அடோர்னோவின் விமர்சனக் கோட்பாட்டை விவாதத்துக்கு எடுத்துக் கொண்டது. இந்த விவாதத்தின் ஆதாரத்தானமாக அடோர்னோவின் முக்கிய படைப்பான நெகடிவ் டயலெக்டிக்ஸ் (Negative Dialectics) இருந்தது; இன்னும் இருக்கிறது. மறுதலிப்பு பற்றிய அடோர்னோவின் கருத்துரு திறந்தநிலை மார்க்சியத்தின் பிரதிநிதிகள் மத்தியில் ஒரு சொற்போரைத் தூண்டியது, ஆனால் அதே நேரம், பாரம்பரிய மார்க்சியத்தின் இயல்பாக இருந்த இயங்கியல், மொத்தத்தன்மை, விடுவிப்பு ஆகியவை பற்றிய நேர்மறை கருத்தாக்கங்களை முறியடிக்கவும் அது உதவி செய்தது என்பதை வலியுறுத்த வேண்டும். இந்த உணர்வில், ஒத்திசைவின்மையை, முரண்பாட்டை தனது கோட்பாட்டு மற்றும் நடைமுறை நோக்குநிலையின் மையத்தில் வைப்பதற்கு திறந்தநிலை மார்க்சியம் முயற்சித்தது. ஆனால், திறந்தநிலை மார்க்சியத்தின் கோட்பாட்டு மற்றும் நடைமுறை நோக்குநிலைகளின் அடித்தளமாக ஒரு ஒருமை உள்ளது என்று இந்த அத்தியாயத்தின் முதல் பிரிவில் நாங்கள் காட்டவிருக்கிறோம். அடிப்படையானதாக கருதப்படக் கூடிய அது முனைப்பிற்கும் பொருண்மைக்கும் இடையேயான ஒருமை. அத்தகைய ஒருமை, திறந்தநிலை மார்க்சியத்தின் பிரதிநிதிகளை, அறுதியான அகநிலைவாதம் என்று சொல்லக் கூடிய பொறியில் சிக்கி விடச் செய்கிறது என்று நாங்கள் கருதுகிறோம். இதன்படி பொருண்மை முனைப்புடன் அடையாளப்படுத்தப்படுகிறது, அதில் முனைப்பின்

அறுதி முதன்மை உள்ளார்ந்துள்ளது, மார்க்சின் விமர்சன பகுப்பாய்வை மானுடச் செயல்பாடாகக் குறுக்குவது (*reductio ad hominem*) என்று புரிந்து கொள்வதும் அதில் உள்ளார்ந்துள்ளது. இதன் அரசியல் விளைவு தன்னார்வவாதம். திறந்தநிலை மார்க்சியத்தின் பிரதிநிதிகள் மத்தியில் பல்வேறுபட்ட அணுகுமுறைகள் இருப்பதை நாங்கள் அங்கீகரிக்கிறோம். இடப் பற்றாக்குறை காரணமாக இந்த அத்தியாயத்தில் அவற்றை நாங்கள் பகுத்தாய்வது முடியாது. ஆனால், அதன் ஒட்டுமொத்த கோட்பாட்டு சட்டகம் முனைப்புக்கும் பொருண்மைக்கும் இடையேயான ஒருமையை அடிப்படையாகக் கொண்ட என்றே நாங்கள் கருதுகிறோம்.

[identity (அடையாளம், ஒருமை) என்ற ஆங்கிலச் சொல் தொடர்பான சமீபத்திய விவாதங்கள் பெரும்பாலும் தனிநபர் அடையாளத்தைப் பற்றியதாக உள்ளன. அதே நேரம், பொதுவான ஒருமையையும், வெவ்வேறு வகையான பொருட்களின் ஒருமையையும் இந்தச் சொல் குறிக்கிறது. பொருட்கள் ஒருமையானவை என்று சொல்வது, அவை ஒன்றேயானவை என்று சொல்வதாகும். "Identity" என்பதும் "sameness" என்பதும் ஒரே அர்த்தம் கொண்டவை - Stanford Encyclopedia of Philosophy - https://plato.stanford.edu/entries/identity/ - மொ.பெ.]

அடோர்னோவின் விமர்சனக் கோட்பாடு அத்தகைய ஒருமையை மறுதலிப்பதில்தான் கால்கொண்டுள்ளது. எனினும், அடோர்னோவின் கோட்பாடாக்கத்துக்கும் திறந்தநிலை மார்க்சியத்துக்கும் இடையே இணக்கம் காண முடியாத வேறுபாடுகள் இருப்பதை நிரூபிப்பது எனது நோக்கம் இல்லை. கோட்பாட்டையும் செயல்பாட்டையும் பற்றிய ஒருமைவாத-எதிர்ப்பு கருத்தாக்கத்தை முன்வைக்கும் நோக்கத்துக்கு ஒரு புதிய அணுகுமுறையை பின்பற்றுவதும் எதிர்மறை சிந்தனைக்குள் ஆழமாகச் செல்வதும்தான் எனது நோக்கம். இதைச் செய்வதற்கு, திறந்தநிலை மார்க்சியம் என்ற விமர்சனக்கோட்பாட்டை பரிசீலித்து அதன் அடிப்படை வரம்புகளை வெளிப்படுத்த வேண்டும். இந்த நோக்கத்துக்காக நாங்கள் நெகடிவ் டயலெக்டிஸ் (*Negative Dialectics*)-ன் காரணிகளையும் பகுத்தாராய்கிறோம். முழுமையான அகநிலைவாதத்துக்கு பலியாகி விட்டதாக திறந்தநிலை மார்க்சியத்தின் மீது மரியோ ஸ்கேபலும் (இந்தத் தொகுதியில்) குற்றம் சாட்டுகிறார். ஸ்கேபலின் கருத்துப்படி, திறந்தநிலை மார்க்சியம் அடிப்படையில் அகநிலை கருத்துமுதல்வாதம், ஏனென்றால் அது பொருண்மையை முனைப்புக்குள் இயங்கியல்ரீதியாக கரைத்து விடுகிறது. முனைப்புக்கும் பொருண்மைக்கும் இடையே பிரித்தலில்-ஒருமை பற்றிய அதன்

வரையறையில் கூட, இறுதியில் முனைப்பையும் பொருண்மையையும் ஒன்றாகவே ஆக்கி விடும் ஒரு கோட்பாட்டு நிகழ்முறை திறந்தநிலை மார்க்சியத்தில் உள்ளது. அதன் மூலம் அவற்றின் பிரித்தலில்-ஐக்கியத்தை, ஒருமையில்-ஐக்கியம் ஆக மாற்றி விடுகிறது. இது தொடர்பாக நான் ஸ்கேபலுடன் உடன்படுகிறேன். ஆனால், அவரைப் போல இல்லாமல், இந்த அகநிலைவாதம் சமூகரீதியாக உருவானது என்று நிரூபிப்பதற்கு நான் முயற்சிக்கிறேன். அகநிலைவாதம் திறந்த நிலை மார்க்சியத்தின் தனிச்சிறப்பான அம்சம் இல்லை என்று நாம் பார்க்கவிருக்கிறோம். அது முதலாளித்துவ சமூகத்துடன் தொடர்புடைய நவீன கோட்பாட்டாக்க போக்கின் பகுதி.

விடுவிப்பின் அகநிலைக் கூறை மறுதலித்து, புறநிலைவாதத்தின் பொறியில் நான் சிக்கி விடப் போவதில்லை என்பதை தெளிவுபடுத்த வேண்டும். உலகத்தை மாற்றி அமைப்பதற்கு ‘முதலாளித்துவ சமூகத்தின் விளைவாக உள்ள மானுடத்தின் ஒட்டுமொத்த அழித்தொழிப்பை எதிர்ப்பதற்கான சித்தம் தேவைப்படுகிறது, அழிவை வெறுமனே பார்வையிடுபவர்களாக இருப்பது இல்லை’[1] என்பதை நான் நன்கு அறிந்துள்ளேன். இந்த உணர்வில், சிந்தனையில் கூட அதனை மறு தலிக்கும் ஒரு உலகத்தில், முனைப்பின் மதிப்பையும் அதன் கண்ணியத்தையும் அதன் கிளர்ச்சித்தன்மையையும் மீட்டெடுப்பதற்கான முயற்சியாக திறந்தநிலை மார்க்சியத்தின் பொது திட்டப்பணியை நான் பாராட்டுகிறேன். இருந்தபோதிலும், திட சித்தத்துக்கு அப்பால், உலகத்தை மாற்றி அமைப்பதற்கு விமர்சன சிந்தனையின் சுய-பரிசீலனை தேவைப்படுகிறது. இந்த இடத்தில் ‘தனக்கு எதிராக சிந்திப்பது’ இன்றியமையாதது: இது எதிர்மறை இயங்கியலின் ஒரு அடிப்படை பகுதி. சுய-விமர்சனத்துக்கு அப்பால் சென்று முனைப்பாக இருந்தாலும் சரி பொருண்மையாக இருந்தாலும் சரி ஒரு இறுதிக் கொள்கை என்ற ஆதர்சத்தில் இருந்து விடுவித்துக் கொள்ள அது நமக்கு உதவுகிறது. கூடுதலாக, ஹாலவேயின் கோட்பாட்டு மற்றும் அரசியல் பங்களிப்பில் ஒருமை என்ற கொள்கை இடம் பெற்றுள்ளது என்று நான் நிரூபிக்க விருக்கிறேன். இதனை ஹாலவேயின் கோட்பாட்டாக்கத்திலோ, திறந்தநிலை மார்க்சியத்தின் கோட்பாட்டாக்கத்திலோ ஒரு இன்றியமையாத பலவீனமாக புரிந்து கொள்வதற்கு மாறாக, சிந்தனை என்பது சமூகத்தில் இருந்து தனித்தது இல்லை, மாறாக சமூகத்தில் இருந்துதான் உருவாகிறது என்பதை நாம் மனதில் கொள்ள வேண்டும். வேறு சொற்களில், சிந்தனை என்பது சமூகரீதியாக கட்டுவிக்கப் பட்டது. அதனால்தான், அடோர்னோவைப் பொறுத்தவரை, ‘சிந்திப்பது என்பது ஒருமையாக்குவது’ (2007:5). எனினும், விமர்சனக் கோட்பாட்டின் பணி சிந்தனையை கைவிடுவதில்லை, மாறாக

சிந்தனையை கட்டுவிக்கும் ஒருமையையே கரைத்து விடுவதுதான் அதன் பணி.

நவீன சிந்தனையின் தனிச்சிறப்பு அது சாராம்சத்தில் முனைப்பின் முதன்மையைக் கொண்டுள்ளது என்பது அடோர்னோவின் விமர்சனக் கோட்பாட்டில் முக்கியமான தேற்றங்களில் ஒன்று. இந்த முற்கோள் இல்லாமல், அடோர்னோ நெகடிவ் டயலெக்டிக்சின் முன்னுரையில் தனது நோக்கமாக விளக்குவதை நாம் புரிந்து கொள்ள முடியாது. கருத்துமுதல்வாதம், இருப்பினவியல், நேர்க்காட்சிவாதம் போன்ற நவீன சிந்தனையின் வெவ்வேறு பதிப்புகள், அடோர்னோவைப் பொறுத்தவரை, இறுதிக் கணக்கில் அகநிலைவாத சிந்தனைகள் என்று இந்த அத்தியாயத்தின் இரண்டாவது பகுதியில் நாம் பார்க்கவிருக் கிறோம். நவீன சிந்தனையில் முனைப்பு முதன்மை பெறுவதற்கான சமூகரீதியான வரலாற்றுரீதியான அடித்தளத்தை விளக்குவதற்கு அடோர்னோ முயற்சித்தார்; அவரைப் பொறுத்தவரை அது மனிதர்களி லிருந்து அன்னியமாக்கப்பட்ட புறநிலைக்குள்ளாக சமூகம் இறுகலாக்கப் பட்டதன் விளைவு. வேறு சொற்களில், கோட்பாட்டாக்கத்தில் புற நிலையை அகநிலை முனைப்பாக மேன்மேலும் குறுக்குவது என்ற போக்கு உள்ளது, இந்தப் போக்கு இறுகலாக்கம் என்ற பின்புலத்தில் இருக்கிறது. இந்தப் போக்கை விமர்சன சிந்தனையிலும் காண முடிகிறது என்று இந்தக் கட்டுரையில் நான் வாதிடவிருக்கிறேன். இந்த நோக்குநிலையில் இருந்து பார்க்கும் போது, பாரம்பரிய மார்க்சியத்தின் அடிப்படைத் தன்மை, ஒருமையை வெளிப்படுத்துவதாக முனைப்பின் முதன்மை என்று கூறலாம்.

நவீன சிந்தனை மீதான அடோர்னோவின் விமர்சன பகுப்பாய்வு, நெகடிவ் டயலெக்டிக்ஸ்-ல் 'பொருண்மையின் முதன்மை' பற்றிய அவரது கோட்பாட்டின் விரித்துரைப்புக்கு வழி வகுத்தது என்று இந்த அத்தியாயத்தின் மூன்றாவது பிரிவில் நான் வாதிடவுள்ளேன். இது காரசாரமான விவாதங்களை ஏற்படுத்தியுள்ளது. எனினும், புறநிலை பொருண்மையின் முதன்மை என்பது அகநிலையின் பங்கெடுப்பை மறுதலிப்பது இல்லை, அல்லது அகநிலை முனைப்பு மறைந்து விடுவதாக உள்ள புறநிலை பற்றிய கருத்துரு இல்லை என்று நான் கருதுகிறேன். முனைப்பின் முதன்மையைக் கொண்டுள்ள ஒருமையின் மயக்கத்தை முறிப்பதற்கான அடோர்னோவின் முயற்சி அது; கூடுதலாக, பொருண்மைக்கு மேலாக முனைப்பின் உயர்நிலையையும் மற்றும் எதிர்நிலையாக முனைப்புக்கு மேலாக பொருண்மையின் உயர் நிலையையும் ஒழித்துக் கட்டுவதற்கு அது முயற்சிக்கிறது. இந்த வழியில்தான் அடோர்னோ முனைப்புக்கும் பொருண்மைக்கும் இடையிலான

ஒருமையை முறியடிக்க முயற்சிக்கிறார். இந்த நகர்வு இயங்கியலை பொருள்முதல்வாதமாக மாற்றுகிறது. இறுதியாக, திறந்த நிலை மார்க்சியத்துக்குள்ளாக ஒரு பதற்றம் அல்லது உள்முரண்பாடு இருக்கிறது என்று நான் நிரூபிக்கவிருக்கிறேன். ஒரு புறம், அது ஒருமையின் மூலமாக முனைப்பு-பொருண்மை இருமைநிலையை முறியடிக்க திட்டமிடுகிறது. திட்டவட்டமான மனிதர்களுக்கு சுய-விடுதலைக்கான சக்தியை வழங்கும் அரசியல் நோக்கைக் கொண்டுள்ளது. இன்னொரு புறம், ஒருமை என்ற கொள்கையைத் தாண்டி செல்வதற்காக தனது கோட்பாட்டு மற்றும் நடைமுறை நோக்குநிலையின் மையத்தில் ஒருமையின்மையை வைக்க விரும்புகிறது. திறந்தநிலை மார்க்சியத்தின் அடித்தளமாக உள்ள ஒருமை என்ற கொள்கையை முறியடிப்பதற்கான சாத்தியம் இந்தப் பதற்றத்திலிருந்து கிடைக்கிறது என்று எனக்குத் தோன்றுகிறது. பொதுவாகச் சொன்னால், எங்களது நோக்குநிலையை 'திறந்தநிலை மார்க்சியத்துக்கு உள்ளே-எதிராக-அதற்கு-அப்பால்' என்று புரிந்து கொள்ள முடியும்.[2]

முனைப்பும் விடுவிப்பும் ஒருமையும்

முனைப்புக்கும் பொருண்மைக்கும் இடையிலான செவ்வியல் பிரித்தலை முறியடிப்பதற்கான ஒரு முக்கியமான முயற்சியாக திறந்த நிலை மார்க்சியம் என்ற விமர்சனக் கோட்பாடு உள்ளது. அந்த இருமையை சமூகக் கருத்தினங்களின் அடிப்படையில், 'புறநிலைக்கும் போராட்டத்துக்கும்' அல்லது 'கட்டமைப்புக்கும் செயல்பாட்டுக்கும்' இடையிலான உறவு எனத் தெரிவிக்க முடியும். 1970-களின் அரசு உருவாக்கத்தின் வழி தொடர்பான சொற்போர் காலத்தில் இருந்தே ஜோக்கிம் ஹிர்ஷ்-ன் அரசு உருவாக்கத்தின் வழி உள்ளடக்கியிருந்த இருமைவாத நோக்கு நிலைக்காக ஹாலவே அவரை விமர்சித்தார். ஹிர்ஷைப் பொறுத்த வரை, மூலதனத்தின் புறநிலை விதிகள் ஒரு பக்கத்திலும் வர்க்கப் போராட்டம் மறுபக்கத்திலும் உள்ளன. இன்னும் சமீபத்தில், கட்டமைப்புவாதம் பற்றியும், மதிப்பு பற்றியும் மொய்ஷே போஸ்டோனின் விமர்சன பகுப்பாய்வு, அந்தோனியோ நெக்ரியின் தன்னாட்சிவாதம் ஆகியவற்றை இதே இருமைவாத நோக்குநிலைக்காக போன்ஃபெல்ட் (2004a, 2004b) விமர்சித்தார். மார்க்சியம் பற்றிய இந்த வெவ்வேறு விளக்கங்களுக்கு இடையேயான வேறுபாடுகளை கணக்கில் எடுத்துக் கொள்ளும் அதே நேரம், அவை அனைத்தும் பொதுவான சமூக தீர்மானிப்புகளின் (கட்டமைப்புகள், விதிகள்) புறநிலை சட்டகத்துக்கும் இந்தச் சட்டகத்தில் உள்ளார்ந்துள்ள புறநிலை ஆதிக்கத்துக்கான அகநிலைக்கும் இடையே முதலாளித்துவ சமூகம் பிரிக்கப்பட்டுள்ளதாக கருதும் அடிப்படை தவறை செய்கின்றன என்று ஹாலவேயும் போன்ஃபெல்டும் வாதிடுகின்றனர். வர்க்கப் போராட்டத்துக்கான

முக்கியமான நிலைமைகளை நிறுவுவதில் புறநிலைக்கு இறுதியாக முன்னுரிமை கொடுக்கப்படுகிறது என்ற வகையில், இது பாரம்பரிய மார்க்சியக் கோட்பாட்டின் முக்கிய அம்சங்களில் ஒன்றாக இருக்கும். எனவே, மரபுவழி மார்க்சியம் உலகை மாற்றி அமைப்பது குறித்து சிந்திப்பதற்கான தொடக்கப் புள்ளியாக புறநிலை ஆதிக்கத்தை எடுத்துக் கொள்கிறது. மூலதனத்துக்குள்ளாகவே ஒரு உள்ளுறை முரண்பாடாக அகநிலை முனைப்பின் விசையை குறைத்து மதிப்பிடு கின்றது. இதன் அரசியல் விளைவு என்னவென்றால், புறநிலை ஆதிக்கத்தில் இருந்து அகநிலை முனைப்பை விடுவிப்பதற்காக ஒரு கட்சி அல்லது முன்னணிப்படை தேவை; அதுதான் வர்க்கப் போராட்டத்தை வழி நடத்திச் செல்ல வேண்டும்; இந்த அரசியல் நோக்குநிலையை லெனினியம் பிரதிநிதித்துவப்படுத்துகிறது, அது இருபதாம் நூற்றாண்டில் நெருக்கடிக்குள் வீழ்ந்தது. மரபுத்தூய்மை மார்க்சியம் முதலாளித்துவ சமூகத்தின் புறநிலை விதிகளை கண்டுபிடிப்பதை நோக்கமாகக் கொண்ட நேர்க்காட்சி அறிவியலாக தன்னை கருதிக் கொள்வதால் மார்க்சிய மரபுவழி கோட்பாட்டின் மேலும் புரட்சிகர தெரிவிப்பாக அது உள்ளது. திறந்தநிலை மார்க்சியம் செவ்வியல் சமூகவியலுக் குள்ளாகவும் மார்க்சியத்துக்குள்ளாகவும் எந்த வகையான அறிவியல் வாதத்தையும் உறுதியாக நிராகரிக்கிறது. மார்க்சின் கோட்பாட்டாக்கம் வேறுபட்ட வகையில் அறிவியல்ரீதியானது என்று வாதிடுகிறது: 'அது நேர்க்காட்சி அறிவியலை விமர்சிக்கிறது. நடுநிலையாக பாரபட்சமின்றி அறிவியலால் விளக்கப்படும் பொருண்மையாக சமூகத்தை புரிந்து கொள்வது அதன் மையக்கருவில் இல்லை, மாறாக அந்த இடத்தில் இருப்பது வர்க்கப் போராட்டம்' (போனட், ஹாலவே, டிஷ்லர் 2005:1).

ஹாலவே, போன்ஃபெல்ட் ஆகியோரின் கருத்துப்படி, பல்வேறு மார்க்சிய விளக்கங்கள் தோற்றமளிப்பதை எதார்த்தமாக ஏற்றுக் கொண்டு அதனை புறநிலையான ஒன்றாக அதாவது அகநிலைக்கு வெளியில் உள்ளதாக கோட்பாட்டாக்கம் செய்கின்றன. அவற்றின் அடிப்படையான தவறு இதுதான். சமூகத்தின் புறநிலைக் கட்டமைப்பை மனிதச் செயல்பாடு கட்டுவிக்கிறது என்று தர்க்கம் வாதிடுவதையும் மீறி அவை அதைச் செய்கின்றன, ஏனென்றால், இந்தத் தர்க்கம் இறுதியில் கட்டமைப்பானது மனிதச் செயல்பாட்டில் இருந்து தன்னாட்சியாவதற்கு இட்டுச் செல்கிறது. முதலாளித்துவத்தில் சமூக உறவுகள் அகநிலை முனைப்பில் இருந்து கிட்டத்தட்ட முழுமையாக தன்னாட்சியாகி விட்டன என்றும், மனிதர்களிடமிருந்து அன்னியமாக்கப் பட்ட புறநிலையை அவை கட்டுவித்துள்ளன என்றும் பாரம்பரிய மார்க்சியம் கருதுகிறது.

திறந்தநிலை மார்க்சியத்தின் கருத்துப்படி, இந்தத் தன்னாட்சி சமூகரீதியான புறநிலைவாதத்தின் அல்லது முதலாளித்துவத்தின் விளைபொருள் இல்லை. மாறாக, சமூக உறவுகளின் மாய்மாலமாக்கப் பட்ட வடிவங்களின் புறவீச்சான தலைகீழ் சித்திரம். இவ்வாறாக, புறநிலை என்பது அகநிலை முனைப்பின் இருத்தல் நிலையாகவும் சமூகம் என்பது இந்த முனைப்பையே புறநிலையாக்குவதாகவும் புரிந்து கொள்ளப்படுகிறது. (போன்ஃபெல்ட் 2009; ஹாலவே 2005). கூடுதலாக, திறந்தநிலை மார்க்சியத்தின் பிரதிநிதிகள் அகநிலையைப் பற்றிய பகுப்பாய்வை மனிதச் செயல்பாடு, வர்க்கப் போராட்டம் ஆகியவற்றில் இருந்து தொடங்கி வளர்த்துச் செல்கின்றனர், ஏனென்றால், பின்னர் சொன்னவை இரண்டும் அகநிலையின் கூறுகள். ஹாலவேயைப் பொறுத்தவரை முதலாளித்துவத்தின் புறநிலை விதிகள், வர்க்கப் போராட்டத்தின் இயக்கத்தைத் தவிர வேறில்லை; போன்ஃபெல்டைப் பொறுத்தவரை, சமூகக் கட்டமைப்புகள் என்பவை மனிதச் செயல்பாடு அன்னியமாக்கப்பட்டதாக இருப்பதன் விளைபொருள். இந்த நோக்குநிலையில், அகநிலை முனைப்புதான் கோட்பாட்டு நோக்கு நிலையின் மையமாகவும் விடுதலையைப் பற்றி சிந்திப்பதற்கான தொடக்கப் புள்ளியாகவும் உள்ளது.

ஹாலவேயின் கருத்துப்படி (1995, 2005), உலகத்தை அகநிலை அடிப்படையில் மட்டுமே புரிந்து கொள்ள முடியும். எனவே, சேஞ்ச் த வேர்ல்ட் விதவுட் டேக்கிங் பவர் (அதிகாரத்தைக் கைப்பற்றாமலேயே உலகை மாற்றுங்கள் - Change the World Without Taking Power)-ல் ஹாலவேயின் கோட்பாட்டு மற்றும் செயல்பாட்டு சிந்தனையின் தொடக்கப் புள்ளியாக 'சீற்றம்' உள்ளது. அகநிலை முனைப்பின் எதிர்ப்பு, எதிர்மறை, ஆதிக்கத்தை எதிர்த்து கிளர்ச்சி செய்யும், 'போதும்' அல்லது 'முடியாது' என்று முழங்கும் போராட்டம் சீற்றத்தின் அர்த்தம். இந்த விமர்சனக் கோட்பாடு நேரடியான, உணர்ச்சிபூர்வமான உயிருள்ள முனைப்பில் இருந்து தொடங்குகிறது. அந்த முனைப்பு தனக்குள்ளிருந்தே விடுவிப்புக்கான சாத்தியங்களை வெளிக்கொண்டு வரும் வலுவைக் கொண்டுள்ளது. கிளர்ச்சி செய்யும் கூருணர்வு, 'சீற்றத்தில்' இருந்து பிறந்தது, லெனின் அல்லது லூகாக்ஸ் வாதிட்டது போல கோட்பாட்டில் இருந்து பிறக்க வில்லை; கரணியமற்றது ஹாலவேயின் தொடக்கப்புள்ளி. இந்த நோக்குநிலை மார்க்சிய மரபில் இருந்து பெருமளவு வேறுபடுகிறது. விமர்சன பகுப்பாய்வின் தொடக்கப்புள்ளியாக கரணியத்தை ஏற்றுக் கொள்வது மார்க்சிய மரபின் இயல்பாக இருந்தது. இந்தக் கரணியம் அனைத்தையும் பற்றி அறிவதற்கும் அனைத்தின் மீதும் ஆதிக்கம் செலுத்துவதற்கும் வலு படைத்தது. எனவே, முதலாளித்துவ ஆதிக்கம்

கரணியமானது. எனவே, அதனை கோட்பாட்டுரீதியாக விதிகளாகவும் கட்டமைப்புகளாகவும் தெரிவிக்கலாம். இதுதான் மரபுவழி மார்க்சியத்தின் தொடக்கப் புள்ளி. இந்தத் தொடக்கம் முனைப்பின் மீதான ஆதிக்கத்தை அனுமானித்துக் கொள்கிறது. ஹாலவேயைப் பொறுத்தவரை, சீற்றமடையும் கிளர்ந்தெழும் நேரடி முனைப்பில் இருந்து விமர்சன சிந்தனை தொடங்க வேண்டும். இந்தத் தொடக்கப்புள்ளி நெருக்கடியையும் முதலாளித்துவத்தை உடைப்பதற்கான சாத்தியங்களையும் வலியுறுத்துகிறது. இதற்கு மாறாக, ஆதிக்கத்தில் இருந்து அதாவது கரணியத்தில் இருந்து கோட்பாட்டுரீதியாக தொடங்குவது, முதலாளித்துவத்தின் நொறுங்கும்தன்மையை மறைத்து விடுகிறது. முனைப்பால் உருவாக்கப்பட்ட நெருக்கடியையும் உடைப்பையும் அதே சமூக ஆதிக்கத்தின் கூறுகளாக உள்ளடக்கி விடும் ஒரு கோட்பாட்டுக்கு அது வழி வகுக்கிறது. ஹாலவேயின் திறந்தநிலை மார்க்சியத்தில் கரணியமற்றது பெருமளவு பொருந்துகிறது. தர்க்கத்தை ஒத்ததாக இல்லாதவற்றை புரிந்து கொள்வதற்கான முயற்சியாக அது பொருந்துகிறது. சீற்றம் என்பது ஒருமையில்லாதது, அது முதலாளித்துவத்தால் செரித்து விடப்படாத, கட்டமைப்பு, விதிகள் அல்லது புறநிலை போன்ற கருத்தாக்கங்களால் கீழ்ப்படுத்தப்பட்டு விடாத கரணியமற்ற கூறு.

திறந்தநிலை மார்க்சியம் என்பது அகநிலை முனைப்பின் மதிப்பையும் அதன் கண்ணியத்தையும் கிளர்ச்சித்தன்மையையும் அறுதியிடும் முயற்சி என்று வாதிடலாம். இந்த உலகில் அது சிந்தனையில் கூட மறுதலிக்கப்படுகிறது. கோட்பாட்டுரீதியாக புறநிலையை தனக்கும் தனது போராட்டத்துக்கும் முன்னதாக வைப்பதன் மூலம் முனைப்பு தன்னைத்தானே மறுதலித்துக் கொள்கிறது, பலவீனப்படுத்துகிறது. இதற்கு எதிராகத்தான் திறந்தநிலை மார்க்சியம் கிளர்ச்சி செய்கிறது. முனைப்பும் வர்க்கப் போராட்டமும் தருவிக்கப்படும் ஒரு புறநிலையை அல்லது தன்னாட்சியான கட்டமைப்பை நிறுவும் கோட்பாட்டு இறுகலாக்க நிகழ்முறையை அது எதிர்க்கிறது. மார்க்சியம் பாரம்பரியமாக புறக்கணித்து விட்ட அல்லது இரண்டாம் நிலைக்கு ஒதுக்கி விட்ட ஒன்றுக்கு அத்தகைய விமர்சனக் கோட்பாடு இடம் அளிக்கிறது. முதலாளித்துவத்தை தொடர்ந்து உற்பத்தி செய்வதை நிறுத்தி விடுவதன் மனிதர்களின் திறனுக்கு அது இடம் அளிக்கிறது. முனைப்பில் இன்னமும் வலிமை உள்ளது என்று திறந்தநிலை மார்க்சியம் அங்கீகரிக்கிறது. அது சுய-விடுவிப்புக்கான மனிதத் திறனை அங்கீகரிக்கிறது, அதன் மூலம் வர்க்கப் போராட்டத்தை கட்சியிடமிருந்தும் முன்னணிப் படையிடமிருந்தும் ஒரேயடியாக விடுவிக்க முயற்சிக்கிறது. ஆனால், எங்களது நோக்குநிலையில், நாங்கள் அறுதியானது என்று அழைக்கும்

அகநிலைவாதத்துக்குள் விழுந்து விடுவதுதான் திறந்தநிலை மார்க்சியத்தின் முக்கியமான பிரச்சினை. அதன் அரசியல் விளைவு தன்னார்வவாதம். உண்மையில், ஹாலவேயின் கோட்பாட்டுச் சிந்தனையின் நோக்கங்களில் ஒன்று 'பொருண்மை எதுவும் இல்லை, அகநிலை முனைப்பு மட்டுமே உள்ளது' என்று நிரூபிப்பதாகும் (1995:171). எனினும், கோட்பாட்டு பகுப்பாய்வுக்கு அப்பால், இது முனைப்புக்கு அதிகாரத்தைக் கொடுக்க முயற்சிக்கும் ஒரு அரசியல் தலையீடு. தன்னை விடுவித்துக் கொள்வதற்கான அதன் மூலம் முதலாளித்துவத்தில் கீறல் ஏற்படுத்துவதற்கான அதிகாரத்தை முனைப்புக்குக் கொடுப்பது. இது ஒருமையின்மையில் இருந்து தொடங்கும் ஒரு இயக்கம். முதலாளித்துவத்தின் புறநிலையை செயலற்று எதிர்த்து நிற்கும் மறுதலிப்பின் சீற்றம். எனினும், ஹாலவேயைப் பொறுத்தவரை, சமூக புறநிலை என்பது மனித செயல்பாட்டு ஆற்றலின் விளைபொருள். அது முதலாளித்துவத்தில் உலகின் புறநிலையாக மறுதலிக்கப்படுகிறது என்று மார்க்சியக் கோட்பாடு காட்டுகிறது. வேறு சொற்களில், பொருண்மை முனைப்பை மறுதலிக்கிறது ஆனால் அது ஒரு போதும் முனைப்பாக இல்லாமல் போவதில்லை. எனவே:

> சமூகம் என்பது அகநிலையும் அதன் புறநிலையாக்கமும் தவிர வேறில்லை. இதிலிருந்து அகநிலை (செயல்பாடு) தான் சமூகத்தைப் புரிந்து கொள்வதற்கான ஒரே சாத்தியமான தொடக்கப்புள்ளி என்பது பெறப்படுகிறது. சமூகத்தைப் புரிந்து கொள்வது என்பது நமது சொந்த அகநிலையின் (புறநிலையாக்கும்) வடிவங்களை கண்டறியும் நிகழ்முறை. இந்தப் பாதை 'அறிவியல்ரீதியான புறநிலை' என்ற கருத்துநிலையால் முற்றிலுமாக மறைக்கப்பட்டு விடுகிறது'. உலகத்தை அகநிலையாக, விமர்சனரீதியாக, எதிர்மறையாக கீழிருந்து மட்டுமே புரிந்து கொள்ள முடியும் (ஹாலவே 1995:172).

கூடுதலாக, சேஞ்ஜ் த வேர்ல்ட் விதவுட் டேகிங் பவர் (Change the World Without Taking Power)-ல்

> நாம் மட்டும்தான் ஒரே எதார்த்தம், ஒரே படைப்பூக்க சக்தி. நம்மைத் தவிர வேறு எதுவுமில்லை, நமது எதிர்மறையைத் தவிர வேறு எதுவுமில்லை. மார்க்சியத்தை புரட்சிகரக் கோட்பாட்டின் பிற வகைகளில் இருந்து வேறுபடுத்துவது எல்லா புறநிலையையும் கரைத்து விடுவது என்ற அதன் சாராம்சமான உரிமைகோரல். 'அவர்கள்' மீதான அதன் தாக்குதலின் மையத்தில், 'அவர்கள்' நம்மால் தொடர்ந்து உருவாக்கப்படுவதால் 'அவர்கள்'

> நம்மைச் சார்ந்து உள்ளனர் என்பதைக் காட்டுவது உள்ளது. அதிகாரத்தில் இல்லாத நாம்தான் எல்லா அதிகாரமும் படைத்தவர்கள் *(2005:176)*.

என்று ஹாலவே சுட்டிக் காட்டுகிறார்.

ஹாலவேயைப் பொறுத்தவரை, விமர்சன சிந்தனை சமூகத்தைப் பற்றிய புறநிலை விளக்கத்தில் இருந்து முறித்துக் கொள்கிறது. எல்லா புறநிலைக்கும் பின்னால் உள்ள அகநிலையைக் கண்டறிகிறது; அது சாராம்சத்தில் மானுடச் செயல்பாடாகக் குறுக்கும் (*ad hominem*) விமர்சனம். திறந்தநிலை மார்க்சியம், மார்க்சின் விமர்சன பகுப்பாய்வை மானுடச் செயல்பாடாகக் குறுக்கும் (*ad hominem*) விமர்சனமாக விளக்குகிறது,[3] அது 'புறநிலையை தாக்கி, அது அகநிலையின் ஒரு புறவீச்சுதான் என்று நிரூபிக்கும் ஒரு விமர்சன பகுப்பாய்வு' (ஹாலவே, ல்யோவி *2003:20*). சமூக உலகம் அனைத்தையும் முனைப்பினுள் இருப்பதாக ஒரேயடியாக நிரூபிக்கும் முயற்சி அது. கருத்துமுதல்வாதத்தைப் போலவே, அது உண்மையை முனைப்பாக மாற்றுகிறது.[4] ஆனால், கருத்துமுதல்வாதத்தைப் போல் இல்லாமல், அது முனைப்பு என்ற கருத்தினத்தை வர்க்கப் போராட்டம் என்ற அடிப்படை பொருள்முதல்வாத கருத்தினத்தின் மூலம் தெரிவிக்கிறது. இந்த உணர்வில், உண்மை என்பது வர்க்கப் போராட்டம், சமூகம் முழுவதிலுமாக நிலவும் ஒரு பொதுக் கொள்கை. இந்தக் கருத்துருவின் நோக்கம் சமூகத்தை ஒரு நிகழ்முறையாக நெகிழ்வாக்குவது, ஆனால் இறுதியில் பொதுவான முழுமையான கொள்கையாக மாறியதால் அது மூடுண்டு போனது.

புறநிலை பொருண்மை உண்மையில் அகநிலை முனைப்பாக உள்ளது என்று காட்டுவது முனைப்பு-பொருண்மை இருமைநிலையை முறியடிப்பதைத் தாண்டிச் செல்கிறது. நாங்கள் சொன்னது போல அதற்கு ஒரு அரசியல் நோக்கம் உள்ளது. ஹாலவேயைப் பொறுத்தவரை, 'அதிகாரத்தில் இல்லாத பாதிக்கப்பட்டவரின் சீற்றம், மார்க்சியக் கோட்பாட்டின் செவிகள் மூலமாக கேட்கும் போது, ஆற்றல் படைத்த முனைப்பின் சீற்றமாக ஆகிறது' *(1995:171)*.[5] வேறு சொற்களில், போராடுவதற்கும் எல்லா புறநிலை முன்னெல்லைகளையும் உடைத்து முன்னேறும் சித்தமும் ஆற்றலும் படைத்ததாக 'ஆற்றல் படைத்த முனைப்பை' மாற்றியமைப்பதுதான் இலக்கு. மார்க்சைப் போல, அதிகாரம் இன்மையை ஆற்றலாக மாற்றுவதற்கு ஹாலவே முயற்சிக்கிறார். ஆனால், இந்த மாற்றி அமைத்தலை கோட்பாட்டுரீதியாக பயன் படுத்துவது முனைப்புக்கும் பொருண்மைக்கும் இடையிலான ஒருமைக்கு பலியாகி விடுகிறது: ஒருமையின் மூலமாகத்தான் நாம் 'ஆற்றல் படைத்த

முனைப்பை' அடைய முடியும். அது அதனளவில் தூய சித்தத்தின் மூலம் உலகை மாற்றி அமைக்க முடியும். 'முதலாளித்துவத்தை உருவாக்குவதை நிறுத்துங்கள்' என்பதுதான் ஹாலவேயின் விடுவிக்கும் கோட்பாட்டின் மையத்தில் உள்ளது:

> இதுதான் நமது பாய்ச்சலின் ஆதாரத்தானமாக, அதன் நெகிழ்வுத் தன்மையின் மையமாக உள்ளது. உழைப்புக்கு எதிராக நாம் நிறுத்தும் செயல்பாடு, ஒவ்வொரு கூறையும் நெகிழ்வாக்குவது, எல்லா முன்-தீர்மானிப்புகளுக்கும் எதிராக வளர்ச்சி பற்றிய எல்லா புறநிலை விதிகளுக்கு எதிராக நமது சொந்தத் தீர்மானிப்பை அறுதியிடுவது. நாம் குறிப்பிட்ட வழிகளில் செயல்பட வேண்டும் என்று உத்தரவிடும் ஏற்கனவே இருக்கும் முதலாளித்துவம் நம் முன் நிறுத்தப்படுகிறது. இதற்கு பதிலாக, 'இல்லை, ஏற்கனவே இருக்கும் முதலாளித்துவம் எதுவும் இல்லை, நாம் இன்றைக்கு உருவாக்கும் அல்லது உருவாக்காமல் இருக்கும் முதலாளித்துவம் மட்டுமே உள்ளது' என்று நாம் சொல்கிறோம். மேலும், அதை உருவாக்க வேண்டாம் என்று நாம் முடிவு செய்கிறோம் (2010:254).

ஹாலவேயின் கோட்பாட்டாக்கத்தில் உலகத்தை மாற்றுவதற்கான மறுக்கமுடியாத சித்தம் இருந்தாலும் ஒருமையின்மையில் தொடங்கிய இயங்கியல் இயக்கம் ஒருமையில் முடிகிறது. இறுதியில், (முனைப்பை) அறுதியிடுவதற்காக மறுதலிக்கும் ஒரு நகர்வு அது என்று சொல்ல முடியும். போராட்டம் பற்றிய கோட்பாடாக மார்க்சியம் என்பது வாழ்வையும் துணைநிலை முனைப்புகளையும் அறுதி யிடுவதற்காக இருப்பவை அனைத்தையும் மறுதலிக்கும் இயக்கம் என்று வாதிடும் போது டீனர்ஸ்டெய்ன் (2017) இதே போன்ற நோக்கு நிலையை எடுக்கிறார். எதிர்மறைத்தன்மை என்ற கொள்கை மீதான அவரது விமர்சன பகுப்பாய்வின் விளைவாக, டீனர்ஸ்டெய்ன் திறந்தநிலை மார்க்சியத்தின் அடிப்படையாக உள்ள இயங்கியல் இயக்கத்தை அங்கீகரிக்கிறார். இவ்வாறாக, எதிர்மறையானதுதான் அறுதியிடுவதை சாத்தியமாக்கும் அடித்தளமாக உள்ளது, இதன் விளைவாக, ஒருமையின்மை அதற்கு எதிரானதாக மாறுகிறது.

திறந்தநிலை மார்க்சியம் நம்மை மார்க்சிய புறநிலைவாதத்தில் இருந்து அறிவியல்வாதத்தில் இருந்தும் விடுவித்து, விடுவிப்பின் அகநிலைக் கூறை காட்டுகிறது. ஆனால், இந்தக் கோட்பாட்டின் மையத்தில், அறுதி அகநிலைவாதத்துக்கு நேரடியாக இட்டுச் செல்லும் முனைப்பு-பொருண்மை பற்றிய ஒருமைவாத விளக்கம் உள்ளது; அடோர்னோவின் (2017) சொற்களில், நாம் சிலாவிடமிருந்து தப்பித்து

கரிப்டிசிடம் போய் சிக்கி விடுகிறோம் [கிரேக்க புராதன புனை கதையில் சிலா என்பது ஒரு குறுகிய கடற்பகுதியின் ஒரு பக்கத்தில் வாழும் பூதம், மறுபக்கத்தில் அவளுக்கு இணையான கரிப்டிஸ் வசித்து வந்தான். இந்த கடல்வழிப்பாதையின் இரு பக்கங்களும் அம்பு விடும் தூரத்தில் நெருக்கமாக இருந்தன, எனவே, கரிப்டிஸை தவிர்க்க முயற்சிக்கும் கடல் பயணிகள் சிலாவிற்கு அருகில் அபாயகரமான அளவுக்கு நெருங்கி விடுவார்கள், சிலாவை தவிர்க்க முயற்சிப்பவர்கள் கரிப்டிசுக்கு அருகில் அபாயகரமான அளவு நெருங்கி விடுவார்கள் - மொ.பெ.]. திறந்தநிலை மார்க்சியம் அடோர்னோவின் எதிர்மறை இயங்கியலின் மூலமாக விமர்சன சிந்தனை பற்றிய ஒருமைவாத எதிர்ப்பு கருத்தாக்கத்தை முன்கொண்டு வர முயற்சிக்கிறது. அதன் மூலம் மரபுவழி மார்க்சியத்தின் தன்மையாக இருந்த இயங்கியல், மொத்தத்தன்மை, மானுட விடுதலை போன்றவை பற்றிய நேர்மறை கருத்தாக்கங்களில் இருந்து முறித்துக் கொள்வதற்கு உதவுகிறது. இந்த உணர்வில் திறந்தநிலை மார்க்சியத்துக்குள்ளாகவே ஒரு பதற்றம்/ இழுபறிநிலை உள்ளது. ஒரு புறம், அது ஒரு ஒருமையின் மூலமாக முனைப்பு-பொருண்மை இருமைநிலையை முறியடிக்க விரும்புகிறது. அதன் மூலம் குறிப்பிட்ட மனிதர்கள் தம்மை விடுவித்துக் கொள்ளும் வகையில் அரசியல்ரீதியாக அவர்களுக்கு சக்தியை கொடுக்கிறது. இன்னொருபுறம், 'ஒருமையின்மை ஒருமையை உடைத்து, புதிய ஒன்றை உருவாக்குவதற்கான பாதையை போடுகிறது. ஒருமையின்மையின் இயக்கம் படைப்பூக்கத்தின் இயக்கம்' என்று வாதிடுவதன் மூலம் அடோர்னோவின் ஒருமையின்மை திறந்து விட்ட பாதையிலேயே தொடர்கிறது (ஹாலவே, மாடமோரஸ், டிஷ்லர் 2009:8). கூடுதலாக

> சோர்வான காலங்களில் குறிப்பாக அடோர்னோவின் எதிர்மறை இயங்கியலை ஆய்வு செய்ய வேண்டும். முதலாளித்துவ சமூகம் பற்றிய அதன் தைரியமான கருத்தாக்கம், பழமொழியில் சொல்லப் படும் மலைஎலியைப் போல செயல்படுகிறது. மார்க்சின் கருத்துப்படி அது பாதுகாவல்களை குடைந்து செல்வதன் மூலம் புரட்சிக்காக தயாரிக்கிறது. இந்த எலி தத்துவார்த்த எலி. அதன் வேலை முடிந்ததும் அது இடத்தைக் காலி செய்கிறது (போன் ஃபெல்ட் 2009:144)

என்று போன்ஃபெல்ட் சுட்டிக் காட்டுகிறார்.

நமது இலக்கு ஒருமையின்மையின் பாதையை தொடர்ந்து சென்று, ஒருமையில் முன்மொழிவதில் போய் முடியாத ஒரு திறந்தநிலை மார்க்சியத்தை மீட்டெடுப்பது. அதுதான் ஹோர்க்ஹெய்மர், அடோர்னோ

ஆகியோரின் அசல் திட்டம். முனைப்புக்கும் பொருண்மைக்கும் இடையிலான ஒருமையிலிருந்து முறித்துக் கொள்வது.[6] இந்த ஒருமையை முறித்ததும், முனைப்பின் சுய-விடுவிப்புக்கான சாத்தியத்தைப் பற்றி நாம் நம்மிடமே மீண்டும் கேள்வி எழுப்ப வேண்டும் என்று நமக்குத் தெரியும். திறந்தநிலை மார்க்சியம் உலகை மாற்றுவதற்கு பங்களிப்பு செய்ய விரும்பினால் அது தன்னைப் பற்றியே பரிசீலிக்க வேண்டும் என்று நாங்கள் உறுதியாக நம்புகிறோம்: 'எதிர்மறை இயங்கியல் சிந்தனையின் சுய-பரிசீலனையைக் கோருகிறது. இதன் தொட்டறியக் கூடிய தாக்கம் என்னவேன்றால், சிந்திப்பது உண்மையாக இருக்க வேண்டும் - எப்படியானாலும் இன்றைக்கு உண்மையாக இருக்க வேண்டும் - என்றால் அது தனக்கு எதிராக தானே சிந்திக்க வேண்டும்' (அடோர்னோ 2007:365). 'தனக்கு எதிராக சிந்திப்பது' என்பது சுய-விமர்சனம் இல்லை. அடோர்னோவைப் பொறுத்தவரை அது சிந்திப்பதற்கு குறுக்கிடப்பட்ட, தொடர்ச்சியற்ற உருவத்தைக் கொடுக்கிறது, அது நேர்மறையான, முறிக்க முடியாத தருவிக்கும் ஒத்திசைவைக் கொடுப்பதில்லை. அது ஒரு 'அறுதி கொள்கையில்' இருந்து நிபந்தனையற்ற தொடர்ச்சியில் உருவாகிறது. 'முனைப்பின் அறுதி முதன்மையை' நிராகரிப்பது என்பது சுய-விடுவித்தலை அசாத்தியமாக்கு வதாகாது. உலகில் பாசிசம் மீண்டும் ஒருமுறை வளர்ந்து வரும் நாம் வாழும் கடுமையான காலத்தில் கூட இந்த சாத்தியம் நம்மிடையே உள்ளது. பின்வருவதில் நாம் பார்க்கப் போவது போல, அடோர்னோவைப் பொறுத்தவரை, பொருண்மையின் மேல்நிலையை நிராகரிப்பது என்பது தோல்வியை ஏற்பது இல்லை; அது உண்மையில், உலகம் இறுகலாக்கப்படுவதை நிராகரிக்கிறது.

எதிர்மறை இயங்கியலும் முனைப்பு பற்றிய விமர்சன பகுப்பாய்வும்

நெகடிவ் டயலெக்டிக்சின் (*Negative Dialectics*) முன்னுரையில், தனது விமர்சனக் கோட்பாட்டின் முக்கியமான பணிகளில் ஒன்றை அடோர்னோ வரையறுக்கிறார்: 'கட்டுவிக்கும் அகநிலை என்ற போலிவாதத்தை உடைப்பதற்கு அகநிலை முனைப்பின் வலிமையை பயன்படுத்துவது' (2007:xx). இந்தச் சிக்கலான, தெளிவற்ற சொற்றொடர் அடோர்னோவின் கோட்பாட்டாக்கத்தின் மையமான தேற்றங்களில் ஒன்றை காட்டுகிறது: நவீன-சிந்தனை சாராம்சத்தில் முனைப்பின் முதன்மை என்ற தன்மையைக் கொண்டுள்ளது. இறுதிக் கணக்கில், அவற்றின் வேறுபாடுகளுக்கு அப்பால், கருத்துமுதல்வாதம், ஹெய் டெக்கரின் இருப்பினவியல், நேர்க்காட்சிவாதம் போன்ற நவீன

சிந்தனையின் முக்கியமான வகைகள் அனைத்தும் அகநிலை சிந்தனையாக உள்ளன. மேலும், அடோர்னோவைப் பொறுத்தவரை அகநிலை என்பது ஒருமையாக ஆகிறது.[7]

முனைப்பின் முதன்மை என்பது அகநிலையான ஒருமையின் ஊடாக பொருண்மை இருப்பதை நிறுவுவதற்கான அல்லது நியாயப் படுத்துவதற்கான கோட்பாட்டு முயற்சி. அது ஒத்ததாக்கும் சிந்தனையை வெளிப்படுத்துகிறது; அந்தச் சிந்தனை சமமில்லாமல் இருக்கும் அனைத்தையும் சமமாக்குகிறது; இது முதலாளித்துவ சமூகத்திற்கு தனிச்சிறப்பானது. அடோர்னோவின் கருத்துப்படி, அகநிலை முனைப்பும் புறநிலை பொருண்மையும் ஒன்று மற்றொன்றை மாற்றி அமைக்கின்றன, அவற்றை ஒன்று அல்லது மற்றொன்றாக தூய ஒருமையாக குறுக்க முடியாது. இங்கு நேர்க்காட்சிவாதம் கொள்கையளவில் அகநிலைவாதத்துக்கு எதிரானது என்றால் அது எந்த வகையில் அகநிலையானது என்ற கேள்வி எழுகிறது. பொதுவாக பேசும் போது, நேர்க்காட்சிவாதம் அறிவின் புறநிலைத்தன்மைக்கு அடித்தளமாக ஆய்வின் முறைபாடுகளை வழங்குகிறது, எது ஆய்வு செய்யப் படுகிறதோ அதனை அடித்தளமாக வழங்குவதில்லை, மேலும் ஆய்வு முறைபாடுகள் முனைப்பை சார்ந்தவை; எனவே, நேர்க்காட்சிவாதம் தான் முறியடித்து விட்டதாகக் கருதும் அகநிலைவாதத்தில் இருந்து தன்னை விடுவித்துக் கொள்ள வில்லை, அதன் புறநிலைத்தன்மை வெறும் தோற்றமே என்று அடோர்னோ (1997b, 1977c) வாதிடுகிறார். அடோர்னோ புறநிலையை அதனளவில் நிராகரிக்கவில்லை; நேர்க் காட்சிவாதத்தின் வெளித் தோற்றத்திலான புறநிலையையும் புறநிலை பற்றிய அதன் கருத்துருவையும் அவர் விமர்சித்தார். அதில் மெய்ம்மைகள் அதற்குள்ளாகவே இருப்பவையாக பொருள் கூறப்படுகின்றன, அதன் கட்டுவிப்பு அழிக்கப்பட்டு விட்ட புறநிலையாக விளக்கப்படுகின்றன.[8]

ஹெய்டெகரிய இருப்பினவியல் 'அகநிலையின் பிடியில் இருந்து தப்பிவிட்ட' தத்துவ திட்டப்பணி என்று அடோர்னோ வாதிடுகிறார் (2019:101). இருந்தாலும், ஹெய்டெக்கரின் கோட்பாட்டாக்கத்தில் இருத்தலின் மாதிரி என்பது முனைப்பை தூய சாரமாக குறுக்குவதாகும்; ஹெய் டெக்கரின் இருத்தல் என்பது அகநிலை இருத்தல். 'ஹெய்டெக்கர் மேற்கத்திய சிந்தனை உருவாக்கிய அகநிலை இருப்பினவியலுக்கான சமீபத்திய திட்டமான சோரன் கீர்க்கேகார்டின் (Soren Kierkegaard) இருத்தலிய தத்துவத்தையே சார்ந்திருக்கிறார்' என்பது தற்செயலானதில்லை என்று அடோர்னோ சுட்டிக் காட்டுகிறார் (1977a: 123). கருத்துமுதல் வாதம் முறியடிக்கப்படவில்லை என்றும் அது கோட்பாட்டாக்கத்தின்

வெவ்வேறு வடிவங்களில் இன்னும் தாக்குப் பிடிக்கிறது என்றும் அடோர்னோ (2008) முன்வைக்கிறார். கூடுதலாக, கருத்துமுதல்வாதத்தில் முனைப்பு தன்னை ஆண்டையாகவும் எல்லாப் பொருட்களையும் உருவாக்கியவராகவும் பிரகடனப்படுத்திக் கொள்கிறது. இது கட்டுவிக்கும் அகநிலை என்ற போலிவாதம் அல்லது எல்லாவற்றையும் உருவாக்கும் மேல்நிலை முனைப்பு என்ற மாயை; முனைப்பின் முதன்மை இயற்கைமீதான ஆதிக்கத்துக்கு இட்டுச் செல்கிறது, அது மனிதர்கள் மீதான ஆதிக்கத்தைக் கொண்டுள்ளது.[9]

எக்ளிப்ஸ் ஆஃப் ரீசன் (*Eclipse of Reason*) நூலில் ஹெர்க்ஹெய்மரும் விமர்சன தத்துவத்தின் மானுடச் செயல்பாடாகக் குறுக்குவது (*reductio ad hominem*) என்ற கொள்கையை பராமரிக்க வேண்டும் என்று கான்டிடம் இருந்து வரும் கோரிக்கையை விமர்சிக்கிறார். அந்தக் கொள்கையின்படி, 'உலகம் பற்றிய நமது புரிதலின் அடிப்படைத் தன்மைகளும் கருத்தினங்களும் அகநிலை காரணிகளை சார்ந்தவை. கருத்தாக்கங்களை அவற்றின் அகநிலை தோற்றுவாய்கள் வரை கண்டறியும் பணி பற்றிய விழிப்புணர்வு, பொருண்மையை வரையறுக்கும் ஒவ்வொரு அடியிலும் இடம்பெற வேண்டும். இது மெய்ம்மை, நிகழ்வு, பொருள், பொருண்மை, இயற்கை போன்ற அடிப்படை கருத்துருக்களுக்கு பொருந்தும்; உளவியல் உறவுகள் அல்லது சமூகவியல் உறவுகளுக்கும் அதே அளவு பொருந்தும்' (2004:63). ஹோர்க்ஹெய்மரின் கருத்துப்படி, முதலாளித்துவ சமூகத்தில் உருவாக்கப்படும் அகநிலையாக்கம் முனைப்புக்கு இயற்கையின் மீது அதிகாரத்தைக் கொடுக்கிறது, அதே நேரம் அதையே கண்டனத்துக்குள்ளாகிறது. ஏனென்றால், இயற்கையை ஒடுக்குவதில் ஈடுபடும் போது, முனைப்பு அதே நேரம் தனது சொந்த உள்ளார்ந்த இயற்கையை ஒடுக்குகிறது. அடோர்னோவையும் ஹோர்க்ஹெய்மரையும் பொறுத்தவரை, இயற்கையில் இருந்து விடுவித்துக் கொள்வதற்கான மானுட முயற்சி மனிதர்களின் வெளிப்புறத்தையும் உட்புறத்தையும் கீழ்ப்படுத்துவதற்கு இட்டுச் செல்லும் சமூக ஆதிக்கத்தின் வகையை உருவாக்குகிறது.

நவீன சிந்தனையில் முனைப்பின் முதன்மைக்கு சமூகரீதியாகவும் வரலாற்றுரீதியாகவும் அடித்தளம் கொடுக்க அடோர்னோ முயற்சித்தார். மனிதர்களிடமிருந்து அன்னியமாக்கப்பட்ட புறநிலையில் சமூகம் இறுகலாக்கப்படுவதன் விளைவு அது என்பது அவரது கருத்து. தனி மனிதர்கள் அமைப்புடன் இணைக்கப்படும் போது அவர்கள் சமூக ரீதியான மொத்தத்தன்மைக்குள்ளான செயல்பாடுகளுக்காக எவ்வளவு தரமிறக்கப்படுகிறார்களோ, அவ்வளவுக்கு தூயதாக, எளிமையாக ஒரு

கொள்கையாக படைப்பூக்க சக்தி, அறுதி ஆட்சி, தூய உணர்வு ஆகியவற்றின் காரணிகளுடன் அமைதிப்படுத்தப்பட்டு உயர்த்தப்படுகிறார்' (1998:248). வேறு சொற்களில், அவர்களை சூழ்ந்துள்ள புறநிலை சமூக உறவுகளின் சக்தியை எதிர்கொள்ளும் போது தனிமனிதர்களின் நினைவிலி எதிர்வினையே அகநிலை முனைப்பின் முதன்மை.

அடோர்னோவைப் பொறுத்தவரை (1977d, 2017) ஆதிக்க உறவுகள் எவ்வளவு அதிகமாக பெயர் தெரியாதவையாக, அந்நியமானவையாக இருக்கின்றனவோ, அவ்வளவு அதிகமாக தனது சொந்த கையாலாக நிலை அகநிலை முனைப்பிற்கு சகித்துக் கொள்ள முடியாததாகிறது. எனவே, சிந்திப்பது ஒரு உயர்நிலை அகநிலையை நோக்கி நகர்கிறது. அதே நேரம், முனைப்பின் தவிப்பான சுய-உயர்த்தல் அதன் சுய-பரிசீலனையை தடுக்கிறது. பொதுவாகச் சொன்னால், கோட்பாடாக்கத்தில் அகநிலையின் எழுச்சியும், உலகம் இறுகலாக்கப்படுவதும் தொடர்புடையவை. இந்த நெருக்கம் நவீன சிந்தனையின் வெவ்வேறு பதிப்புகளுக்கும் முதலாளித்துவ சமூகத்துக்கும் இடையிலான உறவை விமர்சன அடிப்படையில் தெளிவுபடுத்துகிறது. முதலாளித்துவத்தில் சமூக உறவுகள் அகநிலை முனைப்பில் இருந்து முழுமையாக தன்னாட்சியானவை என்று அடோர்னோ கருதவில்லை என்பதை இந்த இடத்தில் தெளிவுபடுத்த வேண்டும். மனிதர்களை இந்த வகையில் கட்டுவிக்கும் ஒரு புறநிலையை அது உருவாக்கி விட்டதாக அவர் கருதவில்லை. இந்த முன்னனுமானம் ஒரு தவறாக இருக்கும். அகநிலையின் இருத்தலை புறநிலை வடிவத்தின் இறுகலாக்கப்படாத உள்ளடக்கமாக அனுமானித்துக் கொள்வதும் ஒரு தவறாக இருக்கும். அடோர்னோவைப் பொறுத்த வரை, 'புறநிலை பொருண்மையை முழுக்க முழுக்க அகநிலை முனைப்புடன் ஒருங்கிணைக்க முடியும் என்ற நம்பிக்கை, எதார்த்தத்தில் பொருண்மை முனைப்பாக இருக்கிறது என்ற நம்பிக்கை அதனளவில் பொய்யானது; புறநிலை அகநிலையை முன்னனுமானிப்பது போலவே தூய முனைப்பு புறநிலையை முன்னனுமானிக்கவில்லை என்பதுதான் நேரடியானது' (2001:218). எனவே, அறுதிக் கொள்கை எதுவும் இல்லை: முனைப்பும் இல்லை பொருண்மையும் இல்லை. இரண்டு கூறுகளுமே தனித்தனியாக தீர்மானிக்கப்படுகின்றன, ஒன்றை மற்றொன்றாக குறுக்க முடியாது: அவை பரஸ்பரமாக உருவாக்கப்படுகின்றன. இது பொருண்மையின் முதன்மை பற்றிய அடோர்னிய கோட்பாட்டில் வளர்த்தெடுக்கப்படுகிறது என்பது நாம் பார்க்கப் போகிறோம். இந்தக் கோட்பாடு விமர்சன சிந்தனையில் புறநிலைவாதத்தையும் அகநிலைவாதத்தையும் முறியடிக்க உதவுகிறது என்று நான் நம்புகிறேன்.

புறநிலையும் விமர்சனக் கோட்பாடும்

நெகடிவ் டயலெக்டிக்ஸ் (*Negative Dialectics*)-ன் மையக் கருப் பொருள்களில் ஒன்று அடோர்னோ 'பொருண்மையின் முதன்மை' என்று அழைப்பது; அது இல்லாமல் எதிர்மறை இயங்கியல் இருக்க முடியாது. பொருண்மையின் முதன்மை என்பது முனைப்பின் முதன்மையை திருப்பி நிறுத்துவது இல்லை, அல்லது ஒரு மேம்பட்ட மாற்று இல்லை; மாறாக, அது 'அகநிலை குறுக்கலை திருத்துவது'. அது இயங்கியலை பொருள்முதல்வாதமாக மாற்றுகிறது (1998:250; 2007). முக்கியமாக, புறநிலை பொருண்மையின் முதன்மை என்பது 'அகநிலையின் பங்கை மறுப்பது' இல்லை அல்லது முனைப்பு மறைந்து போவதாக புறநிலை என்ற கருத்து இல்லை. சமூக புறநிலையை அறுதியானதாக கருதும் அகநிலை முனைப்பின் விசையை குறைத்து மதிப்பிடும் மரபுவழி மார்க்சியத்துக்கு திரும்புவது இல்லை. இதற்கு மாறாக, எதிர்மறை இயங்கியல் என்பது இந்த விசையை அங்கீகரிப்பது; அடோர்னோவின் கருத்துப்படி, 'இயங்கியல்ரீதியான புரிதலுக்கான புறநிலைக்கு தேவை குறைவான அகநிலை இல்லை, அதிக அகநிலை தேவை' (2007:40).

பொருண்மையின் முதன்மை பற்றிய அடோர்னிய கோட்பாடு பொருள்முதல்வாத அடிப்படையிலும் தத்துவ அடிப்படையிலும் இரண்டிலுமே பெருமளவு சிக்கலும் ஆழமும் கொண்டது. அகநிலை முனைப்பின் முதன்மையில் இடம் பெறும் அடையாளத்தின் மாயத்திலிருந்து முறித்துக் கொள்ளும் முயற்சி என்று கூட நாங்கள் சொல்வோம். கூடுதலாக, அது பொருண்மைக்கு மேலாக முனைப்பின் மறுதலையாக முனைப்புக்கு மேலாக பொருண்மையின் படிநிலையை ஒழித்துக் கட்ட முயற்சிக்கிறது. முரண்நிலையாக, அதன் பெயர் எதிரானதை தெரிவிப்பதாகத் தோன்றிய போதிலும் அது அதனளவிலேயே படிநிலையை உடைப்பது.[10] அகநிலைரீதியான குறுக்கலை 'சரி செய்வதாக' அதனை கருத்தாக்கம் செய்வது புறநிலை பொருண்மையின் முதன்மையைப் புரிந்து கொள்வதற்கான முக்கியமான காரணி. அடோர்னோவின் கருத்துப்படி, அகநிலையின் முதன்மை முற்றிலும் பொய் இல்லை, ஒரு அறுதி கொள்கையாக நிலைநாட்டப்படும் போது பொய்யாக மாறும் அரை-உண்மை: எல்லாவற்றையும் உருவாக்கும், தனது சித்தத்தின் மூலமாக உருவாக்குவதை நிறுத்திக் கொள்ள முடியும் என்ற கொள்கை. புறநிலையின் முதன்மை இதை சரிசெய்கிறது, அக நிலையுடனான அதன் இடையுறவில் மட்டுமே அது செல்லுபடியாகிறது, ஒரு புதிய அறுதி கொள்கையாக இல்லை. இந்த உணர்வில், இந்தத் தொகுதியில் ஸ்கேபல் சுட்டிக் காட்டுவது போல, புறநிலையின்

முதன்மையை விமர்சன அடிப்படையில் புரிந்து கொள்ள வேண்டும்: புறநிலையின் விமர்சன முதன்மையாக புரிந்து கொள்ள வேண்டும். ஏனென்றால், அது வேறுபட்ட மூலக் கொள்கையை பரிந்துரைக்கவில்லை.

பொருண்மையின் முதன்மை என்பதன் பொருள் அகநிலை முனைப்பு என்பது சமூக புறநிலையால் ஊடாடப்பட்டது என்று புரிந்து கொள்வதாகும். அந்தப் புறநிலை தனிநபர் கூருணர்வை கட்டுவிக்கிறது. புறநிலையின் விசைதான் அகநிலை முனைப்புகளில் ஆதிக்கம் செலுத்துகிறது, அவர்களது சித்தத்தில் தடையிடுகிறது ஆனால் சித்தத்தை ஒழித்துக் கட்டி விடுவதில்லை. விருப்பாற்றல் இன்னும் சாத்தியமானதே, ஏனென்றால் முனைப்பு பொருண்மையின் இடையாடல் மூலம் முதலாளித்துவத்தில் மனிதச் செயல்பாடு ஒரு சமூகப் புற நிலையை உருவாக்கியுள்ளது என்று அடோர்னோ *(2007)* அங்கீகரிக்கிறார். அந்த சமூகப் புறநிலை குறிப்பிட்ட அகநிலைகளில் இருந்து குறிப்பிட்ட அளவுக்கு சுயேச்சையானது, அவர்கள் மீது உலகளாவிய முறையில் ஆதிக்கம் செலுத்துகிறது, அவர்கள் முனைப்புகளாக மாறுவதைத் தடுக்கிறது. அது ஒழித்துக் கட்ட வேண்டிய ஒரு புறநிலை; பொருண்மையின் முதன்மையை இதுவும் முக்கியமானதாக்குகிறது.

இந்த சமூக புறநிலைக்குத்தான் போஸ்டோன் *(2003)*, மிகவும் தெளிவாக சமூக உறவுகளின் கட்டமைப்புகள் என்று பெயர் கொடுத்துள்ளார் என்று நாங்கள் கருதுகிறோம். இந்த சமூக உறவுகளின் கட்டமைப்புகள் ஒரு வகை புறநிலையாக்கும் செயல்பாட்டு மூலமாக கட்டுவிக்கப்படுகின்றன, அவை அரூபமான, தனிநபர் அல்லாத தன்மைகளுடன் கூடிய ஆதிக்கத்தின் வகையை உருவாக்கும் சமூகக் கட்டமைப்புகள். இருந்தாலும், புறநிலையாக்கப்பட்ட சமூக உறவுகளை, தனக்கென இயங்காற்றல் கொண்ட, குறிப்பிட்ட அகநிலை முனைப்புகளில் இருந்து சுயேச்சையான ஒரு **முனைப்பு**டன் அதாவது, மூலதனம் என்ற மார்க்சின் கருத்தினத்தை பிரதிநிதித்துவப்படுத்தும் தானியக்க **முனைப்பு**டன் ஒப்பிடும் போது போஸ்டோன் தவறிழைக்கிறார். வேறு சொற்களில், போஸ்டோனின் விமர்சனக் கோட்பாட்டில் மனிதர்களோ அல்லது பாட்டாளிகளோ முனைப்பு இல்லை, மாறாக ஹெகலிய உணர்வில் வரலாற்று **முனைப்பாக** விளக்கப்பட்ட மூலதனம்தான் முனைப்பு. வேறொரு நோக்குநிலையில், போஸ்டோன் பொருண்மையை முனைப்புடன் அடையாளப்படுத்துகிறார், அவரது புறநிலைவாத நகர்வு அறுதி அகநிலைவாதமாக உள்ளது. ஒரு பொருள் முதல்வாத சாயலுடன் என்றாலும் அது புலன்கடந்த அகநிலைக்குத் திரும்புவதாகும்.

நாம் பார்த்தது போல, புறநிலையை மேலும் மேலும் அக நிலையாகக் குறுக்கும் போக்கு கோட்பாட்டாக்கத்தில் இப்போது ஆதிக்கம் செலுத்துகிறது. இந்தப் போக்கு இறுகலாக்கம் என்ற பின்னணியில் நிலவுகிறது. சிந்தனையின் வெவ்வேறு வடிவங்களில் கருத்துமுதல்வாதம் இன்னும் நீடிக்கிறது என்பது அடோர்னிய தேற்றம்; விமர்சன சிந்தனையிலும் அது நீடிக்கிறது என்று நாம் கூடுதலாக சொல்லலாம். அடோர்னோவைப் பொறுத்தவரை அகநிலை முனைப்பின் முதன்மைதான் ஆதிக்கத்தின் சர்வப்பொது விதி. விமர்சனரீதியான-புறநிலையின்-முதன்மை 'அகநிலை ஒருபோதும் அகநிலையாகவே இல்லை, புறநிலை ஒருபோதும் புறநிலையாகவே இல்லை; இருந்த போதிலும் இவை இரண்டும் அவற்றைக் கடந்து நிற்கும் ஏதோ ஒன்றில் இருந்து பிரிக்கப்பட்டவையாக இல்லை'. *(2007:175; 2008)*. அகநிலை முனைப்பும் புறநிலை பொருண்மையும் பரஸ்பரம் உருவாக்கப்படுபவை; இந்த வழியில் மனிதர்கள் சமூகத்தை உருவாக்குகின்றனர், சமூகம் அவர்களை உருவாக்குகிறது. அடோர்னோ சொன்னதை மாற்றி, திறந்தநிலை மார்க்சியத்தின் மானுடச் செயல்பாடாக குறுக்குவது (*reduction ad hominem*) என்ற விமர்சனரீதியான புரிதலை பொருண்மையின் முதன்மை கடந்து செல்கிறது என்று நாம் கூறலாம். அது அதனை எதிர்மாறாக reductio hominis ஆக முழுமையாக்குகிறது, அதாவது, 'தன்னை அறுதியானதாக காட்டிக் கொள்ளும் அகநிலை முனைப்பின் மயக்கம் பற்றிய நுண்ணறிவை அது வழங்குகிறது. முனைப்பு புனைகதையின் பிற்கால வடிவம், இருப்பினும் அதன் மிகப் பழைய வடிவத்துக்கு சமமானது' *(2007: 186)*. இதே போல, முனைப்புக்கும் பொருண்மைக்கும் இடையிலான இருமைவாதத்தைப் பற்றி சிந்திப்பதன் சாத்தியத்தை புறநிலை பொருண்மையின் முதன்மை திறந்து விடுகிறது. ஒன்றின் அல்லது மற்றொன்றின் ஒருமையில் முடியாமலேயே அதைச் செய்கிறது. எனவே, அது அகநிலைவாதத்தையும் புறநிலைவாதத்தையும் கடந்து நிற்கிறது, மரபுவழி மார்க்சியமோ இந்த இரண்டு துருவங்களில் ஏதோ ஒன்றில் தன்னை நிறுத்திக் கொள்ளும் போக்கைக் கொண்டுள்ளது.

இறுதியாக, மரபுவழி மார்ச்சியம் உலகத்தை மாற்றி அமைப்பதைப் பற்றி சிந்திப்பதற்கான தொடக்கப் புள்ளியாக புறநிலை ஆதிக்கத்தை அனுமானித்துக் கொள்கிறது; முரண்பாடாக உள்ள அகநிலையின் விசையை குறைத்து மதிப்பிடுகிறது; அதுதான் மரபுவழி மார்க்சியத்தின் சாராம்சம் என்ற திறந்தநிலை மார்க்சியத்தின் வாதம் சரியல்ல. போஸ்டோனின் சொற்களில் *(2003)*, அது உழைப்பு பற்றிய வரலாற்று சார்பற்ற விளக்கத்தை தன் மையத்தில் கொண்டுள்ளது என்பதும் இல்லை. இரண்டு விமர்சன நோக்குநிலைகளிலும் உண்மையின் கூறு உள்ளது.

இருந்தாலும் மரபுவழி மார்க்சியத்தின் அடிப்படை பண்பாக இருப்பது ஒருமை பற்றிய கொள்கைதான், புரட்சிகரமாக வேறுபட்ட விமர்சனக் கோட்பாட்டை அடைய வேண்டுமானால் இந்தக் கொள்கையை முறியடிக்க வேண்டும். அடோர்னோவின் எதிர்மறை இயங்கியல், முனைப்பின் விசை மூலமாக இந்தக் கொள்கையை முறியடிப்பதற்கான முயற்சி. கூடுதலாக, 'சக்தி வாய்ந்த' முனைப்பை உறுதி செய்வது ஒரு கட்சி அல்லது முன்னணிப்படையின் தேவையை மீண்டும் உருவாக்கவில்லை, ஏனென்றால் பின் சொன்னவையும் 'சக்தி வாய்ந்த' முனைப்பைப் போல அடையாளத்தின் தெரிவிப்புகள். எனவே, நம் முன் இருக்கும் கேள்வி, மறுதலிப்பின் விசையால், ஒருமையின்மையால், அறுதி கொள்கைகள் இல்லாமல், ஒருமை இல்லாமல் இந்த சாத்தியத்தை வெளிப்படுத்தும் ஒரு சிந்தனையால் இயக்கப்படும் மானுட விடுவிப்புக்கான ஒரு சாத்தியத்தோடு தொடர்புடையது.

நூல் பட்டியல்

அடோர்னோ டி டபிள்யூ (1977a), 'தி ஆக்சுவாலிடி ஆஃப் ஃபிலாசஃபி', டீலோஸ் (Adorno, T. W. (1977a) 'The Actuality of Philosophy', *Telos*) 31: 120-33.

அடோர்னோ டி டபிள்யூ (1977b), 'அறிமுகம்' ('Adorno, T. W. (1977b) 'Introduction'), *டி டபிள்யூ அடோர்னோ முதலானோர் (தொகுப் பாசிரியர்கள்), த பாசிடிவிஸ்ட் டிஸ்பியூட் இன் ஜெர்மன் சோசியாலஜி-ல், லண்டன்:ஹெய்னமன்* (T. W. Adorno et al. (eds), *The Positivist Dispute in German Sociology*, London: Heinemann).

அடோர்னோ டி டபிள்யூ (1977நீ), 'சோசியாலஜி அண்ட் எம்பிரிகல் ரிசர்ச்' (Adorno, T. W. (1977c) 'Sociology and Empirical Research'), *டி டபிள்யூ அடோர்னோ முதலானோர் (தொகுப்பாசிரியர்கள்), த பாசிடிவிஸ்ட் டிஸ்ப்யூட் இன் ஜெர்மன் சோசியாலஜி-ல், லண்டன்: ஹெய்னமன்* (T. W. Adorno et al. (eds), *The Positivist Dispute in German Sociology*, London: Heinemann).-

அடோர்னோ டி டபிள்யூ (1977d) ஃபிலாசஃபிகல் டெர்மினாலஜி (Adorno, T. W. (1977d) *Terminología filosófica* (*Philosophical Terminology*)), Vol. 2, Madrid: Taurus.

அடோர்னோ டி டபிள்யூ (1977a), கிரிடிகல் மாடல்ஸ்: இன்டர் வென்ஷன்ஸ் அண்ட் கேட்ச்வேர்ட்ஸ், நியூயார்க்: கொலம்பியா யூனிவர்சிடி பிரெஸ் (Adorno, T. W. (1998) *Critical Models: Interventions and Catchwords*, New York: Columbia University Press).

அடோர்னோ டி டபிள்யூ (2001), காண்ட்ஸ் கிரிடிக் ஆஃப் ப்யூர் ரீசன், ஸ்டேன்ஃபோர்ட், ஸ்டேன்ஃபோர்ட் யூனிவர்சிடி பிரெஸ் (Adorno, T. W. (2001) *Kant´s Critique of Pure Reason*, Stanford: Stanford University Press).

அடோர்னோ டி டபிள்யூ (2007), நெகடிவ் டயலெக்டிக்ஸ், லண்டன்: கன்டினுவம் (Adorno, T. W. (2007) *Negative Dialectics*, London: Continuum).

அடோர்னோ டி டபிள்யூ (2008), லெக்சர்ஸ் ஆன் நெகடிவ் டயலெக்டிக்ஸ்: ஃப்ராக்மென்ட் ஆஃப் எ லெக்சர் கோர்ஸ் 1965/1966, கேம்பிரிட்ஜ்: பாலிடி பிரெஸ் (Adorno, T. W. (2008) *Lectures on Negative Dialectics: Fragments of a Lecture Course 1965/1966*, Cambridge: Polity Press).

அடோர்னோ டி டபிள்யூ (2015), ஃபிலாசஃபி எண்ட் சோசியாலஜி (Adorno, T. W. (2015) *Filosofía y sociología* (*Philosophy and Sociology*)), Buenos Aires: Eterna Cadencia.

அடோர்னோ டி டபிள்யூ (1977a), அன் இன்ட்ரொடக்‌ஷன் டு டயலெக்டிக்ஸ், கேம்பிரிட்ஜ்: பாலிடி பிரெஸ் (Adorno, T. W. (2017), *An Introduction to Dialectics*, Cambridge: Polity Press).

அடோர்னோ டி டபிள்யூ (1977a), ஆன்டாலஜி அண்ட் டயலெக்டிக்ஸ், கேம்பிரிட்ஜ்: பாலிடி பிரெஸ் (Adorno, T. W. (2019) Ontology and Dialectics, Cambridge: Polity Press).

போன்ஃபெல்ட் டபிள்யூ *(2004 a), 'ஆன் போஸ்டோன்ஸ் கரேஜியஸ் பட் அன்சக்சஸ்ஃபுல் அட்டெம்ட் டு பேனிஷ் த கிளாஸ் ஆன்டகனிசம் ஃப்ரம் த கிரிடிக் ஆஃப் பொலிடிகல் எகானமி', ஹிஸ்டாரிகல் மெடீரியலிசம்* (Bonefeld, W. (2004a) 'On Postone's Courageous but Unsuccessful Attempt to Banish the Class Antagonism from the Critique of Political Economy', *Historical Materialism*) 12(3): 103-24.

போன்ஃபெல்ட் டபிள்யூ *(2004தீ), 'த பிரின்சிபிள் ஆஃப் ஹோப் இன் ஹியூமன் எமன்சிபேஷன்: ஆன் ஹாலவே', ஹெர்ரமியென்டா* (Bonefeld, W. (2004b) 'The Principle of Hope in Human Emancipation: On Holloway', *Herramienta*) 25: 197-208.

போன்ஃபெல்ட் டபிள்யூ *(2009), 'எமன்சிபேடரி பிராக்சிஸ் அண்ட் கான்சப்சுவாலிடி இன் அடோர்னோ',* (Bonefeld, W. (2009) 'Emancipatory Praxis and Conceptuality in Adorno'), ஜே ஹாலவே, எஃப் மாடமோரஸ், எஸ் டிஷ்லர் *(தொகுப்பாசிரியர்கள்), நெகடிவிடி அண்ட் ரெவ்ல்யூஷன்: அடோர்னோ அண்ட் பொலிடிகல் ஆக்டிவிசம்-ல்,* லண்டன்: புளூடோ பிரெஸ் (J. Holloway, F. Matamoros and S. Tischler (eds), *Negativity and Revolution: Adorno and Political Activism*, London: Pluto Press), 122-47.

போன்ஃபெல்ட் டபிள்யூ *(2013), கரோசிவவ் ரீசன்: எ கிரிடிக் ஆஃப் த ஸ்டேட் அண்ட் கேபிடல்,* போனஸ்அயர்ஸ்: ஹெர்ரமியன்டா (Bonefeld, W. (2013) *La razón corrosiva: una crítica al Estado y al capital* (*Corrosive Reason: A Critique of the State and Capital*), Buenos Aires: Herramienta).

பானட் ஏ, ஹாலவே ஜே, டிஷ்லர் எஸ் *(2005), ஓப்பன் மார்க்சிசம்: எ யூரோபியன் அண்ட் லத்தீன் அமெரிக்கன் பெர்ஸ்பெக்டிவ், போனஸ் அயர்ஸ்:* ஹெர்ரமியன்டா அண்ட் யூனிவர்சடாட் ஆடனோமா புப்லா ('Bonnet, A., Holloway, J. and Tischler, S. (eds) (2005) *Marxismo abierto. Una visión europea y latinoamericana* (*Open Marxism: A European and Latin American Perspective*), Buenos Aires: Herramienta and Universidad Autónoma de Puebla).

டீமோபுலோஸ் எம் *(2013), 'ப்ரோலோகோ', இன்ட்ரொடக்‌ஷன் டு டயலெக்டிக்ஸ்-ல்* (Dimópulos, M. (2013) 'Prólogo', in T. W. Adorno, *Introducción a la dialéctica* (*Introduction to Dialectics*)), Buenos Aires: Eterna Cadencia.

டீனர்ஸ்டெய்ன் ஏ சி *(2017), அஃபர்மேஷன் அஸ் நெகடிவிடி: ஓப்பனிங் அப் ஸ்பேசஸ் ஃபார் அனதர் கிரிடிகல் தியரி),* (Dinerstein, A.C.*(2017)* 'Afirmacio´n como negatividad. Abriendo espacios para otra Teori´a Cri´tica' (Affirmation as Negativity: Opening Up Spaces for Another Critical Theory)), *ஓப்பன் மார்க்சிசம் ரிஃப்ளெக்‌ஷன்ஸ் ஆன் கிரிடிகல் தியரி அண்ட் ரெவல் யூஷனரி பிராக்சிஸ்-ன்* **25** ஆண்டுகள் பற்றிய கருத்தரங்கில் வழங்கப் பட்ட ஆய்வுக் கட்டுரை (Colloquium 25 Years of Open Marxism: Reflections on Critical Theory and Revolutionary Praxis), Puebla, Mexico, 16-18 October.

ஹெகல் ஜி *(2018), த ஃபினாமினாலஜி ஆஃப் ஸ்பிரிட்,* கேம்பிரிட்ஜ்: கேம்பிரிட்ஜ் யூனிவர்சிட்டி பிரெஸ் (Hegel, G. (2018) *The Phenomenology of Spirit*, Cambridge: Cambridge University Press).

ஹாலவே ஜே *(1994), மார்க்சிசம், ஸ்டேட் அண்ட் கேபிடல்* (Holloway, J. (1994)) *Marxismo, Estado y Capital* (*Marxism, State and Capital*), Buenos Aires: Editorial Tierra de Fuego.

ஹாலவே ஜே *(1995), 'மறுத்தலின் சீற்றத்தில் இருந்து அதிகாரத்தின் சீற்றத்துக்கு: மையத்தில் வேலை'*, (Holloway, J. (1995) 'From Scream of Refusal to Scream of Power: The Centrality of Work'), வெர்னர் போன்ஃபெல்ட், ரிச்சர்ட் குன், ஜான் ஹாலவே, *காஸ்மாஸ் சைக்கோபீடிஸ் (தொகுப்பா சிரியர்கள்), திறந்தநிலை மார்க்சியம் III-ல்* (W. Bonefeld, R. Gunn, J. Holloway and K. Psychopedis (eds), *Open Marxism 3*, London: Pluto Press, 155-81).

ஹாலவே ஜே *(2005), சேஞ்ஜ் த வேர்ல்ட் விதவுட் டேக்கிங் பவர், லண்டன்:புளூடோ பிரெஸ்* (Holloway, J. (2005) *Change the World Without Taking Power*, London: Pluto Press).

ஹாலவே ஜே *(2010), கிராக் கேபிடலிசம், லண்டன்:புளூடோ பிரெஸ்* (Holloway, J. (2010) *Crack Capitalism*, London: Pluto Press).

ஹாலவே ஜே, ல்யோவி எம் *(2003)* (Holloway, J. and Löwy, M. (2003)) 'Intercambioentre Michael Löwy y John Holloway', *Bajo el Volcán* 3(6): 13-25.

ஹாலவே ஜே, மாடமோரஸ் எஃப், டிஷ்லர் எஸ் *(2009), 'நெகடிவிடி அண்ட் ரெவல்யூஷன்: அடோர்னோ அண்ட் பொலிடிகல் ஆக்டிவிசம்'* (Holloway, J., Matamoros, F. and Tischler, S. (2009) 'Negativity and Revolution: Adorno and Political Activism'), ஜே ஹாலவே, எஃப் மாடமோரஸ், எஸ் டிஷ்லர் *(தொகுப்பாசிரியர்கள்), நெகடிவிடி அண்ட் ரெவல்யூஷன்: அடோர்னோ அண்ட் பொலிடிகல் ஆக்டிவிசம்-ல், லண்டன், புளூடோ பிரெஸ்* (J. Holloway, F. Matamoros and S. Tischler (eds), *Negativity and Revolution: Adorno and Political Activism*, London: Pluto Press), 3-11.

ஹோர்க்ஹெய்மர் எம் *(2004), எக்ளிப்ஸ் ஆஃப் ரீசன், லண்டன்: கன்டினுவம்.* (Horkheimer, M. (2004) *Eclipse of Reason*, London: Continuum).

போஸ்டோன் எம் *(2003), டைம், லேபர், சோசியல் டாமினேஷன்: எ ரீஇன்டர்ப்ரடேஷன் ஆஃப் மார்க்சஸ் கிரிடிகல் தியரி*, கேம்பிரிட்ஜ்: கேம்பிரிட்ஜ் யூனிவர்சிடி பிரெஸ் (Postone, M. (2003) *Time, Labor and Social Domination: A Reinterpretation of Marx's Critical Theory*, Cambridge: Cambridge University Press).

குறிப்புகள்

1. *ஜான் ஹாலவேக்கு மிக்க நன்றி.*

2. *நடத்திய விவாதங்களுக்காக பானகியோடிஸ் டவ்லோஸ், மரியோ ஸ்கேபல், ராபர்டோ லாங்கோனி* (Panagiotis Doulos, Mario Schäbel, Roberto Longoni) *ஆகியோருக்கும் மிக்க நன்றி.*

3. *இதைப் பற்றி போன்ஃபெல்ட் எழுதுகிறார்: 'விமர்சன பகுப்பாய்வு பற்றிய மார்க்சின் கருத்தாக்கம் தொடர்பாக என்ன சொல்வது? விமர்சன பகுப்பாய்வு மானுட செயலாக* (ad hominem) *நிரூபிக்க வேண்டும். விமர்சன பகுப்பாய்வு என்பது மனிதர்களின் நிலைமை பற்றியது, அதோடு கூடவே மனிதரது கண்ணியத்தையும் சாத்தியங்களையும் பற்றியது. விமர்சன பகுப்பாய்வானது, திட்டமான சமூக உறவுகளில் இருந்து இறுகலாக்கப்பட்ட சமூக வடிவங்களை, பொருட்களின் உலகத்தை வளர்த்தெடுக்க வேண்டும். மூலதனத்தின் வடிவங்கள் திட்டமான மனித சமூக உறவுகளால் கட்டுவிக்கப்பட்டு உயிர் வாழ்கின்றன என்று நிரூபிப்பதுதான் அதன் பணி' (2013: 28-9).*

4. அடோர்னோவின் கருத்துப்படி (2017) முனைப்புதான் உண்மை என்று கருத்து முதல்வாதம் இறுதியாக காட்டுகிறது. அடோர்னோவின் வாதம் ஃபினாமினாலஜி ஆஃப் ஸ்பிரிட்-க்கான முன்னுரையை அடிப்படையாகக் கொண்டது. அதில், 'அமைப்பை விளக்குவதன் மூலமாகவே நியாயப்படுத்தப்படுத்த வேண்டிய எனது பார்வையில், உண்மையை இறைச்சிப் பொருளாக மட்டுமின்றி முனைப்பாகவும் புரிந்து கொண்டு வெளிப்படுத்துவதில்தான் எல்லாமே அமைந்துள்ளது' என்று ஹெகல் எழுதுகிறார். (2018: 12).

5. அவரது பல்வேறு படைப்புகளில், ஹாலவே வெளிப்படையாகவோ, உள்ளுறையாகவோ, முனைப்பை 'முழு சக்தி வாய்ந்ததாக' முன்வைக்கிறார். இன்னொரு எடுத்துக்காட்டு 'வீ ஆர் த ஒன்லி காட்ஸ்: ஃப்ரம் த கிரிடிக் ஆஃப் ஹெவன் டு கிரிடிக் ஆன் எர்த்' ('We Are the Only Gods: From the Critique of Heaven to Critique on Earth') என்ற கட்டுரை (ஹாலவே 1994).

6. 1949-ல் ஹோர்க்ஹெய்மர் அடோர்னோவுக்கு ஒரு கடிதம் எழுதியதை டிமோபுலோஸ் (Dimópulos) சுட்டிக் காட்டுகிறார். அதில், 'மனிதர்கள் இயற்கை மீது வன்முறையை செலுத்தும்படி மனிதர்களை கட்டாயப்படுத்த வேண்டும், இல்லையென்றால் இயற்கை மனிதர்கள் மீது வன்முறையை செலுத்தும். இதுதான் சமூகம் பற்றிய கருத்தாக்கம். அதன் நெறிப்படுத்தல்களை துல்லியமாக அங்கீகரிப்பதுதான் நமது பணி. ஹெகல் முன்மொழிந்த தூய உணர்வு (spirit)-ஐப் பயன்படுத்தாமலேயே அதைச் செய்ய வேண்டும்' என்று எழுதப்பட்டுள்ளது. டிமோபுலோசின் கருத்துப்படி 'இந்தத் திட்டத்தின் உருவரையை ஒரு சிறிய வாக்கியத்தில் கூறி விடலாம்: ஹெகலிடமிருந்து தூய உணர்வை அகற்றி விட வேண்டும், அல்லது இன்னும் சிறப்பாக, முனைப்புக்கும் பொருண்மைக்கும் இடையேயான ஒருமையை முறிக்க வேண்டும்' (2013: 15-18).

7. அடோர்னோவின் கருத்துப்படி, 'ஒருமை சுய-பாதுகாப்பில் உருவாகிறது என்கையில், முனைப்பே ஒருமையின் உள்ளுறை கொள்கையாக ஏதோ ஒரு வகையில் உள்ளது என்று நாம் வாதிட முடியும்' (1977பீ: 62).

8. அடோர்னோவைப் பொறுத்தவரை, 'நேர்க்காட்சிவாதத்தின் புத்தம் புதிய வடிவங்களில், ஒரு வகையான மிதமான அகநிலைவாதம் உள்ளது; இந்தக் கடைசி தேர்வு அடிப்படைகள்தான் எதார்த்தத்தில் வெறும் அகநிலையின் தேர்வு அடிப்படைகள் என்று காட்ட முடியும்' (2015: 211).

9. அடோர்னோவைப் போலவே, 'இயற்கை மீதான ஆதிக்கம் மனிதர்களின் மீதான ஆதிக்கத்தைக் கொண்டுள்ளது' என்று ஹோர்க்ஹெய்மர் வாதிடுகிறார் (2004: 64).

10. அடோர்னோவின் கருத்துப்படி: 'ஒரு காலத்தில் அகநிலை வீற்றிருந்த அனாதையான அரியணையில் பொருண்மையை உட்கார வைப்பது விமர்சன சிந்தனையின் நோக்கம் இல்லை. அந்த அரியணையில் பொருண்மை ஒரு விக்கிரகத்தை விட மேலாக இருக்காது. விமர்சன சிந்தனையின் நோக்கம் இந்தப் படிநிலையை ஒழித்துக் கட்டுவது' (2007: 181).

4. மதிப்பு-வடிவம் கோட்பாடு, திறந்தநிலை மார்க்சியமும் மார்க்சின் மறுவாசிப்பும் (NRM)

ஃபிரெடெரிக் ஹேரி பிட்ஸ்

இந்த அத்தியாயம், ஒரு புறம் மார்க்சின் மறுவாசிப்பிலும் (the New Reading of Marx - NRM), மறுபுறம் திறந்தநிலை மார்க்சியத்திலும் (OM) காணப்படும் மதிப்பு-வடிவம் பற்றிய கோட்பாட்டை ஒப்பிடுகிறது. மதிப்புக்கும் உழைப்புக்கும் முதலாளித்துவ சமூகத்துக்கும் இடையிலான உறவை பற்றி அவை இரண்டுமே ஒரு மீள்பரிசீலனையை தொடங்கி வைத்தன. அந்த வகையில் திறந்தநிலை மார்க்சியம் பகுதியளவு மார்க்சின் மறுவாசிப்பில் இருந்து வளர்ச்சியடைந்தது. ஆனால், மார்க்சின் மறுவாசிப்புப் பள்ளியைப் போல மதிப்பின் சமூக வடிவத்தின் மீது அழுத்தம் கொடுப்பதோடு கூடவே திறந்தநிலை மார்க்சியம் கூடுதலாக ஒரு முக்கியமான பங்களிப்பை செய்கிறது. அது மதிப்பை கட்டுவிக்கும் வர்க்கச் சமூகத்தின் திட்டவட்டமான பகைநிலை சமூக உறவுகள் மீது உறுதியாக கவனத்தைக் குவிக்கிறது. இந்தச் சமூக உறவுகள் தர்க்கரீதியாக மட்டுமின்றி வரலாற்றுரீதியாகவும் வர்க்க சமூகத்துக்குள்ளாகவே அமைந்துள்ளன. பின் சொன்னதை விமர்சன ரீதியாக பரிசீலிப்பதன் மூலம், மார்க்சின் மறுவாசிப்புப் பள்ளியின் மதிப்பு பற்றிய 'பணவியல்' கோட்பாட்டின் மையச்சரடில் இருக்கும் வர்க்கப் போராட்டத்தின் மையத்தன்மையை திறந்தநிலை மார்க்சியம் மீட்டுரைக்கிறது. அதன் மூலம் மதிப்பு-வடிவத்துடன், அதற்கு எதிராக, அதையும் மீறி, அதற்கு அப்பால் போராட்டத்தில் தலையிடும் சக்திகள் பற்றி புரிந்து கொள்ள உதவுகிறது.

இது மார்க்சின் மறு வாசிப்பு பள்ளிக்கும் திறந்தநிலை மார்க்சியத்துக்கும் இடையே பரஸ்பர விமர்சனங்களையும் படைப் பூக்கமான பதற்றங்களையும் உருவாக்கியுள்ளது. அவை ஒன்று மற்றொன்றை இட்டுநிரப்புவதாக ஆகியுள்ளன. திறந்தநிலை மார்க்சியம் மானுடச் செயல்பாட்டையும் ஆதிக்கத்தின் தொடரும் திட்டவட்டமான வடிவங்களையும் கட்டுவிக்கும் சாரமான சமூக வடிவங்களைப் பற்றிய புரிதலை வழங்குகிறது. அதன் மூலம், மார்க்சின் மூலதனம் நூலில் முன்வைக்கப்பட்ட மதிப்பு-வடிவத்தின் வளர்ச்சிப் போக்கு வெறும் தர்க்கரீதியான தருவித்தல் மட்டும் இல்லை என்கிறது. மாறாக, அது

கூலித் தொழிலாளர்கள் வர்க்கத்தை உருவாக்கிய வரலாற்று நிகழ் முறை; தனிநபர்கள் அவர்களது வாழ்வுச் சாதனங்களை மறுவுற்பத்தி செய்வதற்கான நிலைமைகளிலிருந்து வலுக்கட்டாயமாக உடைமை பறிக்கப்பட்டது அதன் அடிப்படையாக இருந்தது. மதிப்பின், மேல் தோற்றத்தில் 'அனுபவரீதியாக உணர முடியாத எதார்த்தத்திற்குப்' பின்னால் சாரமான எதார்த்த-வாழ்க்கையில் செயல்திறன் கொண்ட பகைநிலை சமூக உறவுகள் உள்ளன என்று முன்மொழிகிறது. இந்தச் சமூக உறவுகள் சமூக வடிவங்களால் இடையாடப்பட்டவை. இந்த வகையில், மார்க்சின் மறுவாசிப்புப் பள்ளி மீதான திறந்தநிலை மார்க்சியத்தின் விமர்சன பகுப்பாய்வுதான் அதனை இட்டு நிரப்புவதாகவும் நீட்டுவதாகவும் ஆக்குகிறது.

மதிப்பு-வடிவம் கோட்பாடு

பணியிடம் மற்றும் பொருளாதார வாழ்வு பற்றிய ஆய்வுகளில் மார்க்சிய மதிப்புக் கோட்பாட்டைப் பற்றிய பல பயன்பாடுகளும் சொற்போர்களும் நடைபெறுகின்றன. அவை குறுகியபார்வையுடன் முதலாளித்துவ சுற்றுக்குள்ளாக ஆய்வுக்கும் விவாதத்துக்குமான மையமான களமாக உழைப்பு மீதும் உற்பத்தி மீதும் கவனத்தைக் குவிக்கின்றன. கூடுதலாக, முதலாளித்துவத்தில் ஏற்படும் மாற்றங்களை, உற்பத்திக்குள்ளாக உழைப்பின் உள்ளடக்கத்தில் ஏற்படும் நேரடி மாற்றங்களின் நீட்சியாக விளக்குகின்றன. ஆனால், சமூக வடிவப் பகுப்பாய்வு இதனை விரிவாக்குகிறது; முதலாளித்துவ சமூகத்தின் சாராம்சமான சமூக வடிவங்களில் ஏற்படும் மாற்றத்திலிருந்து அவற்றை விட பரவலான மாற்றங்களை புரிந்து கொள்ள முடிவதை இன்னும் எச்சரிக்கையாக அணுகுகிறது. ஒரு புறம் 'உழைப்பு மதிப்புக் கோட்பாடு கடந்தகாலத்தில் பொருத்தப்பாடு கொண்டிருந்தது' ஆனால் இன்று இல்லை என்று வாதிடுபவர்கள் (விமர்சனங்களுக்கு பார்க்கவும் பிட்ஸ் 2018a, 2018b); மறுபுறம் 'எல்லாவற்றையும் அதற்குள் சென்ற உழைப்பு நேரமாகக் குறுக்கும்' பாரம்பரிய உழைப்பு மதிப்புக் கோட்பாட்டுடனான தமது பற்றுறுதியை பராமரிப்பவர்கள்; இந்த இரு தரப்புக்கும் பொதுவான நோக்குநிலை உள்ளது என்று மொய்ஷே போஸ்டோன் (Moishe Postone) சுட்டிக்காட்டுகிறார். இரு தரப்புமே மதிப்பு என்பதை உற்பத்தியை விட கூடுதலான ஒன்றாக பார்ப்பதில்லை, அதனை 'செல்வத்தின் குறிப்பிட்ட வரலாற்று வடிவமாக' பார்ப்பதில்லை (போஸ்டோன், ப்ரென்னன் 2009:320).

உற்பத்தியையும் பரிவர்த்தனையையும் ஒழுங்கமைக்கும் வரலாற்றுரீதியான குறிப்பிட்ட முறைபாடாக முதலாளித்துவம் உள்ளது.

அது அவ்வாறு செயல்பட முடிவதைப் பற்றிப் புரிந்து கொள்வதற்கு உழைப்பின் மீது மட்டும் கவனத்தைக் குவிப்பது போதுமானதில்லை என்று மதிப்பு-வடிவம் கோட்பாடு முன்வைக்கிறது. அப்படிச் செய்தால் முதலாளித்துவத்தின் தன்மையில் ஏற்படும் சகாப்தரீதியான மாற்றங்களை கோட்பாட்டில் ஒதுக்கித் தள்ளிவிடவோ அல்லது இணைத்துக் கொள்ளவோ தேவையான அடிப்படையை கட்டுவிக்க முடியாது. எனவே, தம்மை உற்பத்தித் துறைக்குள்ளாக மட்டும் குறுகலாக வரம்பிட்டுக் கொள்ளும் பகுப்பாய்வுகளை விட மதிப்பு வடிவம் கோட்பாடு மேம்பட்டது. அத்தகைய பகுப்பாய்வுகள் உழைப்புக்கும் அதன் விளைவுகள் எடுக்கும் சமூக வடிவங்களுக்கும் பின்புலமாக இருக்கும் சமூக உறவுகளை தவற விடுகின்றன. அவை எல்லா இடங்களிலும் 'சுதந்திரத் தொழிலாளரை' பார்க்கும் ஆபத்தைக் கொண்டுள்ளன; உற்பத்திக்கும் சுற்றோட்டத்துக்கும் இடையிலான பிரித்தலை அழித்து விடுகின்றன. அதன் மூலம் உழைப்பு கூலி உழைப்பின் வடிவத்தை எடுப்பதைப் பற்றிய புரிதலை இழந்து விடுகின்றன. இது பகுப்பாய்வை குறுக்குவதற்கு அல்லது உடையும் புள்ளி வரை அதனை விரிப்பதற்கும் இட்டுச் செல்கிறது என்று நாங்கள் முன்மொழிகிறோம். மதிப்பு வடிவக் கோட்பாடு இந்தச் சிக்கலை தவிர்த்து விடுகிறது. மதிப்பு-வடிவம் கோட்பாட்டின் இரண்டு முன்னணி வகைகளாக திறந்தநிலை மார்க்சியமும், மார்க்சின் மறுவாசிப்பும், அதிலிருந்து விடுபடுவதற்கான சாத்தியமான பாதைகளை வழங்குகின்றன. டயானே எல்சன் (1979) ஒருமுறை 'உழைப்பின் மதிப்புக் கோட்பாடு' (value theory of labour) என்று அழைத்ததை அவை பயன்படுத்துகின்றன.

மார்க்சிய மதிப்புக் கோட்பாடு தொடர்பான மதிப்பு-வடிவ அணுகுமுறைகள் மார்க்சின் முதிர்ச்சிகால பொருளாதார நூல்களை அடிப்படையாகக் கொண்டுள்ளன. ஆனால், அவை மார்க்சின் படைப்பு தொடர்பான மரபுத்தூய்மை அணுகுமுறைகளில் இருந்தும், பாரம்பரிய அணுகுமுறைகளில் இருந்தும் முக்கியமான வழிகளில் வேறுபடுகின்றன. மதிப்பை உற்பத்தி செய்யும் உழைப்பின் பண்புகளுக்கு அளவுக்கு அதிகமாக தரப்படும் அழுத்தத்தை அவை சரி செய்கின்றன. சமூக சரிபார்த்தல் என்ற சாரமான நிகழ்முறையை அவை முன்நிறுத்துகின்றன. உழைப்பை, மதிப்பை உற்பத்தி செய்வதாகவும், அதற்கு அடித்தளமாக உள்ள திட்டவட்டமான பகைநிலை சமூக உறவுகளையும் உற்பத்தி செய்வதாகவும் பார்க்கின்றன. மார்க்சின் மறுவாசிப்பு முதலில் சொன்ன சமூக சரிபார்த்தல் மீது முதன்மையாக கவனம் செலுத்துகிறது, திறந்தநிலை மார்க்சியம் இரண்டாவது சொன்ன பகைநிலை சமூக உறவுகள் மீது கவனம் செலுத்துகிறது. மார்க்சின் மூலதனம் நூல் பற்றிய அவற்றின்

வாசிப்பில் ஃபிராங்க்ஃபர்ட் பள்ளியின் தாக்கம் உள்ளது. அவை மார்க்சின் கோட்பாட்டுக்கு சமூகம் பற்றிய நேர்க்காட்சிவாத பொருளாதார விளக்கம் என்ற தகுதியை விட விமர்சனக் கோட்பாடு என்ற தகுதியின் மீது அழுத்தம் கொடுக்கின்றன (பெல்லோஃபியோர், ரிவா 2015; பிட்ஸ் 2017-ஐயும் பார்க்கவும்).

மார்க்சின் மறுவாசிப்பு

மார்க்சின் மறுவாசிப்பு, மிஷேல் ஹெய்ன்ரிஹ் (2012) போன்ற மார்க்சிய கோட்பாட்டாளர்களின் படைப்புகளில் சிறந்த முறையில் வெளிப்படுத்தப்பட்டுள்ளது. மதிப்பு பற்றிய 'பணவியல்' கோட்பாட்டை பின்பற்றுவதாக அவற்றை பொதுவாக வரையறுக்கலாம். மார்க்சின் மறுவாசிப்பு ஐ.ஐ.ரூபினின் (1972) படைப்பில் தரப்பட்டுள்ள மார்க்ஸ் பற்றிய வாசிப்பால் தூண்டடப்பட்டது; ஹெல்முட் ரெய்ஷெல்ட் (2005), ஹன்ஸ்-ஜார்ஜ் பக்ஹவுஸ் (1980, 1992, 2005) ஆகியோரின் ஆய்வில் இருந்து தொடங்கியது; மார்க்சின் எழுத்து வடிவிலான படைப்புகளுக்கு கவனமாக மறு விளக்கம் அளிப்பதை அடிப்படையாகக் கொண்டு அது ஆய்வு செய்கிறது. மார்க்ஸ் பற்றிய அதன் வாசிப்பின் மீது அடோர்னோவின் நூலில் இருந்து தருவிக்கப்பட்ட ஃபிராங்க்ஃபர்ட் பள்ளி சமூகக் கோட்பாட்டின் தாக்கம் உள்ளது. அடோர்னோவிடம் தான் மார்க்சின் மறுவாசிப்பு பள்ளியின் ஆரம்பகால ஆதரவாளர்களில் பலர் கற்றனர் (பெல்லோஃபியோரெ, ரிவா 2015). திறந்தநிலை மார்க்சியத்தைப் போல, மார்க்சின் மறுவாசிப்பிலும் அரசியல் பொருளாதாரம் மீதான விமர்சனக் கோட்பாடு அதனளவில் ஒரு மாற்று பொருளியலாக இல்லாமல் சமூகம் மீதான விமர்சனக் கோட்பாடாக புரிந்து கொள்ளப்படுகிறது. சில ஆய்வாளர்கள் மார்க்சின் மறுவாசிப்பிலும் திறந்தநிலை மார்க்சியத்திலும் இரண்டிலும் பணியாற்றுபவர்கள்; பக்ஹவுஸ் போன்றவர்களின் மிகத் தொடக்ககால வெளியீடுகள் மூலம் மார்க்சின் மறுவாசிப்பு ஆங்கில உலகத்தில் பிரபலமானது. அது 'வறட்டுவாத நிச்சயங்களும் சமூகம் பற்றிய இயற்கைவாத கருத்தாக்கங்களும் இல்லாத ஒரு மார்க்சியத்தை' (போன்ஃபெல்ட் 2014:41-2) முன்வைக்கிறது. அது பலவகை கோட்பாட்டு பயன்பாடுகளுக்கும் அனுபவ பயன்பாடுகளுக்கும் புரட்சிகரமாக நெகிழ்வானது.

உழைப்பு நேரத்துக்கும் மதிப்பிற்கும் இடையே நேரடி உறவு உள்ளது என்று பாரம்பரிய உழைப்பு மதிப்புக் கோட்பாடு வாதிடுகிறது. அதற்கு மாறாக, 'மதிப்பைப் பொறுத்தவரை சாரமான உழைப்பு தீர்மானகரமானது' என்று மார்க்சின் மறுவாசிப்பு கூறுகிறது. மிஹெய்ல் ஹெய்ன்ரிஹின் சொற்களில், 'மொத்த சமூக உழைப்பின் ஒரு பகுதியாக

செலவிடப்பட்ட திட்டவட்டமான, தனிநபரின் உழைப்பை உறுதிப் படுத்தும் சமூக நிகழ்முறையின் விளைவாக' (ஹெய்ன்ரிஹ், வெய் 2012:725) மதிப்பு உள்ளது. மதிப்பு என்பது எந்த ஒரு உழைக்கும் தனிமனிதரும் உற்பத்தியில் செலவிடும் உழைப்பு நேரத்தால் ஆனதில்லை என்று மார்க்சின் மறுவாசிப்பு முன்மொழிகிறது. 'அதன் உற்பத்திக்கு சமூகரீதியில் அவசியமான' நேரத்தின் அளவுடன் அது தொடர்புபடுத்துகிறது (மார்க்ஸ் 1976:301). மார்க்சின் மறுவாசிப்பைப் பொறுத்தவரை, மதிப்பு என்பது திட்டவட்டமான உழைப்பின் செலவீட்டுக்குப் பிந்தைய சமூக உறுதிப்படுத்தலை சார்ந்தது (ஹெய்ன்ரிஹ் 2012). எனவே, உற்பத்தியில் மதிப்பு என்பது சாத்தியப்பாடு கொண்ட ஒரு அளவாக மட்டுமே இருக்க முடியும், சரக்குகளின் பரிவர்த்தனையில் அது உறுதிப் படுத்தப்பட வேண்டும். இந்த வகையில், உழைப்பின் உற்பத்திப் பொருள் தானாகவே ஒரு சரக்காகி விடுவதில்லை. அதன் விற்பனையின் மூலம் அது ஒரு சரக்காக உறுதிப்படுத்தப்பட்டால்தான் மதிப்பு உறவை ஏற்படுத்திக் கொள்ள முடியும். உழைப்பின் உற்பத்திப் பொருள் மதிப்பைக் கொண்டிருக்க வேண்டுமானால், அது ஒரு சரக்காக இருந்து தீர வேண்டும். உழைப்பின் ஒரு உற்பத்திப் பொருள், அது பொருளாக இருந்தாலும் சரி சேவையாக இருந்தாலும் சரி, சரக்காக வேண்டுமானால், அது விற்கப்பட வேண்டும் (ஹெய்ன்ரிஹ், வெய் 2012:727).

மார்க்சின் புதிய வாசிப்பைப் பொறுத்தவரை உழைப்பு, மதிப்பு போன்ற பொருளாதார கருத்தினங்களின் பொருத்தப்பாடு ஒட்டுமொத்த சமூகத்தில் இருந்து பிரிக்கப்படும்போது செல்லுபடியாவதில்லை. மாறாக, எல்லாப் பொருட்களும் மற்ற எல்லாப் பொருட்களுடனும் கொண்டுள்ள சாரமான உறவின் மூலமாக, பணவியல் பரிவர்த்தனையில் அவற்றின் சமூக அவசியம் நிறுவப்படுகிறது. பணத்தையும் சரக்குகளையும் பரிவர்த்தனை செய்வது தனியார் உழைப்புகளை ஒன்றோடொன்று சமூக உறவுக்குக் கொண்டு வருகிறது. 'குறிப்பிட்ட சரக்கை உற்பத்தி செய்வதற்கு செலவிடப்படும் உழைப்பின் சமூக அவசியத்தை நிறுவுவதன் மூலம்' (பெல்லஃபியோர், ரிவா 2015:30-1) அதைச் செய்கிறது. பணத்தின் மூலமாக, முன்னர் உற்பத்தியில் தனியார் உழைப்புகளாக இருந்தவை, ஒன்று மற்றொன்றுடன் சமூக உறவுக்குக் கொண்டு வரப் படுகின்றன. சர்வப்பொதுச்சமதையாக பணத்தின் அந்தஸ்து எல்லாப் பொருட்களையும் மற்ற எல்லாப் பொருட்களுடன் இடையுறவு கொள்ளச் செய்கிறது. இவ்வாறாக, மதிப்பு என்பது மதிப்பை உற்பத்தி செய்யும் உழைப்பு சமூகரீதியாக உறுதி செய்யப்படுவதை சார்ந்துள்ளது. 'சர்வப் பொதுச் சமதையாக உள்ள பணத்துடன் சரக்குகளை பரிவர்த்தனை செய்வதன்' மூலமாக அது நடைபெறுகிறது (பெல்லோஃபியோர், ரிவா 2015:29).

இந்த சமூகரீதியான அம்சம் முக்கியமானது. உழைப்பு நிகழ்முறை தனியார் தன்மையுடையதாகவும் சமூக சரிபார்த்தலுக்கு முந்தையதாகவும் மட்டுமே உள்ளது. கிசிலோஃப் மற்றும் ஸ்டாரொஸ்டா பரிந்துரைப்பது போல, 'தனியார் தனிமனிதர்களும் தனியார் உழைப்பும்தான் மதிப்புக்கான வரலாற்றுரீதியான பண்பு உருக்கள், உழைப்பு அதனளவில் இல்லை' (2007; பெல்லோஃபியோர், ரிவா 2015). சந்தை பரிவர்த்தனையின் மூலமாக தனியார் தனிநபர்கள் ஏற்படுத்திக் கொள்ளும் உறவு மதிப்பின் மூலமாக தெரிவிக்கப்படுவது வரையில் அதுதான் நிலைமை. மதிப்பு என்பது சாரமான சமூக உழைப்பு தொடர்பானது, திட்டவட்டமான தனியார் தனிநபரின் உழைப்பின் செலவீடு தொடர்பானது இல்லை (போன்ஃபெல்ட் 2010; கிசிலோஃப், ஸ்டாரோஸ்டா 2007:262). பெல்லஃபியோர், ரிவா அறுதியிடுவது போல, 'உற்பத்தியில் செயல்படும் உழைப்பு அதனளவில் நேரடியாக சமூகரீதியானது இல்லை' (2015:30). திட்டவட்டமான, தனியார் உழைப்புதான் நிகழ்த்தப்படுகிறது, இந்த தனியார் தனிநபர் அடிப்படையில் இருந்துதான் உழைப்பு சாரமாக்கப் படுகிறது. பரிவர்த்தனையில்தான் முன்னர் தனியார் உழைப்பாக இருந்தது மதிப்பில் அதன் சமூக வடிவத்தைப் பெறுகிறது. சந்தையின் மூலமாக உறுதிப்படுத்தப்பட்ட, 'சுயேச்சையான உற்பத்தியாளர்களுக்கு இடையேயான தனியார் பரிவர்த்தனைகளின் மொத்தத்தின் ஊடாக மட்டுமே உழைப்பு சமூகரீதியானதாகிறது' (பெல்லஃபியோர், ரிவா 2015:30). கூடுதலாக, இது இரண்டு பொருட்களுக்கு இடையேயான ஒரு பரிவர்த்தனை இல்லை. சரக்குகளுக்கு இடையேயான உறவாக இருப்பது வரையில் மதிப்பு 'முற்றிலும் சமூகமயமானது' என்று மார்க்ஸ் கூறுகிறார். சமூகம் முழுமைக்கும் விரிவாக்கப்பட்ட 'சரக்குக்கும் சரக்குக்கும் இடையேயான சமூக உறவில் மட்டுமே மதிப்பு தோற்றமளிக்க முடியும்' என்று மார்க்ஸ் எழுதுகிறார் (மார்க்ஸ், முர்ரே 2013:140-ல் மேற்கோள் காட்டப்பட்டது). இந்த மொத்தமாக்கும் பார்வைநிலையில் இருந்துதான், முதலாளித்துவ சமூகத்துக்குள்ளாக உழைப்பின் சமூகரீதியான ஒழுங்கமைப்பு சரக்குப் பரிவர்த்தனைக்கு சேவை புரியும் தனித்த உழைப்புகளை பொதுவளவுடையனவாக்கும் வழியில் அமைந்திருப்பதை மார்க்ஸ் ஆய்வு செய்கிறார்.

உழைப்புக்கும் மதிப்புக்கும் இடையிலான உறவு பற்றிய, மேலும் மரபுவழியிலான அணுகுமுறைகளும் மரபுத்தூய்மையிலான அணுகுமுறைகளும் தரும் வாசிப்பை விட மிகவும் வேறுபட்ட வாசிப்பை மார்க்சின் மறுவாசிப்புப் பள்ளி தருகிறது. மதிப்பின் இரகசியத்தை உழைப்பின் நேரடி உள்ளடக்கத்தில் இல்லாமல் உழைப்பின் உற்பத்திப் பொருட்கள் எடுக்கும் சமூக வடிவத்தில்

தேடுகிறது. மார்க்சின் மறுவாசிப்பைப் பொறுத்தவரை, வடிவம் என்ற அம்சம்தான் மார்க்சின் மதிப்புக் கோட்பாட்டின் முக்கியமான கூறு. பக்ஹவுஸ் எழுதுவது போல, 'இந்த உள்ளடக்கம் ஏன் அந்த வடிவத்தை எடுக்கிறது' என்ற முக்கியமான கேள்விதான் மார்க்சின் மதிப்புக் கோட்பாட்டின் மையமான 'வெளிப்படுத்தும் நோக்கம்' *(1980:101)*. இதுதான் மார்க்சை மாற்று பொருளியல் அல்லது அரசியல் பொருளாதாரத்துக்காக மீட்டு அவற்றுக்கு இணையாக வைக்கும் முயற்சிகளை தீவிரமாக முறியடிக்கிறது. அவற்றின் செவ்வியல் ஆதாரத்தானங்களுக்கு எதிராக வைக்கிறது. மரபுத்தூய்மை விளக்கங்களில் இருப்பது போல மதிப்பு என்பது செலவிடப்பட்ட திட்டவட்டமான உழைப்புடன் தொடர்பு கொண்டிருக்கவில்லை; மாறாக மதிப்பு என்பது உழைப்பின் சாரமான வடிவத்துடன் தொடர்புடையது என்பது மார்க்சின் மறுவாசிப்பின் மையமான நுண்ணறிவு. எனவே, மார்க்சின் மறுவாசிப்பு என்பது 'சரக்கு உற்பத்தி செய்யும் உழைப்பின் குறிப்பான சமூகத் தன்மையை விளக்குவதற்கான ஒரு முயற்சி' *(ஹெய்ன்ரிஹ் 2012:45-7)*. அதாவது, ஒரு உள்ளடக்கம் துல்லியமாக ஒரு குறிப்பிட்ட வடிவத்தை ஏன் எப்படி எடுக்க வேண்டும் என்பதை விளக்குவதற்கான முயற்சி, அது. மார்க்சின் கோட்பாடு வடிவத்தின் மீது கவனம் செலுத்துவதால் அது, 'பல பொருளாதாரக் கோட்பாடுகளுக்கு மத்தியில் இன்னும் ஒரு "பொருளாதாரக் கோட்பாடு" இல்லை'. மற்றவற்றுக்கு எதிராக முன்வைப்பதற்கான மாற்று 'சமூகவியல் மற்றும் பொருளியல் கருதுகோள்களின் தொகுதி' இல்லை *(பக்ஹவுஸ் 1980: 99)*. ஹெய்ன்ரிஹின் பார்வையில், மார்க்சின் 'உழைப்பு' மதிப்புக் கோட்பாட்டுக்கு அல்லது அவரது சுரண்டல் பற்றிய கோட்பாட்டுக்கு அழுத்தம் கொடுப்பது, 'அவரது புத்தாக்கத் தன்மையை புறக்கணித்து விடும், அவரது முன்னோடிகள், உதாரணமாக ரிக்கார்டோ, ஏற்கனவே வந்தடைந்து விட்டதாக அதைக் குறுக்கி விடும்' *(ஹெய்ன்ரிஹ், வெய் 2012:722)*. மார்க்சின் கோட்பாட்டின் குறிப்பான பணவியல் தன்மை அவரது கோட்பாட்டை ரிக்கார்டோவின் மதிப்புக் கோட்பாட்டில் இருந்து தனித்து காட்டுகிறது. கூடுதலாக, உழைப்பு நிகழ்முறை கோட்பாடு, பின் ஆபராய்ஸ்மோ (post-operaismo) ஆகியவற்றில் இருப்பது போல உழைப்பு நிகழ்முறையின் உள்ளடக்கத்தை குறைவாகவோ அதிகமாகவோ முன்வைக்கும் உற்பத்திவாத விளக்கங்களில் இருந்தும் தனித்துக் காட்டுகிறது. ஹெய்ன்ரிஹ் முன்மொழிவது போல, திறனுடை செயல்பாடு எதுவும் முதலாளித்துவத்தை குறிப்பான, முக்கியத்துவம் வாய்ந்த சமூகப் படிவமாக ஆக்கவில்லை. மாறாக, திறனுடை உழைப்பு எந்த நோக்கங்களுக்காக பயன்படுத்தப்படுகிறது என்பதும் அது

உருவாக்கும் வடிவங்களும்தான் அதை முக்கியத்துவமுடையதாக்கு கின்றன. காலத்தின் ஊடாக, பல இடங்களில் 'நாம் சமூகத்தை உற்பத்தி செய்கிறோம், ஆனால், அதனை திட்டமான வடிவங்களில் உற்பத்தி செய்கிறோம்' (ஹெய்ன்ரிஹ், வெய் 2012: 716). ஒரு குறிப்பிட்ட சமூகத்தின் திறனுடை செயல்பாடு மட்டும் அதைப் புரிந்து கொள்ள போதுமானதில்லை, மாறாக இந்தத் திறனுடை செயல்பாடு எந்த வடிவங்களில் எந்த நோக்கங்களுக்காக நிகழ்கிறது என்பது சமூகத்தைப் புரிந்து கொள்ள அவசியமானது (முர்ரே 2013:214).

முதலாளித்துவம் பற்றிய இந்த வடிவம்-குறிப்பான பகுப்பாய்வின் மையத்தில் இருப்பது மதிப்பு-வடிவம். அது தொடர்பாக அரசியல் பொருளாதாரமோ பொருளியலோ ஒருபோதும் உண்மையில் கேள்வி எழுப்பவில்லை. அடோர்னோ சொல்வது போல இதுதான் முதலாளித் துவத்தின் கீழ் வாழ்வும் சமூகமும் உற்பத்தி செய்யப்பட்டு மறுவுற்பத்தி செய்யப்படும் செல்வம் எடுக்கும் வடிவம். இவ்வாறாக, அடிப்படையில் ஒரு சாரமான சமூக வடிவமாக இருப்பதைப் பற்றிய ஆய்வானது, எப்போதுமே அது ஆதரிக்கும் அதனை அவ்வாறு ஆக்கும் குறிப்பிட்ட சமூக உறவுகளைக் கருத்தில் கொள்கிறது. இந்த வடிவத்தை கருத்தில் கொள்வதன் ஊடாக மட்டுமே அரசியல் பொருளாதாரம் மீதான விமர்சன பகுப்பாய்வு காத்திரமாக வரலாற்றுரீதியானதாகிறது (பக்ஹவுஸ் 1980:107). எங்கெல்சுக்கு மார்க்ஸ் எழுதிய கடிதத்தில், 'சரக்கு என்ற மிகவும் எளிய வடிவத்திலேயே, முதலாளித்துவ உற்பத்தியின் குறிப்பான சமூகத்தன்மை பகுத்தாராயப்படுகிறது, அது எந்த வகையிலும் அறுதியானதில்லை' என்று கூறியிருப்பதை பக்ஹவுஸ் மேற்கோள் காட்டுகிறார் (மார்க்ஸ், பக்ஹவுஸ் 1980:107-ல் மேற்கோள் காட்டப் பட்டது). எனவே, பரவலான வரலாற்றுரீதியான மாற்றங்களை உற்பத்தியின் நேரடி உள்ளடக்கத்தில் இருந்து அல்லது முதலாளித்துவ உற்பத்தியின் குறித்ததன்மையில் இருந்து விளக்கும் எந்த அணுகு முறையும் ஒரு சமூகப் படிவமாக முதலாளித்துவத்தில் உண்மையிலேயே முக்கியமானது என்ன என்பதைத் தவற விடுகிறது.

சமூக வடிவம் பற்றிய மார்க்சின் மறுவாசிப்பின் கோட்பாட்டாக் கத்துக்கும் இந்த கோட்பாட்டாக்கம் பிரதிபலிக்கும் மதிப்பின் பண்புரீதியான சமூகவியல் பக்கத்துக்கும் மார்க்சின் முறைபாடு பற்றிய புரிதல் மையமானது. மூலதனம் நூலை மார்க்ஸ் சரக்கில் இருந்து தொடங்குகிறார். அதிலிருந்து 'எளிமையாக பொருளாதாரரீதியானது என்று கூற முடியாத ஒரு வளர்ச்சியை விளக்குகிறார். அதனை மதிப்பு வடிவம் இயக்கத்தின் ஊடாக வளர்ச்சியடைவதாக விளக்குகிறார்',

இந்த வளர்ச்சி ஒட்டு மொத்த சமூகத்தையும் உள்ளடக்குகிறது (போஸ்டோன், ப்ரென்னன் *2009:313*). மார்க்ஸ் வர்க்கப் பகைநிலைக்குள்ளாகவும் அதன் ஊடாகவும் உழைப்புச் சக்தியை வாங்குவதையும் விற்பதையும் அடிப்படையாகக் கொண்ட சமூகத்தின் சமூகரீதியான கட்டுவிப்பில் இருந்து தொடங்கவில்லை, சரக்கில் இருந்து தொடங்குகிறார். எனினும், மனிதக்குரங்கை புரிந்து கொள்வதற்கான திறவுகோலாக மனிதன் இருப்பது போல, சமூக உறவுகளின் ஒரு தொகுதியின் மிகவும் வளர்ச்சி யடைந்த சமூக வடிவத்தில் இருந்து தொடங்கும் அவர், அந்த நூலின் போக்கில் அவற்றை படிப்படியாக விரித்துரைக்கிறார். முந்தைய அத்தியாயங்களில் பேசப்படும் சாரமான கருத்தினங்களின் வரலாற்றுக் கட்டுவிப்பை மார்க்ஸ் வெளிப்படுத்தும் ஆதித் திரட்டல் பற்றிய அத்தியாயம் நூலின் இறுதியில்தான் வருகிறது. ஹெய்ன்ரிஹ் எழுதுவது போல, வரலாறு 'கோட்பாட்டு வளர்ச்சிக்கு முன்பாக நிகழ்வதில்லை, மாறாக அதைப் பின்பற்றி, அதிலிருந்து நடைபெறுகிறது'. இந்த முன்வைப்பைப் பயன்படுத்தி, 'உற்பத்திச் சாதனங்களில் இருந்து நேரடி உற்பத்தியாளர்களை பிரிப்பது முதலாளித்துவ உற்பத்தி முறையின் மையமான வரலாற்றுரீதியான முன் நிபந்தனை' என்று காட்டுகிறார் (ஹெய்ன்ரிஹ், வரவிருப்பது). மார்க்சின் மறுவாசிப்பைப் பொறுத்த வரை உழைப்பு எடுக்கும் சமூக வடிவம் மட்டும் முக்கியமானதில்லை, மாறாக, அது வெளிப்படுத்தும், கட்டுவிக்கும் சமூக உறவுகள் முக்கியமானவை என்பதை இது நிரூபிக்கிறது. எனினும், முன்சொன்ன உழைப்பின் சமூக வடிவத்தை தெளிவுபடுத்திக் காட்டுவதில் மார்க்சின் மறுவாசிப்புப் பள்ளி போதுமான தூரம் போகவில்லை. அதற்குத் தேவையான பெருமளவு பணியை அதன் நெருங்கிய உறவினரும் வாரிசுமான திறந்தநிலை மார்க்சியத்துக்கு விட்டு விட்டது.

திறந்தநிலை மார்க்சியம்

மார்க்சின் மறுவாசிப்புப் பள்ளி மீதான திறந்தநிலை மார்க்சியத்தின் விமர்சன பகுப்பாய்வு மார்க்சின் மறுவாசிப்பின் நுண்ணறிவுகளை சமூக மறுவுற்பத்தியின் களத்துக்கும் (பார்க்கவும் டல்லா கோஸ்டா *1995*) வர்க்கப் பகைநிலைக்கும் விரிவுபடுத்துகிறது, அதற்கான கோட் பாட்டு ஆதாரங்களை வழங்குகிறது. மதிப்பு-வடிவம் இடையாடும் திட்டவட்டமான சமூக உறவுகளின் குறிப்பான தன்மையை தெளிவான கவனத்துக்குக் கொண்டு வருவதன் மூலம் அதைச் செய்கிறது. திறந்தநிலை மார்க்சியம் மதிப்பு குறித்து மார்க்சின் மறுவாசிப்பு கொண்டிருந்த அதே புரிதலை பயன்படுத்துகிறது. ஃபிராங்க்ஃபர்ட் விமர்சனக் கோட்பாட்டுடன் அவற்றின் பொதுவான தொடர்பை ஆங்கில உலகில்

மார்க்சின் மறுவாசிப்பு பெற்ற வரவேற்புடன் இணைக்கிறது. திறந்த நிலை மார்க்சியம், எடுத்துக்கட்டாக வெர்னர் போன்ஃபெல்ட் *(2014)*, ஜான் ஹாலவே *(2010)* ஆகிய படைப்புகளில், நடைமுறைரீதியாகவும் வரலாற்றுரீதியாகவும் பகைநிலை சமூக உற்பத்தி உறவுகளில் இருந்து சாரமான உழைப்பு எவ்வாறு உருவாகிறது என்பதை விளக்குகிறது. சாரமாக்கல், மொத்தமாக்கல், சமூகமயமாக்கல் போன்ற நிகழ்முறைகள் எவ்வாறு ஆதிக்கமும் எதிர்ப்பும் என்ற பகைநிலை உறவுகளுடன் இணைகின்றன என்பதை திறந்தநிலை மார்க்சியம் முன்மொழிகிறது.

திறந்தநிலை மார்க்சியத்தைப் பொறுத்தவரை மார்க்சின் மூலதனம் நூலின் இயங்கியல் முறைபாடு, மதிப்பு தோற்றமெடுப்பதையும் உழைப்பின் எதார்த்தத்தையும் எதிரெதிராக நிறுத்தவில்லை, அல்லது சமூக வடிவத்தையும் சமூக உறவுகளையும் எதிரெதிராகவும் நிறுத்தவில்லை. மாறாக, ஒன்று மற்றதற்குள்ளாக அமைந்துள்ளது என்று அது முன்மொழிகிறது. இது மார்க்சின் மறுவாசிப்பு மரபை விமர்சனரீதியாக அணுகி அறிமுகம் செய்யப்பட்ட எதிர்மறை இயங்கியல் உறவு. அது அடோர்னோவின் நெகடிவ் டயலிக்டிக்ஸ்-ஆல் *(1990)* தூண்டப்பட்ட போன்ஃபெல்டின் மிகச் சமீபத்திய ஆய்வில் *(2016a, 2016b)* மிகத் தெளிவாக வெளிப்படுகிறது. இந்த வகையில், பரிவர்த்தனையில் செயல்படும் சாரமான சமூக உறவு பற்றிய பகுப்பாய்வு வாழ்க்கை அனுபவங்களிலும் மனிதச் செயல்பாட்டிலும் தன் பொருளாயத அடித்தளத்தை பெற முடிகிறது. இங்கு, 'முதலாளித்துவத்தில் ஆதிக்கம் கட்டாயத்துக்கான பகுதியளவு-புறநிலை கட்டமைப்புகளில் வேர் கொண்டுள்ளது. அந்தக் கட்டமைப்புகள் தீர்மானகர செயல்பாட்டு முறைபாடுகளால் கட்டுவிக்கப்படுகின்றன. அது சரக்கு, மூலதனம் போன்ற கருத்தினங்களால் தெரிவிக்கப்படுகிறது' *(போஸ்டோன், ப்ரென்னன் 2009:316)*. மதிப்பு-வடிவத்தின் ஆய்வை அன்றாட மானுட வாழ்வு, வாழ்க்கை அனுபவம், நடைமுறை செயல்பாடு ஆகியவற்றின் எதார்த்தங்களில் இயங்கியல் ரீதியாக வேர்கொள்ளச் செய்வதன் மூலம், மரபுவழி மார்க்சிய விளக்கங்களில் இருந்து திறந்தநிலை மார்க்சியம் முறித்துக் கொள்கிறது. இந்த மரபுவழி விளக்கங்கள், எதார்த்தத்தை இன்னும் சிறப்பாக புரிந்து கொள்வதற்காக தோற்றங்களை 'ஊடுருவுவதாக' சொல்லும் அளவில் இதைச் செய்கின்றன. 'மறைக்கப் பட்ட உற்பத்தியின் களத்துக்குள்' குதிப்பதுதான் அதற்கான மிகவும் பிரபலமான உரைகல். உழைப்பு நிகழ்முறையில் இருந்தும் உற்பத்தி உறவுகளில் இருந்தும் மட்டுமே முதலாளித்துவத்தின் பொது விதிகளை விரித்துரைப்பதை மையமாகக் கொண்டுள்ள அணுகுமுறைகளை மீண்டும் மீண்டும் நியாயப்படுத்துவதாகவும் அது உள்ளது.

'சமூக இடையாடலின் கருத்தினமாக' (ஹெய்ன்ரிஹ் 2007) மதிப்பு 'அனுபவரீதியாக கண்டுணர முடியாத ஒரு எதார்த்தத்தை' பிரதிநிதித் துவப்படுத்துகிறது (டீனர்ஸ்டெய்ன் 2014); அது அத்தகைய ஆய்வுத் திட்டங்களிலும் உண்மையில் போராட்டங்களிலும் கூட புரிந்து கொள்ள சிரமமானதாக உள்ளது. ஹெய்ன்ரிஹ் சொல்வது போல, 'மூலதனம் நூலின் அடிப்படை கருத்துநிலைகளான மதிப்பு, உபரி-மதிப்பு போன்றவை அனுபவரீதியாகக் கண்டுணர முடியாத கருத்து நிலைகள்', அவை எடுக்கும் தோற்றங்கள் மட்டுமாக அவை இல்லை (ஹெய்ன்ரிஹ், வெய் 2012:717) என்ற எதார்த்தம்தான் பிரச்சினை. மதிப்பு என்பது சமூக இடையாடலின் கருத்தினம் என்று நாம் சொல்லும் போது, பொருட்களுக்கு இடையேயான உறவை இன்னொரு 'இடைநிலை' பொருள் மூலமாக கட்டுவிக்கும் 'இடைநிலையை' குறிக்கிறோம் என்ற வகையில் அவை அனுபவரீதியாக கண்டுணர முடியாதவையாக உள்ளன. இதனை குன் ஒரு பொருத்தமான உருவகம் மூலம் விளக்குகிறார், 'மலை ஏறுபவர்கள் இரண்டு பேரை இணைக்கும் கயிறு அவர்களுக்கு இடையேயான உறவை கட்டுவிக்கிறது' (1987:57). அத்தகைய ஒரு இடையாடலாக மதிப்பு என்பது அது எதன் இடையாடலாக உள்ளதோ அதன் இருத்தல் நிலை - வேறு சொற்களில் அதன் வடிவம். அது சரக்குகளின் பணவியல் பரிவர்த்தனையில் ஒரு தோற்றத்தை எடுக்கிறது (1987:58). எனவே, அனுபவரீதியாக உணர முடியாததாக இருந்த போதிலும் அது ஒரு தோற்ற வடிவைப் பெறுகிறது. 'போலி கூருணர்வுகள்' போன்ற மார்க்சிய கருத்தாக்கங்கள் சொல்வது போல இந்தத் தோற்றம், எதார்த்தத்தின் மீதான 'போலி' மறைப்பு இல்லை, மாறாக அதுவே அதன் சாரத்தை இடையாடப்பட்ட வழியில் தெரிவிக்கிறது. சாரத்துக்கும் தோற்றத்துக்கும் இடையிலான இருமைநிலையை ஹெகல் கையாள்வதைப் போன்றது இது. ஹெகல் எழுதுவது போல 'சாரம் தோற்றமளிக்க வேண்டும்' (குன் 1987:59-ல் சுட்டப்பட்டது). தோற்றம் என்பது சாராம்சத்தின் 'இருத்தல்'. ஹெய்ன்ரிஹ் தனது நூலில் (வரவிருப்பது) முன்மொழிவது போல, மதிப்பு முதலான 'அனுபவரீதியாக உணரமுடியாத கருத்தாக்கங்கள்தான் அனுபவரீதியாக தோற்றமளிப்பவற்றை புரிந்து கொள்வதை முதலில் சாத்தியமாக்குகின்றன'. ஏனென்றால் அவை மானுடச் செயல்பாட்டிலும் வாழ்க்கை அனுபவத்திலும் வேர் கொண்டுள்ளன.

உதாரணமாக, 'மனிதர்களுக்கு இடையேயான பொருளாயத உறவுகளும் பொருட்களுக்கு இடையேயான சமூக உறவுகளும் அவை என்னவாக இருக்கின்றனவோ' அவ்வாறே தோற்றமளிக்கின்றன (1976:166)

என்று மார்க்ஸ் எழுதும்போது தோற்றத்துக்கும் எதார்த்தத்துக்கும் இடையிலான இருமைவாதம் பலவீனப்படுத்தப்படுகிறது. இந்த நியதியின்படி, தோற்றம் என்பது அந்த உறவுகளின் இடையாடலாக உள்ளது (குன் 1987:59). முதலாளித்துவ சமூக உறவுகள் எடுக்கும் புற நிலையான தோற்றங்கள், மனிதச் செயல்பாட்டில் அவை பகை நிலையாக கட்டுவிக்கப்படுவதன் சாரத்தைக் தமக்குள்ளாகவே கொண்டுள்ளன. குன்னைப் பொறுத்தவரை, 'அனுபவ விஷயங்களாக' இந்தப் பகை நிலைகளை புரிந்து கொள்வதற்கான சாத்தியத்தை இது உருவாக்குகின்றது. (1987:59). இவ்வாறாக, வடிவத்தைத் தாண்டி உள்ளடக்கத்தைப் புரிந்து கொள்வது சாத்தியமாகிறது. ஹெய்ன்ரிஹ் பரிந்துரைப்பது போல, 'சமூகத்தின் குறிப்பான வடிவங்களைப் புரிந்து கொள்வதன் மூலம் நாம் தனிமனிதர்களின் குறிப்பான செயல்பாடுகளை புரிந்து கொள்ள முடியும்; ஆனால் தனிமனிதர்களின் செயல்பாடுகளில் இருந்து தொடங்கினால் நாம் வடிவங்களை புரிந்து கொள்ள மாட்டோம். அல்லது இத்தகைய வடிவங்களை விளக்க வேண்டும் என்பதை பார்க்க மாட்டோம், அவற்றை நிரூபணம் தேவையற்றவையாக எடுத்துக் கொள்வோம்' (ஹெய்ன்ரிஹ், வெய் 2012:716). அடையாளவாத சிந்தனை ('ticket thinking') மீது மார்க்சின் மறுவாசிப்புப் பள்ளி தொடங்கி வைத்த தாக்குதலை இது தெரிவிக்கிறது. பொருளாதார கருத்தினங்களின் மையத்தில் உள்ள சமூகக் காரணியை வெளிப்படுத்திய திறந்தநிலை மார்க்சியமும் அந்தத் தாக்குதலைத் தொடர்வதைக் காட்டுகிறது.

ஆனால், பரந்துபட்ட மார்க்சின் மறுவாசிப்பு மரபினுள் உள்ள ஒரு பதற்றத்தையும் அது துலக்கமாக்குகிறது. இந்தப் பதற்றத்தைக் குறித்து பற்றி பக்ஹவுஸ் உட்பட அந்த மரபில் உள்ள முக்கியமான சிந்தனையாளர்களும் திறந்தநிலை மார்க்சிய நோக்குநிலையில் இருந்து போன்ஃபெல்ட்-ம் விவாதித்துள்ளனர். மதிப்பின் சாரமான சமூக வடிவத்தில் இருந்து தனிமனிதர்களின் செயல்பாடுகளை நாம் தர்க்கரீதியாக தருவிக்க முடியும், அவற்றை பற்றி ஆய்வு செய்யத் தேவை இல்லை என்று ஹெய்ன்ரிஹ் முன்மொழிகிறார். சமூக வடிவத்தில் இருந்து அதனைக் கட்டுவிக்கும் சமூக உறவுகளை உய்த்துணர முடியும் என்று இது முன்மொழிகிறது. ஆனால், பக்ஹவுஸ் வாதிடுவது போல, 'மதிப்பு- வடிவத்தின் தர்க்கரீதியான கட்டமைப்பை பகுத்தாய்வதை, அதன் வரலாற்று சமூக உள்ளடக்கத்தை பகுத்தாய்வதிலிருந்து பிரித்து விடக் கூடாது' (1980: 107). திறந்தநிலை மார்க்சியத்தின் சமகால உருவத்தின் அடித்தளமாக அமையும் இன்னும் சமீபத்திய பங்களிப்பில் போன்ஃபெல்டும் (2014), மதிப்பு அதன் சொந்த இயல்பிலேயே வளர்ந்து செல்வதாக பேசும் மார்க்சின் மறுவாசிப்புப் பள்ளியின் போக்கை

விமர்சிக்கிறார். அதனை வரலாற்றுரீதியாகவும் தொடர்ச்சியாகவும் சாத்தியமாக்கும் பகைநிலை சமூக அடிப்படை இல்லாமலேயே அது நடப்பதாக பேசப்படுகிறது. அந்த சமூக அடிப்படையில், தமது வாழ்வு நிலைமைகளை மறுவுற்பத்தி செய்வதற்கான சுயேச்சையான தனிநபர் அல்லது கூட்டுத்துவ சாதனங்கள் ஒரு வர்க்கத்திடம் இருந்து உடைமை பறிப்பு செய்யப்படுகின்றன. அதன் மூலம் அவர்களிடம் எஞ்சியிருக்கும் உழைப்புச் சக்தி என்ற சரக்கை விற்றுதான் தமது வாழ்க்கை நிலைமைகளை மறுவுற்பத்தி செய்ய முடியும் நிலை ஏற்படுகிறது. சமூகத்தின் மறுவுற்பத்தியும் வர்க்க உறவுகளும் மதிப்பு பற்றிய மார்க்சின் மறுவாசிப்பு மரபின் சாரமான-உழைப்பு-சார் நோக்குநிலையில் இருந்து ஒதுக்கி வைக்கப்பட்டுள்ளதாகத் தெரிகிறது. இன்னும் மரபுரீதியான கருத்தாக்கங்களான சுரண்டல் போன்றவை அதில் அரிதாகவே குறிப்பிடப் படுகின்றன. எனினும், அந்தக் கருத்தாக்கங்களுக்கு திறந்தநிலை மார்க்சிஸ்டுகளின் படைப்புகளில் வெளிப்படையாகவே இடம் கொடுக்கப்படுகிறது. வரலாறு என்பது 'வர்க்கப் போராட்டத்தின் வரலாறு' என்று அடோர்னோ எழுதினார் (2003:93). வர்க்கப் பகைநிலை முதலாளித்துவ சமூகத்தை கட்டுவிப்பதாக இருப்பது வரையில்தான் அவர் அவ்வாறு முன்மொழிகிறார், முதலாளித்துவத்துக்கு முன்பு நடந்தவை வரலாறு இல்லை மாறாக முன்வரலாறுதான் (மார்க்ஸ் 1970:22). இதே உணர்வில்தான் கம்யூனிஸ்ட் அறிக்கையின் முதல் பகுதியை மார்க்சும் எங்கெல்சும் பின்வரும் அழிவில்லா சொற்களுடன் தொடங்குகின்றனர்: 'இதுவரையிலான சமூகம் அனைத்தின் வரலாறும் வர்க்கப் போராட்டங்களின் வரலாறாகவே உள்ளது' (1977:222). இந்த வர்க்கப் பகைநிலை முதலாளித்துவ சமூகத்துக்கான முன்நிபந்தனை. உலகம் இன்றைக்கு இருக்கும் நிலையை, அதன் இரத்தக்களறியான சமூகக் கட்டுவிப்புடன் தொடர்புபடுத்தாமல் விளக்க முடியாது.

எதார்த்தத்தில், வர்க்கப் பகைநிலையில் மதிப்பு-வடிவத்தின் 'சமூகக் கட்டுவிப்பு' மீதான இந்த கவனக் குவிப்பு மூலம்தான் (போன் ஃபெல்ட் 2014), மார்க்சின் மதிப்புக் கோட்பாட்டின் 'பண்புரீதியான சமூகவியல்' தாக்கங்கள் (முர்ரே (2013:129) ரூபினை மேற்கோள் காட்டி அவ்வாறு அழைக்கிறார்) மிகவும் தெளிவாகின்றன. இதன் மூலம் ஒரு பொருளாதாரக் கோட்பாட்டை விட மேம்பட்ட மார்க்சின் மதிப்புக் கோட்பாட்டின் இயல்பு தெளிவுபடுத்தப்படுகிறது. பெல்லோஃபியோரும் ரிவாவும் எழுதுவதும் போல 'பரிவர்த்தனை என்பது ஒவ்வொரு சமூக மெய்ம்மையின் இணைப்பையும் உள்ளார்ந்து தீர்மானிக்கும் செயற்கைக் கொள்கை' (2015:25). இது முதலாளித்துவத்தின் கீழ் வர்க்க உறவின்

'இருத்தல் நிலைகளாக, தோற்றங்களாக', 'சரக்கு வடிவம், மதிப்பு வடிவம், பண வடிவம், கூலி வடிவம், அரசு வடிவம்... உள்ளிட்ட மூலதனம்-உழைப்பு உறவையும் அந்த உறவை உருவாக்கும் போராட் டத்தையும்' கொண்ட இடையாடல்களின் விரிவான களத்திற்குள் திறக்கிறது என்பது நிச்சயமானது (குன் *1987:60*; குன் *1992*-ஐயும் டீனர்ஸ்டெய்ன், பிட்ஸ் *2018*-ஐயும் பார்க்கவும்). சாரமான உழைப்பின் மீதான கவனக்குவிப்பு, பொருத்தப்பாட்டுக்கான தேர்வு அடிப்படையாக உற்பத்திக்கு அப்பால் அமைந்துள்ள சமூக சரிபார்த்தலையே சுட்டுகிறது. அடோர்னோ முன்மொழிவது போல, 'உற்பத்தி நடைபெறும் உற்பத்தி உறவுகளின் வடிவத்தை' *(2018:118)* சுட்டுகிறது. வேறு சொற்களில், வெளியில் உள்ள சமூகத்தை சுட்டுகிறது.

திறந்தநிலை மார்க்சியத்தின் ஆய்வுகளில், அரசியல் பொருளாதாரத்தின் மீதான மார்க்சின் விமர்சன பகுப்பாய்வு, பொருளாதார உறவுகளின் சமூகரீதியான மையச்சரடை பகுத்தாய்வதற்கான ஆற்றல் வாய்ந்த கோட்பாட்டுக் கருவியை வழங்குகிறது. அதன் பொருண்மை, முதலாளித்துவ சமூகத்தில் செல்வத்தின் குறிப்பான வடிவத்தின் [மதிப்பு வடிவத்தின்] அமைப்புரீதியான வளர்ச்சி. பொதுவாக வரையறுக்கப்பட்ட செல்வம் மதிப்பு என்ற சமூக வடிவத்தை எடுப்பது முதலாளித்துவத்தின் வரலாற்றுரீதியான குறித்த தன்மை ஆகும். மதிப்பு என்ற சமூக வடிவம் பணத்தில் தெரிவிக்கப்படுகிறது; 'சரக்குகளின் பெருந்திரட்டல்' என்று மார்க்ஸ் *மூலதனம்* நூலை தொடங்குவதில் அது தெரிவிக்கப்படுகிறது *(1976; மூலதனம்* நூலின் முதல் வாக்கியத்தின் முக்கியத்துவம் பற்றிய ஒரு அறிக்கைக்கு ஹாலவே *2015*-யும் பார்க்கவும்). மேலும், இது தனியார் சொத்துடைமையும் கூலி உழைப்பும் நிலவும் ஒரு சமூகத்தை உருவாக்குவதில் கால் கொண்டுள்ளது. கூலி உறவுக்கு வெளியில் தமது வாழ்வுச் சாதனங்களை மறுவுற்பத்தி செய்வதற்கு அவசியமான, சுயேச்சையான கூட்டுத்துவமான சாதனங்களை உலகத்தின் பெரும்பான்மை குடிமக்களிடமிருந்து தொடர்ந்துகட்டாயமாக பறிப்பதன் மூலம் அத்தகைய சமூகம் உருவாக்கப்படுகிறது.

முதலாவதாக, இந்த உணர்வில் மதிப்பும் அளவையும் இவ்வாறு ஆதிக்கம் செலுத்தும் வரலாற்று நிலைமைகளை பகுத்தாய்வதற்கு திறந்தநிலை மார்க்சியம் நமக்கு உதவி செய்கிறது. 'மனிதர்கள் ஒருவர் மற்றொருவருக்காக ஏதோ ஒரு வழியில் வேலை செய்ய ஆரம்பித்த வுடனேயே அவர்களது உழைப்பு ஒரு சமூக வடிவத்தை எடுக்கிறது' என்று மார்க்ஸ் எழுதுகிறார் *(1976:164)*. இந்த சமூக வடிவம் மதிப்பு. அது இருக்க வேண்டுமானால், திட்டமான சமூக உறவுகள் நிலை

பெற்றிருக்க வேண்டும். சரக்கு உற்பத்தி அமைப்பாக உள்ள உற்பத்தியின் முதலாளித்துவ சமூக உறவுகள் இரண்டு முக்கியமான பரிமாணங்களைக் கொண்டுள்ளன. உற்பத்திக்கான வளங்களின் உடைமை சந்தைப் போட்டியில் சரக்கு உற்பத்தியாளராக ஒருவரை ஒருவர் எதிர்கொள்ளும் நிறுவனங்களுக்கு இடையே வினியோகிக்கப்பட்டுள்ளது. முதலாளித் துவத்தின் கீழ் உழைப்புச் சக்தியே ஒரு சரக்காக ஆக வேண்டும். கூலி-பணம்-சரக்கு உறவுக்கு வெளியில் தமது வாழ்வுச் சாதனங்களை மறுவுற்பத்தி செய்வதற்கான சுயேச்சையான தனித்த அல்லது கூட்டுத்துவ திறன் எதுவும் மனிதர்களிடம் இருக்கக் கூடாது. நிலமும் வாழ்வுக்கான எல்லா சாதனங்களும் உடைமை பறிக்கப்பட்டு, முறைபாடாக சுதந்திரமான தனிநபர்கள் தமது உழைப்புச் சக்தியை கூலிக்காக முதலாளிகளுக்கு விற்கும்படி கட்டாயப்படுத்தப்படுகின்றனர். உழைப்புச் சந்தையில் விற்கப்படும் அவர்களது உழைப்புச் சக்தியே ஒரு சரக்காகிறது. (மார்க்ஸ் 1976; ஹெய்ன்ரிஹ் 2012). திறந்தநிலை மார்க்சியத்தின் படைப்புகளில், மதிப்பை அதன் அடிப்படையாக இருக்கும் உற்பத்தி உறவுகளை ஆய்வு செய்வதன் மூலம் புரிந்து கொள்ள வேண்டும், சந்தையில் பரிவர்த்தனை மூலமாக உருவாவதாக எளிமையாக புரிந்து கொள்ளக் கூடாது என்று முதலாளித்துவ அரசியல் பொருளாதாரம் மீதான மார்க்சின் விமர்சன பகுப்பாய்வு தெளிவுபடுத்துகிறது. சமூக வடிவமாக மதிப்பின் இருத்தலுக்கு அடிப்படையாக வேலை உறவின் பகைநிலை மட்டும் இல்லை, மாறாக சமூகத்துறை முழுவதையும் ஆக்கிரமிக்கும் வர்க்கரீதியாக தளையிடப்பட்ட சமூக மறுவுற்பத்தியும் சரக்குவுற்பத்தியும் என்ற பரவலான நிலை உள்ளது.

இவ்வாறாக, மார்க்சின் மறுவாசிப்புப் பள்ளி மீதான திறந்தநிலை மார்க்சியத்தின் விமர்சன பகுப்பாய்வு சரக்குப் பரிவர்த்தனையின் மொத்தமாக்கும் தாக்கத்தை கூலி வடிவத்திற்கும் சரக்கு வடிவத்திற்கும் வெளியே தமது வாழ்வுக்கான நிலைமைகளை மறுவுற்பத்தி செய்வதற்கான சுயேச்சையான தனியான அல்லது கூட்டுத்துவ சாதனங்களை மனிதர்களிடமிருந்து உடைமை பறிப்பு செய்யும் செயலில் கால் கொள்ளச் செய்கிறது. மார்க்ஸ் பற்றிய சில விளக்கங்கள், ஆதித் திரட்டல் என்பதை முதலாளித்துவ சமூகத்தின் 'முன்வரலாற்றுக்கு' சொந்தமான, முதலாளித்துவத்துக்கு முந்தைய நேர்வாக கருத்தாக்கம் செய்கின்றன (ஹெய்ன்ரிஹ் 2012:92). மற்றவை அதனை முதலாளித்துவ நெருக்கடியைத் தீர்ப்பதற்கான ஒரு திரட்டல் வடிவம் என்று பார்க்கின்றன (ஹார்வி 2003). ஆனால், உடைமை பறிப்பை, தொடர்ந்து மீண்டும் மீண்டும் மறுவுற்பத்தி செய்யும் வகையில் முதலாளித்துவத்துக்கு அடித்தளம் அமைப்பதாகப் பார்க்கும் அணுகுமுறைகளில் மார்க்சின் மறுவாசிப்பு

மரபும் உள்ளது (டி ஏஞ்சலிஸ் 2004-ஐப் பார்க்கவும்). வர்த்தகம், பரிவர்த்தனை, பணம் ஆகியவை 'மூலதனமாக மாற்றப்பட வேண்டுமானால், முதலாளித்துவ உற்பத்திக்கான முன்நிபந்தனைகள் இருக்க வேண்டும்'. அதாவது, 'உற்பத்தி சாதனங்கள், வாழ்வுச் சாதனங்கள் ஆகியவற்றின் உடைமையாளர்கள் தனது உழைப்புச் சக்தியை விற்கும் சுதந்திரத் தொழிலாளியை சந்திக்க வேண்டும்' (போன்ஃபெல்ட் 2014: 78 மார்க்ஸ் 1976-ஐ மேற்கோள் காட்டி). உடைமை பறிப்பின் மூலம் ஆதித்திரட்டல் அரூபமான பொருளாதார கட்டாயம் என்ற நிலையை ஏற்படுத்துகிறது. அதன்படி ஒரு வர்க்கம் அடிப்படையாகவே தனது பொருளாயத இருத்தலுக்காக தமது உழைப்பை கூலிக்காக விற்பதை சார்ந்திருக்க வேண்டியதாகிறது. அது மேன்மேலும் முழுமையாக இடையாடப்பட்ட இருத்தலின் மூலமாக ஆதிக்கத்துக்கும் அன்னிய மாதலுக்கும் இட்டுச் செல்கிறது (போன்ஃபெல்ட் 2014).

திறந்தநிலை மார்க்சியம் வர்க்கப் பகைநிலையின் முக்கியத்துவத்தை வலியுறுத்துவதன் மூலம் மார்க்சின் மறுவாசிப்பு பள்ளிக்கு விமர்சன ரீதியாக புது வடிவம் கொடுக்கிறது. அப்போது மார்க்சின் மறுவாசிப்புப் பள்ளி அரசியல் பொருளாதாரம் மீதான மார்க்சின் விமர்சன பகுப்பாய்வை, 'வரலாற்றுரீதியில் குறிப்பான சமூக இடையாடல் பற்றிய கோட்பாடாகவும்' பொருளியல் சிந்தனையில் அதன் 'மேற்பரப்பு வடிவங்கள்' தவறாகப் புரிந்து கொள்ளப்பட்டு தெரிவிக்கப்படுவதைப் பற்றியதாகவும் காட்டுவதாகக் கொள்ளலாம் (போஸ்டோன், பிரென்னன் 2009:310; பக்ஹவுஸ் 1980). ஒரு வகையான பொருளாதார நிர்ணயவாதமாக வரலாற்றுப் பொருள்முதல்வாதத்துக்கு முன்னுரிமை கொடுக்கும் அணுகுமுறைகளுக்கு மாறாக, மார்க்சின் அரசியல் பொருளாதாரம் மீதான விமர்சன பகுப்பாய்வு 'பொருளாதாரத்தின் முதன்மையை' ஆதரிக்கும் வாதம் இல்லை. மாறாக அது 'சமூகத்தின் வாழ்வு சமூகரீதியாக முழுமையாக உற்பத்தியும் மறுவுற்பத்தியும் செய்யப்படுவது' தொடர்பானது (அடோர்னோ 2000:141). இந்த நோக்கு நிலையில் செவ்வியல் அரசியல் பொருளாதாரம் புரிந்து கொள்ள முடியாததை அரசியல் பொருளாதாரம் மீதான விமர்சன பகுப்பாய்வு புரிந்து கொள்கிறது: 'மனிதத் தேவைகளும் உழைப்பும் செல்வமும் எப்போதுமே குறிப்பான சமூக வடிவத்தையும் நோக்கத்தையும்' கொண்டுள்ளன (முர்ரே 2013:131). மார்க்சைப் பொறுத்தவரை, முதலாளித்துவ சமூகத்தின் வரலாற்றுரீதியில் குறிப்பான வடிவங்கள் 'அனைத்தையும் ஊடுருவியுள்ளன; மகத்தான தாக்கங்களைக் கொண்டுள்ளன; 'அடியாழம் வரை' (2013:131) ஊடுருவி நாம் உயிர் வாழ்வதற்குத் தேவைப்படும் பொருட்கள் எவ்வாறு உற்பத்தி செய்யப்

படுகின்றன அவற்றை நாம் எவ்வாறு பெறுகிறோம் என்பதை பாதிக்கின்றன. இந்தப் பகுப்பாய்வு மார்க்சிய மதிப்புக் கோட்பாட்டை உழைப்புக்கு அப்பால் நெகிழ்வாக்குவதற்கான புரட்சிகர சாத்தியத்தைக் கொண்டுள்ளது. உழைப்பு ஒட்டுமொத்த வாழ்க்கையுடன் கொண்டுள்ள உறவுக்கு அதை நீட்டுகிறது. நாம் நம்மையும் மற்றவர்களையும் மறுவுற்பத்தி செய்யும் அதன் மூலம் சமூகத்தையே மறுவுற்பத்தி செய்யும் சாதனங்களுக்கும் அது நீள்கிறது.

தொகுப்பாக

மார்க்சின் அரசியல் பொருளாதாரம் மீதான விமர்சனத்தையும் அவரது மதிப்புக் கோட்பாட்டையும் புரட்சிகரமாக நெகிழ்வான, வறட்டுவாதமற்ற, முடிக்கப்படாத திட்டப்பணியாக புதிய முறையில் வாசிப்பதன் காரணமாக சமீபத்திய ஆண்டுகளில் மார்க்சின் மறுவாசிப்பும், திறந்தநிலை மார்க்சியமும் மேன்மேலும் அதிக ஏற்பைப் பெறுகின்றன. மார்க்சிய ஆடி வழியாக உழைப்பையும் மதிப்பையும் அளவிடுவதற்கான இப்போதைய பல அணுகுமுறைகளை பயன்படுத்தவோ, மதிக்கவோ முடியாத கல்வியாளர்களுக்கு அவை புதிய ஆதாரங்களை வழங்குகின்றன. அதனை ஒரு மாற்று பொருளாதார அல்லது அரசியல்-பொருளாதார சிந்தனை அமைப்பாக மாற்றும் சிலரது முயற்சிகளுக்கு மாறாக, அரசியல் பொருளாதாரம் மீதான மார்க்சின் விமர்சனம், அளவை என்ற பிரச்சினையை மதிப்பை ஒரு வடிவமாக புரிந்து கொள்வதன் மூலம் ஆய்வு செய்கிறது. மார்க்சின் மறுவாசிப்பு, திறந்தநிலை மார்க்சியம் ஆகியவற்றின் மதிப்பு-வடிவம் கோட்பாடுதான் அந்த விமர்சன பகுப்பாய்வின் மரபை இன்றைக்கு பகுப்பாய்வுரீதியில் மிகவும் ஆர்வமூட்டும், வறட்டுவாதமற்ற, தாராளமாக இணக்கமாக்கும் வழியிலான மறுகட்டுவிப்பை வழங்குகின்றன. அவை பகுப்பாய்வுக்கான மையமாக பணியிடத்துக்கு அப்பால் நிர்ணயவாதமற்ற வகையில் நீள்கின்றன. அதன் மூலம், புதிய அனுபவரீதியாக உணரக் கூடிய மற்றும் கோட்பாட்டு நுண்ணறிவுகளை உருவாக்குகின்றன.

நூல் பட்டியல்

அடோர்னோ டி டபிள்யூ (1990), நெகடிவ் டயலெக்டிக்ஸ் (Adorno, T. W. (1990) *Negative Dialectics*), மொழிபெயர்ப்பு ஈ பி ஆஷ்டன் (E. B. Ashton), லண்டன்: ரட்லஜ் (London: Routledge).

அடோர்னோ டி டபிள்யூ (2000), இன்ட்ரொடக்ஷன் டு சோசியாலஜி (Adorno, T. W. (2000) *Introduction to Sociology*), மொழிபெயர்ப்பு ஈ ஜெஃப்காட் (E. Jephcott), கேம்பிரிட்ஜ் : பாலிடி பிரெஸ் (Cambridge: Polity Press).

அடோர்னோ டி டபிள்யூ (2003), 'ரிஃப்ப்ளெக்ஷன்ஸ் ஆன் கிளாஸ் தியரி' (Adorno, T. W. (2003) 'Reflections on Class Theory'), *கேன் ஒன் லிவ் ஆஃப்டர் அவுஷ்விட்ஸ்? எ*

ஃபிலாசஃபிகல் ரீடர்-ல், தொகுப்பாசிரியர் ஆர் டீடமான் (*Can One Live After Auschwitz? A Philosophical Reader*, ed. R. Tiedemann), மொழிபெயர்ப்பு ஆர் லிவிங்ஸ்டோன் (R. Livingstone), *ஸ்டேன்ஃபோர்ட்: ஸ்டேன்ஃபோர்ட் யூனிவர்சிடி பிரெஸ், 93-110* (Stanford: Stanford University Press), 93-110.

அடோர்னோ டி டபிள்யூ *(2008), லெக்சர்ஸ் ஆன் ஹிஸ்டரி அண்ட் ஃப்ரீடம், தொகுப்பாசிரியர் ஆர் டீடமான்* (Adorno, T. W. (2008) *Lectures on History and Freedom*, ed. R. Tiedemann), மொழிபெயர்ப்பு ஆர் லிவிங்ஸ்டன் (R. Livingstone), *கேம்பிரிட்ஜ்: பாலிடி பிரெஸ்* (Cambridge: Polity Press).

பக்ஹவுஸ் எச் ஜி *(1980)*, 'ஆன் த டயலெக்டிக்ஸ் ஆஃப் த வேல்யூ-ஃபார்ம்', *தீசிஸ் லெவன்* (Backhaus, H-G. *(1980)* 'On the Dialectics of the Value-Form', *Thesis Eleven*) 1: 94-119.

பக்ஹவுஸ் எச் ஜி *(1992)*, 'தத்துவத்துக்கும் அறிவியலுக்கும் இடையே: விமர்சனக் கோட்பாடாக மார்க்சிய சமூகப் பொருளாதாரம்' (Backhaus, H-G. (1992) 'Between Philosophy and Science: Marxian Social Economy as Critical Theory'), வெர்னர் போன்ஃபெல்ட், ரிச்சர்ட் குன், காஸ்மாஸ் சைக்கோபீடிஸ் *(தொகுப்பாசிரியர்கள்), திறந்தநிலை மார்க்சியம் I-ல்* (W. Bonefeld, R. Gunn and K. Psychopedis (eds), *Open Marxism 1*, London: Pluto Press, 54-92).

பக்ஹவுஸ் எச்-ஜி *(2005)*, 'சம் ஆஸ்பெக்ட்ஸ் ஆஃப் மார்க்சஸ் கான்செப்ட் ஆஃப் கிரிடிக் இன் த கான்டெக்ஸ்ட் ஆஃப் ஹிஸ் எகனாமிக்-ஃபிலாசஃபிகல் தியரி', (Backhaus, H-G. (2005) 'Some Aspects of Marx's Concept of Critique in the Context of his Economic-Philosophical Theory'), டபிள்யூ போன்ஃபெல்ட், கே சைக்கோபீடிஸ் *(தொகுப்பாசிரியர்கள்), ஹியூமன் டிக்னிடி: சோசியல் அடானமி அண்ட் த கிரிடிக் ஆஃப் கேபிடலிசம்-ல்* (W. Bonefeld and K. Psychopedis (eds), *Human Dignity: Social Autonomy and the Critique of Capitalism*), அல்டர்ஷாட்:ஆஷ்கேட் (Aldershot: Ashgate), 13-30.

பெல்லோஃபியோர் ஆர், ரிவா டி ஆர் *(2015)*, 'த நியூ மார்க்ஸ்-லெக்டூர: புட்டிங் த கிரிடிக் ஆஃப் பொலிடிகல் எகானமி பேக் இன்டு த கிரிடிக் ஆஃப் சொசைடி', *ரேடிகல் ஃபிலாசஃபி* (Bellofiore, R. and Riva, T. R. (2015) 'The Neue Marx-Lekture: Putting the Critique of Political Economy Back Into the Critique of Society', *Radical Philosophy*) 189 (Jan/Feb): 24-36.

போன்ஃபெல்ட் டபிள்யூ *(2010)*, 'அப்ஸ்ட்ராக்ட் லேபர்: எகெய்ன்ஸ்ட் இட்ஸ் நேச்சர் அண்ட் ஆன் இட்ஸ் டைம்', *கேபிடல் & கிளாஸ்* (Bonefeld, W. (2010) 'Abstract Labour: Against Its Nature and On Its Time', *Capital & Class*) 34(2): 257-76.

போன்ஃபெல்ட் டபிள்யூ *(2014), கிரிடிகல் தியரி அண்ட் த கிரிடிக் ஆஃப் பொலிடிகல் எகானமி: ஆன் சப்வெர்ஷன் அண்ட் நெகடிவ் ரீசன்*, லண்டன்:புளூம்ஸ்பெரி (Bonefeld, W. (2014) *Critical Theory and the Critique of Political Economy: On Subversion and Negative Reason*, London: Bloomsbury).

போன்ஃபெல்ட் டபிள்யூ *(2016a)*, 'நெகடிவ் டயலெக்டிக்ஸ் அண்ட் கிரிடிக் ஆஃப் எகனாமிக் அப்ஜெக்டிவிடி', *ஹிஸ்டரி ஆஃப் ஹியூமன் சயின்சஸ்* (Bonefeld, W. (2016a) 'Negative Dialectics and Critique of Economic Objectivity', History of the Human Sciences) 29(2): 60-76.

போன்ஃபெல்ட் டபிள்யூ *(2016b)*, 'பிரிங்கிங் கிரிடிகல் தியரி பேக் இன் அட் எ டைம் ஆஃப் மிசரி: த்ரீ பிகினிங்ஸ் விதவட் கன்க்ளூஷன்', *கேபிடல் & கிளாஸ்* (Bonefeld, W. (2016b) 'Bringing Critical Theory Back in at a Time of Misery: Three Beginnings Without Conclusion', *Capital & Class*) 40(2): 233-44.

டல்லா கோஸ்டா எம் *(1995)*, '*முதலாளித்துவமும் மறுவுற்பத்தியும்*' (Dalla Costa, M. (1995) 'Capitalism and Reproduction'), *வெர்னர் போன் ஃபெல்ட், ரிச்சர்ட் போன்ஃபெல்ட், ஜான் ஹாலவே, காஸ்மாஸ் சைக்கோபீடிஸ் (தொகுப்பாசிரியர்கள்), திறந்தநிலை மார்க்சியம் III-ல்* (W. Bonefeld, R. Gunn, J. Holloway and K. Psychopedis (eds), *Open Marxism 3*, London: Pluto Press, 7-16).

டி ஏஞ்சலிஸ் எம் *(2004)*, '*செபரேடிங் த டூயிங் அண்ட் த டீட்: கேபிடல் அண்ட் த கன்டினுவஸ் கேரக்டர் ஆஃப் என்க்ளோஷர்ஸ்*', *ஹிஸ்டாரிகல் மெடீரியலிசம்* (De Angelis, M. (2004) 'Separating the Doing and the Deed: Capital and the Continuous Character of Enclosures', *Historical Materialism*) 12(2): 57-87.

டீனர்ஸ்டெய்ன் ஏ சி *(2014)*, '*டூ பேட் ஃபார் த ஃபேக்ட்ஸ்: கான்ஃப்ரன்டிங் வேல்யூ வித் ஹோப் (நோட்ஸ் ஆன் த அர்ஜென்டைன் அப்ரைசிங் ஆஃப் 2001)*', *சவுத் அட்லான்டிக் குவார்ட்டர்லி* (Dinerstein, A. C. (2014) 'Too Bad For the Facts: Confronting Value with Hope (Notes on the Argentine Uprising of 2001)', *South Atlantic Quarterly*) 113(2): 367-78.

டீனர்ஸ்டெய்ன் ஏ சி, பிட்ஸ் எஃப் எச் *(2018)*, '*ஃப்ரம் போஸ்ட்-வொர்க் டு போஸ்ட்-கேபிடலிசம்? டிஸ்கசிங் த பேசிக் இன்கம் ஸ்ட்ரகிள்ஸ் ஃபார் அல்டர்நேடிவ் ஃபார்ம்ஸ் ஆஃப் சோசியல் ரீப்ரொடக்ஷன்*', *ஜர்னல் ஆஃப் லேபர் & சொசைடி* (Dinerstein, A. C. and Pitts, F. H. (2018) 'From Post-work to Post-capitalism? Discussing the Basic Income and Struggles for Alternative Forms of Social Reproduction', *Journal of Labor & Society*) 21(4): 471-91.

எல்சன் டி *(1979)*, '*த வேல்யூ தியரி ஆஃப் லேபர்*' (Elson, D. (1979) 'The Value Theory of Labour'), *டி எல்சன் (தொகுப்பாசிரியர்), வேல்யூ: த ரெப்ரசென்டேஷன் ஆஃப் லேபர் இன் கேபிடலிசம்-ல், லண்டன்: சிஎஸ்ஈ புக்ஸ்* (D. Elson (ed.), *Value: The Representation of Labour in Capitalism*, London: CSE Books), 115-80.

குன் ஆர் *(1987)*, '*மார்க்சிசம் அண்ட் மீடியேஷன்*', *காமன் சென்ஸ் 2: 57-66* (Gunn, R. (1987) 'Marxism and Mediation', *Common Sense* 2: 57-66).

குன் ஆர் *(1992)*, '*வரலாற்றுப் பொருள்முதல்வாதத்துக்கு எதிராக: முதல்-நிலை சொல்லாடலாக மார்க்சியம்*' (Gunn, R. (1992) 'Against Historical Materialism: Marxism as First-Order Discourse'), *வெர்னர் போன் ஃபெல்ட், ரிச்சர்ட் குன், காஸ்மாஸ் சைக்கோபீடிஸ் (தொகுப்பாசிரியர்கள்), திறந்தநிலை மார்க்சியம் II-ல்* (W. Bonefeld, R. Gunn and K. Psychopedis (eds), *Open Marxism 2*, London: Pluto Press, 1-45).

ஹார்வி டி *(2003)*, *த நியூ இம்பீரியலிசம், ஆக்ஸ்ஃபோர்ட்: ஆக்ஸஃபோர்ட் யூனிவர்சிடி பிரெஸ்* (Harvey, D. (2003) *The New Imperialism*, Oxford: Oxford University Press).

ஹெய்ன்ரிஹ் எம் *(2007)*, '*இன்வேடர்ஸ் ஃப்ரம் மார்க்ஸ்: ஆன் த யூசஸ் ஆஃப் மார்க்சியன் தியரி, அண்ட் தி டிஃபிகல்டிஸ் ஆஃப் அ கன்டம்பரரி ரீடிங்*', *லெஃப்ட் கர்வ் 31* (Heinrich, M. (2007) 'Invaders from Marx: On the Uses of Marxian Theory, and the Difficulties of a Contemporary Reading', *Left Curve* 31), www.oekono- miekritik.de/ 205Invaders.htm.

ஹெய்ன்ரிஹ் எம் *(2012)*, *என் இன்ட்ரொடக்ஷன் டு த த்ரீ வால்யூம்ஸ் ஆஃப் கார்ல் மார்க்சஸ் கேபிடல், நியூயார்க்: மன்த்லி ரிவியூ பிரெஸ்* (Heinrich. M. (2012) *An Introduction to the Three Volumes of Karl Marx's Capital*, New York: Monthly Review Press).

ஹெய்ன்ரிஹ் எம், வெய் எக்ஸ் *(2012)*, '*த இன்டர்ப்ரடேஷன் ஆஃப் கேபிடல்: என் இன்டர்வியூ வித் மிஷேல் ஹெய்ன்ரிஹ்*', *வேர்ல்ட் ரிவியூ ஆஃப் பொலிடிகல்*

எகானமி (Heinrich, M. and Wei, X. (2012) 'The Interpretation of Capital: An Interview with Michael Heinrich', *World Review of Political Economy*) 2(4): 708-28.

ஹெய்ன்ரிஷ் எம் *(வரவிருக்கிறது), த சயின்ஸ் ஆஃப் வேல்யூ: மார்க்சஸ் கிரிடிக் ஆஃப் பொலிடிகல் எகானமி பிட்வீன் சயின்டிஃபிக் ரெவல்யூஷன் அண்ட் கிளாசிகல் டிரெடிஷன்* (Heinrich, M. (forthcoming) *The Science of Value: Marx's Critique of Political Economy Between Scientific Revolution and Classical Tradition*), மொழிபெயர்ப்பு ஆ லோகாசியோ (A. Locasio), சிகாகோ/லெய்டன்: ஹேமார்கெட்/ப்ரில் (Chicago/Leiden: Haymarket/Brill).

ஹாலவே ஜே *(2010), கிராக் கேபிடலிசம்,* லண்டன்: புளூடோ பிரெஸ் (Holloway, J. (2010) *Crack Capitalism*, London: Pluto Press).

ஹாலவே ஜே *(2015),* 'ரீட் கேபிடல்: த ஃபர்ஸ்ட் சென்டென்ஸ் ஆஃப் கேபிடல் ஸ்டார்ட்ஸ் வித் வெல்த், நாட் வித் த கமாடிடி', *ஹிஸ்டாரிகல் மெடீரியலிசம்* (Holloway, J. (2015) 'Read Capital: The First Sentence of Capital Starts with Wealth, Not with the Commodity', *Historical Materialism*) 23(3): 3-26.

கிசிலோஃப் ஏ, ஸ்டாரோஸ்டா ஜி *(2007),* 'வேல்யூ ஃபார்ம் அண்ட் கிளாஸ் ஸ்ட்ரகிள்: எ கிரிடிக் ஆஃப் த அடானமிஸ்ட் தியரி ஆஃப் வேல்யூ', *கேபிடல் & கிளாஸ்*) (Kicillof, A. and Starosta, G. (2007) 'Value Form and Class Struggle: A Critique of the Autonomist Theory of Value', *Capital & Class*) 92: 13-40.

மார்க்ஸ் கே *(1970), அரசியல் பொருளாதாரம் மீதான விமர்சன பகுப்பாய்வுக்கு ஒரு பங்களிப்பு* (Marx, K. (1970) *Contribution to the Critique of Political Economy*, London: Lawrence and Wishart).

மார்க்ஸ் கே *(1976), மூலதனம் முதல் பாகம்* (Marx, K. (1976) *Capital*, Vol. 1, London: Penguin).

மார்க்ஸ் கே, எங்கெல்ஸ் எஃப் *(1977), கம்யூனிஸ்ட் கட்சி அறிக்கை* (Marx, K. and Engels, F. (1977) *The Communist Manifesto*, in D. McLellan (ed.), Karl Marx: Selected Writings, Oxford: Oxford University Press, 221-342).

முர்ரே பி *(2013),* 'அன்அவாய்டபிள் கிரைசஸ்: ரிஃப்ளெக்ஷன்ஸ் ஆன் பக்ஹவுஸ் அண்ட் த டெவலப்மென்ட் ஆஃப் வேல்யூ-ஃபார்ம் தியரி இன் த குருண்ட்ரிச') Murray, P. (2013) 'Unavoidable Crises: Reflections on Backhaus and the Development of Marx's Value-Form Theory in the Grundrisse'), பெல்லோஃபியோர், ஜி ஸ்டாரோஸ்டா, பி தாமஸ் *(தொகுப்பாசிரியர்கள்), இன் மார்க்சஸ் லேபாரடரி: கிரிடிகல் இன்டர்ப்ரெடேஷன்ஸ் ஆஃப் த குருண்ட்ரிச-ல்,* லெய்டன்:ப்ரில் (R. Bellofiore, G. Starosta and P. Thomas (eds), *In Marx's Laboratory: Critical Interpretations of the Grundrisse*, Leiden: Brill), 121-46.

பிட்ஸ் எஃப் எச் *(2017), கிரிடிகிங் கேபிடலிசம் டுடே: நியூ வேஸ் டு ரீட் மார்க்ஸ்,* பேசிங்ஸ்டோக்:பால்கிரேவ் மேக்மிலன் (Pitts, F. H. (2017) *Critiquing Capitalism Today: New Ways to Read Marx*, Basingstoke: Palgrave Macmillan).

பிட்ஸ் எஃப் எச் *(2018a),* 'எ கிரைசிஸ் ஆஃப் மெஷரபிலிடி? கிரிடிகிங் போஸ்ட்-ஆபரைஸ்மோ ஆன் லேபர், வேல்யூ அண்ட் த பேசிக் இன்கம்', *கேபிடல் & கிளாஸ்* (Pitts, F. H. (2018a) 'A Crisis of Measurability? Critiquing Post-operaismo on Labour, Value and the Basic Income', *Capital & Class*) 42(1): 3-21.

பிட்ஸ் எஃப் எச் *(2018b),* 'பியாண்ட் த ஃபிராக்மென்ட்: போஸ்ட் ஆபரைஸ்மோ, போஸ்ட்கேபிடலிசம் அண்ட் மார்க்ஸ் "நோட்ஸ் ஆன் மெசின்ஸ்", 45 இயர்ஸ் ஆன்', *எகானமி அண்ட் சொசைட்டி* (Pitts, F. H. (2018b) 'Beyond the Fragment: Postoperaismo, Postcapitalism and Marx's "Notes on Machines", 45 Years On', *Economy and Society*) 46(3-4): 324-45.

போஸ்டோன் எம், பிரென்னன் டி (2009), 'லேபர் அண்ட் த லாஜிக் ஆஃப் அப்ஸ்ட்ரேக்ஷன்', சவுத் அட்லான்டிக் குவார்ட்டர்லி (Postone, M. and Brennan, T. (2009) 'Labor and the Logic of Abstraction', *South Atlantic Quarterly*) 108(2): 305-30.

ரெய்ஷெல்ட் எச் (2005), 'சோசியல் ரியாலிடி அஸ் அப்பியரன்ஸ்: சம் நோட்ஸ் ஆன் மார்க்சஸ் கன்செப்ஷன் ஆஃப் ரியாலிடி' (Reichelt, H. (2005) 'Social Reality as Appearance: Some Notes on Marx's Conception of Reality'), *டபிள்யூ போன்ஃபெல்ட், கே சைக்கோபீடிஸ் (தொகுப்பாசிரியர்கள்), ஹியூமன் டிக்னிடி: சோசியல் அடானமி அண்ட் த கிரிடிக் ஆஃப் கேபிடலிசம்-ல், அல்டர்ஷாட்:ஆஷ்கேட்* (W. Bonefeld and K. Psychopedis (eds), *Human Dignity: Social Autonomy and the Critique of Capitalism*, Aldershot: Ashgate), 31-68.

ரூபின் ஐ ஐ (1972) எஸ்சேஸ் ஆன் மார்க்சஸ் தியரி ஆஃப் வேல்யூ, டெட்ராய்ட்: பிளாக் அண்ட் ரெட் (Rubin I. I. (1972) *Essays on Marx's Theory of Value*, Detroit: Black and Red).

5. திறந்தநிலை மார்க்சியம் ஃபிராங்ஃபர்ட் பள்ளியின் ஒரு வாரிசா? முறைபாடாக நிலைகுலைப்பு விமர்சனம்

மரியோ ஸ்கேபல்

ஃபிராங்ஃபர்ட் பள்ளியின் மரபு பற்றி பேசும் போது, முதலில் யுர்கன் ஹேபர்மாஸ், ஆக்செல் ஹொனெத் ஆகியோரின் பெயர்கள் நினைவுக்கு வருகின்றன. எனினும், முன்னவரால் முன்மொழியப்பட்ட பிந்தையவரால் தொடரப்பட்ட, பெருநோக்கு மாற்றத்துடன் இரண்டு கோட்பாட்டாளர்களும் விட்டுச்சென்ற இந்தப் பள்ளியின் முதல் தலைமுறையின் மையமான கருத்தாக்க கட்டமைப்பு: அரசியல் அரசியல் பொருளாதாரம் மீதான மார்க்சின் விமர்சன பகுப்பாய்வு. இந்த அத்தியாயத்தில் ஹேபர்மாஸ் , ஹொனெத் ஆகியோரைப் போல் அல்லாமல், முதல் தலைமுறையின் மார்க்சியக் கருவை வளர்த்தெடுத்த திறந்தநிலை மார்க்சியம் (Open Marxism), மார்க்சின் மறுவாசிப்பு ஆகிய இரண்டு கோட்பாட்டு நீரோட்டங்களை முன்வைக்க விரும்புகிறோம். எனினும் இவற்றை, ஃபிராங்ஃபர்ட்டின் பள்ளியின் வாரிசுகளாக எந்த அளவிற்குக் கருதலாம்?

திறந்தநிலை மார்க்சியம் என்றால் என்ன என்பது பற்றி நாம் இன்னும் விரிவாகச் செல்ல வேண்டியதில்லை (இந்தப் புத்தகத்தின் அறிமுகத்தைப் பார்க்கவும்); இருப்பினும், மார்க்சின் மறுவாசிப்பு அவ்வளவு நன்கு அறியப்பட்டதல்ல (பார்க்க பிட்ஸ் இந்த புத்தகத்தில்). *மார்க்ஸ் இம் வெஸ்டன்: டீ நியூ மார்க்ஸ் - லெக்ட்யூரே இன் டெர் புண்டெஸ்ரெபுப்ளிக் செய்ட் 1965* என்ற அவரது பெரும் படைப்பில் இங்கோ எல்பே *(2010)* (*Marx im Westen: Die neue Marx-Lektüre in der Bundesre publik seit 1965*, Ingo Elbe (2010)) 'மார்க்ஸின் மறுவாசிப்பு' என்ற பதாகையின் கீழ் ஆல்ஃபிரட் ஷ்மிட்டின் படைப்புகள், ஹான்ஸ் - ஜார்ஜ் பக்ஹவுஸ், ஹெல்முட் ரெய்ஷெல்ட் ஆகியோரின் எழுத்துக்களை ஒன்றிணைத்தார்.[1] எல்பேயின் புத்தகம் 'மார்க்சின் மறுவாசிப்பு' ('நியூ மார்க்ஸ்- லெக்ட்யூரே') என்ற சொற்றொடரை அடிக்கடி பயன்படுத்தியது. அதனைக் கொண்டு, ஜார்ஜ் லூகாக்ஸ், கார்ல் கோர்ஷ், ஃபிராங்க்ஃபர்ட் பள்ளி போன்ற மரபுத்தூய்மை விளக்கங்களுக்கு எதிராக கருத்துகளை வெளிப்படுத்திய பலரும் அடங்கிய மேற்கத்திய மார்க்சியத்தின்

பல்வேறு பிரதிநிதிகளின் விமர்சனப் பகுப்பாய்வுகள் அடிப்படையிலான புதிய விளக்கங்களை சுட்டி நின்றது.

எல்பே (2010: 67)-ன் நூல் மார்க்சின் மறுவாசிப்புக்குள் ஒரு குறிப்பிட்ட வகையை வேறுபடுத்திக் காட்டுகின்றது. இது ஃபிராங்ஃபர்ட் பள்ளியை பொருத்தப்பாடுடையதாகக் கருதுகிறது. எடுத்துக் காட்டாக, ரெய்ஷெல்ட் (2008: 22)-ன் நூல் விமர்சனக் கோட்பாட்டை மார்க்சின் மறுவாசிப்பின் திட்டமாகப் பேசுகிறது. இந்த ஆசிரியர்களின் முன்னோக்கு திறந்தநிலை மார்க்சியத்தைப் போலவே உள்ளது; இரு நீரோட்டங்களின் பிரதிநிதிகளுக்கும் இடையே தனிப்பட்ட மற்றும் தொழில்முறை உறவுகள் உள்ளன. உதாரணமாக, ஹான்ஸ்-ஜார்ஜ் பக்ஹவுஸ், ஹெல்முட் ரெய்ஷெல்ட் இருவரும் *திறந்தநிலை மார்க்சியத்தின் முதல் தொகுதிக்கும் மூன்றாம் தொகுதிக்கும்* முறையே பங்களித்தனர்.[2] திறந்தநிலை மார்க்சியத்துக்கும் மார்க்சின் மறுவாசிப்புக்கும் இடையே உள்ள நெருக்கம் ஜான் ஹாஃப் (2017: 70), கைடோ ஸ்டாரோஸ்டா (2017) ஆகியோராலும் சுட்டிக்காட்டப்பட்டது.

பின்வரும் தேற்றத்தை ஆதரிக்கும் வகையில் இரண்டு பள்ளிகளையும் நாம் ஒப்பிடுவோம்: அவற்றின் பல புள்ளிகள் ஒன்றிணைந்தாலும், இரண்டிற்கும் இடையே ஒரு அடிப்படை வேறுபாடு உள்ளது; அதாவது கோட்பாட்டுக் கண்ணோட்டத்தில் திறந்தநிலை மார்க்சியம் கருத்துமுதல்வாத இயல்புடையது அதே சமயம் மார்க்சின் மறுவாசிப்பு பொருள்முதல்வாதமாகும். 'கருத்துமுதல்வாதம்' என்ற வார்த்தையின் நமது பயன்பாடு இழிவழக்கிலானது அல்ல, மாறாக கறாரான தத்துவரீதியிலானது என்பதை விரைவில் விளக்குவோம்; முதல் தலைமுறை ஃபிராங்ஃபர்ட் பள்ளியைப் பொறுத்தவரை, திறந்தநிலை மார்க்சியம் என்பதன் அணுகுமுறை ஹெர்பர்ட் மார்குசின் அணுகு முறைக்கு மிகவும் ஒத்ததாக இருக்கிறது என்று நாம் கூறலாம், மார்க்சின் மறுவாசிப்பு தியோடர் அடோர்னோவின் முன்னோக்குடன் நெருங்கியது. பிந்தையது பொருண்மையின் முதன்மையை அடிப் படையாகக் கொண்டது. ஆனால் விந்தையாக மரபுவழி மார்க்சியத்தின் புறநிலைவாதத்தின் மீதான கடுமையான விமர்சனத்தின் விளைவாகவே அது உருவானது. இந்த விமர்சனத்தை திறந்தநிலை மார்க்சியமும் பகிர்ந்து கொண்டது என்பது வெளிப்படையானது; இருப்பினும், திறந்தநிலை மார்க்சியம் போலல்லாமல், அடோர்னோ அகநிலைவாதத்திற்கு பலியாகி விடவில்லை. வேறு சொற்களில், திறந்தநிலை மார்க்சியம் பொருள்முதல்வாத விளக்கத்தை கருத்துமுதல்வாதமாக திருப்பி நிறுத்தும் ஆபத்து கொண்டதாக இருக்கின்றது. அதன் மூலம், மரபுத்

தூய்மை மார்க்சியம் மார்க்சின் இயங்கியலில் இருந்து அனைத்து கருத்து முதல்வாதக் கூறுகளையும் அகற்றியது போல, திறந்தநிலை மார்க்சியம் அனைத்து பொருள்முதல்வாதக் கூறுகளையும் நீக்குகிறது.

திறந்தநிலை மார்க்சியத்தின் சில பிரதிநிதிகள் மனிதனை (மென்ஷ்) முழுமையான சுய சக்தி என்று பார்க்கும் அகநிலை இலட்சியவாதத்திற்கு பலியாகிவிடும் ஆபத்தை அறிந்திருக்கிறார்கள் என்பதை நாம் ஒப்புக்கொள்ள வேண்டும். சமூகத்தின் உறவுகளை புறவயப்படுத்தலும் பொருண்மையை அகவயப்படுத்தலும் 'ஒரு வக்கிரமான உலகின் ஒன்றையொன்று சார்ந்த வெளிப்பாடுகள்' என்று கூட போன்ஃபெல்ட் (2004b) எழுதுகிறார். அந்த தன்னார்வவாதத்தை 'நிர்ணயவாதத்தின் மறுபக்கம்' என்று பெயரிடலாம் என குன் (Gunn (1994: 55) தனது நூலில் சொல்வதை அவரும் வலியுறுத்துகிறார். இதன் விளைவாக, அனைத்து திறந்தநிலை மார்க்சியப் பிரதிநிதிகளுக்கும் கட்டமைப்புகள் போராட்டத்தின் விளைபொருள் மட்டுமல்ல ஆனால் அதற்கு மறுதலையாக கட்டமைப்புகள் மூலம் தீண்டப்படாத போராட்ட வடிவம் இல்லை என்ற புரிதல் உண்டு என்பதால் எங்கள் விமர்சனம் பொருத்தமற்றதாகத் தோன்றலாம். இருப்பினும், திறந்தநிலை மார்க்சியம் என்பது தன்னார்வத்தின் வெளிப்பாடு அல்லது, அகநிலை கருத்துமுதல் வாதத்தின் வெளிப்பாடு என்ற தேற்றத்தை ஆதரிக்க பல காரணங்கள் உள்ளன (பார்க்க: இந்தத் தொகுதியில் டீனர்ஸ்டைன், மற்றும் ஹாலவே).

ஆல்ஃபிரட் ஷ்மிட்டின் கூற்றுப்படி, இந்த வகையான தலை கீழாக்கம் மரபார்ந்த மார்க்சிய விளக்கத்தின் 'கடுமையான புறநிலை வாதத்தால்' அதிருப்தி அடைந்து அதிலிருந்து தங்களைத் தூர விலக்கிக் கொள்ள முயன்ற பல ஆசிரியர்கள் மத்தியில் பொதுவானது. ஆனால் அவர்கள் நிச்சயமாக அதற்குச் சம அளவு தவறான, அரூபமான எதிர் நிலையான தூய அகநிலைவாதத்தில் விழுந்தனர்: (ஷ்மிட் 1977: 285). மார்க்சின் மறுவாசிப்பு அடோர்னோவின் விமர்சனப் பொருள் முதல்வாத அணுகுமுறையை மீட்க முயற்சிக்கிறது; திறந்தநிலை மார்க்சியம் இந்த விஷயத்தில் வறட்டுவாதமாக மாறும் அதாவது முனைப்பின் முழுமையான முதன்மையை நிலைநிறுத்தும் அபாயத்தை கொண்டுள்ளது. இந்த அர்த்தத்தில், இது மார்குசின் அகநிலைவாதத்திற்கு மிகவும் நெருக்கமாக உள்ளது.[3]

அகநிலைவாதத்தின் எந்த வடிவத்திலும் மையக் கருத்து பொருளின் புறத்தன்மையை மறுப்பதாகும். எடுத்துக்காட்டாக, ஹாலவே இதைத்தான் செய்கிறார். எடுத்துக் காட்டாக, 'மார்க்சியத்தை தீவிரக் கோட்பாடுகளின் பிற வகைகளிடமிருந்து வேறுபடுத்துகிற இன்றியமையாத கூறு,

அனைத்து வெளிப்புற தாக்கத்தையும் நீக்கும் அதன் நோக்கம்' *(1995: 159)*, என்கிறார் அவர். அதேபோல், பொருண்மையின் வெளிப்புற இருப்பு என்பது மார்க்சுக்கு தோற்றத்தைத் தவிர வேறில்லை என்று திறந்தநிலை மார்க்சியம் வாதிடுகிறது. ஆனால், மார்க்ஸ் புற உலகின் இருப்பை மறுக்கும் ஒரு அகநிலை கருத்துமுதல்வாதத்தை (அல்லது சோலிப்சிசத்தை) ஆதரிக்கவில்லை. மாறாக, புறநிலை உலகின் இருப்பு, அகத்திலிருந்து சுதந்திரமான இருத்தல் எனும் இயல்புகொண்டது எனும் பொருளில் புறநிலை உலகு உறுதியாக இருக்கின்றது என்பது அவரது கோட்பாட்டாக்கத்தின் ஒரு அடிப்படை பகுதி.

தற்போதைய கட்டுரையானது *சீர்குலைக்கும் (subversive) எதிர் மறைவாதம்* என்று நான் அழைக்கும் ஒரு சிந்தனை முறையை அடிப்படையாகக் கொண்டது என்பதைத் தெளிவுபடுத்த வேண்டும். ஒரு நிலைகுலைக்கும் வாதம், உச்சநிலைக்கு எடுத்துச் செல்லப்பட்ட வாதமாக, கூர்மைப்படுத்தப்பட்ட, மிகவும் புறக்கணிக்கத்தக்க பிரச்சனைகளை (அவை பெரும்பாலும் மிகவும் வெளிப்படையானவை) எதிர்கொள்வதை அத்துடன் அதன் முரண்பாடுகளையும் எதிர்கொள்வதை நோக்கமாகக் கொண்ட வாதம் எனப் புரிந்து கொள்ளப்பட்டது. வேறு சொற்களில், இது ஒரு *சுய முரண்பாடான* வாதம். அப்புறம் இந்தக் கண்ணோட்டத்தில் இருந்து விமர்சனக் கோட்பாடு எப்படி புரிந்து கொள்ளப்பட்டது? எங்களுக்கு, இது வேறு ஒன்று தொடர்பாக மட்டுமின்றி தனக்குத் தானேயும் விமர்சனபூர்வமான கோட்பாடுதான் ஒரு விமர்சனக் கோட்பாடு: அதனை விமர்சனபூர்வமாக பார்க்க வேண்டும். விமர்சனம் குறித்த இந்தப் புரிதலுடன் உள்ளிருந்து விமர்சனத்தை அல்லது, ஒரு உள்ளார்ந்த விமர்சனத்தை வழங்குவதில் அடோர்னோவைப் பின்பற்றுகிறோம். *எதிர்மறை இயங்கியல்* (*Negative Dialectics*) நூலின் முன்னுரையில், அடோர்னோ அத்தகைய முரண்பாட்டிற்கு ஒரு உதாரணம் கொடுக்கிறார்: 'கட்டுவிக்கப்படும் அகநிலையின் பழுதான வாதத்தை உடைக்க அகத்தின் வலிமையைப் பயன்படுத்துவது. இதைத்தான் ஆசிரியர் தனது சொந்த மனதின் தூண்டுதல்களை நம்பியதிலிருந்து தனது பணியாக உணர்ந்தார்' *(2004: xx)*. இருப்பினும், விமர்சனம் சுயவிமர்சனம் ஆகியவை எவ்வாறு ஒரு உள்ளார்ந்த வழியில் இணைக்கப்படலாம் என்பதை அடோர்னோ காட்டுகிறார் என்றாலும் திறந்தநிலை மார்க்சியம் எல்லாவற்றையும் மீண்டும் மனிதர்களின் படைப்பாற்றலுக்குக் கொண்டு செல்லும் வகையான அகநிலை கருத்துமுதல்வாதத்தில் சிக்கியுள்ளது. மொத்தத்தில், மனிதர்களின் செயலாக அமையும் திறந்தநிலை மார்க்சியத்தின் விமர்சன பகுப்பாய்வு அடோர்னோவைப் போல தன்னளவிலேயே

ஒரு உள்ளார்ந்த விமர்சனத்தைக் கொண்டிருக்கவில்லை என்று நாங்கள் வாதிடுகிறோம். இருப்பினும், திறந்தநிலை மார்க்சியத்தின் எதிர் காலத்தில் வரக்கூடிய சந்ததியினர் மனிதர்களின் செயலாகக் குறைக்கும் தமது விமர்சனத்தை உள்ளார்ந்த விமர்சனத்துடன் ஒருங்கிணைக்க எப்போது தங்களை அர்ப்பணித்துக்கொள்கிறார்களோ- அதாவது அவர்கள் திறந்தநிலை மார்க்சியத்தை எப்போது சுயவிமர்சனம் செய்யத் தொடங்கிறார்களோ - அப்போது அவர்கள் அடோர்னோவின் பாரம்பரியத்தின் ஒரு பகுதியாக மாறலாம். இது உண்மையில் திறந்த நிலை மார்க்சியத்தின் இலக்கா அல்லது அது ஒரு கட்டத்தில் அவ்வாறு ஆகவேண்டுமா என்பது விவாதத்திற்குரியது. அத்தகைய திட்டத்திற்கு திறந்தநிலை மார்க்சியத்தின் கருத்தினங்களை நெகிழ்வாக்குவது என்று பெயரிடலாம்.

வரலாற்றுப் பொருள்முதல்வாதம் மீதான விமர்சனம்: விமர்சனப் பொருள்முதல்வாதத்திற்கும் அகநிலை கருத்துமுதல்வாதத்திற்கும் இடையே

வரலாற்றுப் பொருள்முதல்வாதம் பற்றிய மரபுத்தூய்மை விளக்கத்தின் மீது திறந்தநிலை மார்க்சியம், மார்க்சின் மறுவாசிப்பு இரண்டும் செய்த விமர்சனங்கள் ஒன்றையொன்று ஒத்தவை. இரண்டு நீரோட்டங் களையும் சேர்ந்த அனைத்து பிரதிநிதிகளும் வரலாறு தாண்டிய உற்பத்தி சக்திகளுக்கும், உற்பத்தியின் வரலாற்று உறவுகளுக்கும் இடையிலான இயங்கியல் கோட்பாட்டின் வறட்டுவாதங்களை நிராகரிக்கின்றன. ஏனென்றால், இது, சமூக உறவுகளின் வளர்ச்சியை 'மூடிய தர்க்கத்தின் வளர்ச்சிக்கு' சமமாக உள்ள புறநிலைவாத அறிவியலாக மார்க்சியக் கோட்பாட்டை மாற்றி விடுகிறது. (ஹாலவே 2002: 49).

மாறாக, திறந்தநிலை மார்க்சியத்தின் அணுகுமுறை ஏற்கனவே கட்டுவிக்கப்பட்ட வடிவங்களின் மாய்மாலத்தை அடிப்படையாகக் கொண்டது அல்ல; அது அவற்றை வர்க்கப் போராட்டம் உருவாக்குவதாகக் கருதுகிறது, அனுமானம் செய்கிறது. எனவே இந்த அர்த்தத்தில் அவற்றை நெகிழ்வானவையாக கருதுகிறது. எனவே, அது மார்க்சியத்தை வெறுமனே ஏற்கனவே இருக்கும் சமூகத்தை சரியாக விவரிப்பதில் மட்டுமே ஆர்வம் கொண்ட கோட்பாட்டாக்கமாக மாற்றும் எந்த அணுகுமுறையையும் ஏற்கவில்லை. திறந்தநிலை மார்க்சியம், மதிப்பு என்பதை முதலாளித்துவத்தின் மறுவுற்பத்தியை ஒழுங்குபடுத்தும் விதி தவிர வேறில்லை என்று மட்டும் புரிந்துகொள்வதை நிராகரிக்கின்றது.

மார்க்சின் மறுவாசிப்பு என்பது மார்க்சின் படைப்புகளில் உள்ள இயற்கை விதிகள் பற்றியும் அத்தோடு பொதுவாக அவரது வரலாற்று

பொருள்முதல்வாதம் பற்றியும் ஏற்றுக் கொள்ளும் புரிதல் இல்லை, விமர்சனரீதியான புரிதல். பக்ஹவுஸ் (Backhaus (2000: 19), இந்த விமர்சனப் புரிதலை எதார்த்தத்தின் இருப்புநிலை குறித்த பாரம்பரிய புரிதலிலிருந்து வேறுபடுத்துகிறார். இந்த விளக்கம் மார்க்சின் கோட்பாட்டை 'மாற்றம் கொணர்வதின் கோட்பாடு' [*auf Widerruf*]. என்று அழைக்கும் ஷ்மிட்-ஆல் ஏற்றுக்கொள்ளப்பட்டது. 'இது உலகத்தைப் பற்றிய ஒரு வறட்டுவாதமான பார்வை அல்ல, மாறாக, மாற்றப்பட வேண்டிய ஒரு தவறான நிலையை கண்டறிதல்' என அவரது நூல் *(1976:104)* கூறுகிறது. 'பொருள்முதல்வாத இயங்கியல்... மாற்றியமைப் பதற்கான ஒரு முறையாகும்' [*auf Widerruf*] என்பதை ரெய்ஷெல்ட்டும் ஏற்றுக்கொள்கின்றார் *(1973: 264)*. இதன் விளைவாக, மார்க்ஸ் மதிப்பு விதி பற்றி பேசும்போது அவர் வரலாற்று காலங்களையெல்லாம் தாண்டி [எல்லாக் காலத்திற்கும்] செல்லுபடியாகும் உலகளாவிய விதியைப் பற்றி பேசவில்லை. மாறாக குறிப்பிட்ட வரலாற்றுக் கட்டத்தில் மட்டும் செல்லுபடியாகும் ஒன்றாகவே பேசியுள்ளார். வேறு சொற்களில், மதிப்பு விதியின் இருப்பமைவு (ontological) விளக்கம்- அது இயற்கை வரலாற்றின் ஒரு உருவாக்கம் என்பது போன்று - தற்செயலான சமூகத்தின் நடைமுறை வடிவங்களை இயற்கை மயமாக்குவதன் மூலம் ஏற்படுகிறது. இதில், மார்க்சின் மறுவாசிப்பின் பிரதிநிதிகள் அடோர்னோவை நோக்கி சாய்ந்துள்ளனர். அவர், மதிப்பு விதியை இயற்கை விதி போல கருத்தில் கொள்வதற்காக மரபுத்தூய்மை மார்க்சியத்தை கடுமையாக விமர்சிக்கிறார்: 'டயாமெட்' (இயக்கவியல் பொருள்முதல்வாதம்) போன்ற மார்க்சிய நோக்கங்களை வக்கிரமாக மாற்றுபவர்களுக்கு மட்டுமே... மார்க்சின் அரசியல் விவாதக் கருத்தாக்கமான இயற்கையான சட்டப்பூர்வ கொள்கையை, இயற்கை வரலாற்றை வேறு மாற்றில்லாத ஒரு அறிவியல் கோட்பாடாக கட்டமைக்க இயலும். ஆயினும்கூட, இது மார்க்சின் இயற்கை வரலாற்றைப் பற்றிய விளக்கத்தின் எந்தப் பகுதியையும் அதன் உண்மை உள்ளடக்கத்தை, அதாவது, அதன் முக்கியமான உள்ளடக்கத்தை மறுக்கவில்லை' *(2004: 355)*. எனவே, திறந்தநிலை மார்க்சியமும் மார்க்சின் மறுவாசிப்பும் பொருளாயத உறவுகளின் முதன்மையை விருப்புறுதி கொண்ட ஒன்றென புரிந்து கொள்ளக் கூடாது என ஒப்புக்கொள்கின்றன. எடுத்துக்காட்டாக, மார்க்சின் எழுத்துகளில் அனைத்து புறநிலை கட்டமைப்புகளும் எப்போதும் அகநிலை செயல்பாடு மூலம் ஊடாடல் செய்யப்படுகின்றன என அவர் எழுதியுள்ளதை ஷ்மிட் நன்கு அறிவார்; இருப்பினும், கட்டமைப்புவாத அணுகுமுறையின் நியாயத்தை அவர் சுட்டிக்காட்டுகிறார்; எனவே, பொருளாயத கட்டமைப்புகளின்

முதன்மையை மறுக்கவில்லை. மனிதர்களை வெறும் இருக்கின்ற பொருளாயத உறவுகளின் ஆளுருவங்களாக மாற்றுவது ஒரு சார்பற்ற உண்மையாக புரிந்து கொள்ளப்படும்போது, முனைப்புக்கும் பொருண்மைக்கும் இடையேயான மாய்மாலமான தலைகீழ் ஆக்கலாக புரிந்து கொள்ளப்படாத போது கட்டமைப்புவாதம் 'இருப்பதை நியாயப்படுத்துவதாக' மாறுகிறது (ஷ்மிட் 1969b:208). அப்படியென்றால், ஷ்மிட்டின் கூற்றுப்படி, 'வரலாறு தொடர்பாக கட்டமைப்புவாதத்தின் விரோதம்' *(1981: 134)* தெளிவாகிறது; மார்க்ஸ் 'உற்பத்திப் பொருட்கள் தொடர்பாக உற்பத்தி நிகழ்வுப் போக்கை ஒருபோதும் மறந்து விடவில்லை, அல்லது கட்டமைப்புகள் தொடர்பான கட்டமைப்புச் செயல்பாடுகளை மறந்துவிடவில்லை' என்பதை அது மறைத்ததன் விளைவு (ஷ்மிட் *1969* b*: 206*). போன்ஃபெல்ட் மனிதர்களை தரப்பட்ட கட்டமைப்புகளின் பொருண்மைகளாக மட்டும் ஒருபோதும் கருத முடியாது என்று வாதிடுகிறார்; ஏனெனில் அவர்கள் அந்தக் கட்டமைப் புகளை உருவாக்கும் முனைப்புகளாகவும் உள்ளார்கள். இந்தக் கருத்தை ஆதரிக்க, போன்ஃபெல்ட் ஹோர்க்ஹெய்மரை (Horkheimer) மேற்கோள் காட்டுகிறார்: 'மனிதர்கள் தங்கள் சொந்த உழைப்பின் மூலம் ஒரு எதார்த்தத்தை உருவாக்குகிறார்கள்; அது மேலும் மேலும் கூடுதலாக அவர்களை அடிமைப்படுத்துகிறது' என்று எழுதுகிறார் ஹோர்க்ஹெய்மர் *(1995: 184)*. இந்தப் பரிசீலனையின் அடிப்படையில், செயல்பாட்டின் நிலையை கேள்விக்குள்ளாக்கி, அது இருக்கும் கட்டமைப்புகளை அப்படியே மீண்டும் உருவாக்குவதில்லை என்ற முடிவை போன்ஃபெல்ட் அடைகிறார். இருந்தாலும் ஹோர்க்ஹெய்மர் சமூகச் செயல்பாட்டை ஒரே நேரத்தில் முனைப்பாகவும் பொருண்மையாகவும் கையாள்கிறார் என்பதை ஒப்புக்கொண்டாலும் அதன் முனைப்பான பங்கு மேலோங்குவதாக அவர் கருதுகிறார். போன்ஃபெல்டின் கருத்துப்படி, கட்டமைப்புவாதம் சமூகச் செயல்பாட்டை இருக்கின்ற கட்டமைப்புகளை செயல்படுத்தும் துணை உறுப்புக்கு மேலாக வேறொன்றுமில்லை என்று கருதுகிறது, அத்தோடு முனைப்புக்கும் பொருண்மைக்கும் இடையே ஒரு மாய்மால தலை கீழாக்கத்தை புறநிலை உண்மையாகவும் காண்கிறது எனக் கருதுகின்றார்; எனவே, கட்டமைப்புவாதம் 'தோற்றத்தை தோற்றமாக அங்கீகரிக்கவில்லை, மாறாக அதனை ஒரு புறநிலை எதார்த்தமென உருக்கொடுக்க முயற்சிக்கிறது'*(2004a: 126)*. வேறு சொற்களில் சமூகத்தின் புறநிலைத் தன்மை அகநிலையாக இடையாடல் செய்யப் பட்டதென்பதைக் கட்டமைப்புவாதம் புரிந்து கொள்ளத் தவறுகிறது; அதை இயங்கியல் வழியில் புரிந்து கொள்ள அதனால் முடியவில்லை.

இது மார்க்சின் மறுவாசிப்புக்கும் திறந்தநிலை மார்க்சியத்துக்கும் இடையே ஒரு அடிப்படை வேறுபாட்டை ஏற்படுத்துகிறது. சமூகச் செயல்பாட்டைப் பொறுத்தவரை, தற்போதுள்ள பொருளாயத உறவுகளின் முதன்மையை மார்க்சின் மறுவாசிப்பு விமர்சிக்கின்றது. ஆனாலும் அது அதை முழுவதுமாக கைவிடவில்லை, மாறாக அதை எதிர்மறையான உண்மையாகப் பாதுகாக்கிறது (aufheben). மாறாக, திறந்தநிலை மார்க்சியம், புறநிலைக் கட்டமைப்புகளின் முதன்மையை முற்றிலும் நிராகரிக்கிறது; அவற்றை அவற்றுக்குள் நடக்கும் வர்க்கப் போராட்டத்தின் உருவாக்கமாகப் பார்க்கிறது. இதைப் பற்றிய எங்கள் தேற்றம் என்னவென்றால், திறந்தநிலை மார்க்சியத்தில் கட்டமைப்புக்கும் மனிதச் செயல்பாட்டிற்கும் இடையிலான இயங்கியல் மனிதனின் முழுமையான முதன்மையை அடிப்படையாகக் கொண்ட மைய முதன்மையாக ஒரு இலட்சியவாதத்தின் வடிவம் பெறுகிறது. திறந்த நிலை மார்க்சியத்தில், அடித்தளத்துக்கும் மேற்கட்டுமானத்திற்கும் இடையில் அல்லது முனைப்புக்கும் பொருண்மைக்கு இடையில் வேற்றுமையில்-ஒற்றுமை, வெளிச்சமிட்டுக் காட்டப்படுகின்றது., இருந்தபோதிலும் இந்த இயங்கியல் இறுதியில் ஒருமையாக மாறுகிறது; அல்லது, இன்னும் துல்லியமாக, வேற்றுமையில் ஐக்கியம், ஒருமையில் ஐக்கியமாக மாறுகிறது. இந்த கருத்துமுதல்வாதவாத விளக்கம் ஃபிராங்ஃபர்ட் பள்ளியுடனும் அதன் வாரிசுகளுடனும் மோதுகிறது; பிந்தையவர்கள் அதிக பொருள்முதல்வாத விளக்கத்தை, ஒரு விமர்சனரீதியான பொருள்முதல்வாதத்தை ஆதரிக்கின்றனர்: இது புறநிலை கட்டமைப்புகளின் முதன்மை என்ற தோற்றத்தை எதார்த்தமாக ஏற்றுக்கொள்கிறது, அவ்வாறு செய்யும்போது, மானுடம் சமூகக் கட்டமைப்பின் நிர்ப்பந்தங்களை மீண்டும் உருவாக்கிக்கொண்டே இருக்கும்; உண்மையில் அவர்கள்தான் கட்டமைப்புகளை உருவாக்கினார்கள் என்றாலும் இது நடக்கும் என்கிறது.

பக்ஹவுஸ், மார்க்சின் மறுவாசிப்பு பள்ளியின் மற்ற பிரதி நிதிகளைப் போலவே, முனைப்பில் கரைத்து விடுவதன் மூலம் பொருண்மையை நீக்கி விடும் முனைப்பு-பொருண்மை இயங்கியல் பற்றிய புரிதல் எல்லாவற்றையும் விமர்சிக்கிறார்: 'ஹெகலிய மற்றும் "மலிவான" முனைப்பு-பொருண்மை இயங்கியலின் பொதுவான பண்பு, இரண்டிலும் வெளிப்படையாக எதார்த்தத்தில் "பொருண்மை" மறைந்துவிடும் அதே சமயம் "முனைப்பு" மட்டுமே உள்ளது என்பதாகும். இரண்டு சந்தர்ப்பங்களிலும் பொருண்மை, முனைப்பின் ஒரு "நினைவிலி உற்பத்தி" மூலமாக மட்டுமே இருக்கிறது' (1992: 67). மாறாக, வரலாற்றுப் பொருள்முதல்வாதத்தின் அடிப்படையாக உள்ள

இயங்கியலின் பொருள்முதல்வாத வடிவில், வேறுபாடு உண்மையான வேறுபாடாக அமைகிறது: முனைப்பும் பொருண்மையும் ஒரு அலகு என வடிவம் கொண்டாலும், அதன் காரணமாக அவை ஒரே மாதிரியாக இல்லை. மாறாக பிரிக்கப்பட்டவையாக உள்ளன. மார்க்சிலும் அடோர்னோவிலும் இயற்கை குறித்த கருத்தாக்கம் தொடர்பாக பின்வரும் பிரிவில் இதைக் காண்பிப்போம். வெளித்தோற்றத்தில் இயற்கையான உறவுகளாகத் தோன்றுவதை வரலாற்று நிகழ்வாகக் காட்டி அவற்றின் புதிர்த்தன்மையை நீக்குவது அடோர்னோவின் கோட்பாட்டில் முக்கியமானது. ஆனால் திறந்தநிலை மார்க்சியத்தால் எட்டப்பட்ட முடிவு இதனை ஏற்றுக்கொள்ளவில்லை: ‘இந்த உறவு தலைகீழாக்கப்படுவது.. உறவுகளின் உருவாவதில் இருந்து அவற்றின் குணாதிசயங்களை தருவிக்கிறது, இந்த முடிவு மனிதர்கள் அவர்களின் செயல்களின் நேரடி முனைப்புகளாக ஆக்குகிறது. இது அடோர்னோ என்ன நினைத்தாரோ அதில் இருந்து பெரிதும் வேறுபட்டது’ (கிரென்ஸ் *1974: 58-9*).

மார்க்சின் எழுத்துக்களிலும் இதைக் காணலாம்; ரோஹென்ட்வுர்ஃப், குருண்ட்ரிசேயில் (*Grundrisse*) அவருடைய விமர்சனம் ஒரு செயல் பாட்டுக் கோட்பாட்டை (*Handlungstheorie*) ஒத்திருக்கிறது. *மூலதனம்* நூலிலும் அவர் அகநிலைக்கு சிறப்பு முக்கியத்துவம் கொடுக்கிறார் என்பது செல்லுபடியாதல் (*கெல்டுங் - Geltung*) என்ற கருத்தாக்கத்தை அறிமுகப் படுத்துவதன் மூலம் வெளிப்படையாகிறது. இருந்தபோதிலும், அவர் செல்லுபடியாகும் தன்மையை முழுவதுமாக புறநிலை அடிப்படையில் புரிந்துகொள்கிறார், எனவே *மூலதனம்* நூலில் புறநிலை செயல்முறைக்கும் செயல்பாட்டின் அகநிலை கரணியத்துக்கும் இடையேயான முழுமையான இணைப்பு கெடுவதைக் கவனிக்கலாம் என்று ரெய்ஷெல்ட்டின் கூறுகிறார் (*2008:123*). மாய்மாலம் (Fetishism) பற்றியும் இதையே கூறலாம்: ‘மாய்மாலம் பற்றிய அத்தியாயத்திலிருந்து வரும் சொற்றொடர்கள் அடிக்கடி மேற்கோள் காட்டப்பட்டவை; அவற்றை பரிவர்த்தனை மதிப்பின் சாரமாக்கல் பற்றிய அனைத்துக் கோட்பாடுகளும் குறிப்பிடுகின்றன; இது பொருளாதார வடிவத்தின் உருவாக்கத்தில் முனைப்புகள் கட்டுவிப்புரீதியாக பங்கேற்பது குறித்து எடுத்தியம்புகிறது. மார்க்சின் எழுத்துக்களில் முழுக் கட்டுமானமும் மார்க்சில் அகநிலையை நாடாமல் "செயல்படுகிறது"’, (ரெய்ஷெல்ட் *2008: 123*).

மதிப்பின் தன்னுருவாக்கத்தில் அகநிலை பகுதியை மறுக்க வில்லை என்றாலும், மார்க்ஸ் இறுதியில் அதை முனைப்புகளின் நோக்கத்தைக் காரணமாய்க் கூற முடியாத வளர்ச்சி என்று விவரிக்கிறார்.

'இந்தக் கோட்பாட்டின் மூலம் முழுமையாக்கப்படும் [handlungstheoretisch] இந்த நிகழ்முறையின் செயலைக்' கூட மார்க்ஸ் விமர்சிக்கிறார் என்று ரெய்ஷெல்ட் குறிப்பிடுகிறார் (2008:96). மேலும், இதற்கு மாறாக, தற்போதுள்ள கட்டமைப்புகள் அளிக்கும் நிர்ப்பந்தத்தின் முக்கியத்துவம் குறித்து அடிக்கோடிட்டுக் காட்டுகிறார். எனவே, மனிதர்கள் தங்கள் செயல்கள் மூலம் பொருளாதார வடிவமாக மதிப்பை உருவாக்குகின்றனர் என்பது சரி இல்லை; உண்மையில் நடப்பது அதற்கு நேர்மாறானது: மதிப்புதான் மனிதரின் நடத்தையை தீர்மானிக்கிறது. மேலும் அந்த நடத்தை மூலம் அவர்கள் மதிப்பை வெறுமனே மறுவுற்பத்தி செய்கின்றனர்.

சுவாரஸ்யமாக, ரெய்ஷெல்ட், பக்ஹவுஸ் இருவரும் இந்த விளக்கத்திற்காக, மீண்டும் அடோர்னோவை நாடுகின்றனர். நடத்தையிலிருந்து பெறப்பட்டதாக சமூக உறவுகள் சுதந்திரமாக இருக்க வேண்டும் என்ற அவரது நம்பிக்கை குறித்து ஏற்கனவே அவர்கள் எடுத்துரைத்திருந்தனர். இருப்பினும், இந்த வலியுறுத்தலுடன், அடோர்னோ 'சமூகத்தை அகநிலைப்படுத்தவும் அதன் "உண்மையான மேலாதிக்கத்தை" மறுக்கவும் உத்தேசித்து அவ்வாறு செய்யவில்லை. அதாவது, அவர் மார்க்ஸ், ஃபிராங்க்ஃபர்டியர்கள் இருவரின் விமர்சனத்தின் உண்மையான பொருண்மையை மறைக்க முயற்சிக்க வில்லை' (பக்ஹவுஸ் 2000: 73). சமூகத்தையும் அதன் வடிவங்களையும் அதன் கூறுகளான தனிநபர்களின் செயல்களின் கூட்டு விளைவு எனப் புரிந்து கொள்ள முடியாது என்று அடோர்னோ தெளிவாக வாதிடுகிறார் (1967: 68). எனவே, அடோர்னோவைப் பொறுத்தவரை, மார்க்சின் மறுவாசிப்பு நிலைப்பாடு நிச்சயமாக மார்க்சின் கோட்பாட்டின் அனைத்து புறநிலைக் கூறுகளையும் அழிக்காது; அதன் மூலம் ஒரு அகநிலை கருத்துமுதல்வாதத்திற்குள் சென்று முடியாது என நாங்கள் வாதிடுகிறோம். மாறாக, தனது கருத்தினங்கள் பற்றிய அகநிலை கருத்தாக்கத்துக்கும் புறநிலை கருத்தாக்கத்துக்கும் இடையே மார்க்சின் ஊசலாட்டத்தை விளக்குவதே அதன் நோக்கம். சமூகக் கட்டமைப்பை மனித நடைமுறையின் விளைவு என்று புரிந்து கொள்ளலாம் என்ற மார்க்சின் வலியுறுத்தல் கேள்விக்குட்படுத்தப்படவில்லை. இருப்பினும், அதே நேரத்தில், மார்க்சின் மறுவாசிப்பு, சமூகக் கட்டமைப்பின் சுயாட்சியின் எதார்த்தத்தை அல்லது உற்பத்தி உறவுகளுக்கும், அவற்றின் உற்பத்தியாளர்களான மனிதர்களுக்கும் இடையிலான உறவின் சுயாட்சியை வலியுறுத்துகிறது. மார்க்சின் இந்த 'அதீதமான புறநிலை' [Überhang an Objektivität]' (Reichelt 2008: 19) என்பது திறந்தநிலை

மார்க்சியம் ஏற்காதது; இது இந்த விஷயத்தில் திறந்தநிலை மார்க்சியத்தை மார்க்சின் மறுவாசிப்பிலிருந்து வேறுபடுத்துகிறது.

அதைக் கூறுமிடத்தில் பின்வருவனவற்றைக் குறிப்பிட வேண்டும்: திறந்தநிலை மார்க்சியம் இருக்கும் கட்டமைப்புகள் மனித நடைமுறை மீது கொண்டிருக்கும் உண்மையான சக்தியை மறுக்கவில்லை; இது, எவ்வாறாயினும், மனித நடைமுறையில் உள்ள சமூக உறவுகளில் தனிமனிதத் தன்னியக்கத்தின் மாய்மாலம் ஒரு நாள் ஒழிக்கப்படலாம் என நாங்கள் (திறந்தநிலை மார்க்சியப் பள்ளியைச் சேர்ந்தவர்கள்) உறுதியாக நம்புகின்றோம். இது மார்க்சின் மறுவாசிப்பு பள்ளிப் பிரதிநிதிகளில் இருந்து வேறுபட்டது என்று கருதுகிறோம். அவர்கள் அடோர்னோவுக்கும் மாய்மாலம் மனித வாழ்க்கையின் மாறாத கூறு என்ற அவரது நம்பிக்கைக்கும் நெருக்கமானவர்கள். அத்துடன் மனிதர்கள் எப்போதும் அவர்களால் உருவாக்கப்பட்டவற்றை வைத்து தீர்மானிக்கப்படுவார்கள் என்ற நம்பிக்கைக்கும் நெருக்கமானவர்கள். இதுதான் துல்லியமாக அடோர்னிய அவநம்பிக்கை தங்கிநிற்கும் இடம்.

கட்டுவிக்கும் அகநிலையின் அறுதியாக்கமும் அதற்கெதிரான பொருண்மையின் (அதிமுக்கியமான) முதன்மையும்

மார்குசின் இரண்டு பத்திகளையும் அடோர்னோ, வரலாற்று பொருள்முதல்வாதம் மற்றும் அதன் மரபுவழி விளக்கம் குறித்துக் கூறியுள்ளதையும் ஒப்பிட்டு வேறுபடுத்திக் காண்போம். அதன்மூலம் திறந்தநிலை மார்க்சியத்தின் அகநிலைச் சார்பிற்கும் மார்க்சின் மறுவாசிப்பின் பொருள்முதல்வாதத்திற்கும் இடையிலான வேறுபாட்டை நாம் விளக்கத் தொடங்குவோம். அடோர்னோ தனது 'அட் லூகாக்ஸ்'ல் 'மார்க்சியக் கோட்பாடு கூருணர்வைக் காட்டிலும் அதிகமாக இருத்தலுக்கு [இருத்தல்தான் உணர்வுகளைத் தீர்மானிக்கின்றது...] முக்கியத்துவம் அளிப்பதை புறவுலகக்கட்டமைவு (Ontological) முறையில் புரிந்து கொள்ளக் கூடாது எனக் கருதுகிறது. மாறாக எதிர்மறையான நிலை ஒன்றின் வெளிப்பாடாக, மானுடர் "தன்விருப்பம்" இல்லாமல் நுழையும் உற்பத்தி உறவுகளின் பொருளாயதமாக்கத்தின் (reification) மேலாதிக்கம் என எழுதுகிறார் (1986: 252). மார்குஸ் தனது *கரணியமும் புரட்சியும் (Reason and Revolution)* நூலில், எழுதுவதைக் கருத்தில் கொண்டு பார்த்தால் அவர் இதில் அடோர்னோவிடம் இருந்து பெரிதாக வேறுபடவில்லை. அவர்களின் முன்னோக்குகள் மிகவும் வித்தியாசமாக இருந்தாலும் இதில் வேறுபாடு இல்லை.

மார்க்சின் கோட்பாட்டின் தொடக்கப் புள்ளியாக இருக்கும் பொருள்முதல்வாத முன்மொழிவு முதலில், ஒரு வரலாற்று உண்மை, நடைமுறையில் உள்ள சமூக ஒழுங்குமுறையின் பொருள் முதல்வாதத்தன்மையை அம்பலப்படுத்துகிறது, அதில் கட்டுப்பாடற்ற பொருளாதாரம் அனைத்து மனித உறவுகளின் மீதும் ஆட்சி செலுத்துகிறது எனக் கூறுகிறது. அதே நேரத்தில், கூருணர்விற்கும் சமூக இருப்புக்கும் இடையே நிலவும் உறவு தவறானது என்பதை முன்வைத்து அதனை முறியடிப்பதன் மூலம் மட்டுமே உண்மையான உறவு வெளிச்சத்திற்கு வரும் என்ற மார்க்சின் கருத்து முக்கியமான ஒன்று. பொருள்முதல்வாத தேற்றத்தின் உண்மை அதன் மறுதலிப்பில் ஈடேற்றம் காணப் படவுள்ளது (மார்குஸ் *1941: 273*).

மார்குசின் வார்த்தைகள் அவருக்கும் அடோர்னோவிற்கும் உள்ள ஆழமான வேறுபாட்டை வெளிப்படுத்துகின்றன. இந்தப் பத்தியில், மார்குஸ் முனைப்பிற்கும் பொருண்மைக்கும் இடையிலான உறவை - இதில் பொருண்மை மேலோங்கியிருக்கும் - ஒரு தவறான உறவாக பெயரிடுகிறார்; முனைப்பின் முதன்மை நிலவும் விதமாக 'உண்மையான உறவால்' அது தலைகீழாக மாற்றப்பட வேண்டும் என அவர் பரிந்துரைக்கிறார். இவ்வாறு மார்குஸ் அடோர்னோவால் பயன் படுத்தப்பட்ட பொருள்முதல்வாத வரலாற்று விளக்கத்திலிருந்து தன்னைத் தூர விலக்கிக் கொள்கிறார், ஏனெனில் அவர் பொருண்மையின் முதன்மையை விமர்சனரீதியாக எதிர்க்கும் முனைப்பின் முதன்மையை விமர்சனரீதியாக ஏற்கவில்லை- மாறாக ஒரு முழுமையான பாணியில் புரிந்து கொள்கிறார். எனவே, மார்குசைப் பொறுத்தவரையில், அகவியல் தன்மை உண்மையில் கடக்க வேண்டிய ஒன்றல்ல; அது புரட்சி கரமாக்கப்பட வேண்டிய ஒன்று.

இந்த விஷயத்தில், திறந்தநிலை மார்க்சியம் மார்குசுடன் மிகவும் ஒத்திருக்கிறது, போன்ஃபெல்ட் (Bonefeld) இதேபோன்ற ஒன்றைச் சொல்வதற்காக வெவ்வேறு தருணங்களில் மார்க்குசை எடுத்தியம்புகிறார்: 'அகவியல் சார்பு உண்மையான எதார்த்தவாதம். மானுட விடுதலை யாருக்கெல்லாம் அர்த்தமுள்ளதாக இருக்கிறதோ அவர்கள் கருத்து முதல்வாதி என அழைக்கப்படுவது குறித்து அஞ்சக்கூடாது. கருத்து முதல்வாதம் என்பது கம்யூனிச பூதத்தின் உண்மையான எதார்த்தம்' *(2013: 303)*. இவ்வாறு திறந்தநிலை மார்க்சியமும் மார்க்குஸ் பள்ளியும் இரண்டும் மார்க்சின் கோட்பாட்டை சமூகச் செயல்பாட்டுடன் இயங்கும் கருத்துமுதல்வாத தத்துவமாக விளக்குவதை மையக்கருவாகக்

கொண்டுள்ளன. இரண்டு அணுகுமுறைகளும் 'மீளுற்பத்தி குறித்த அகம்சார் [Erzeugungsidealismus]' கருத்து கொண்டவை (ஷ்மிட் 1971: 96).

மார்க்ஸ் அல்லது அடோர்னோ பொருண்மை, முனைப்பின் உருவாக்கம் அல்ல என்று கூறவில்லை என்பதை தெளிவுபடுத்துவது முக்கியம். மாறாக பொருண்மை, அகவயமான உலகின் உருவாக்கம், மறுபுறத்தில் அகவயமான உலகு பொருண்மயமான புற உலகின் உருவாக்கம் என்பதை வலியுறுத்தி கருத்துமுதல்வாத அணுகுமுறையின் ஒரு பக்கத் தன்மையை சரிசெய்து முழுமையாக்குகின்றனர். உதாரணமாக, கருத்துமுதல்வாதம் அகநிலையை ஒரு இறுதிக் கோட்பாடாகக் கருதுகிறது, ஒரு கட்டுவிக்கப்பட்ட அகநிலையை அங்கீகரிக்கிறது, இது 'பொருண்மையை கருத்தியல்ரீதியாக பொய்யாக்குகிறது. அதை அறுதியான உணர்வின் சுதந்திரமான செயல் என்று அழைக்கிறது' (2004: 350) என்று அடோர்னோ அதை விமர்சிக்கிறார். '**முனைப்பு மற்றும் பொருண்மை** (Subject and Object)' இல் அவர் எழுதுகிறார்: 'உண்மையில் ஒத்ததாக இல்லாதது போல, மேன்மேலும் அதிகமாக முனைப்பு பொருண்மையை "கட்டுவிக்கும்போது" பொருண்மை முனைப்பிலிருந்து வெகுதூரம் நகர்கிறது' (1985: 506). இவ்வாறு, அகநிலை கருத்து முதல்வாதம் கூறுவதன்படி அனைத்து புறஉலகும் அகத்தின் விளை பொருளாகும் என்று திறந்தநிலை மார்க்சியம் கூறுவது, மார்க்சின் விளக்கத்தைப் பொறுத்தவரை அரை உண்மை மட்டுமே. அதனால்தான் அடோர்னோவின் மேற்கூறிய கருத்துமுதல்வாத விமர்சனம் இன்னும் திறந்தநிலை மார்க்சியத்தால் போதுமான அளவு உள்வாங்கப்படவில்லை என்று நாங்கள் கருதுகிறோம்.

எதிர்மறை இயங்கியலில் (Negative Dialectics), அடோர்னோ பொருண்மையின் முதன்மையை ஆதரிக்கிறார். மேலும், அவ்வாறு செய்வதன் மூலம், பொருள்முதல்வாதம் அல்லது பொருள்முதல்வாத இயங்கியல் மீது மேலும் சாய்கின்றார். முனைப்பின் மூலம் பொருண்மை மற்றும் பொருண்மை மூலம் முனைப்பு என ஒரே நேரத்தில் இடையாடல் உள்ளது என அவர் ஒப்புக்கொண்டாலும் பொருண்மையின் முதன்மையில் ஒரு குறிப்பிட்ட முரண்பாடு இருப்பதை அவர் வலியுறுத்துகிறார்: பண்புரீதியாக பேசினால், பொருண்மை முனைப்பை ஒரு குறிப்பிட்ட வகையில் குறிக்கிறது; இது, முனைப்பு பொருண்மையை எவ்வாறு குறிக்கின்றது என்பதிலிருந்து வேறுபட்டது: 'பொருண்மை அல்லாத ஒரு அகவியல் முனைப்பை நாம் ஒரு கருத்துருவாகவேனும் கற்பனை செய்ய முடியுமா? ஆனால் நாம் அகவியல் இருப்பில்லாத ஒரு பொருண்மையைக் குறித்த கருத்துரு கொண்டிருக்க முடியும். ஒரு

பொருண்மை புறநிலையில் இருக்கின்றது என்ற புரிதலும் அகவியல் இருப்பு என்பதன் அர்த்தத்தின் ஒரு பகுதியாகும். ஆனால், அது புறநிலை இருப்பு என்பதற்கு அது குறித்த அகவியல் இருப்பு உள்ளது என்ற முன்னதற்குச் சமமான அர்த்தம் இல்லை' (அடோர்னோ 2004:183). அடோர்னோவின் கோட்பாட்டில் பொருண்மையின் முக்கியமான முதன்மை அவர் கண்டறிந்த முனைப்புக்கும் பொருண்மைக்கும் இடையே உள்ள (அல்லது இல்லாத) சார்பு, அகவியல் இருப்பு புறநிலைப் பொருண்மையின் சமமான பகுதியாக இல்லை எனும் கருத்து ஆகியவற்றோடு திறந்தநிலை மார்க்சியம் உடன்படவில்லை. திறந்த நிலை மார்க்சியத்தின் அகநிலைவாதம் அகநிலையை, முனைப்பின் முதன்மையை அடிப்படையாகக் கொண்டது; இது அறுதியானதாகக் கொள்ளப்படுகின்றது. விமர்சன அடிப்படையில் புரிந்து கொள்ளப் படவில்லை. மேலும், பொருண்மை, அகநிலை முனைப்பிலிருந்து சுயாதீனமாக இருப்பது சாத்தியமற்றது என்று திறந்தநிலை மார்க்சியம் கருதுகிறது. ஆனால் அடோர்னோ அதற்கு நேர் எதிரான கருத்தைக் கூறுகிறார். உதாரணமாக, போன்ஃபெல்ட் எழுதுகிறார்: 'மூலதனம் என்பது மதிப்பின் இறைச்சிப் பொருளாக உயிருள்ள உழைப்புக்கு எதிராக மட்டுமே உள்ளது. இருப்பினும், இது மூலதனத்தைப் பொறுத்தவரை உழைப்பிலிருந்து தன்னை விடுவித்துக் கொள்ள முடியாது எனும் சமானமில்லாத எதிர்ப்பாகும். உழைப்பு மட்டும்தான் தன்னை விடுவித்துக் கொள்ள முடியும்' (2013: 198).

ஆனால் போன்ஃபெல்ட் எழுத்தில் நாம் மிகவும் சிறப்பான தெளிவாக்கமாகக் கருதும் பகுதி பின்வருவது: 'அடோர்னோவைப் பொறுத்தவரை மார்க்சின் படைப்புகளின் விமர்சன நோக்கமாக அமையும் மானுட செயலாகக் குறுக்குவது (The reductio ad hominem) புறவியலான பொருண்மையின் இருப்பை அகவியலான முனைப்பினைக் கொண்டு இடம்பெயர்த்தல் அல்ல. புறவியலான பொருண்மையின் இருப்பை அகநிலையான முனைப்பின் ஒரு இருப்பு நிலையாகப் புரிந்துகொள்வது. அகநிலை முனைப்பு இல்லாத புறநிலை பொருண்மை என்பது புறநிலை பொருண்மை இல்லாத அகநிலை என்பதைப் போலவே அறிவீனமனது' (2009: 129) இதனை அடோர்னோவின் கருத்து பற்றிய ஒரு திரிக்கப்பட்ட விளக்கமாகப் புரிந்து கொள்ள வேண்டும் என்று நாங்கள் கருதுகிறோம். போன்ஃபெல்ட் அடோர் னோவின் கருத்து எனக் கூறும் கருத்துமுதல்வாதத்தை அடோர்னோ ஏற்றுக் கொள்ளவில்லை. மேலும் விளக்க அனுமதிக்கவும். மேலே உள்ள மேற்கோளில், உண்மையில் அடோர்னோ 'அகவியல் முனைப்பு அல்லாத ஒரு புறவியல் பொருண்மையை நாம் கருத முடியும்' என்று

கூறுகிறார், அதே நேரத்தில், 'அகவியல் முனைப்பு இல்லாமல் புறநிலை' என்பது முட்டாள்தனம் என்பது அடோர்னோவின் கருத்து என்கிறார் போன்ஃபெல்ட். இரண்டு கூற்றுகளும் ஒன்றுக்கொன்று முரண் படுகின்றன. போன்ஃபெல்ட் விவரிக்கும் கருத்துமுதல்வாத முன் மொழிவு அடோர்னோவின் வார்த்தைகளின் உண்மையான விளக்கம் அல்ல.

திறந்தநிலை மார்க்சியத்துக்கும் மார்க்சின் மறுவாசிப்புக்கும் இடையே உள்ள அடிப்படை வேறுபாடுகளில் ஒன்றைச் சுருக்கமாகச் சொல்ல இதைப் பின்னணியாகப் பயன்படுத்தலாம் திறந்தநிலை மார்க்சியம், மார்க்சிய முறைபாட்டின் முக்கியமான கூறு ஒன்றை மானுடச் செயல்பாடாக குறுக்கும் வேலையைச் செய்கிறது. சமூக உறவுகள் எனும் புறவியல் எதார்த்தத்தை மாயைநீக்குவதற்கு மாறாக அவற்றை மானுட முனைப்பின் உருவாக்கம் என குறுக்கும் பணியைச் செய்கின்றது.. இந்த அம்சத்தில், நாங்கள் கைடோ ஸ்டாரோஸ்டாவுடன் (Guido Starosta) முழுமையாக உடன்படவில்லை. அகவியல் முனைப்புக்கும் பொருண்மைக்கும் இடையே புறவியல் தன்மை எல்லாவற்றையும் மீறும் முயற்சி இருந்தபோதிலும், திறந்தநிலை மார்க்சியம் இறுதியில் சமூக தீர்மானிப்பு இல்லாத, இந்த உணர்வில் சாராம்சத்தில் சுதந்திரமான அகவியல் முனைப்பை அடிப்படையாகக் கொண்டது என்ற வரையறுப்பில் நாங்கள் அவருடன் உடன்படுகின்றோம்: 'உள்ளடக்கத்திற்கும் வடிவத் திற்கும் இடையே உள்ளார்ந்த உறவு எனும் முன்மொழிவு இறுதியில் இதன்மூலம் ஒரு வெற்றுப் பிரகடனமாகவே உள்ளது; அது விவாதத்தின் போது விட்டொழிக்கப்படுகிறது. இறுதியில், அந்நியப்படுத்தப்பட்ட புறவியல் எதார்த்தத்தின் ஒரு கூறு சமூக நடைமுறை புரட்சிகர உணர்வின் எஞ்சிய "இறைச்சிப் பொருளாக" மீண்டும் ஊடுருவுகிறது '(ஸ்டாரோஸ்டா 2017: 373). ஜெர்மன் கருத்துமுதல்வாதம்தான் திறந்தநிலை மார்க்சியத்தின் தத்துவார்த்த முன்னோக்கின் உண்மையான அடித்தளம் என்பதன் விளைவு, இது. மேலும் ஜெர்மன் கருத்துமுதல்வாதம், பெரும்பாலும் ஃபிஹ்டேயின் (Fichte) கருத்தின் அடிப்படையிலானது, அது ஒரு படைப்பு சக்தியாக அகநிலையை அடிப்படையாகக் கொண்டது; அது கட்டுவிக்கும் முகமை; கட்டுவிக்கப்பட்டது அல்ல.

இருப்பினும், இது திறந்தநிலை மார்க்சியம், மார்க்சின் மறுவாசிப்பு இரண்டுக்கும் பொருந்தும் என்ற ஸ்டாரோஸ்டாவின் கருத்துடன் நாங்கள் உடன்படவில்லை. இந்த இரண்டு கருத்தோட்டங்களுக்கும் இடையே உள்ள முக்கியமான வேறுபாடுகளில் ஒன்று, பொருண்மை தான் முதன்மையானது என்ற அடோர்னோவின் ஆக முக்கியமான

கருத்தை மார்க்சின் மறுவாசிப்பு அடிப்படையாகக் கொண்டுள்ளது என்பதில் உள்ளது. இதன் பொருள், ஒரு சுதந்திரமான அகநிலையில் மனிதர்கள் முதலாளித்துவத்தை உருவாக்குவதை, அதை நிலைநிறுத்தும் வடிவங்களை உருவாக்குவதை நிறுத்தினால், முதலாளித்துவம் இல்லாமல் போய்விடும் என்ற நம்பிக்கையை அடிப்படையாகக் கொள்வதற்குப் பதிலாக அகவியலான முனைப்பு முதன்மையாக அதன் சமூக தீர்மானிப்பின் விளைவாகும் என்று அது கூறுகின்றது. லூகாக்ஸ் பற்றிய ஷ்மிட்டின் விமர்சனம் - 'ஜான் ஹாலோவேயின் திறந்தநிலை மார்க்சியத்தில் கருத்துமுதல்வாதமும் மரபுத்தூய்மையும்' (2017)- ல் (Idealism and Orthodoxy in John Holloway's OM) எங்களால் வழங்கப்பட்டது. மார்க்சின் மறுவாசிப்புப் பள்ளியின் பிரதிநிதிகளும் மார்க்சிய முறைபாட்டின் முக்கியமான கூறுகளின் மீது குறுக்கல்வாதப் பணியினை ஏற்றுக்கொள்கிறார்கள் என்ற ஸ்டாரோஸ்டாவின் தேற்றத்திற்கு இது எதிரானது. ஷ்மிட் எழுதுகிறார்: 'மார்க்சிய பகுப்பாய்வின் முக்கிய இலக்குகளில் ஒன்று கடினப்படுத்தப்பட்ட பொருட்கள் போல ஆக்கப் பட்டுவிட்ட பொருளாதார எதார்த்தத்தின் மேற்பரப்பை ஊடுருவி அதன் பின்னால் உள்ள சாராம்சத்தைப் பெறுவது, மானுடர்களின் சமூக உறவுகள் என்பதைப் புரிந்து கொள்வது என்பதில் சந்தேகம் இல்லை. ஆனால்... மார்க்சைப் பொறுத்தவரை இந்த உறவுகள் இறுதி யானவையோ அறுதியானவையோ அல்ல' (1971: 69).

அடோர்னோ சமூக மாற்றத்தை நோக்கமாகக் கொண்ட ஒவ்வொரு செயல்பாடும் அந்தந்த சமூக வடிவத்தின் உள்ளார்ந்த தன்மையை ஏற்றுக்கொள்ள வேண்டியதன் அவசியத்தை ஒப்புக்கொள்கிறார். அவரது பார்வையில், தற்போதைய வரலாற்றைத் தவிர வேறொன்று மில்லை, அதாவது மானுட அகவியல்சார் முனைப்புகளின் ஈடேற்றம் என்று உணர்ந்து கொள்ளும் வரலாறு குறித்து புரிந்து கொள்ளும் ஒரு அறுதி இயங்காற்றல், ஒரு சித்தாந்தத்தை பிரதிநிதித்துவப்படுத்துகிறது (Adorno 2004: 191). எதார்த்தத்தை, இயற்கையையும் கூட, மனிதனின் புறநிலையாக்கத்தைத் தவிர வேறில்லை என்று புரிந்து கொள்வது, மனிதர்கள் கடவுளின் படைப்பு என்பதைப் போன்ற ஒரு புதிய கட்டுக்கதையாக இருக்கும்.

அறிவொளி அதன் பாரம்பரிய சுய புரிதலை மீறுகிறது: அது தொன்மமானப் புரிதல்களைப் புறமொதுக்குவது - இனி வெறும் அபத்தமான குறுக்கல்வாதம் (reductio ad hominem) அல்ல; மாறாக, ஒரு குறிப்பிட்ட மானுடரின் அகவுலகு சார்ந்ததாக குறுக்கல்,

> தன்னை அறுதியாகக் கருதும் அகவுலகுசார் முனைப்பின் மாயை குறித்த நுண்ணறிவு. அகவியல் சார்ந்த முனைப்பு தொன்மத்தின் பிந்தை வடிவம், இன்னும் அதன் பழமையான வடிவத்திற்கு சமமானது (அடோர்னோ2004: 186).

எதிர்மறை இயங்கியலை கருத்துமுதல்வாத இயங்கியலை விமர்சிக்கின்ற, பொருள்முதல்வாத இயங்கியல் என்று விளக்கலாம்; ஏனெனில் அது முனைப்பு மற்றும் பொருண்மையின் கருத்துமுதல்வாத ஒருமையைக் கைவிடுகிறது; அதற்கு பதிலாக அதன் ஒருமையின்மையை முன்வைக்கிறது. இருப்பினும், எதிர்மறை இயங்கியலை பொருள்முதல் வாதமாகக் குறுக்க முடியாது. ஆனால் இதுவும் 'ஒரு அம்சம், நிச்சயமாக, இதன் புரிதலின்மை மற்ற அம்சங்களைப் பற்றிய புரிதல் இல்லாமைக்கு வழிவகுக்கிறது' (ஷ்மிட் 1983: 14-15). அடோர்னோவும் அகவியல் முனைப்பில் புறவியல் பொருண்மையின் இடையாடலை ஒப்புக்கொண்டதற்காக கருத்துமுதல்வாதத்தைப் பாராட்டினார்:

> மானுடர் வாழும் எதார்த்தம் மாறாதது அல்ல, மானுடரிடமிருந்து தனித்த சுதந்திரமானதும் அல்ல என்பதை முதலில் தெளிவு படுத்தியது கருத்துமுதல்வாதம். அது மானுட வடிவம் பெற்றது. மேலும் முற்றிலும் மானுடம் கடந்த இயல்பு கூட மானுட கூருணர்வு மூலம் இடையாடல் செய்யப்படுகிறது. மானுடர் அதை உடைக்க முடியாது. அவர்கள் சமூகத்தில்தான் வாழ்கிறார்கள்; இயற்கையில் வாழ்வது இல்லை. இருப்பினும் சித்தாந்தம் என்பது வெறும் மானுடமயமாக்கப்பட்ட கருத்துமுதல்வாதம். இதில் அது அப்பாவித்தனமான எதார்த்தவாதத்தை அதன் ஆய்ந்தறிந்த நியாயப்படுத்துதலாகக் கொண்டது (Adorno 1982: 28).

மார்க்ஸ், 'தனது முழு அணுகுமுறைக்கும் ஜெர்மன் கருத்துமுதல் வாதத்திற்கு மிகவும் ஆழமாக கடன்பட்டிருந்தார்' (ஷ்மிட் 1971: 113), நம்மைச் சுற்றியுள்ள உலகம் மனிதனால் இடையாடல் செய்யப் படுகிறது என்பதை அவர் வலியுறுத்தும்போது கருத்துமுதல்வாதத்தை பாராட்டுகிறார். ஷ்மிட்-ன் கருத்துப்படி (1969a: 11), பொருள்முதல்வாத அடிப்படையில் உடனடியாக அனைத்தையும் இடையாடல் செய்வதற்கான கருத்துமுதல்வாத வழியை மார்க்ஸ் மீட்க விரும்புகிறார். இருப்பினும், அவர் இயற்கையை மானுட சமூக வரலாறு இடையாடியதாகப் பார்க்கிறார் என்றாலும் அதன் பொருளாயத அடித்தளம் என்பதை விட்டுக் கொடுக்கவில்லை. அது சமூகத்தின் வரலாற்று நிலைகளால் கரைந்து ஒரு தடயமும் இல்லாமல் போகக்கூடியதல்ல. இயற்கையும் மனிதனிடமிருந்து சுதந்திரமாக தானே தன்னளவில் உள்ளது: 'விகோவைத் தொடர்ந்து மார்க்ஸ் எழுதியது போல் இயற்கை

ஒருபோதும் மானுடரால் முற்றிலும் "உருவாக்கப்பட்டது" ஆகாது'. (ஷ்மிட் 1971: 158). இதில், ஷ்மிட் 'மார்க்சின் ஞானவியலின் எதார்த்தவாத கூறை' அங்கீகரிக்கிறார். (1971: 154).

தனது பொருள்முதல்வாதத்துடன், அடோர்னோ இயற்கையில் பன்முகக் கூறை வலுப்படுத்த விரும்புகிறார். அவரது தத்துவத்தில், இயற்கையானது மனிதக் கருத்துக்களால் புரிந்து கொள்ள முடியாத அவற்றுக்குள் அடக்க முடியாததை குறியீடாகப் பிரதிபலிக்கிறது. அடோர்னோவும் ஒரு உடனடி பொருண்மையைப் பற்றிக்கொள்கிறார், அது வெறுமனே கூருணர்வின் இடையாடலின் ஒரு உருவாக்கம் அல்ல. அது சாதாரணமாக இடையாடல் செய்யப்பட்டால் கூட அவரது தத்துவத்தின் இந்தக் கூறுகளை அரை இருப்பமைவு கூறு' ('குவாசி-ஆன்டாலஜிகல் கூறு' - Quasi-Antological Element) என்று அழைக்கலாம் (Sommer 2016: 59). குன் 'இடையாடலுக்கு வெளியே உடனடி இடம் இல்லை' என்று கூறுவதை வைத்துப் பார்த்தால், இது திறந்தநிலை மார்க்சியத்திற்கு முரணான ஒன்று (1987: 64). அடோர்னோ பொருண்மை குறித்து ஓர் இரட்டைக் கருத்தாக்கம் கொண்டுள்ளார்: (அ) அகநிலை ரீதியாக இடையாடலுக்கு உள்ளாகும் ஒரு பொருண்மை, (ஆ) எல்லா இடையாடல்களிலும் இருந்து சுதந்திரமான இருப்பு கொண்ட ஒரு பொருண்மை. பிந்தையது, கருத்தாக்கங்களால் புரிந்து கொள்ள முடியாத பொருண்மை; அதையே அடோர்னோ ஏதோவொன்று (something) என அழைக்கிறார்:

> 'ஏதோவொன்று' இருத்தல் என்ற கருத்தாக்கம் உட்பட எல்லா கருத்தாக்கங்களின் முழுமையான புரிதலுக்கு இன்றியமையாத அடித்தளமாக உள்ளது. இது சிந்தனைக்கு ஒத்ததாக இல்லாத பொருள், எந்தவொரு கூடுதல் சிந்தனை செயல்முறை மூலமும் ஒழிக்கப்பட இயலாத மிகவும் சாரமானது. இந்த 'ஏதோவொன்று' இல்லாமல் சிந்திக்கக்கூடிய முறையான தர்க்கம் இல்லை. அதன் மீ-தர்க்க கச்சா அடிப்படையை தூய்மைப்படுத்த எந்த வழியும் இல்லை. (2004: 133)

இந்த இடத்தில், அடோல்ஃபோ சான்செஸ் வாஸ்குவேஸ் (2003: 155) *Objekt* (ஆப்ஜெக்ட்), *Gegenstand* (கேகன்ஸ்டாண்ட்) என்ற இரு ஜெர்மன் பதங்கள் இடையே வேறுபடுத்துவதைக் குறிப்பிடுவது மிகவும் பயனுள்ளது. மார்க்ஸ் பொருண்மைக்கு இந்த இரண்டு ஜெர்மன் சொற்களைப் பயன்படுத்துகிறார்: முதல் முறையாக அவர் கேகென்ஸ்டாண்ட் என்று கூறுகிறார்; இரண்டாவதாக ஆப்ஜெக்ட் எனும் பதத்தைப் பயன்படுத்துகின்றார். அவ்வாறு செய்வதன் மூலம், மார்க்ஸ் புறநிலையாக்கமாக உள்ள பொருண்மையில் இருந்து தன்னளவிலான

பொருண்மையை வேறுபடுத்த விரும்புகிறார். ஆப்ஜெக்ட் என்பது தனக்குள்ளேயே உள்ள பொருண்மை, மனிதர்களுக்கும் அவர்களின் செயல்பாட்டுக்கும் புறநிலையானது. கேகன்ஸ்டாண்ட் என்பது மனிதர்களின் நடைமுறைச் செயல்பாட்டின் விளைவாகும். அது ஒரு அகநிலை முறையில் உள்வாங்கப்பட்ட பொருண்மை. திறந்தநிலை மார்க்சியம் குறித்த எங்கள் விமர்சனத்தை வெளிப்படுத்த, இந்த வேறுபாட்டின் அடிப்படையில் பின்வருமாறு சுருக்கமாகக் கூறலாம்: அதன் ஆசிரியர்கள் உலகத்தை கேகன்ஸ்டாண்டாக மட்டுமே கருதுகிறார்கள், ஆப்ஜெக்ட்டாக அல்ல என்பதே அந்த விமர்சனம்.

தொகுப்புரை

இந்த அத்தியாயத்தில் திறந்தநிலை மார்க்சியத்துக்கும் மார்க்சின் மறுவாசிப்புக்கும் இடையே முதல்பார்வைக்கு வெளியில் தெரிவதை விட பொதுவானது அதிகமாக இருப்பதைக் காட்டியுள்ளோம்; இருப்பினும், ஆழமான வேறுபாடுகளும் உள்ளன. இரண்டு நீரோட்டங் களுக்கு இடையே உள்ள முக்கிய வேறுபாடு என்னவென்றால், திறந்தநிலை மார்க்சியம் கருத்துமுதல்வாத கோட்பாட்டு அணுகு முறையை ஏற்றுக்கொள்கிறது; மார்க்சின் மறுவாசிப்பு மிகவும் பொருள் முதல்வாதமானது, எனவே, அடோர்னோவுடன் நெருக்கமாக உள்ளது என்றும் நாங்கள் வாதிட்டோம். திறந்தநிலை மார்க்சியம் ஃபிராங்க்ஃபர்ட் பள்ளியின் வாரிசு என்ற தேற்றத்தை மறுக்க முடியாது; இருப்பினும், ஹெர்பர்ட் மார்குஸின் கோட்பாட்டின் மூலம் அதற்கு நியாயம் செய்வது எளிது. இதன் விளைவாக, திறந்தநிலை மார்க்சியம் பொதுவாக பிந்தையது போன்ற அதே ஆபத்தில் ஆழ்கிறது. அதாவது மரபார்ந்ததும் ஒருதலைப்பட்சமானதுமான பொருள்முதல்வாதத்தை வெறுமனே மாற்றியமைக்கிறது; அதற்குச் சமமான வறட்டுவாதமாக, ஒருதலைப் பட்சமான கருத்துமுதல்வாதமாக ஆகின்றது. அகம் - புறம் ஆகியவற்றுக் கிடையிலான இயக்கவியல் ஒருமைப்பாடு எனும் இடத்தில், அகவியல் தன்மைக்கு அறுதியான முதன்மை அளிப்பதன் மூலம் அடித்தளம் - மேல் கட்டுமானம் எனும் கருத்துக் கட்டமைப்பை மாற்றியமைக்க முயற்சிக்கின்றது. இவற்றின் மூலம் திறந்தநிலை மார்க்சியம் இறுதியில் ஒரு முடிவை அடைகிறது, அதுதான், மரபுவழி மார்க்சியத்தில் காணப்படுகின்ற வறட்டுவாத பொருள்முதல்வாத முதன்மையின் கருத்துமுதல்வாத தலைகீழாக்கம்.

எவ்வாறாயினும், திறந்தநிலை மார்க்சியம் உண்மையில் அடோர் னோவின் கோட்பாட்டின் வாரிசு என்ற தேற்றத்தை நியாய்ப்படுத்த

எதேனும் கூறுகள் உள்ளனவா? ஒரு சாத்தியக்கூறு அடோர்னோவின் கோட்பாட்டில் ஒரு மையக் கட்டமைப்பு என புரிந்து கொள்ளப்படும் தெளிவின்மை (ஹேபர்மாஸ் 1975: 148) குறித்ததாக இருக்கலாம். ஒன்று மற்றும் ஒரே நிகழ்வின் மீது இரண்டு முன்னோக்குகளை ஒன்றிணைக்கவும், வெளிப்பார்வைக்கு ஒன்றையொன்று விலக்குவதாக இருந்தாலும், இரு பகுதிகளின் முரண்படும் தன்மை இருந்தாலும் - அவற்றை சரியான வகையில் நியாயப்படுத்தலாம் என அடோர்னோ எப்போதும் முயற்சி செய்கிறார். அது அகம்சார் முனைப்புக்கும் புறம்சார் பொருண்மைக்கும் இடையேயான பிரிவிற்கும் பொருந்தும்; வேறு சொற்களில் கூறுவதானால், அடோர்னோவிற்கு இருக்கும் மாய்மாலம் பற்றிய புரிதல்:

> முனைப்புக்கும் பொருண்மைக்கும் இடையிலான பிரிவு உண்மையானதும் மாயையானதும். உண்மையானது ஏனெனில், அறிதலியல் தளத்தில் அது உண்மையான பிரிவினையை வெளிப்படுத்துகின்றது; மனித நிலையின் இருவகை இருப்பு, ஒரு வலுவந்தமான உருவாக்கத்தை வெளிப்படுத்த உதவுகிறது. மாயையானது ஏனெனில், இதனால் விளைந்த பிரிவினையை அதீதப்படுத்தக் கூடாது; ஒன்று மற்றொன்றாய் மாறாத மாயமாக ஆக்கிவிடக் கூடாது. (Adorno 1985: 498-9).

ஒருபுறம், [சரக்கு வணக்க] மாய்மாலத்தை ஒரு எதார்த்தமாக விளக்கும் பணியை மார்க்சின் மறுவாசிப்பு மேற்கொள்கிறது என்று கூறினால் (மனித வாழ்வின் இயற்கை வரலாற்று தளத்தில் இது இன்னும் கடக்கப்படவில்லை), மறுபுறம், அந்த [சரக்கு வணக்க] மாய்மாலத்தை (ஃபெடிஷிசத்தை - Fetishism) ஒரு நாள் கடக்க முடியும் என்ற நம்பிக்கையை கைவிட திறந்தநிலை மார்க்சியம் விரும்பவில்லை (இது அதனை ஒரு எதார்த்தமான மாயையாக பொருள்கூறுகிறது). அப்படியானால் ஆம், திறந்தநிலை மார்க்சியத்தை உண்மையில் அடோர்னிய சிந்தனையின் ஒரு வாரிசாக கூறலாம். இருப்பினும், இது ஒரு நிபந்தனையின் கீழ் மட்டுமே இருக்க முடியும் : திறந்தநிலை மார்க்சியமும் மார்க்சின் மறுவாசிப்பும் இரண்டு நீரோட்டங்களும் பரஸ்பரம் ஒன்றையொன்று மறுப்பது மட்டுமல்ல ஆனால் ஒன்றையொன்று இட்டு நிரப்புவதாகவும் உள்ளன. வேறு சொற்களில் இரண்டும் பிரித்தலில் ஒற்றுமை அல்லது ஒற்றுமையில் பிரித்தல் எனக் கருதப்பட வேண்டும். இரண்டு நீரோட்டங்களுக்கும் இடையில் உள்ள உறவை ஒரு சுருக்கமான விளக்கம் மூலம் தெளிவுபடுத்தலாம்: திறந்தநிலை மார்க்சியம் சரக்கு வணக்கம் - மாய்மாலம் (ஃபெடிஷிசம்) போன்ற புறநிலை கட்டமைப்புகள் எதார்த்தமான மாயைகளாக இருப்பதை

மறுக்கவில்லை. ஆனால், இந்தக் கட்டமைப்புகள் செயல்பாடு என்பதைக் காட்டிலும் முதன்மை பெறுவதை எதிர்க்கிறது. அதாவது, திறந்தநிலை மார்க்சியம் முனைப்புக்கும் பொருண்மைக்கும் இடையே இயங்கியலை ஏற்றுக்கொள்கிறது, அதனுடன், அகவயமான முனைப்பு ஓரளவுக்கு பொருண்மையின் உருவாக்கம் என்பதையும் ஏற்கின்றது. இருப்பினும், மார்க்சின் மறுவாசிப்பு உடன் ஒப்பிடும்போது, திறந்தநிலை மார்க்சியம் அகவியல் முனைப்பைத் தாண்டிய பொருண்மையின் முதன்மையை நிராகரிக்கிறது. அதற்கு எதிரான நிலையை எடுக்கிறது. இறுதியில், இரண்டு பகுதிகளின் சாத்தியமான முதன்மையானது முனைப்புக்கும் பொருண்மைக்கும் இடையேயான இயங்கியலின் உள்ளே கருதப்பட்டால் மட்டுமே திறந்தநிலை மார்க்சியம் அடோர் னோவைப் போன்ற நிலைபாட்டிற்கு வர முடியும்.

நூல் பட்டியல்

அடோர்னோ டி டபிள்யூ (1967), 'சோசியாலஜி அண்ட் சைக்காலஜி' (பகுதி I), நியூ லெஃப்ட் ரிவியூ (Adorno, T. W. (1967) 'Sociology and Psychology (Part I)', New Left Review) 46: 67-80.

அடோர்னோ டி டபிள்யூ (எகெய்ன்ஸ்ட் எபிஸ்டிமாலஜி: எ மெட்டாகிரிடிக், மொழிபெயர்ப்பு டபிள்யூ டொமிங்கோ, கேம்பிரிட்ஜ்: பாலிடி பிரெஸ் (Adorno, T. W. (1982) *Against Epistemology: A Metacritique*, trans. W. Domingo, Cambridge: Polity Press).

அடோர்னோ டி டபிள்யூ (1985), 'சப்ஜெக்ட் அண்ட் ஆப்ஜெக்ட்', (Adorno, T. W. (1985) 'Subject and Object'), *எசன்ஷியல் ஃபிராங்க்ஃபர்ட் ஸ்கூல் ரீடர்-ல்,* தொகுப்பாசிரியர்கள் *ஏ அராடோ, ஈ கெப்ஹார்ட், நியூயார்க்: கன்டினுவம்* (*The Essential Frankfurt School Reader*, ed. A. Arato and E. Gebhardt, New York: Continuum), 497-510.

அடோர்னோ டி டபிள்யூ (1986), 'அட் லூகாக்ஸ்', கெசமல்ட ஷ்ரிஃப்டன்-ல் (Adorno, T. W. (1986)) 'Ad Lukács', in *Gesammelte Schriften*), Bd. 20.1, ed. R. Tiedemann, Frankfurt am Main: Suhrkamp Verlag, 251-6.

அடோர்னோ டி டபிள்யூ (2004), நெகடிவ் டயலெக்டிக்ஸ், மொழி பெயர்ப்பு ஈ பி ஆஷ்டன், லண்டன் *அண்ட் நியூயார்க்: ரட்லஜ்* (Adorno, T. W. (2004) *Negative Dialectics*, trans. E. B. Ashton, London and New York: Routledge).

பக்ஹவுஸ் எச் ஜி (1992). 'தத்துவத்துக்கும் அறிவியலுக்கும் இடையே விமர்சனக் கோட்பாடாக மார்க்சிய சமூக பொருளாதாரம்' (Backhaus, H. G. (1992) 'Between Philosophy and Science: Marxian Social Economy as Critical Theory'), *வெர்னர் போன்ஃபெல்ட், ஆர் குன், கே சைக்கோபீடிஸ் (தொகுப்பாசிரியர்கள்), திறந்தநிலை மார்க்சியம் I-ல்* (W. Bonefeld, R. Gunn and K. Psychopedis (eds), *Open Marxism 1*, London: Pluto Press, 54-92).

பக்ஹவுஸ் எச் ஜி (2000), 'யூபர் டென் டொப்பல்சின் டெர் பெக்ரிஃப "பொலிடிஷ யோகோனொமீ" உண்ட் "கிரிடிக்" பெய் மார்க்ஸ் உண்ட் இன் டெர் ஃபிராங்க்ஃபுர்டர் ஷூலெ', (Backhaus, H. G. (2000) 'Über den Doppelsinn der Begriffe "politische Ökonomie" und "Kritik" bei Marx und in der Frankfurter Schule'), *வோல்ஃப்காங் ஹரிஷ் சும் கெடேக்ட்னிஸ். அய்ன கெடெங்க்ஷ்ரிஃப்ட் இன் ஸ்வெய் பெண்டன்-ல் ,* தொகுப்பாசிரியர்கள் *எஸ் டோர்னுஃப், ஆர் பிட்ஷ், மூனிக்" ம்யுல்லர் & நெர்டிங்* (*Wolfgang Harich zum Gedächtnis. Eine Gedenkschrift in zwei Bänden*, ed. S. Dornuf and R. Pitsch, Munich: Müller & Nerding), 10-213.

போன்ஃபெல்ட் டபிள்யூ *(1995)*, *'முனைப்பாக மூலதனமும் உழைப்பின் இருத்தலும்'* (Bonefeld, W. (1995) 'Capital as Subject and the Existence of Labour'), *டபிள்யூ போன்ஃபெல்ட், ஆர் குன், ஜே ஹாலவே, கே சைக்கோபீடிஸ் (தொகுப்பாசிரியர்கள்), திறந்தநிலை மார்க்சியம் III-ல்* (W. Bonefeld, R. Gunn, J. Holloway and K. Psychopedis (eds), *Open Marxism 3*, London: Pluto Press, 182-212).

போன்ஃபெல்ட் டபிள்யூ *(2004a)*, *'பெமெர்குங்கன் சுர் கிரிடிக் டெர் ஃபோர் அவுஸ்செட்சுங்கன்'* (Bonefeld, W. (2004a) 'Bemerkungen zur Kritik der Voraussetzungen'), *கெசல்ஷாஃப்ட் அல்ஸ் ஃபெர்கேருங். பெர்ஸ் பெக்டிவன் ஐனர் நியூயன் மார்க்ஸ்-லெக்ட்யூர-ல், தொகுப்பாசிரியர்கள் சி கிர்காஃப் முதலானோர், ஃப்ரைபுர்க்* (*Gesellschaft als Verkehrung. Perspektiven einer neuen Marx-Lektüre*, ed. C. Kirchhoff et al., Freiburg): Ca Ira, 123-48.

போன்ஃபெல்ட் டபிள்யூ *(2004b)*, *'த பிரின்சிபிள் ஆஃப் ஹோப் இன் ஹியூமன் எமன்சிபேஷன்: ஆன் ஹாலவே'* (Bonefeld, W. (2004b) 'The Principle of Hope in Human Emancipation: On Holloway'), www.herramienta.com.ar/articulo.php?id=163.

போன்ஃபெல்ட் டபிள்யூ *(2009)* *'எமன்சிபேடரி பிராக்சிஸ் அண்ட் கான்சப்சுவாலிடி இன் அடோர்னோ'* (Bonefeld, W. (2009) 'Emancipatory Praxis and Conceptuality in Adorno'), *ஜே ஹாலவே, எஃப் மேடாமோரஸ், எஸ் டிஷ்லர் (தொகுப்பாசிரியர்கள்), நெகடிவிடி அண்ட் ரெவல்யூஷன்: அடோர்னோ அண்ட் பொலிடிகல் ஆக்டிவிசம்-ல், லண்டன், புளூடோ பிரெஸ்* (J. Holloway, F. Matamoros and S. Tischler (eds), *Negativity and Revolution: Adorno and Political Activism*, London: Pluto Press), 122-47.

போன்ஃபெல்ட் டபிள்யூ *(2013)* (Bonefeld, W. (2013)) *La razón corrosiva. Una crítica al Estado y al capital*, Buenos Aires: Herramienta.

எல்பே ஐ *(2010), மார்க்ஸ் இன் த வெஸ்ட் த நியூ ரீடிங் ஆஃப் மார்க்ஸ் இன் த ஃபெடரல் ரிபப்ளிக் ஆஃப் ஜெர்மனி சின்ஸ் 1965, பெர்லின் :அகடமீ* (Elbe, I. (2010) *Marx im Westen. Die neue Marx-Lektüre in der Bundesrepublik seit 1965* (*Marx in the West: The New Reading of Marx in the Federal Republic of Germany Since 1965*), Berlin: Akademie).

கிரென்ஸ் எஃப் *(1974), அடோர்னோஸ் ஃபிலாசஃபீ இன் குருண்ட் பெக்ரிஃபன். அவுஃப்ல்யோசுங் ஐனிகர் டாய்டுங்ப்ரோப்ளேம, ஃபிராங்க் ஃபர்ட் அம் மைன் சூர்கம்ப்* (Grenz, F. (1974) *Adornos Philosophie in Grundbegriffen. Auflösung einiger Deutungsprobleme*, Frankfurt am Main: Suhrkamp).

குன் ஆர் *(1987), 'மார்க்சிசம் அண்ட் மீடியேஷன்', காமன் சென்ஸ் 2* (Gunn, R. (1987) 'Marxism and Mediation', *Common Sense* 2): 57-66.

குன் ஆர் *1994), 'மார்க்சிசம் அண்ட் மீடியேஷன்', காமன் சென்ஸ்* (Gunn, R. (1994) 'Marxism and Contradiction', *Common Sense*) 15: 53-8.

ஹேபர்மாஸ் ஜே *(1975)* (Habermas, J. (1975)) *Perfiles filosófico-políticos*, Madrid: Taurus.

ஹோஃப் ஜே *(2017), மார்க்ஸ் வேர்ல்ட்வைட்: ஆன் த டெவலப் மென்ட் ஆஃப் த இன்டர்நேஷனல் டிஸ்கோர்ஸ் ஆன் மார்க்ஸ் சின்ஸ் 1965, லெய்டன்:ப்ரில்* (Hoff, J. (2017) *Marx Worldwide: On the Development of the International Discourse on Marx Since 1965*, Leiden: Brill).

ஹாலவே ஜே *(2002), சேஞ்ஜ் த வேர்ல்ட் விதவுட் டேகிங் பவர்: த மீனிங் ஆஃப் ரெவல்யூஷன் டுடே, லண்டன்: புளூடோ பிரெஸ்* (Holloway, J. (2002) *Change the World Without Taking Power: The Meaning of Revolution Today*, London: Pluto Press).

ஹாலவே ஜே *(1995)*, *'மறுப்பின் சீற்றத்தில் இருந்து அதிகாரத்தின் சீற்றத்துக்கு : மையத்தில் வேலை'* (Holloway, J. (1995) 'From Scream of Refusal to Scream of Power: The Centrality of Work'), டபிள்யூ போன்ஃபெல்ட், ஆர் குன், ஜே ஹாலவே, கே சைக்கோபீடிஸ் *(தொகுப்பாசிரியர்கள்)*, *திறந்தநிலை மார்க்சியம் III-ல்* (W. Bonefeld, R. Gunn, J. Holloway and K. Psychopedis (eds), *Open Marxism 3*, London: Pluto Press, 155-81).

மார்குஸ் எச் *(1941)*, *ரீசன் அண்ட் ரெவல்யூஷன் ஹெகல் அண்ட் த ரைஸ் ஆஃப் சோசியல் தியரி*, லண்டன் *:ரட்லஜ்* (Marcuse, H. (1941) *Reason and Revolution: Hegel and the Rise of Social Theory*, London: Routledge).

ரெய்ஷெல்ட் எச் *(1973)*, *சுர் லோகிஷன் ஸ்ட்ருக்டூர் டெஸ் காபிடல் பெக்ரிஃப்ஸ்*, ஃபிராங்க்ஃபர்ட் அம் மைன் யூரோபைஷ ஃவெர்லாக் சன்ஸ்டால்ட் (Reichelt, H. (1973) *Zur logischen Struktur des Kapitalbegriffs*, Frankfurt am Main: Europäische Verlagsanstal)t.

ரெய்ஷெல்ட் எச் *(2008)*, *நியூ மார்க்ஸ்-லெக்ட்யூர சூர் கிரிடிக் சோட்சியால் விசன்ஷாஃப்ட்லிஷர் லோகிக்*, ஹாம்புர்க்*:*VSA (Reichelt, H. (2008) *Neue Marx-Lektüre: Zur Kritik sozialwissenschaftlicher Logik*, Hamburg: VSA).

சான்செஸ் வாஸ்குவெஸ் *(2003)* (Sánchez Vázquez, A. (2003)) *Filosofía de la praxis*, Buenos Aires: Siglo XXI.

ஸ்கேபல் எம் *(2017)* (Schäbel, M. (2017)) 'El idealismo y la ortodoxia en el Marxismo Abierto deJohn Holloway: un alejamiento de la Escuela de Frankfurt', *Bajo el Volcán* 25: 81-107.

ஷ்மிட் ஏ *(1969a)*, *பெய்த்ரேக சூர் மார்க்சிஸ்டிஷன் எர்கென்ட்னி சதியோரீ*, ஃபிராங்க்ஃபர்ட் அம் மைன்*:சூர்கம்ப்* (Schmidt, A. (1969a) *Beiträge zur marxistischen Erkenntnistheorie*, Frankfurt am Main: Suhrkamp).

ஷ்மிட் ஏ *(1969பீ)*, *'டெர் ஸ்ட்ருக்டூரலிஸ்டிஷ அன்க்ரிஃப் அவுஃப் டீ கெஷிஷ்ட'*, (Schmidt, A. (1969b) 'Der strukturalistische Angriff auf die Geschichte'), *பெய்த்ரேக சூர் மார்க்சிஸ்டிஷன் எர்கென்ட்னிஸ்தியோரீ-ல்*, ஃபிராங்க்ஃபர்ட் அம் மைன்*:* சூர்கம்ப் (*Beiträge zur marxistischen Erkenntnistheorie*, Frankfurt am Main: Suhrkamp),194-265.

ஷ்மிட் ஏ *(1971)*, *த கான்சப்ட் ஆஃப் நேச்சர் இன் மார்க்ஸ்*, மொழி பெயர்ப்பு பென் ஃபாக்ஸ், லண்டன்*:*NLB (Schmidt, A. (1971) *The Concept of Nature in Marx*, trans. Ben Fowkes, London:NLB).

ஷ்மிட் ஏ *(1976)*, *டீ கிரிடிஷ தியோரீ அல்ஸ் கெஷிஷ்ட்ஸ் ஃபிலோசோஃபீ*, ம்யூனிக், வியன்னா *: கார்ல் ஹன்சர்* (Schmidt, A. (1976) *Die Kritische Theorie als Geschichtsphilosophie*, Munich and Vienna: Carl Hanser).

ஷ்மிட் ஏ *(1977)*, 'கெஷிஷ்ட அல்ஸ் ஃவெர்யெண்டரெண்ட பிராக்சிஸ்' (Schmidt, A. (1977) 'Geschichte als verändernde Praxis'), *வைடர்என்ட்விக்ளுங்கன் டெஸ் மார்க்சிஸ்முஸ்-ல்*, தொகுப்பாசிரியர் டபிள்யூ யோல்ம்யுல்லர்*: விஸ்சன்ஷாஃப்ட்லிஷ* புஹ்கெசல்ஷாஃப்ட் (*Weiterentwicklungen des Marxismus*, ed. W. Oelmüller, Darmstadt: Wissenschaftliche Buchgesellschaft), 280-311.

ஷ்மிட் ஏ *(1981)*, *ஹிஸ்டரி அண்ட் ஸ்ட்ரக்சர்: என் எஸ்சே ஆன் ஹெகலியன்-மார்க்சிஸ்ட் அண்ட் ஸ்ட்ரக்சுரலிஸ்ட் தியரீஸ் ஆஃப் ஹிஸ்டரி*, மொழிபெயர்ப்பு, ஜே ஹெர்ஃப், கேம்பிரிட்ஜ்,: எம்ஐடி பிரெஸ் (Schmidt, A. (1981) *History and Structure: An Essay on Hegelian-Marxist and Structuralist Theories of History*, trans. J. Herf, Cambridge, MA: MIT Press).

ஷ்மிட் ஏ *(1983)*, 'பெக்ரிஃப் டெஸ் மடெரியிலிஸ்முஸ் பை அடோர்னோ' (Schmidt, A. (1983) 'Begriff des Materialismus bei Adorno'), *அடோர்னோ கோன்ஃபெரென்ஸ் 1983-*

ல் தொகுப்பாசிரியர்கள் எல் ஃபான் ஃப்ரீட்புர்க், ஜே ஹேபர்மாஸ், ஃபிராங்க்ஃபர்ட் அம் மைன்: சூர்கம்ப் (*Adorno-Konferenz 1983*, ed. L. von Friedeburg and J. Habermas, Frankfurt am Main: Suhrkamp), 14-31.

சோம்மர் எம் என் *(2016)*, *தஸ் கோன்சப்ட் ஐனர் நெகடிவன் டியலெக்டிக் அடோர்னோ உண்ட் ஹெகல்*, ட்யூபிங்கன்: மோர் சீபெக் (Sommer, M. N. (2016) *Das Konzept einer negativen Dialektik Adorno und Hegel*, Tübingen: Mohr Siebeck).

ஸ்டாரோஸ்டா ஜே *(2017)*, 'ஃபெடிஷிசம் அண்ட் ரெவல்யூஷன் இன் த கிரிடிக் ஆஃப் பொலிடிகல் எகானமி:கிரிடிகல் ரிஃப்ளெக்ஷன்ஸ் ஆன் சம் கன்டம்ப்ர்ரி ரீடிங்ஸ் ஆஃப் மார்க்சஸ் கேபிடல்', *கான்டினென்டல் தாட் & தியரி. எ ஜர்னல் ஆஃப் இன்டெலக்சுவல் ஃப்ரீடம்* (Starosta, G. (2017) 'Fetishism and Revolution in the Critique of Political Economy: Critical Reflections on some Contemporary Readings of Marx's Capital', Continental Thought & Theory. A Journal of Intellectual Freedom) 4: 365-98.

வைல்ட்கேட் *(1997)*, 'ஓப்பன் லெட்டர் டு ஜான் ஹாலவே' (Wildcat (1997) 'Open Letter to John Holloway'), www.wildcat-www.de/en/zirkular/39/z39e_hol.htm.

குறிப்புகள்

1. இன்னும் துல்லியமாகச் சொல்வதானால், குறிப்பிடப்பட்ட ஆசிரியர்களின் படைப்புகளைக் குறிப்பிட்டால், எல்பேயின் 'மார்க்சின் மறுவாசிப்பின் ஃபிராங்ஃபர்ட் பள்ளி' ('Frankfurter Schule der Neuen Marx-Lektüre') பற்றி பேசுகிறது. இரண்டு சொற்களும் இங்கே ஒத்ததாகப் பயன்படுத்தப்படுகின்றன.
2. மேலும், வெர்னர் போன்ஃபெல்ட் ஹன்ஸ்-ஜார்ஜ் பக்ஹவுசை நேரில் சந்தித்ததைக் குறிப்பிடலாம். ஜான் ஹாலவே எடின்பரோவில் உள்ள ரிச்சர்ட் குன் வீட்டில் பக்ஹவுஸ் சில நாட்கள் செலவிட்டதையும் இருவரையும் சந்தித்ததையும் பற்றிக் கூறுகிறார். காஸ்மோஸ் சைக்கோபீடிஸ் ஃபிராங்ஃபர்ட்டில் படித்தார், அவர்களுக்கு, குறிப்பாக ஹெல்முட் ரெய்ஷெல்ட்டின் நெருங்கிய நண்பராகவும் இருந்தார்.
3. இதற்கு முன் முன்வைக்கப்பட்ட வாதத்திற்கு, ஸ்கேபல் *2017* (Schäbel 2017) ஐப் பார்க்கவும்.

பகுதி - II
அரசு, மூலதனம், நெருக்கடி

6. ‘இறுதிநிலை’ மூலதனத் திரட்டல் அல்லது முதலாளித்துவத்தின் வரம்புகள்

சக்ராரியோ அன்டா மார்ட்டினெஸ்

பன்னாட்டு நிறுவனங்கள் லத்தீன் அமெரிக்காவிலும் உலகின் பிற பகுதிகளிலும் மற்ற திட்டங்களோடு கூடவே சுரங்கங்கள், நீர்மின் நிலையம், ஒற்றைப்பயிர் சாகுபடி போன்றவற்றுக்காக நிலத்தைக் கைப்பற்றி வருகின்றன. சில மார்க்சியக் கோட்பாடுகள் இந்தச் செயல்பாட்டை ஆதித் திரட்டல் என்று குறிப்பிடுகின்றன. ஆதித் திரட்டல் என்ற கருத்தாக்கத்தை குறிப்பிட்ட காலகட்டத்தில் நடந்த ஒன்றாகக் குறிப்பிடும் மரபுத்தூய்மை கருத்துநிலையில் இருந்து அவர்கள் மாறுபடுகின்றனர். வெர்னர் போன்ஃபெல்ட் *(2001)*, ரிச்சர்ட் குன் *(2018)*, ஜான் ஹாலவே *(2018)* உள்ளிட்ட திறந்தநிலை மார்க்சியத்தின் பிரதிநிதிகள் இந்தக் கருத்தாக்கத்தை மீள்பரிசீலனை செய்கின்றனர். உழைப்பாளர்கள் தமது வாழ்வுச் சாதனங்களில் இருந்து பிரிக்கப் பட்டிருப்பதுடன், அதாவது உழைப்பாளர்கள் வாழ்வு பாட்டாளி மயமாக்கப்படுவதுடன் - தொடர்புபடுத்தி, ஒவ்வொரு நாளும் திரும்பத் திரும்ப நிகழும் ஆனால் ஒருபோதும் முன்கூட்டியே உத்தரவாதப் படுத்தப்படாத மனிதர்களின் சுதந்திரமான உழைப்பு கைப்பற்றப் படுவதற்கு சிறப்பு முக்கியத்துவம் கொடுத்து அவர்கள் இதைப் பரிசீலித்தனர். மற்றவர்கள், ஆதித் திரட்டல் என்பது கடந்த காலத்தில் நடந்து முடிந்த விஷயம் இல்லை, மாறாக அது பொதுச் சொத்துக்களை வன்முறை மூலம் வேலியிட்டு கைப்பற்றும் புதிய அலையின் வடிவத்தில் தொடரும் நிகழ்முறை என்ற டேவிட் ஹார்வியின் *(2005)* முன்மொழிவை ஏற்றுக் கொண்டனர். எனினும், இப்போது நடப்பதால், இந்த நிகழ்முறையை ‘ஆதித்’ திரட்டல் என்று குறிப்பிடுவது சரியில்லை என்று டேவிட் ஹார்வி கருதினார் (பார்க்கவும் டல்லா கோஸ்டா *1995*; போன்ஃபெல்ட் *2001*; டி ஏஞ்சலிஸ் *2001*); அவர் அதனை உடைமைபறிப்பு மூலம் மூலதனத் திரட்டல் என்று குறிப்பிடுகிறார். இருந்தாலும், இந்தக் கருத்தினங்கள் எல்லாம் இன்றைய முற்றிய முதலாளித்துவத்தின் குறிப்பான பண்புகளை விளக்கவில்லை, முற்றிய முதலாளித்துவம் கடந்த நூற்றாண்டின் இறுதியில் இருந்தே அடுத்தடுத்த பொருளாதார, சுற்றுச்சூழல் நெருக்கடிகளில் சிக்கியுள்ளது. இந்த நெருக்கடிகள், உபரி-மதிப்பை ஈடேற்றம் செய்வது எவ்வளவு சிரமமானதாக

ஆகியுள்ளது என்பதையும், வாழ்வுக்கும் மூலதனத்துக்கும் இடையிலான முரண்பாடு எவ்வளவு ஆழமாக உள்ளது என்பதையும் வெளிப்படுத்து கின்றன. அதனால்தான், முதலாளித்துவம் அதன் இறுதிநிலை கட்டத்தில் இருப்பதாக சில கோட்பாட்டாளர்கள் கருதுகின்றனர் (வாலர்ஸ்டெய்ன் 1995; எஸ்டேவா 2009; குர்ட்ஸ் 2014; வேலா 2018; ஆர்ட்லீப் 2014-ல் உள்ள சொற்போரையும் பார்க்கவும்). அப்படியானால், இன்றைய மூலதனத் திரட்டலை ஆதித் திரட்டல் என்று இன்னும் கருத முடியுமா? ஆதித்திரட்டலின் தோற்றகால, வளர்ச்சிகால, வீழ்ச்சிக்கால தன்மைகள் இன்றைய திரட்டலில் உள்ளதா? ஆதித் திரட்டல் என்பது ஒரு [முதலாளித் துவத்தின் - மொ.பெ.] தோற்றுவாயாக இருந்தால், இன்றைய மூலதனத் திரட்டல் ஏதோ ஒன்றின் தோற்றுவாயா அல்லது முற்றிலும் வேறுபட்ட ஒன்றா?

மூலதனத் திரட்டல் என்பது வரலாற்று நிகழ்முறை, அதன் பண்புகள் நூற்றாண்டுக்கு நூற்றாண்டு மாறுகின்றன, இடத்துக்கு இடம் மாறுகின்றன, தொடக்கநிலை செயல்பாட்டில் இருந்து நீடிப்பதற்கான செயல்பாடு வரை மாற்றம் என்பது முதலாளித்துவத்தின் மெய் கோள்களில் ஒன்று. 'மூலதனத்தைத் திரட்டுவதென்பது சமூகச் செல்வத்தின் மீது ஆதிக்கத்தை நிறுவுவதாகும். முதலாளியால் சுரண்டப்படும் மனிதத்திரளை அதிகமாக்கி, முதலாளியின் நேரடி ஆளுகையையும் மறைமுக ஆளுகையையும் விரிவாக்குவதாகும்' (Marx *1976: 739-40*) [*மூலதனம் முதல் பாகம், பக்கம் 796* - மொ.பெ.]. சமகால மூலதனத் திரட்டலை ஆதித் திரட்டல் என்று குறிப்பிடுபவர்கள், உற்பத்தியாளர்கள் உற்பத்திச் சாதனங்களில் இருந்து பிரிக்கப்படுவது என்ற அம்சத்தின் மீது மட்டும் கவனம் செலுத்துகின்றனர், அதே நேரம் உலக அளவிலும் தனிப்பட்ட அளவிலும், வெற்றிகொள்வது என்று மார்க்ஸ் குறிப்பிடுவது அதிகரிப்பதை புறக்கணிக்கிறார்கள். இன்றைய மூலதனத் திரட்டல் ஆதி செயல்பாட்டை மீண்டும் நிகழ்த்துகிறது ஆனால் ஆதித் திரட்டலாகவே இல்லை. அது பரிணாம வளர்ச்சி அடைந்துள்ளது. என்ன நடக்கிறது என்பதன் மீது மட்டும் கவனம் செலுத்தி எப்படி, எங்கு, ஏன், எதற்காக நடக்கிறது என்பதை புறக்கணிப்பது, வரலாற்றுப் பொருள்முதல்வாதத்தை கைவிடுவதாகும். வாழ்வின் ஒவ்வொரு குறிப்பிட்ட கட்டத்திலும் உள்ள குறிப்பான பொருளாயத நிலைமை களை கவனிக்கத் தவறுவதாகும், இறுதியாக, இந்த உற்பத்தி அமைப்பின், தனிநபரின், இடத்தின், அதனுடன் நாம் எவ்வாறு உறவு கொள்கிறோம், நாம் ஒருவருக்கொருவர் எப்படி உறவு கொள்கிறோம் என்பதன் குறிப்பான வரலாற்றுத்தன்மையை மறந்து விடுவதாகும். அதன் எல்லா கட்டங்களிலும் மூலதனத் திரட்டலை ஆதித் திரட்டல் என்று கருதுவது

ஒரு சாரமாக்கல், வெவ்வேறு வரலாற்று கட்டங்களுக்கிடையேயான ஒற்றுமையை முன்வைப்பது, மூலதனமும் உழைப்பும் மாறாமல் இருப்பதை முன்வைப்பது; ஆனால், அது அப்படி இல்லை, நடைமுறையில் இயற்கை வரம்புக்குட்பட்டதாக இருப்பதை இது மறைக்கிறது. அதனால்தான், நான் 'இறுதிநிலைத் திரட்டல்' என்ற கருத்தினத்தை பயன்படுத்துகிறேன், அது இன்னும் துல்லியமானது என்று கருதுகிறேன். அது ஆய்வுப் பொருளை தனித்துப் பிரித்து பரிசீலிக்காமல் அதன் குறிப்பிட்ட சூழ்நிலைகளில் வைத்துப் பரிசீலிக்கிறது.

வன்முறையை பயன்படுத்துவது, கடன், வாழ்வுச் சாதனங்களில் இருந்து உழைப்பாளர்கள் பிரிக்கப்பட்டிருப்பது, மனித மறுவுற்பத்தி உற்பத்திக்குக் கீழ்ப்படுத்தப்படுவது போன்ற தொடர்ச்சிகள் இந்த நிகழ்முறையில் உள்ளன. ஆனால், பிரித்தல் மற்றும் சுரண்டலின் தீவிரமும் தாளகதியும் பரிணாம மாற்றம் அடைந்துள்ளன, இது முக்கியமானது. ஹாலவே நமக்கு நினைவூட்டுவது போல உருவாக்கத்தையும் மீட்டுருவாக்கத்தையும் தனித்துப் பார்க்கக் கூடாது, அதே நேரம் அவற்றின் வேறுபாடுகளை புறக்கணிக்கவும் கூடாது:

> *கட்டுவிப்புக்கும் மீள்கட்டுவிப்புக்கும் இடையே வேறுபடுத்தாவிட்டால், ஞாபக மறதியின் உலகத்துக்குள் விழுந்து விடும் அபாயம் இல்லையா? அதில் அனுபவத்தைத் திரட்டுவதற்கான சாத்தியமே இல்லை. அப்படித்தான் ஆகும். மூலதனத்தை கட்டுவிப்பதற்கான போராட்ட (கடந்த காலை உழைப்பை உயிருள்ள உழைப்பிலிருந்து பிரிப்பது) நிலைமைகள் மாறிக் கொண்டே இருக்கின்றன. சுரண்டல் நிகழ்முறை திரும்பத் திரும்ப நடப்பது சுரண்டுவதற்காக நடக்கும் போராட்ட நிலைமைகளை மாற்றுகிறது... நடைமுறையில் போராட்டத்தின் இரு பக்கங்களிலும் (நேர்கோட்டு குவித்தலாக இல்லாவிட்டாலும்) அனுபவம் திரட்டப்படுகிறது (ஹாலவே 2010:101)*

ஒவ்வொரு காலத்தின் குறிப்பிட்ட தற்காலிக பண்புகளை கோடிட்டு காட்டுவது உழைப்பாளர்களை முனைப்புகளாக வெளிப்படுத்துகிறது. அவர்களது போராட்டங்களின் மீது ஒளி பாய்ச்சுகிறது. தனது மீட்டுருவாக்கத்துக்காக மூலதனம் நடத்தும் போராட்டத்தின் மீதும் ஒளி பாய்ச்சுகிறது. ஒவ்வொரு மூலதனத் திரட்டலும் மூலதனம்-வாழ்வு முரண்பாட்டின் விளிம்புகளில் வனையப்படுகின்றது. அந்த முரண்பாடு தொடர்ந்து மாறிக் கொண்டிருக்கிறது. நாம் அதனை ஏற்றுக் கொள்வதில்லை, குறைந்தபட்சம் முழுமையாக ஏற்றுக் கொள்வதில்லை என்பது எதார்த்தம். கால ஓட்டத்தில் மூலதனத்தின் செயல்திறன் அதிகரித்துள்ளது:

மனிதர்களையும் இயற்கையையும் சுரண்டுவது தொழில்நுட்பத்தின் உதவியால் மேலும் துரிதமாகவும் மேலும் திறனுடனும் நடக்கிறது. ஒடுக்குமுறையும், நிர்வாகக் கட்டுப்பாடும், பரப்புரையும் அதிகரித்துள்ளன. இராணுவங்களும், போலீஸ் படைகளும், சட்டரீதியானதும் சட்ட விரோதமானதுமான ஆயுதம் தாங்கிய குழுக்களும் முன்பு எப்போதையும் விட அதிக எண்ணிக்கையில் உள்ளன, அதிக அழிவுசக்தியைக் கொண்டுள்ளன. நிலத்தையும் மனிதர்களையும் அவர்களது செயல் பாட்டை அல்லது செயலின்மையின் அடிப்படையில் வகைப்படுத்துவது அதிகரிக்கிறது. நிறுவனங்களும் ஊடகங்களும் நடத்தும் கருத்துப் பிரச்சாரமும் அதிகரிக்கிறது. இருந்தாலும், இந்த அமைப்பின் வன்முறைதான் அதன் நொறுங்கும் தன்மையாகும், அதனால்தான் அது என்றென்றும் தொடரும் என்பதற்கு உத்தரவாதம் இல்லை.

இந்த அத்தியாயத்தில் மார்க்சுடனான உரையாடல் மூலமாகவும், தற்போதைய நிகழ்வுகளை கருத்தில் கொண்டும் பின்வரும் கேள்விகளுக்கு விடைகாண முயற்சிப்போம்: ஒருபுறம் ஆதித் திரட்டல் என்பதன் மூலமும் மறுபுறம் இறுதிநிலை திரட்டல் என்பதன் மூலமும் நாம் என்ன புரிந்து கொள்கிறோம்? இரண்டுக்கும் இடையேயான ஒற்றுமைகளும் வேறுபாடுகளும் என்னென்ன? முதலாளித்துவத்தின் வரம்புகள் என்ன? சமூக ஒழுங்கமைப்பின் இந்த வடிவத்தின் வரம்புகளுக்கும் இன்றைய மூலதனத் திரட்டலுக்கும் இடையேயான உறவு என்ன? இந்த நோக்கத்துடன், மூலதனம் நூலின் 26-ம் அத்தியாயத்தில் விளக்கப்பட்டவகையில் ஆதித் திரட்டல் என்பதை பரிசீலிப்போம். பின்னர், இன்றைய திரட்டலின் அதிகரித்த வீச்சையும் தீவிரத்தையும் கணக்கில் கொண்டு இது ஏன் ஆதித் திரட்டல் இல்லை என்று பரிசீலிப்போம். மனிதர்களும் இயற்கையும் சுரண்டப்படுவது இன்றைக்கு பலமடங்கு அதிகரித்துள்ளது. ஆனாலும், வலுவாகத் தெரிவது என்பது எதார்த்தத்தில் உபரி-மதிப்பை ஈடேற்றம் செய்வதில் உள்ள சிரமங்களின் விளைவுதான். மூலதனத்தின் நெருக்கடிதான் வாழ்வுக்கும் மூலதனத்துக்கும் இடையிலான பகைநிலையை தீவிரப்படுத்துகிறது.

தோற்றுவாயாக ஆதித் திரட்டல்

மூலதனம் நூலின் 26-ம் அத்தியாயத்தில் மார்க்ஸ் முதலாளித்துவ உற்பத்தி முறையின் தோற்றுவாய்களை விளக்குகிறார். அது பதினாறாம் நூற்றாண்டிலிருந்து தொடங்கியது. இந்தக் கட்டத்தில், அரசு விவசாயி களிடமிருந்து உற்பத்திச் சாதனங்களை பறித்தது. அதற்கு பெருமளவு வன்முறையை பயன்படுத்தியது. மார்க்சின் பகுப்பாய்வின் கவனம்

முதன்மையாக இங்கிலாந்தின் மீது இருந்தது. அங்கு பிரபுத்துவ உயர்குடி நிலவுடைமையாளர்கள் பொது நிலங்களையும் தனியார் நிலங்களையும் வேலியிட்டு அடைத்தனர்; நிலத்தை கம்பளிஆடு வளர்ப்பதற்கு பயன்படுத்தினர்; அப்போதுதான் தோன்றி வளர்ந்து கொண்டிருந்த ஆலைத் தொழிலுக்கு கம்பளியை விற்றனர். கிராமப்புற மக்கள் தமது விளைநிலங்களில் இருந்து துரத்தப்பட்டனர். உழைப்பாளர்கள் தமது வாழ்வுச்சாதனங்களில் இருந்து இவ்வாறு பிரிக்கப்படுவது, இரண்டு வகையான சரக்கு உடைமையாளர்களை உருவாக்கியது: 'பணம் அல்லது சரக்குகளின உடைமையாளர்களான' முதலாளிகள்; மற்றும் உயிர்வாழ்வதற்கான ஆதாரமான நிலத்திலிருந்து பிரிக்கப்பட்ட, தமது உழைப்புச் சக்தியை சுதந்திரமாக விற்கக் கூடிய 'சுதந்திரத் தொழிலாளர்கள் (மார்க்ஸ் 1976: 272) [மூலதனம், முதல் பாகம், பக்கம் 234 - மொ.பெ.]. இவ்வாறுதான் ஐரோப்பாவில் பாட்டாளிகள் உருவாக்கப்பட்டனர்: 'இவ்வாறுதான், முதலில் விவசாயக் குடிகளின் நிலவுடைமையை வலுவந்தமாய்ப் பறித்து, அவர்களை வீடுவாசலிலிருந்து விரட்டியடித்து, வேலையற்ற ஊர்சுற்றிகளாய் மாற்றி, பின்னர் கசையால் அடித்து, சூட்டுக் குறியிட்டு, அகோரமான பயங்கரச் சட்டங்களால் வதைத்து கூலியுழைப்பு முறைக்கு வேண்டிய கட்டுப்பாடுகளுக்குப் பணிய வைத்தார்கள்' (மார்க்ஸ் 1976:899) [மூலதனம், முதல் பாகம், பக்கம் 990 - மொ.பெ.]

இதற்கிடையில் அமெரிக்காவில் தங்க, வெள்ளிப் படிவங்கள் 'கண்டுபிடிக்கப்பட்டதும்', விரிவான பயிரிடுதலைத் தொடங்கியதும், அதனை அடிமை முறை மூலமும் கீழ்ப்படிதல் மூலமும் சுரண்டியதும் பணமும் சரக்குப் பரிவர்த்தனையும் விரிவடைவதை சாத்தியமாக்கியது. 'ஐரோப்பாவுக்கு வெளியே அப்பட்டமான கொள்ளை, அடிமைப் படுத்தல், படுகொலை ஆகிய வழிகளில் கைப்பற்றிய செல்வங்கள் கடல் வழியாகத் தாய்நாடு வந்து அங்கே மூலதனமாயின' (மார்க்ஸ் 1976:918) [மூலதனம், முதல் பாகம், பக்கம் 1014]. உண்மை என்ன வென்றால், 'ஐரோப்பாவில் கூலித் தொழிலாளர்களின் முகத்திரையிட்ட அடிமை முறைக்கு அடித்தளமாய், புதிய உலகில் அப்பட்டமான அடிமை முறை தேவைப்பட்டது' (மார்க்ஸ் 1976:925) [மூலதனம் முதல் பாகம், பக்கம் 1022]. ஆசியாவுடனும் வர்த்தகம் நடத்தப்பட்டது: அமெரிக்காவின் தங்கத்திலும் வெள்ளியிலும் பெரும்பகுதி இந்தியாவின் கோயில்களுக்குப் போய்ச் சேர்ந்தன, இன்னும் அதிக அளவிலான வெள்ளி சீனாவுக்குக் கொண்டு போகப்பட்டு பீங்கான் பொருட்கள், பட்டு மற்றும் பிற பொருட்களுக்கு பரிவர்த்தனை செய்யப்பட்டது (கிரேபர் 2011). தென்கிழக்கு ஆசிய நகரங்களில் சரக்குகளை உற்பத்தி

செய்யும் கைவினைஞர்களின் பட்டறைகள் அந்தக் காலத்தில் உருவாக ஆரம்பித்தன (ஹெர்னாண்டஸ் கான்ட்ரராஸ், சென்ஹெங் 2007). வணிகம் முதன்மையாக டச்சு, ஜெர்மன், இத்தாலிய வங்கியாளர்களாலும் வணிகர்களாலும் கட்டுப்படுத்தப்பட்டது (கிரேபர் 2011:312). இவ்வாறாக, ஐரோப்பாவிலும் ஆசியாவிலும் பாட்டாளிமயமாக்கத்தின் மூலமாக முதலாளித்துவம் பிறந்தது. அமெரிக்காவில் பூர்வகுடி மக்கள் மீதும் ஆப்பிரிக்க மக்கள் மீதும் அடிமைநிலையையும் அடிபணிதலையும் சுமத்துவதன் மூலம் முதலாளித்துவம் பிறந்தது. பிரபுத்துவ அமைப்பிலிருந்து முதலாளித்துவ அமைப்புக்கு மாறிச் செல்லும்போது பெண்கள் மீதான கட்டுப்பாடுகள் மாற்றி அமைக்கப்பட்டன. உழைப்புச் சக்தியின் மறுவுற்பத்தியை உத்தரவாதப்படுத்துவதற்காக பெண்கள் குடும்ப வாழ்வுக்குள் முடக்கப்பட வேண்டும். மூன்று நூற்றாண்டுகளாக சூனியக்காரிகளை எரித்தல் இந்த முயற்சியின் வெற்றியை உறுதி செய்தது (ஃபெதரிச்சி 2004). முதலாளித்துவ உற்பத்திமுறை இயங்க ஆரம்பிப்பதற்கு, அதன் வேறுபட்ட முறைபாடுகளில் வன்முறையும் பிரிவினையும் நிலவ வேண்டியிருந்தது. வன்முறை அளவுமீறி பயன் படுத்தப்பட்டதிலிருந்து இந்த மாற்றம் 'இயல்பாகவோ' எளிதாகவோ நடக்கவில்லை என்று தெரிகிறது. இது போராட்டத்தை எதிர்கொண்டது, உருவாகி வந்த புதிய சமூக ஒழுங்கும் எதிர்ப்பைச் சந்தித்தது.

அதுவரை அறியப்படாதிருந்த ஒன்று தொடங்குவதை உணர்த்தும் விதமாக, மார்க்ஸ் இந்த நிகழ்முறையை ஆதித்திரட்டல் என்று அழைக்கிறார்

> எனவே, இந்த இயக்கம் முழுவதும் நச்சு வட்டத்தில் சுழல் வதாகத் தோன்றுகிறது; முதலாளித்துவத் திரட்டலுக்கு முன் ஓர் ஆதித் திரட்டல் (ஆதாம் ஸ்மித் சொல்லும் 'முற்பட்ட திரட்டல்'), அதாவது முதலாளித்துவப் பொருளுற்பத்தியின் விளைவாக அல்லாமல் அதன் தொடக்கமாய் அமையும் திரட்டல் நடைபெறு வதாகக் கொண்டால்தான் இந்த நச்சு வட்டத்திலிருந்து விடுபட முடியும் (மார்க்ஸ் 1976:873) [மூலதனம், முதல் பாகம், பக்கம் 958 - மொ.பெ.].

அது மத்தியகால உற்பத்தி முறைக்கும் இன்றைக்கு முழு வீச்சில் நடந்து கொண்டிருக்கும் முதலாளித்துவ உற்பத்தி முறைக்கும் இடையேயான ஒரு 'கீல்' (hinge) ஆக பயன்பட்ட கட்டமாக இருந்தது. மார்க்ஸ் இந்தத் தருணத்தை வரலாற்றுரீதியில் குறிப்பானதாக, 'மூலதனத்தின் முன்-வரலாறு' என, 'முதலாளித்துவ உற்பத்திமுறை அதன் குழந்தைப் பருவத்தில் இருந்த கால கட்டம்', 'பெருவீத தொழில்

துறையின் குழந்தைப் பருவம்' என்று குறிப்பிடுகிறார் (மார்க்ஸ் 1976: 874, 914, 922). இந்தக் கட்டத்தின் தற்காலிகத்தன்மை குறித்து மூலதனம் நூலின் இரண்டாம் பதிப்பின் பின்னுரையில் அவர் இன்னும் குறிப்பாக சொல்கிறார்: 'நவீனத் தொழில்துறை என்பதே அப்போதுதான் பிள்ளைப் பிராயத்தைக் கடந்து வந்து கொண்டிருந்தது: 1825-ம் வருட நெருக்கடி யுடன், அதன் நவீனகால வாழ்க்கையின் முதலாவது காலவட்டச் சகடம் ஆரம்பமாகிறது என்ற உண்மை இதனை நிரூபிக்கிறது... 1830-ம் ஆண்டு தீர்மானகர நெருக்கடியை உடனே அழைத்து வந்தது' (மார்க்ஸ் 1976:97) [மூலதனம் முதல் பாகம், பக்கம் 34 - மொ.பெ. - மொழிபெயர்ப்பு மாற்றப்பட்டது]. பிரபுத்துவ காலகட்டத்துக்கும் பத்தொன்பதாம் நூற்றாண்டின் முதல் பத்தாண்டுகளுக்கும் இடையிலான இந்த ஆரம்ப கட்டத்தைப் பற்றி ரோசா லக்சம்பர்கும் பரிசீலிக்கிறார்; தன் காலத்தில் நடந்த மூலதனத் திரட்டலை ஆதித் திரட்டல் என்று குறிப்பிடாமல், ஆதித்திரட்டல் கட்டத்தின் தொடர்ச்சி என்று அவர் குறிப்பிடுகிறார். மூலதனத் திரட்டலின் காலக்கோட்டை வரைவது எனது நோக்கம் இல்லை, மாறாக, சமூகவரலாற்று வேறுபாடுகளை பிரித்தறிவதும் மார்க்ஸ் சொல்வதை புரிந்து கொள்வதும் பத்தொன்பதாம் நூற்றாண்டின் முற்பகுதியில் தொடங்கி என்ன நடந்தது என்பதை பரிசீலிப்பதும்தான் எனது நோக்கம்.

மூலதனம் நூலின் 26-ம் அத்தியாயத்தின் முதல் பத்தியில் மார்க்ஸ் மூலதனத் திரட்டலுக்கும் ஆதித் திரட்டலுக்கும் இடையே வேறுபடுத்திக் காட்டுகிறார், அதில் ஒன்று 'விளைவாகவும்' மற்றது தோற்றுவாயாகவும் முன்வைக்கப்படுகின்றன. 'விளைவு' விரிவாக்கப்பட்ட மறுவுற்பத்தியை குறிக்கிறது. ஒரு முறை கட்டுவிக்கப்பட்ட பிறகு மூலதனம் போட்டியிடும் திறனை தக்க வைத்துக் கொள்ள விரிவாக்கப்பட்ட மறுமுதலீட்டை நடத்த வேண்டும். அதாவது, அது வளர்ச்சியடைய வேண்டும். ஹார்வியின் கருத்துப்படி (2005), இன்றைய ஆதித் திரட்டல், உடைமை பறிப்பு மூலம் மூலதனத் திரட்டல்; அது வன்முறை மூலமாக நடக்கிறது; வன்முறை என்ற இந்த அம்சம் விரிவாக்கப்பட்ட மறு வுற்பத்தியில் இல்லை. இதனை டி ஏஞ்சலிடிசும் (2001) குறிப்பிடுகிறார். அவர் ஆதித் திரட்டலை வரலாற்றுரீதியில் குறிப்பானதாக ஒரு பக்கமும் மறுபுறம் தொடர்ச்சியின் காரணிகளைக் கொண்டதாகவும் பார்க்கிறார். டி ஏஞ்சலிசின் கருத்துப்படி தொழிற்சாலையில் உழைப்புச் சக்தியை திரட்டுவதற்கு பொருளாதார வலுவந்தத்தைத் தவிர வேறு வன்முறை அவசியமில்லை. மூலதனத்தைப் பொறுத்தவரை, பாட்டாளியின் உயிர்வாழ்தல் அதைச் சார்ந்திருப்பதால், அவரது நிலைமையே அவர் தனது உழைப்புச் சக்தியை மீண்டும் விற்பதற்கு வருவார் என்பதை

உறுதி செய்கிறது. இதற்கு மாறாக, ஆதித் திரட்டலில் வன்முறை உள்ளது (டி ஏஞ்சலிஸ் 2001: 14). சீனாவின் பொருளாதார அதிசயத்தில் உழைக்கும் தொழிலாளர்களிடம், ஆலையில் உற்பத்தியின் வன்முறைதான் பல்வேறு ஃபாக்ஸ்கான் தொழிலாளர்களை 2010-ல் தற்கொலை செய்ய வைத்ததா என்று கேட்க வேண்டும் (ஸ்ட்ராக்க, லெண்டால், ஜோஹன்னிசன் 2013). (திரட்டுவதில் வெற்றியடையாத) விரிவாக்கப் பட்ட மறுவுற்பத்திக்கான முதலாளித்துவ தீர்வாக உடைமை பறிப்பின் மூலம் மூலதனத் திரட்டல் என்பதை ஹார்வி (2005) முன்வைக்கும் போது, அவர் தொழிற்சாலைக்குள்ளான விரிவாக்கப்பட்ட மறுவுற்பத்தியை மட்டும்தான் கருத்தில் கொள்கிறார். ஆனால், 'உடைமைபறிப்பின் மூலம் மூலதனத் திரட்டல்' என்பது விரிவாக்கப்பட்ட மறுவுற்பத்தியின் ஒரு பகுதி. சரக்கு உற்பத்திக்கு கச்சாப் பொருட்களோடு உழைப்புச் சக்தியும் தேவை: 'நிலை-மூலதன முதலீட்டுத் திரளையும், கச்சாப் பொருட்கள், துணைப் பொருட்களையும் ஈடுபடுத்தப்படும் உயிருள்ள உழைப்புத் திரளோடு ஒப்பிடுகையில் மேன்மேலும் உயர்ந்த விகிதத்தில் அதிகரிக்கச் செய்யும் அதே காரணங்கள்தான் திரள்திரளான தொழிலாளர்களை தனிப்பட்ட முதலாளிகளின் ஆளுகையில் குவித்திடுகின்றன' (மார்க்ஸ் n.d.: 157-8) [*மூலதனம், மூன்றாம் பாகம், பக்கம் 289* - மொ.பெ.]

கொடும் சுரண்டல்

1825-ஐ தொழில்துறையின் குழந்தைப் பருவத்தின் முடிவு என்று மார்க்ஸ் ஏன் கூறுகிறார்? என்ன நடந்தது? பதினெட்டாம் நூற்றாண்டிலும் பத்தொன்பதாம் நூற்றாண்டிலும் பட்டறை உற்பத்தியிலிருந்து ஆலை உற்பத்திக்கு மாறுவது குறிப்பிடும்படி நடந்தது. இயந்திர சாதனங்களின் வளர்ச்சியுடன் கூடவே, முதலாளிகள் வேலை நாளை 'இயல்பான நாளின் வரம்பு வரை' நீட்டிக்க முடிந்தது; இதுதான் 'மூலதனம் அதன் களியாட்டங்களை நடத்திக் கொண்டிருந்த' காலம் (மார்க்ஸ் 1976: 389-90) [*மூலதனம், முதல் பாகம், பக்கம் 377* - மொ.பெ]. பத்தொன்பதாம் நூற்றாண்டின் முற்பகுதியில் தொடங்கி வேலைநேரத்தைக் குறைப் பதற்கான கோரிக்கைகளை முன்வைத்து நீண்ட போராட்டங்கள் வெடித்தன. இந்த மோதல்களின் விளைவாக ஐக்கிய முடியரசில் 1847-ல் ஒரு புதிய தொழிற்சாலை சட்டம் இயற்றப்பட்டது (மார்க்ஸ் 1976:395) [*மூலதனம் முதல் பாகம், பக்கம் 385* - மொ.பெ.]. 12, 14, 16 மணி நேரம் அல்லது அதற்கும் அதிகமாக இருந்த தீவிரமான உழைப்புடன் கூடிய வேலை நாள், பத்து மணி நேர வேலைநாளாகக் குறைக்கப்பட்டது, அறுதி உபரி-மதிப்பு ஒப்பீட்டு உபரி-மதிப்பாக

ஆனது. இது மூலதனத்தின் மதிப்புப் பெருக்க வழிமுறையைக் குறிக்கிறது: வேலை நேரம் குறைக்கப்பட்டாலும், இயந்திரசாதனங்களின் காரணமாக சுரண்டலின் தீவிரம் அதிகரிக்கிறது. இதைத் தொடர்ந்து தொழிற்சாலையில் அதிகரித்த வேகத்துக்கு ஈடாக இயற்கையைச் சுரண்டுவது அதிகரிக்கிறது. கச்சாப் பொருட்கள் அதிக அளவில் தேவைப் படுகின்றன. அறுதி உபரி-மதிப்பிலிருந்து ஒப்பீட்டு உபரி-மதிப்புக்கு மாறிச் செல்வது இலாபவீதம் குறைந்து செல்லும் போக்கு என்ற முதலாளித்துவ வரம்புகளில் ஒன்றை வெளிப்படுத்துகிறது. நிலை மூலதனம் எவ்வளவு அதிகமாக உள்ளதோ அவ்வளவுக்கு மாறும் மூலதனத்தின் விகிதம் குறைந்து செல்கிறது. இது மூலதனத்தின் முரண்பாடுகளில் ஒன்று, ஏனென்றால் மனித உழைப்புதான் உபரி-மதிப்பை உற்பத்தி செய்கிறது.[2] இலாபத்தின் திரளை அதிகரிப்பதன் மூலம், அதாவது சந்தையை விரிவுபடுத்தியும் முதலாளித்துவ உறவுகளை விரிவுபடுத்தியும் இதற்கு ஈடுகட்ட முயற்சிக்கப்படுகிறது. கூடுதலாக, இந்தக் காலகட்டத்தில், தாராளவாத அரசுகள் வலுப் படுத்தப்படுகின்றன, இங்கிலாந்தும் பிரான்சும் பிற அரசுகளுக்கான ஆதர்சங்களாக மாறுகின்றன. காலனிகள் சுதந்திரம் அடைகின்றன, பெயரளவிலாவது அடிமை முறை ஒழிக்கப்படுகிறது, கூலியின் வடிவில் பொருளாதாரத்தில் பணம் ஊடுருவுகிறது.

மூலதனத் திரட்டலின் பார்வையில் இது ஒரு சகாப்தகர மாற்றம். ‘சல்லிக்காசு முதலீடின்றி நடந்தேறியது ஆதித் திரட்டல்’ (மார்க்ஸ் 1976:917) [மூலதனம் முதல் பாகம், பக்கம் 1013-மொ.பெ.]. அது சமூக உறவுகளை பணமயமாக்குவதற்கான அடித்தளங்களை ஏற்படுத்தியது. அப்போது பணம் மிகக் குறைவாகவே இருந்தது, இருந்த பணமும் மூலதனமாக்கப்படவில்லை. இன்றைக்கு பணம், உண்மைப் பணமோ பெயரவிலான பணமோ, கூடுதலாகவோ குறைவாகவோ பூமிக்கோள் முழுவதும் நிரம்பியுள்ளது; பாட்டாளி மயமாதல் பணத்துடன் பரவியது, பணம் பாட்டாளிமயமாதலுடன் பரவியது. ரோசா லக்சம்பர்கின் கருத்துப்படி (2003), முதலாளித்துவம் தன்னை பராமரித்துக் கொள்ள முதலாளித்துவம் அல்லாத சமூகங்களை சார்ந்துள்ளது. ஆனால், பணத்தைப் பற்றி தெரியாத சமூகங்கள் இன்றைக்கு எத்தனை உள்ளன? மெக்சிகோவின் பழங்குடி மற்றும் கிராமப்புற சமுதாயங்களைப் போன்ற குறிப்பிட்ட சில இடங்களில், நாம் பொருளாதாரத்தின் கலப்பு வடிவங்களை பார்க்க முடிகிறது. அதில் உழைப்புச் சக்தியை பகுதியளவு, நேரடியாக அல்லது மறை முகமாக விற்பதோடு கூடவே, தனிப்பட்ட அல்லது பொதுவான நிலங்களில் உயிர்வாழ்வதற்கான பயிரிடுதலும் நடைபெறுகிறது. சில

சமுதாயங்களில் குடும்பத்தின் ஒரு உறுப்பினர் மெக்சிகோ அல்லது அமெரிக்கா அல்லது கனடாவில் உள்ள ஒரு நகரத்துக்கு புலம் பெயர்கிறார் (வீட்டுக்கு பணம் அனுப்புகிறார்); இன்னும் சில சமுதாயங்களில் ஆண்கள் பெருவீத விவசாய பண்ணைகளில் பருவகால தொழிலாளர்களாக வேலை செய்வதற்காக ஊரை விட்டு வெளியேறுகின்றனர், அல்லது உலகச் சந்தையில் தரகர்கள் மூலமாக விற்பதற்கான பொருளை பயிரிடுகின்றனர். இது மெக்சிகோவில் மட்டும் நடக்கவில்லை. ஆப்பிரிக்காவில் 'கிராமங்கள் பெண்மயமாதல்' பற்றி சில்வியா ஃபெதரிச்சி (2012)பேசுகிறார். அங்கு பெண்கள் தனியாக நிலத்தில் பயிரிடுகின்றனர் அல்லது கூட்டுறவுகளை ஏற்படுத்திக் கொள்கின்றனர். ஏனென்றால், ஆண்களில் பெரும்பாலானவர்கள் புலம் பெயர்ந்து சென்று விட்டனர். குறிப்பிட்ட சில சமுதாயங்களில் இத்தகைய அரை-பாட்டாளிமயமாக்க நிலை ஏற்படுவது, இது இனிமேலும் ஆதித் திரட்டல் இல்லை என்பதைக் காட்டுகிறது. அவர்கள் 'வாழ்வையும் நிலத்தையும் பாதுகாக்க' பன்னாட்டு நிறுவனங்களின் உடைமை பறிப்புக்கு எதிராக போராடுகின்றனர் (நவாரோ 2014). முதலாளித்துவ உறவுகள் அவர்களது வாழ்வில் பாதியளவுக்கு நிலைநாட்டப்பட்டு விட்டன. அரசுகளும் சர்வதேச பொருளாதார நிறுவனங்களும் வழங்கும் உதவி திட்டங்கள் கிராமப்புறங்களில் பணத்தை புகுத்துகின்றன. இது உயிர்வாழ்வதற்கான பயிர்த்தொழிலை கைவிட்டு முறைசாரா அல்லது கூலி வேலைக்குப் போவதைத் தூண்டுகிறது, எனவே, மூலதனம் நிலத்தையும் நீரையும் கைப்பற்றுவது எளிதாகிறது.

சீனாவின் சமீபத்திய எடுத்துக்காட்டைப் பார்க்கலாம். அங்கு தொழில்நுட்ப மற்றும் அறிவியல் முன்னேற்றம், இயற்கையை தீவிரமாக சுரண்டுவது, சிறப்புப் பொருளாதார மண்டலங்களில் (SEZ) அசுர அடிக்கும் உழைப்புத் தீவிரம் இவற்றின் மூலம் உபரி-மதிப்பை உருவாக்குவதற்காக முதலாளித்துவ கரணியம் தீவிரப்படுத்தப்பட்டுள்ளது. இந்த ஆட்சிப் பகுதிகளுக்கு சிறப்புச் சட்டங்கள் வகுக்கப்பட்டுள்ளன, அந்தச் சட்டங்கள் 'வளங்களை' சுரண்டுவதற்கு தீவிரமாக இறங்கியுள்ள பன்னாட்டு நிறுவனங்களுக்கு பெருமளவு பொருளாதார வாய்ப்புகளையும் சுற்றுச்சூழல் வாய்ப்புகளையும் வழங்குகின்றன (கோன்சாலஸ் கார்சியா, மெசா லோரா 2009). இதன் விளைவாக, நாட்டின் 80 சதவீத ஆறுகள் மாசுபடுத்தப்பட்டுள்ளன. மானுட பயன்பாட்டுக்கு ஒவ்வாத வையாக மாறியுள்ளன. இதன் விளைவாக பயிரிடுதல் குறைந்து விட்டது, வளமான நிலங்கள் குறைந்து விட்டன (ஃபயனாஸ் எஸ்குயர் 2006), வடக்கில் உள்ள 600 நகரங்கள் தொழில்மயமாதலின் காரணமாக தண்ணீர் தட்டுப்பாட்டை எதிர்கொள்கின்றன, காற்று மிகவும் மாசு

பட்டுள்ளது, அது புற்றுநோய் போன்ற நோய்களின் வீதத்தை அதிகரித்துள்ளது (ஸ்மித் 2015). 2012-ல் கரியமில வாயு வெளியீட்டில் 25 சதவீதம் சீனாவில் இருந்து வந்தது. பெரும்பாலான காடுகள் வெட்டப் பட்டு விட்டன (ஸ்மித் 2015), கனிம வளங்கள் அரிதாகி விட்டன. அதனால்தான், 2000 ஆண்டு முதல் அரசு சுரங்க நிறுவனங்களை வெளி நாடுகளில் தொழில் செய்யுமாறு சீன அரசு வலியுறுத்தி வருகிறது, அவர்களுக்குக் குறைந்த வட்டியில் கடன் வழங்குகிறது. ஒரு பக்கம் இயற்கையை மிகையாகச் சுரண்டுவது தட்டுப்பாட்டை உருவாக்கியுள்ளது, மறுபக்கம் சீனா பெற்றுள்ள மிதமிஞ்சிய உற்பத்தி கொள்ளளவும், தொழில்நுட்பமும், மூலதனமும் ஈடேற்றம் பெறக் காத்திருக்கின்றன (h 2014 :29).

தொழிலாளர்களைப் பொறுத்தவரை, மின்னணுப் பொருட்கள் உற்பத்தித் துறையில் வேலை செய்பவர்கள் ஒரு நிமிடத்துக்கு இரண்டு முதல் 32 நகர்வுகளை செய்ய வேண்டியுள்ளது (ஸ்ட்ராக்கெ, லெண்டால், ஜோஹான்னிசன் 2013). இணையம், ஃபோர்டிசத்திலிருந்தும் டெய்லரிசத்தி லிருந்தும் வேறுபட்ட மூலதனத் திரட்டல் முறைக்கு வழி வகுத்துள்ளது. அது உலகளாவிய உற்பத்தி வலைப்பின்னல்களை அடிப்படையாகக் கொண்டது. அந்த வலையமைப்புகளில் இடம் மாற்றுவதன் மூலமும் துணை ஒப்பந்த முறை மூலமும் வேலைப்பிரிவினை நுணுக்கமாக வடிவமைக்கப்பட்டுள்ளது. இது உயர் புரள்வு வீதங்கள், மோசமான கூலிகள், நிச்சயமின்மை, நலன்கள் இல்லாமை, தொழிற்சாலை தங்கும் இடங்களிலும் நகரங்களிலும் நெரிசலான நிலைமை ஆகியவற்றை ஏற்படுத்தியுள்ளது. சீனாவில் பொருளாதார வளர்ச்சி உச்சத்தில் இருந்த போது, கூலி ஒரு மணி நேரத்துக்கு 0.57 டாலராக இருந்தது, எனவே தொழிலாளர்கள் மிகைநேரம் வேலை பார்க்க வேண்டி வந்தது. மிகை வேலை கட்டாயமாக இருந்தது, இன்னும் உள்ளது. அது 10 முதல் 16 மணி நேர வேலை நாட்களுக்கு வழிவகுத்தது (ஸ்மித் 2015). வீழ்ச்சி யடையும் இலாபவீதத்தைத் தடுப்பதற்காக அறுதி உபரி-மதிப்பையும் ஒப்பீட்டு உபரி-மதிப்பையும் ஒன்றிணைக்கும் நேர்வு இது. தொழிலாளர்கள் ஆலை வளாகத்திலேயே 'வாழ்கின்றனர்', மோசமான உணவுக்கும் இருப்பிடத்துக்கும் காசு கொடுக்கின்றனர். அபராதங்கள், தண்டனைகள் அடங்கிய முறையை பயன்படுத்துவதன் மூலம் வசவுகளுடனும் அடிஉதைகளுடனும் மூலதனத் திரட்டலுக்கான உத்திகள் முழுமையடைகின்றன. சீனாவில் இன்றைய வேலை நிலைமைகள் இங்கிலாந்தில் தொழில்புரட்சி காலத்தில் இருந்ததை ஒத்துள்ளன என்று ஸ்மித் (2015) தெளிவாகக் கூறுகிறார். இது அரை உண்மை மட்டுமே: கூலிகள் ஒரே மாதிரி இருக்கலாம், நீண்ட வேலை நாளும்

அதே போல இருக்கலாம், ஒரு ஷிஃப்டுக்கும் இன்னொரு ஷிப்டுக்கும் இடையே 'கததகதப்பான படுக்கை' முறையும் பயன்படுத்தப்படுவதும் நடக்கலாம் [*மூலதனம் முதல் பாகம், அத்தியாயம் 10 வேலைநாள்* - மொ.பெ.]. ஆனால், மூலதனம் உழைப்புச் சக்தியை சுரண்டும் தீவிரம் பெருக்கல்வீதத்தில் அதிகரித்துள்ளது. அதனால்தான் சீனாவில் 1990-களில் போராட்டம் வெடித்தது, அதைத் தொடர்ந்து 2010-ல் பெரிய கிளர்ச்சிகள் நடந்தன, அவை கூலி உயர்வையும் சமூக மேம்பாடு களையும் வென்றெடுத்தன - சில இடங்களில் கூலி இரட்டிப்பாகியது. சில சமூக மேம்பாடுகளும் வென்றெடுக்கப்பட்டன (கோங்சாவ் 2014).

உழைப்புச் சக்தியின் மறுவுற்பத்தியைப் பொறுத்தவரை, சமூகத்தில் குடும்பத்தை பராமரிப்பதற்கான உழைப்புக்கு பெண்கள்தான் இன்னும் பொறுப்பாக உள்ளார்கள், அவர்களில் பலர் உழைப்புச் சக்தியை விற்கின்றனர் என்றாலும் இதுதான் நிலைமை. இது இரட்டை வேலை நாளை உருவாக்குகிறது. கூடுதலாக, வன்முறை தீவிரப்படுத்தப்படு வதையும் நாம் பார்க்கிறோம்: சியோதாத் ஹுவாரசில் (Ciudad Juarez)-ன் மக்கில்லாக்களில் இளம் பெண் தொழிலாளர்கள் கொலை செய்யப் படுகின்றனர், பாலியல் வல்லுறவு செய்யப்படுகின்றனர், சித்திரவதை செய்யப்படுகின்றனர் [சியோதாத் ஹுவாரெஸ் - மெக்சிகோவில் உள்ள நகரம். மக்கில்லாக்கள் அமெரிக்க-மெக்சிகோ எல்லையில் உள்ள பன்னாட்டு நிறுவனங்களுக்கு சொந்தமான குறைந்த கூலி வழங்கும் தொழிற்சாலைகள். இந்த ஆலைகள் பொருட்களை சேர்த்துப் பொருத்தி அமெரிக்காவுக்கும் பிற நாடுகளுக்கும் ஏற்றுமதி செய்கின்றன-மொ.பெ.]. யாஜிடி (Yazidi) பெண்களை இஸ்லாமிய அரசு (Islamic state) கடத்திச் செல்வது, ஸ்பெயினில் 'ஓநாய்க் கூட்டம்' (wolf pack) [2016-ம் ஆண்டு ஸ்பெய்ன் நாட்டின் வடக்கில் உள்ள நகரமான பாம்ப் லோனாவில் காளை விரட்டு திருவிழாவின் போது ஓநாய்க் கூட்டம் என்ற பெயர் வைத்திருந்த கும்பல் ஒரு 18 வயது பெண் மீது நடத்திய பாலியல் வன்முறை-மொ.பெ.] அல்லது இந்தியாவில் நடந்தது [2012-ம் ஆண்டு டெல்லியில் நடந்த நிர்பயா மீதான பாலியல் வன்முறை-மொ.பெ.] போன்ற கூட்டு பாலியல் தாக்குதல்கள்; இராணுவங்களும் மானுட கடத்தல் வலைப்பின்னல்களும் இளம் பெண்களை கடத்திச் சென்று உலகச் சந்தையில் பாலியல் அடிமைகளாக விற்பது... இணையமும் தகவல் தொடர்பு தொழில்நுட்பத்தில் ஏற்பட்ட முன்னேற்றங்களும் பெண்களையும் குழந்தைகளையும் உலகெங்கும் கடத்திச் செல்வதை இன்னும் மோசமாக்கியுள்ளன (ஆச்சார்யா 2013). உழைப்புச் சக்தியை மறுவுற்பத்தி செய்வதற்கும் குடும்பத்தோடும் பெண்களை கட்டுண்டு

வைப்பதற்கும் பெண்கள் மீது செலுத்தப்படும் அடக்குமுறையை இது காட்டுகிறது.

மூலதனம் - வாழ்க்கை முரண்பாடு

அறுதி உபரி-மதிப்பையும் ஒப்பீட்டு உபரி-மதிப்பையும் இணைப்பதால் கச்சாப் பொருட்கள் இன்னும் அதிகமாகத் தேவைப்படுகின்றன. மனிதர்கள் மீதான சுரண்டலின் தீவிரம் அதிகரிப்பது இயற்கையின் மீதான சுரண்டலின் தீவிரத்தை அதிகரிக்கிறது. அதன் விளைவு நாம் எல்லோரும் அறிந்த சுற்றுச்சூழல் பேரழிவு. வளமாகவும், பயிரிடத் தகுந்ததாகவும் இருந்த பெருமளவு நிலங்கள் தரிசாகியுள்ளன. தீவிரமான மற்றும் விரிவான பயிர்த்தொழில், சுரங்கத்தொழில், தொழில்துறை, சரக்குகளின் நுகர்வு அதிகரிப்பதும் அதனால் உற்பத்தியாகும் கழிவுகளும் ஆகியவை இதற்குக் காரணம். இயற்கை தன்னை புதுப்பித்துக் கொள்ள முடியாத அளவுக்கு அதனைச் சுரண்டுவதன் வேகமும் வீச்சும் அதிகரித்துள்ளது. பெல்லாமி ஃபாஸ்டர் (2000) மனிதச் செயல்பாட்டுக்கும் இயற்கைக்கும் இடையே 'வளர்சிதைமாற்றப் பிளவு' (metabolic rift) என்று அழைப்பது இதன் விளைவாக உள்ளது. 1970-களிலிருந்தே 'இயற்கை'யில் ஏற்படும் இந்தச் சமநிலையின்மை உயிர்வாழ்வை அச்சுறுத்தும் அபாயங்கள் குறித்து நமக்கு எச்சரிக்கப்பட்டு வருகிறது; அப்போதிருந்தே சந்தை விரிவடைவதன் காரணமாகவும் தொழில்நுட்ப முன்னேற்றங்கள் காரணமாகவும் இந்தப் பிளவு மேன்மேலும் ஆழமாகி வருகிறது. இதன் விளைவு என்ன? பூமிக்கோளின் மேன்மேலும் அதிக பகுதிகளில் சுவாசிக்க தகுதியற்ற அளவுக்கு காற்று மாசுபடுதல்; மாசுபட்ட கடல்கள், ஆறுகள், நிலத்தடி நீர்; மனித நுகர்வுக்கும் பயிரிடுதலுக்கும் தண்ணீர் பற்றாக்குறை; கரியமில வாயு வெளியிடப்படுவது அதிகரிப்பதும் ஒவ்வொரு ஆண்டும் வரலாறு காணாத வெப்பநிலை உயர்வும் நடந்து வருகின்றன. துருவங்கள் உயர் வேகத்தில் உருகி வருகின்றன, பருவ கால மாற்றம் தாறுமாறாகி உள்ளது. வெள்ளங்கள், வறட்சிகள், சூறாவளிகள், மேன்மேலும் வலுவான புயல்கள் அதிகரித்து வருகின்றன. இருபதாம் நூற்றாண்டின் மூன்றாவது பகுதியில் இருந்தே தாவர இனங்களும் விலங்கினங்களும் மேன்மேலும் அழிந்து வருகின்றன. அதனை 'ஆறாவது பெருந்திரள் அழிவு', மனிதர்களால் நிகழ்த்தப்பட்ட முதல் அழிவு என்று அழைக்கின்றனர் (டி பிராகொன்டல் 2015). பணமும் சரக்குகளும் விரிவடையும் போது நிலம் சத்திழந்து போகிறது, பூமிக்கோள் இதற்கு போதுமானதல்ல எனும் நிலை ஏற்படுகிறது.

உயிர்வாழ்வை அச்சுறுத்துவது உற்பத்தி முறைக்கும் சவாலாக உள்ளது. கச்சா எண்ணெய், கார்பன் உள்ளிட்ட பல கனிமங்கள் குறைந்து போவது இதற்கான நிரூபணம். இதனால்தான், சீனா தங்கத்தையும் பிற கனிமங்களையும் வழக்கத்துக்கு அதிகமாக குவித்து வருகிறது. இதனை 'அனைத்தும் தழுவிய குவித்தல்' என்று லீ அழைக்கிறார் (2014:36). அது நேரடி உபரி-மதிப்பை விட நீண்ட கால, மத்திய காலநோக்கில் 'வளங்களை' கட்டுப்படுத்த முயற்சிக்கிறது. இதற்கிடையே உற்பத்தி முறையாலும் நுகர்வாலும் ஏற்பட்ட (கனிமங்கள், நீர், நிலம் இன்னபிற வற்றின்) 'தட்டுப்பாட்டு'க்கு சர்வதேச பொருளாதார நிறுவனங்கள் முன்மொழியும் தீர்வு இன்னும் அதிகமான தனியார் மயமாக்கல்கள். தண்ணீருக்கு விலை வைப்பதன் மூலம் அது 'வீணாக்கப்படுவதை' தடுத்து, நியாயமான வினியோகத்தை உறுதி செய்யலாம் என்ற வாதம் சமீப காலங்களில் அதிகரித்து வருகிறது. ஆனால், 'பசுமை' தொழில் துறைகள் கார்பன் பற்றுகளை விற்பது எதைச் சாதித்தது என்பது நமக்கு ஏற்கனவே தெரியும். அது காற்று மாசுபடுதலை குறைக்கவில்லை, அதற்கு ஒரு விலை மட்டும் வைத்தது. அது மாசுபடுதலை குறைக்கவும் இல்லை, வாழ்க்கைக்கு அவசியமான காரணிகளை 'நியாயமாக' வினியோகிக்கவும் செய்யவில்லை, மாறாக அவற்றை புதிய தனிச் சிறப்பான (niche) சந்தைகளாக மாற்றி விட்டது. தனிச்சிறப்பான சந்தைகள் என்பது இறுதிநிலை திரட்டலின் தனிப்பண்பு, இதற்கான வேறு எடுத்துக்காட்டுகள் மரபணு பொருள்வகைகளுக்கு காப்புரிமை வாங்குவது, மூதாதையரின் நடைமுறை அறிவுக்கு காப்புரிமை வாங்குவது ஆகியவை. நீரையும் காற்றையும் நிலத்தையும் வரம்பிடுவது சமூக அமைப்பின் இந்த வடிவம்தான் என்பதை அது உறுதி செய்கிறது. மேலே சொன்ன காரணிகள் அனைத்தையும் கருத்தில் எடுக்கும் போது, இந்த நிகழ்முறையை இன்னமும் ஆதித் திரட்டல் என்று அழைக்க முடியுமா?

உபரி-மதிப்பின் நெருக்கடியுடன் இதன் தொடர்பைப் பார்க்கலாம். பத்தொன்பதாம் நூற்றாண்டின் இறுதியிலும் இருபதாம் நூற்றாண்டின் தொடக்கத்திலும் தொழிலாளி வர்க்கத்தின் போராட்டங்களும், 1929-ல் ஏற்பட்ட பங்குச் சந்தை வீழ்ச்சியும் மக்கள்நல அரசு உருவாவதை கட்டாயப்படுத்தின. பாட்டாளிகளைப் பொறுத்தவரை ஓய்வூதியம், மருத்துவக் காப்பீடு, இலவசக் கல்வி, வேலைநேரம் குறைக்கப்படுவது, அதிக கூலிகள் இன்னபிற 'உரிமைகளை' பெறுவது சாத்தியமானது. இந்த நடவடிக்கைகள் மூலம் முதலாளித்துவமும் அரசுகளும் 30 ஆண்டுகளாக வர்க்கப் போராட்டத்தை அமைதிப்படுத்தி வந்தன. ஆனால், 1960-களின் இறுதியில் போராட்ட அலை ஒன்று தொடங்கி

அது 1968-ல் வெடித்தது, 1970-கள் வரை தொடர்ந்தது. மாணவர்கள், பெண்ணியவாதிகள், சுற்றுச்சூழல்வாதிகள், போர்எதிர்ப்பாளர்கள், இனவாதஎதிர்ப்பாளர்கள், இன்னும் பிறரும் அமைப்புக்கு தீவிரமாக சவால் விடுத்தனர். அழிவு, படிநிலைகள், பணம், சரக்குகள், இயற்கையை அலட்சியப்படுத்தி விட்டு அதன் மீது ஆதிக்கம் செலுத்துவதை மட்டுமே நோக்கமாகக் கொண்ட பொருளாதார முன்னேற்றம் என்ற போலி தத்துவம் ஆகியவற்றை அடிப்படையாகக்கொண்ட சமூக ஒழுங்கமைப்பு வடிவத்தின் அபத்தத்தை அவர்கள் அம்பலப்படுத்தினர். இதுவும், மிகைமூலதனத் திரட்டலின் நெருக்கடியும், அமெரிக்காவில் சுற்றோட்டத்தில் இருந்த அளவுமீறிய பெயரளவு மூலதனமும் (fictitious capital) ஒரு திருப்புமுனையை ஏற்படுத்தின. 1944-ல் பிரெட்டன் வுட்ஸ் ஒப்பந்தத்தின்படி சர்வதேச வர்த்தகத்தை ஒழுங்கமைத்து வந்த, அமெரிக்க டாலர் தங்கத்துக்கு ஈடானநிலையில் பராமரிக்கப்படுவது 1971ல் ரத்து செய்யப்பட்டது. இந்த நெருக்கடியைத் தொடர்ந்து மூலதனத்தை ஈர்ப்பதற்கு நாடுகளுக்கிடையே கடுமையான போட்டி ஏற்பட்டது. முதலீடுகள் அமெரிக்காவிலிருந்தும் ஐரோப்பாவிலிருந்தும் ஆசியாவுக்கு 1980, 1990-கள் முழுவதிலும் இடம் மாறிச் சென்றன. ஆசிய நாடுகளில் சிறப்புப் பொருளாதார மண்டலங்களின் நிதிரீதியான, சுற்றுச்சூழல்ரீதியான, மனிதரீதியான ஆதாயங்கள் அவற்றைக் கவர்ந்தன. பன்னாட்டு நிறுவனங்களுக்கு ஏராளமான மலிவான உழைப்புச் சக்தியும், நடைமுறையில் வரம்பில்லாமல் இயற்கை 'வளங்களை' பயன்படுத்தும் உரிமையும் கிடைத்தது. உலகெங்கிலும், பொதுத்துறை நிறுவனங்கள் தனியார்மயமாக்கப்பட்டன, சமூக செலவினங்கள் வெட்டப்பட்டன, சம்பளங்கள் தேங்கிப் போயின, அத்தியாவசியப் பொருட்களின் விலைகள் மேலும் உயர்ந்தன, பெண் தொழிலாளர்கள் பெருமளவில் உழைப்புச் சந்தைக்குள் கொண்டு வரப்பட்டனர். எனவே, பெண்கள் உற்பத்தித் துறையிலும் மனித மறுவுற்பத்தித் துறையிலும் செய்யும் வேலை அதிகரித்தது. உற்பத்தியில் அவர்களுக்குக் குறைந்த கூலிகள் தரப்பட்டன, உழைப்புச் சக்தியின் மறுவுற்பத்தியில் கூலியே தரப்பட வில்லை. வேலை நிலைமைகளும் வாழ்க்கை நிலைமைகளும் மோசமாயின ஆனால், கடன் விரிவாக்கம் சமூக மோதலை கட்டுக்குள் வைத்திருந்தது. 2008 நிதித்துறை நெருக்கடி உபரி-மதிப்பை ஈடேற்றம் செய்வதில் மூலதனம் எதிர்கொண்ட சிரமங்களை அம்பலப்படுத்தியது; பெயரளவு மூலதனத்துக்கும் உண்மை மூலதனத்துக்கும் இடையிலான விகிதாச்சார பொருத்தமின்மை, சந்தையின் சுய-ஒழுங்குபடுத்தல் என்ற போலிவாதம் இரண்டும் அம்பலமானது. முதலாளித்துவத்தின் தொடக்கத்தில் இருந்தது போலவே கடன் முக்கியமான பாத்திரத்தை

வகித்தது, பலநாடுகள் திணறடிக்கும் கடனில் சிக்கின. 'எனவே, நிறைய பணம் உள்ளது, ஆனால் சிறிதளவே மூலதனமாக உள்ளது என்ற முரண்தொடை ஏற்பட்டது' (வேலா 2018:102). வங்கிகளுக்கு நிதி கொடுத்து மீட்டது, வேலை இழப்புகள், திவால்கள், சமூக செலவினங் களை வெட்டியது ஆகியவை மக்கள்நல அரசு என்ற கருத்தை துடைத் தெறிந்து விட்டன; ஆனால் பொருளாதார நெருக்கடி இன்னும் மறைந்து விடவில்லை, அதன் அச்சுறுத்தல் முன்னெப்போதையும் விட அதிகமாக உள்ளது. அதனால்தான் தங்கத்தை விற்றுக் கொண்டிருந்த அரசுகள் இப்போது அதனை வாங்கி பதுக்குகின்றன. அரசும் மூலதனமும் மறுசீரமைப்பு நிகழ்முறையில் உள்ளன.

முதலாளித்துவம் ஒரு சில பத்தாண்டுகளுக்கு முன்பாகவோ, அல்லது ஒரு சில நூற்றாண்டுகளுக்கு முன்பாகவோ இருந்தது போல தன்னை வெளிப்படுத்திக் கொள்ள முடியவில்லை, உழைப்பை திரட்டும் வடிவமும், கச்சாப் பொருட்களை திரட்டும் வடிவமும் அவற்றுக்கு எதிரான போராட்டங்கள் வளர்ச்சியடைந்த அதே வேகத்தில் மாற்றமடைந்துள்ளன.³ ஆனால், போராட்டத்தின் ஒவ்வொரு தனிப்பட்ட கூறையும் தாண்டிய பகைநிலை நிரம்பி வழிவதிலும் நெருக்கடி வெளிப்படுகிறது. 'குறிப்பிட்ட கோரிக்கைகளுக்கான போராட்டங்களுக்கு காலவரம்பு உள்ளது, ஆனால், அதோடு முடிந்து போனதாக இல்லை, அவை மூலதனத்தின் கட்டமைப்பின் மீது இடைக்கால அல்லது நீண்டகால விளைவுகளைக் கொண்டுள்ளன' (வேலா 2018:218). உழைக்கும் மக்களின் போராட்டங்கள் உபரி-மதிப்பின் மீதான தாக்குதல்கள், மூலதனம் கூடுதல் கூலி கொடுக்கக் கட்டாயப்படுத்தப்படுவதாலோ அல்லது அரசு சமூகச் செலவினங்களில் அதிகமாக முதலீடு செய்ய வேண்டியிருப்பதாலோ மூலதனத் திரட்டலின் இயக்கத்தின் தீவிரத்தை நாம் முறிப்பதன் மூலம் அந்தத் தாக்குதல் நடக்கிறது. நாம் எல்லாவற்றையும் ஏற்றுக் கொள்வதில்லை, அதனால் தான் 'மூலதனத்தின் நெருக்கடியாக நாம்' உள்ளோம் (ஹாலவே 2014).

மூலதனத்தின் நெருக்கடியும் சுற்றுச்சூழல் நெருக்கடியும் எதிர் காலத்தை மேன்மேலும் நிச்சயமற்றதாக்குகின்றன என்பது தெளிவு. உருவாகி வரும் எதிர்வினைகள் முரண்படுவதாக உள்ளன: ஒரு புறம், வெகுமக்கள் கோபத்தை இடதுசாரி கட்சிகளை நோக்கி திருப்பும் மாய்மால விடைகள் உள்ளன, இது கிரேக்கத்தில் நடந்தது. அல்லது மிக மோசமான நேர்வுகளில் மக்களின் கோபம் தீவிர-வலது நிலைப்பாடுகளில் வடிகால் காண்கின்றது. இது அமெரிக்காவிலும் பிரேசிலிலும் நடந்தது. எஸ்தேவாவின் கருத்துப்படி, கடந்த கால

ஃபாசிசத்தை விட மோசமான எதேச்சதிகார வடிவங்கள் முன்னெப் போதும் இல்லாத வகையில் அதிகரிப்பதை நாம் பார்த்துக் கொண்டிருக்கிறோம் (2009:18, 38). சீனாவின் சமூகப் பற்று அமைப்பு (Social Credit System), நடத்தை, நுகர்வு பழக்கங்கள், அரசை விமர்சிக்காமல் இருப்பது ஆகியவற்றை அடிப்படையாகக் கொண்ட ஒரு மதிப்பெண் முறை. அது சீன அரசின் பரிசீலனை முயற்சி, அது நல்ல மற்றும் கெட்ட குடிமக்களின் பட்டியலை தயாரிக்கிறது. அவர்கள் போற்றப் படுகிறார்கள் அல்லது தண்டிக்கப்படுகிறார்கள் (சேட்டலியர் 2018). அதுவும் எதேச்சாதிகார திசையில் நகர்கிறது. இன்னொரு பக்கம், இறுதி நிலை மூலதனத் திரட்டலின் பேரழிவு, மானுடத்தை பயங்கரமான 'விபத்துக்குள்' கொண்டு செல்கிறது. அது எந்த வகையிலும் தற்செயலானது இல்லை. நமது பழக்கங்களை புரட்சிகரமாக மாற்றியமைக்க வேண்டியுள்ளது. நகரங்களிலும் கிராமப்புறங்களிலும் வாழ்க்கையை சாத்தியமாக்குபவற்றை பாதுகாப்பதற்கு போராட்டங்கள் நடக்கின்றன. பணத்துக்கு அப்பால், சரக்குகளுக்கு அப்பால் உள்ள உலகங்களை கற்பிதம் செய்வதற்கான போராட்டங்கள் நடைபெறுகின்றன. மனிதர்கள் ஒருவர் மற்றொருவருடனும், இயற்கையுடனும் தொடர்பு கொள்வதற்கான உணர்திறன்களில் மாற்றம் ஏற்பட்டுள்ளது. அவை வேறு வடிவங்களில் தெரிவிக்கப்படுகின்றன. அவை பொருளாதார, பாலினரீதியான, இனரீதியான படிநிலைகளில் இருந்து முறித்துக் கொள்கின்றன. ஒரு வகையில் அவை 1960-கள், 1970-களின் போராட்டங்களின் வாரிசுகள். அவை உணர்நிலை அறிவை கரணிய அறிவுக்கு முன்பாக வைக்கின்றன, அளவுக்கு முன்பாக பண்பை வைக்கின்றன, இருப்பதற்கு (மறுதலிக்கப் பட்ட வாழ்க்கை) முன்பாக இருக்க வேண்டியதை (முழுமையான வாழ்க்கை) வைக்கின்றன. ஆனால், மூலதனத்தின் நேரம் நமக்கு எதிராக நிற்கிறது; அதன் வேகம் மேன்மேலும் அச்சுறுத்துகிறது, அதன் பேரழிவுகள் மேன்மேலும் ஆழமாக உள்ளன. அவற்றில் சில - நாம் பார்த்தது போல - சரிசெய்ய முடியாதவை. இங்குதான் இருமனநிலை உள்ளது: சமூக மாற்றத்துக்கான பாதையில் திரும்பாவிட்டால் மானுட துன்பியலுக்குள் மேலும் ஆழமாக ஆழ்ந்து விடுவோம்.

நூல் குறிப்புகள்

ஆச்சார்யா ஏ (2013), 'இன்விசிபிள் விமன் அண்ட் செக்சுவல் விக்டிமைசேஷன் இன் மெக்சிகோ: த கேஸ் ஆஃப் டிராஃபிகிங் இன் விமர்ன் இன் மான்டெரே' (Acharya, A. (2013) 'Mujeres invisibles y victimización sexual en México. El caso de la trata de mujeres en Monterrey' ('Invisible Women and Sexual Victimisation in Mexico: The Case of Trafficking in Women in Monterrey')), *Estudios Sociales* 21 (42), 233-58, www.redalyc.org/pdf/417/41728341010.pdf.

அன்டா மார்டினஸ் எஸ் (2017), சவுட்லா அண்ட் ஒலின்ட்லா: த டிஃபன்ஸ் அகெய்ன்ஸ்ட் டெர்மினரி அக்யுமுலேஷன் (Anta Martínez, S. (2017) *Zautla y Olintla: la defensa de la vida frente a la acumulación terminaria* (*Zautla and Olintla: The Defence of Life against Terminary Accumulation*)), முனைவர் பட்ட ஆய்வறிக்கை (Doctoral Thesis), ICSyH 'Alfonso Vélez Pliego', Puebla, Mexico.

ஜான் பெல்லாமி ஃபாஸ்டர் *(2000) மார்க்சஸ் எகாலஜி: மெட்டீரியலிசம் அண்ட் நேச்சர், நியூயார்க்:மன்த்லி ரிவியூ பிரெஸ்* (Bellamy Foster, J. (2000) *Marx's Ecology: Materialism and Nature*, New York: Monthly Review Press).

வெர்னர் போன்ஃபெல்ட் *(2008), 'த பெர்மனன்ஸ் ஆஃப் பிரிமிடிவ் அக்யுமுலேஷன்: கமாடிட்டி ஃபெடிஷிசம் அண்ட் சோசியல் கான்ஸ்டிட்யூஷன்'* (Bonefeld, W. (2008) 'The Permanence of Primitive Accumulation: Commodity Fetishism and Social Constitution'), *வெர்னர் போன்ஃபெல்ட் (தொகுப்பாசிரியர்) (2008), சப்வெர்டிங் த பிரசென்ட், இமேஜினிங் த ஃபியூச்சர், நியூயார்க்:ஆடோனோமீடியா:51-66-ல்* (Bonefeld, W. (ed), (2008) Subverting the Present, Imagining the Future, New York: Autonomedia: 51-66).

சாடலியே ஆர், *'த சைனீஸ் சோசியல் கிரெடிட் அண்ட் த எதிகல் டைலமா ஆஃப் ட்ரஸ்ட் பை ரேட்டிங்'* (Chatellier, R. (2018) 'Le Crédit Social chinoi et le dilemme étique de la confiance par notation' ('The Chinese Social Credit and the Ethical Dilemma of Trust by Rating')), https://linc.cnil.fr/fr/le-credit-social-chinois-et-le-dilemme-ethique- de-la-confiance-par-la-notation.

மரியா டல்லா கோஸ்டா *(1995), 'மூலதனமும் மறுவுற்பத்தியும்'* (Dalla Costa, M. (1995) 'Capitalism and Reproduction'), *வெர்னர் போன் ஃபெல்ட், ரிச்சர்ட் குன், ஜான் ஹாலவே, காஸ்மாஸ் சைக்கோபீடிஸ் (தொகுப்பாசிரியர்கள்), திறந்தநிலை மார்க்சியம் III* (W. Bonefeld, R. Gunn, J. Holloway and K. Psychopedis (eds), *Open Marxism 3*), London: Pluto Press, 7-16.

மனோலிஸ் டி ஏஞ்சலிஸ் *(2001), 'மார்க்ஸ் அண்ட் பிரிமிடிவ் அக்யுமுலேஷன்: த கன்டினியுவஸ் கேரக்டர் ஆஃப் கேபிடல்ஸ் "என்க்ளோஷர்ஸ்"'* (De Angelis, M. (2001) 'Marx and Primitive Accumulation: The Continuous Character of Capital's "Enclosures"') *போன்ஃபெல்ட் (தொகுப்பாசிரியர்) (2008), சப்வெர்டிங் த பிரசென்ட், இமாஜினிங் த ஃப்யூச்சர், நியூயார்க்: அடோனோாமீடியா, 27-50-ல்* (Bonefeld, W. (ed), (2008) *Subverting the Present, Imagining the Future*, New York: Autonomedia, 27-50).

டி பிரகோன்டல் எம் *(2015), 'த சிக்ஸ்த் மாஸ் எக்ஸ்டிங்ஷன் ஹேஸ் பிகன்'* (De Pracontal, M. (2015) 'La sixième extinction de masse a commence' ('The Sixth Mass Extinction has Begun')), www.mediapart.fr/journal/international/270615/ la-sixieme-extinction-de-masse-commence?onglet=full.

எஸ்தேவா ஜி *(2009), 'கிரைசிஸ் அஸ் ஹோப்'* (Esteva, G. (2009) 'La crisis como esperanza' ('Crisis as Hope')), *Bajo el Volcán* 14: 17-53.

ஃபாயனாஸ் எஸ்குயர் ஈ *(2006), 'சைனா அண்ட் இட்ஸ் சீரியஸ் வாட்டர் பிராப்ளம்'* (Fayanas Escuer, E. (2006) 'China y su grave crisis hídrica' (China and its Serious Water Problem)), www.rebelion.org/noticia.php?id=25099.

ஃபெதரிச்சி எஸ் *(2004), காலிபன் அண்ட் த விச்: விமன், த பாடி அண்ட் பிரிமிடிவ் அக்யுமுலேஷன், நியூயார்க்: ஆட்டனோமீடியா* (Federici, S. (2004) Caliban and the Witch: Women, the Body and Primitive Accumulation, New York: Autonomedia).

ஃபெதரிச்சி எஸ் *(2012), 'தி அன்ஃபினிஷ்ட் ஃபெமினிஸ்ட் ரெவல்யூஷன்'* (Federici, S. (2012) 'The Unfinished Feminist Revolution'), *The Commoner 15*, www.commoner.org.uk/wp-content/uploads/2012/02/08-federici.pdf.

கோங்சாவ் *(2014), 'ரிவோல்ட்ஸ் இன் சைனா. கேபிடலிஸ்ட் அட்டாக் அண்ட் சோசியல் ஸ்ட்ரகிள்ஸ்'* (Gongchao (2014) 'Revueltas en China. Ataque capitalista y luchas sociales' ('Revolts in China. Capitalist Attack and Social Struggles')), www.gongchao.org.

‘இறுதிநிலை’ திரட்டல் அல்லது முதலாளித்துவத்தின் வரம்புகள் 185

கோன்சாலஸ் கார்சியா ஜே, மேசா லோரா ஜே.எஸ் *(2009)*, *‘ஷென்ஜென், ஸ்பெஷல் எகனாமிக் ஜோன்: எ ஹிஞ்ச் ஃபார் எகனாமிக் ஓபன்னெஸ் அண்ட் சைனீஸ் ரீஜினல் க்ரோத்’* (González García, J. and Meza Lora, J. S. (2009) ‘Shenzhen, zona económica especial: bisagra de la apertura económica y el desarrollo regional chino. Problemas del Desarrollo’ (‘Shenzhen, Special Economic Zone: A Hinge for Economic Openness and Chinese Regional Growth’)), Revista Latinoamericana de Economía 40(156): 101-24.

கிரேபர் டி *(2011)*, *டெட்: த ஃபர்ஸ்ட் 5,000 இயர்ஸ், நியூயார்க்: மெல்வில் ஹவுஸ்* (Graeber, D. (2011) *Debt: The First 5,000 Years*, New York: Melville House).

ரிச்சர்ட் குன் *(2018)*, *‘வாட் இஸ் த ப்ரோலிடரேட்?’* (Gunn, R. (2018) ‘¿Qué es el proletariado?’ (‘What is the Proletariat?’)), *Comunizar*, http://comunizar.com.ar/proletariado-richard-gunn.

டேவிட் ஹார்வி *(2005)*, *த நியூ இம்பீரியலிசம், ஆக்ஸ்போர்ட்: ஆக்ஸ்போர்ட் யூனிவர்சிடி பிரெஸ்* (Harvey, D. (2005) *The New Imperialism*, Oxford: Oxford University Press).

ஹெர்னாண்டஸ் கான்ரேராஸ் எஃப், சென்ஹெங் ஜே *(2007)*, *‘கமெர்சியல் ரிலேஷன்ஸ் பிட்வீன் மெக்சிகோ அண்ட் சைனா த்ரூஅவுட் ஹிஸ்டரி’* (Hernández Contreras, F. and Zhenheng, J. (2007) ‘Las Relaciones Comerciales de Mexico y China en la Historia’ (‘Commercial Relations between Mexico and China Throughout History’)), *Observatorio de la Economía y la Sociedad de China 5*, www.eumed.net/rev/china.

ஜான் ஹாலவே *(2010)*, (Holloway, J. (2010)) *Cambiar el mundo sin tomar el poder*, Puebla: Sísifo Ediciones, Bajo Tierra Ediciones and ICSyH-BUAP.

ஜான் ஹாலவே *(2014)*, *‘கம்யூனிச!’* (Holloway, J. (2014) ‘Communise!’), எஸ் பிரின்கட் *(தொகுப்பாசிரியர்), கம்யூனிசம் இன் த 21ஸ்ட் செஞ்சுரி-ல்* (S. Brincat (ed.), *Communism in the 21st Century*), Vol. 3, Santa Barbara: Praeger.

ஜான் ஹாலவே *(2018)*, *‘மார்க்ஸ், சிவிலைஸ்ட் ஆர் சேவேஜ்’, டயலாக் அண்ட் யூனிவர்சலிசம்* (Holloway, J. (2018) ‘Marx, Civilised or Savage?’, *Dialogue and Universalism*) 28(3): 101-6.

குர்ட்ஸ் ஆர் *(2014)*, *‘ஆன் த கரென்ட் க்ளோபல் எகனாமிக் கிரைசிஸ்: கொஸ்டியன்ஸ் அண்ட் ஆன்சர்ஸ்’* (Kurz, R. (2014) ‘On the Current Global Economic Crisis: Questions and Answers’), என். லார்சன், எம் நில்ஜஸ், ஜே ராபின்சன், என் பிரவுன், *மார்க்சிசம் அண்ட் த கிரிடிக் ஆஃப் வேல்யூ-ல்* (N. Larsen, M. Nilges, J. Robinson and N. Brown (eds), Marxism and the Critique of Value), Chicago: MCM’, 331-56.

லீ சிங், கே *(2014)*, *‘த ஸ்பெக்டர் ஆஃப் க்ளோபல் சைனா’* (Lee Ching, K. (2014) ‘The Spectre of Global China’), *New Left Review* 89: 29-65.

ரோசா லக்சம்பர்க் *(2003)*, *தி அக்யுமுலேஷன் ஆஃப் கேபிடல்* (Luxemburg, R. (2003) *The Accumulation of Capital*, London: Routledge).

கார்ல் மார்க்ஸ், *மூலதனம் முதல் பாகம்* (Marx, K. (1976) *Capital*, Vol. 1, London: Penguin).

கார்ல் மார்க்ஸ், *மூலதனம் மூன்றாம் பாகம்* (Marx, K. (n.d.) *Capital*, Vol. 3, New York: International Publishers).

நாவாரோ எம் *(2014)*, *ஸ்ட்ரகிள்ஸ் ஃபார் த காமன்ஸ்: சோசியல் ஆன்டகனிசம் அகெய்ன்ஸ்ட் த ரினியூட் கேபிடலிஸ்ட் என்க்ளோஷர் அண்ட் அப்ராப்ரியேஷன் ஆஃப் நேச்சுரல் ரிசோர்சஸ் இன் மெக்சிகோ* (Navarro, M. (2014) *Luchas por lo común. Antagonismo social contra el renovado cercamiento y despojo capitalista de los bienes naturales en México* (*Struggles for the Commons: Social Antagonism Against the Renewed Capitalist Enclosure and Appropriation of Natural Resources in Mexico*)), முனைவர் பட்ட ஆய்வுரை, ICSyH, Puebla, Mexico.

ஓர்ட்லீப் சி.பி *(2014)*, ‘எ *கான்ட்ரடிக்ஷன் பிட்வீன் மேட்டர் அண்ட் ஃபார்ம்: ஆன் த சிக்னிஃபிகன்ஸ் ஆஃப் த ப்ரொடக்ஷன் ஆஃப் ரிலேடிவ் சர்ப்ளஸ் வேல்யூ இன் த டைனமிக் ஆஃப் டெர்மினல் கிரைசிஸ்* (Ortlieb, C. P. (2014) ‘A Contradiction between Matter and Form: On the Significance of the Production of Relative Surplus Value in the Dynamic of Terminal Crisis’), *என் லார்சன், எம் நில்ஜெஸ், ஜே ராபின்சன், எம் பிரவுன் (தொகுப்பாசிரியர்கள்), மார்க்சிசம் அண்ட் தி கிரிடிக் ஆஃப் வேல்யூ-ல்* (N. Larsen, M. Nilges, J. Robinson and N. Brown (eds), *Marxism and the Critique of Value*), Chicago: MCM’, 77-122.

ஸ்மித் ஆர் (2015) (Smith, R. (2015)) ‘China: “accidentes de trabajo” y desastre ecológico’, www.sinpermiso.info/textos/china-accidentes-de-trabajo-y-desastre-ecolgico.

ஸ்ட்ராக்க எஸ், லெண்டால் என், ஜோகன்னிசன் எஃப் (2013), எலெக்ட்ரானிகா லோ காஸ்ட். எ ஸ்டடி ஆஃப் வொர்கிங் கண்டிஷன்ஸ் இன் ஃபோர் சப்ளையர்ஸ் ஆஃப் டெல் இன் சீனா (Stracke S., Lendal N. and Johannisson F. (2013) *Eléctronica low cost. Estudio de las condiciones laborales de cuatro proveedores de Dell en China* (*Electronica Low Cost. A Study of Working Conditions in Four Suppliers of Dell in China*)), Setem Cataluna.

வேலா சி *(2018), டெர்மினல் கேபிடலிசம்: நோட்ஸ் ஆன் இம்ப்ளோசிவ் சொசைட்டி* (Vela, C. (2018) *Capitalismo terminal. Anotaciones a la sociedad implosiva* (*Terminal Capitalism: Notes on Implosive Society*)), Madrid, España: Traficantes de sueños.

வாலர்ஸ்டெய்ன் ஐ *(1995), ஆஃப்டர் லிபரலிசம்*, நியூயார்க்: தி நியூ பிரெஸ் (Wallerstein, I. (1995) *After Liberalism*, New York: The New Press).

குறிப்புகள்

1. இயற்கை வெளிகளையும் இயற்கை வளங்களையும் கைப்பற்றுவதோடு கூட, இந்தக் கருத்தினத்தில் நிதிமூலதனத்தின் ஊகவணிகம், அறிவுசார் சொத்துடைமை, விதை மரபியல் பொருண்மை காப்புரிமைகள், பொதுச் சேவைகளையும் தண்ணீரையும் தனியார்மயமாக்குதல் ஆகிவயற்றையும் டேவிட் ஹார்வி சேர்த்துக் கொள்கிறார்.

2. மதிப்பு என்பது ஒரு சரக்கை உற்பத்தி செய்வதற்கு சமூகவழியில் அவசியமான உழைப்பு நேரம். உபரி-மதிப்பு என்பது தொழிலாளரை பராமரிப்பதற்கான செலவை ஈடுகட்டுவதற்கு மேல் மூலதனம் கையகப்படுத்திக் கொள்ளும் கூடுதல் மதிப்பு. தொழிற்சாலைகளில் பாட்டாளிகள் செலவிடும் நேரம் குறைக்கப்படுவதுடனும் இயந்திர சாதனங்களின் காரணமாக சுரண்டல் அதிகமாவதுடனும், அதை உற்பத்தி செய்வதற்கு குறைவான நேரமே அவசியமாவதால் உற்பத்திப் பொருளின் விலை வீழ்ச்சியடைகிறது. இதன் விளைவாக உழைப்புச் சக்தியின் விலையும் குறைகிறது. இயந்திர சாதனங்களை இயக்குவதற்கு குறைவான தொழிலாளர்களே தேவைப்படுகின்றனர். உபரி-மதிப்பு வீதமும் சுரண்டல் வீதமும் மாறாமல் இருந்தால் இலாபவீதம் குறைவதற்கு இது வழிவகுக்கிறது (மார்க்ஸ் n.d).

3. எடுத்துக்காட்டாக, பெண்களை உழைப்புச் சந்தைக்குள் கொண்டு வருவது, தொழிற்சங்கங்களையும் கல்வி நிறுவனங்களையும் கட்டுப்படுத்துவது, சமூக மேம்படுத்தல் தொடர்பான திட்டமான கோரிக்கைகளை ஏற்றுக் கொள்வது இன்னபிறவற்றின் மூலமாக.

7. அரசும் உலகளாவிய மூலதனமும்: சொற்போர் பற்றிய மீள்பரிசீலனை

ரோட்ரிகோ பாஸ்கல், லூசியானா கியோட்டோ

அரசின் ஆதிக்கம் குறிப்பிட்ட ஆட்சிப்பரப்பின் அடிப்படையிலானது, அதற்குள்ளாக வரம்பிடப்பட்டது, அதே நேரம் மூலதனமோ அத்தகைய வரம்புகளை தாண்டிச் செல்லக் கூடியது. இந்த வாதம் மார்க்சியத்தினுள், குறிப்பாக சர்வதேச அரசியலையும் சர்வதேச அரசியல் பொருளாதாரத்தையும் ஆய்வு செய்யும் மார்க்சியத்தில் ஊடுருவியுள்ளது. இந்த வேறுபாடு விளக்கப்படாமலே புரிந்து கொள்வதாக உள்ளதா, என்ன?

மூலதனம் என்ற கருத்தாக்கத்தின் நோக்குநிலையில் இருந்து பார்க்கும் போது, இந்த இரட்டைநிலையை ஏற்றுக் கொள்வது என்பது, அரசும் மூலதனமும் முற்றிலும் வேறுபட்ட தர்க்கத்தை பின்பற்றும் தனித்தனி பொருண்மைகள் என்று அனுமானித்துக் கொள்வதாகும். இந்த போலியான இரட்டைநிலை பற்றிய விமர்சன பகுப்பாய்வை முன் வைக்கும் விதமாக, அரசு என்பதை மூலதன உறவின் தனித்த வடிவமாக புரிந்து கொள்ள வேண்டும் என நாங்கள் முன்மொழிகிறோம், மூலதன உறவு ஆட்சிப்பரப்பு அடிப்படையிலானது, ஆனால் அதன் ஆதிக்கம் உலகளாவியது, மூலதனத்தின் பொதுவான மறுவுற்பத்தியை சார்ந்துள்ளது என்று நாங்கள் முன்மொழிகிறோம். 'வெளிப்புறத்துடனான' அதன் உறவு அதற்கு உள்ளாகவே அமைந்துள்ளது, அது அதன் மறுவுற்பத்திக்கான முன்நிபந்தனை. இதனால்தான், ஆட்சிப்பரப்பு வரம்பு-ஆட்சிப்பரப்பு வரம்பின்மை ஆகியவற்றை இரட்டை நிலை உறவாக புரிந்து கொள்ளக் கூடாது, மாறாக, உற்பத்தி நிகழ்முறைக்கும் சுற்றோட்ட நிகழ்முறைக்கும் இடையேயான பிரிவில் கால் கொண்டுள்ள முரண்படும் வடிவமாக புரிந்து கொள்ள வேண்டும் என்று கிளார்க் (2001) சுட்டிக் காட்டுகிறார்.

பின் வருவதில், மூலதனத்தில் உள்ளார்ந்த ஆட்சிப்பரப்பு வரம்பும் (உற்பத்தி) உலகளாவியதன்மையும் (சுற்றோட்டம்) வர்க்க ஆதிக்கத்திலும் சுரண்டலிலும் பதற்றத்தை உருவாக்குகிறது என்று நாங்கள் நிரூபிக்க விருக்கிறோம். அது அரசுக் கோட்பாடுகளிலும், குறிப்பாக, முதலாளித்துவ சமூக உறவுகள் சர்வதேசமயமாக்கப்படுவது பற்றிய சொற்போர்களிலும்

வெளிப்படுகிறது என்று காட்டவிருக்கிறோம். இந்தப் பதற்றத்தை சமூக பகைநிலையின் விளைவாக புரிந்து கொள்கிறோம், ஆதிக்கத்துக்கும் வர்க்கச் சுரண்டலுக்கும் பயன்படுத்தும் குறிப்பான முறைபாடாக அணுகுகிறோம்.

இந்த அத்தியாயத்தில், அரசு கோட்பாட்டையும் உலகளாவிய சந்தையுடன் அதன் தொடர்புகளையும் விவாதிக்கும் இலக்கியத்தை சுருக்கமாக பரிசீலிக்கிறோம். அரசுக்கும் பன்னாட்டு நிறுவனங்களுக்கும் ஏகாதிபத்தியத்துக்கும் இடையேயான உறவு பற்றி 1970-களில் இருந்து இன்றுவரை நடக்கும் சொற்போரை நாங்கள் மீள்பரிசீலனை செய்கிறோம். இந்தச் சொற்போர்களுக்கு திறந்தநிலை மார்க்சியத்தின் ஆசிரியர்கள் அளித்த இன்னும் சமீபத்திய பங்களிப்புகளை பரிசீலிக்கிறோம், இந்த நோக்குநிலையில் இருந்து நாங்கள் முடிவுகளை வந்தடைகிறோம். இந்த முடிவுகள் சர்வதேச உறவுகள் பற்றிய எதார்த்தவாதத்தில் இருந்து முறித்துக் கொள்கின்றன. இன்னும் குறிப்பாக, அரசு என்பதை இறுதிக் கணக்கில் மூலதனத்தின் (சுற்றோட்டம்) ஆட்சிப்பரப்பு தாண்டிய வடிவத்துக்கு எதிராக குறிப்பிட்ட ஆட்சிப்பரப்பில் (உற்பத்தி) நிலை கொண்டதாக பார்க்கும் ஏகாதிபத்தியம் பற்றிய கருத்துநிலைகளில் இருந்து முறித்துக் கொள்கின்றன.

சக்கரத்தை சுற்றி விடுதல் – அரசுகளுக்கு இடையேயான உறவுகள், நிலையான சூழல்களாக பொருளாதாரமும், அரசியலும்

1960-களில் புரட்சிகரப் போராட்டங்களின் எழுச்சியை ஒட்டி முதலாளித்துவ அரசின் தனித்தன்மை பற்றி மார்க்சிஸ்டுகள் மீண்டும் ஒருமுறை விவாதித்தனர். அப்போது உற்பத்தி மேன்மேலும் சர்வ தேசமயமாகி வந்தது. பன்னாட்டு நிறுவனங்கள் அதிகமாக உருவாயின. இந்தச் சூழலில் விவாதத்தின் ஒரு பகுதி அரசுகளுக்கு இடையேயான உறவுகள் பற்றியதாக இருந்தது. ஐரோப்பிய பொருளாதார சமுதாயத்தை (European Economic Community - EEC) உருவாக்குவதற்கான முயற்சிகளின் முன்னேற்றங்களும் பின்னடைவுகளும் இதன் பின்புலமாக இருந்தன. இந்தச் சொற்போர், அரசு, சர்வதேச அரசு அமைப்பு, சந்தை, உலகச் சந்தை ஆகியவற்றுக்கு இடையேயான உறவு பற்றிய முக்கியமான பார்வைகளை உருவாக்கியது. கூடுதலாக, இந்தப் பிரச்சினையின் எதிரெதிர் தரப்புகள், ஆட்சிப்பரப்பு வரம்புக்கும் (அரசு), ஆட்சிப் பரப்பு வரம்பின்மைக்கும் (மூலதனம்) இடையேயான உறவைப் புரிந்து கொள்வதற்கு திறவுகோலாக இருந்தன.

இட வரம்புகளை கருத்தில் கொண்டு, இந்த நிலைப்பாடுகளை அரசியல்வாத, பொருளாதாரவாத, இயங்கியல்ரீதியான என மூன்று நோக்குநிலைகளாக நாங்கள் தொகுத்துச் சொல்கிறோம். நாங்கள் அனைத்தையும் குறிப்பிட முடியாது என்பதால், ஒவ்வொரு நோக்கு நிலையையும் மிகத் தெளிவாக விளக்கும் ஆசிரியர்கள் மீது கவனம் செலுத்துகிறோம்.

பொருளாதாரவாத அணுகுமுறையின்படி, உற்பத்தி சர்வதேச மயமானது அரசியல் மேல்கட்டுமானங்களை மாற்றியமைத்தது. இந்த உணர்வில், மூலதனம் குவிக்கப்படுவதும் மையப்படுவதும் என்ற நிகழ்முறைக்கு (அது தேசங்கடந்த தன்மையை ஏற்படுத்தியது) இயைந்ததாக EEC உருவானது என்று மண்டல் (1969) கருதினார். அது மூலதனத்தின் சட்ட வடிவங்களில் மாற்றத்தைக் கொண்டு வரும் என்று அவர் கருதினார். தேசங்கடந்த தன்மை என்பது ஒரு அவசியமான மாற்றமாகக் கருதப்பட்டது, அது சொத்துடமை வடிவங்களில் ஏற்பட்ட மாற்றங்களின் 'பிரதிபலிப்பு' என்று கருதப்பட்டது.

இந்த நோக்குநிலைக்குள்ளாக, அதே நேரம் சில நுணுக்கங்களுடன், ராபின் முர்ரே (1971), மிகத் தொடக்க காலத்தில் இருந்தே முதலாளித்துவ சமூக உறவுகள் சர்வதேச வேடம் பூண்டிருந்தன என்று வாதிட்டார். ஆனால், மூலதனம் விரிவடைவதுடன் கூடவே அரசும் விரிவடைந்தது. இது அரசின் ஆட்சிப்பரப்பையும் மூலதனத்தின் ஆட்சிப்பரப்பையும் ஒன்றிணைத்தது. ஆரம்பத்தில் இரண்டும் ஒரே பரப்பில் செயல்பட்டன என்பது இதற்குக் காரணம். மூலதனம் சர்வதேசமயமாவது அரசுகளுக்கும் மூலதனங்களுக்கும் இடையேயான வரலாற்றுரீதியான பிணைப்பை முறித்தது; மூலதனம் இனிமேலும் அதனுடன் பிறந்த அரசுடன் மட்டும் தொடர்பு கொண்டிருக்கவில்லை. பிற ஆட்சிப்பரப்புகளுக்கு விரிவடைவதன் மூலம், மூலதனத்தைப் பெறும் நாடுகளின் அரசுகள் மூலதனத்தின் வளர்ச்சிக்கு உதவும்படி மூலதனம் கட்டாயப்படுத்தியது. முர்ரேயின் கருத்துப்படி மூலதனத்துக்கும் அரசுக்கும் இடையேயான பிணைப்பை மீட்டெடுப்பது அவசியமானது.

மறுபக்கம் அரசியல் நோக்குநிலையின்படி, (மத்தியப்படுத்தப் பட்ட) அரசுகள் தமது சொந்த முதலாளிவர்க்கங்களின் பிரதிநிதிகளாக சர்வதேசமயமாதல் நிகழ்முறையை செயல்படுத்துகின்றன. இந்த நோக்குநிலையை பில் வாரன் (1971) ஏற்றுக் கொண்டார். விரைவில், அவர் முர்ரேயுடன் சொற்போர் ஒன்றை தொடங்கினார். வாரனைப் பொறுத்தவரை தமது எல்லைகளைத் தாண்டி மூலதனங்கள் விரிவடைவது அரசால் வழிநடத்தப்பட்ட நிகழ்முறை. இந்த நிகழ்முறை

அரசுகளின் செயல்பாடுகளை விரிவாக்கும் அளவுக்கு அது அவற்றை வலுப்படுத்தியது என்று அவர் சுட்டிக் காட்டினார்.

இதே வகையிலான வாதத்தைப் பயன்படுத்தி, வட அமெரிக்க மூலதனத்தின் மையமான ஆதிக்கத்தின் கீழ் சர்வதேசமயமாதல் நடந்ததாக நிக்கோ புலண்ட்ஸஸ் வாதிட்டார். வட அமெரிக்க மூலதனத்தின் விரிவாக்கம் அமெரிக்க ஐக்கிய நாடுகளின் முதலாளி வர்க்கத்துக்கு இடம் அளித்த அரசுகளின் வர்க்கக் கட்டமைப்பை (கட்டமைப்புகளும் மேலாதிக்க நிகழ்முறைகளும்) பாதித்தது என்று அவர் சுட்டிக் காட்டினார். இவ்வாறாக, புலண்ட்ஸஸ் ஆதரித்த தேற்றம் மண்டலின் தேற்றத்தை எதிர்த்தது. சர்வதேசமயமாதல் ஒரு அகநிலை நிகழ்முறை இல்லை, மாறாக, அமெரிக்க ஐக்கிய நாடுகள் பிற முன்னேறிய நாடுகளினுள் ஏகாதிபத்தியரீதியாக ஊடுருவியதன் விளைவாக சர்வதேசமயாக்கம் நடந்தது.

1980-களிலும் *1990*-களிலும் அரசியல்வாத நோக்குநிலைக்கும் பொருளாதாரவாத நோக்குநிலைக்கும் இடையிலான வேறுபாடு படிப் படியாக மங்கிப் போய் இரண்டும் இணைந்தன. அவை ஒன்றை ஒன்று இட்டு நிரப்புவதாக பார்க்கப்பட்டன. இங்குதான் கிராம்சிய பங்களிப்பு வருகிறது. ராபர்ட் காக்ஸ் *(1981)* என்ற குறிப்பிடத்தக்க ஆசிரியர், உலகமயமாக்கல் என்பது மையநாடுகளின் அரசுகளும் நிதி மூலதனமும் தொடங்கி வைத்த நிகழ்முறை என்ற கருத்துருவை வளர்த்தெடுத்தார். மற்ற நாடுகளின் அரசுகள் கடத்தும் பொறியாகச் செயல்பட்டன. கிராம்சிய நோக்கு நிலையுடன், புலண்ட்ஸஸ் விவரித்த சில கருத்துருக் களை இணைத்து, உலகமயமாதல் என்பது முதலாளி வர்க்கம் தேசங் கடந்ததாக ஆனதன் விளைவு என கீஸ் வான் டெர் பிஜ்ல் (Kees Van der Pijl 1998) புரிந்து கொண்டார். உலகமயமாதலை முக்கியமாக ஆதரித்தவர் களாகவும் உலகளாவிய பொருளாதாரத்தின் மேநிலை கருவிகளை நிர்வகிப்பவர்களாகவும் முதலாளி வர்க்கத்தினர் கருதப்பட்டனர். நடைமுறையில், தேசங்கடந்த முதலாளித்துவ வர்க்கம் ஒரு பல்தேசிய வர்க்கமாக மூலதனத்தை உலக அளவில் பிரதிநிதித்துவப்படுத்தியது. இந்தத் தேற்றத்தை இப்போது வில்லியம் ராபின்சன் மேலும் வளர்த் தெடுத்து வருகிறார். இன்னும் சமீபத்தில், ஜெர்மன் புலண்ட்ஸசிய கல்வியாளர்களின் ஒரு குழு புலண்ட்ஸசிய நோக்குநிலையில் இருந்து பங்களிப்புகளை வழங்கியுள்ளனர்; இருந்தாலும், அரசு உருவாக்கம் பற்றிய சொற்போரை உள்வாங்கியவர்களாக அவர்கள் குறிப்பான சில நுணுக்கங்களை வெளிப்படுத்தினர்.

இந்தப் பங்களிப்புகளுக்கு இடையேயான வேறுபாடுகளையும் தாண்டி, அவை பின்வருவதில் உடன்படுகின்றன: மூலதனம் சர்வ தேசமயமாகும் நிகழ்முறையைப் பற்றி சிந்திக்கும் போது, சர்வதேச நிறுவனங்களை இரண்டாம்-நிலை கட்டுவிப்புகளாக (முதல் நிலை கட்டுவிப்பாக மூலதனம் உள்ளது) புரிந்து கொள்ள வேண்டும். அவை வர்க்கங்களுக்கு இடையேயும் வர்க்கங்களுக்கு உள்ளாகவும் அதிகார உறவுகளைத் தெரிவிக்கின்றன (பிராண்ட், க்யோர்க், விஸ்சன் 2011). இந்த நிறுவனங்களின் நிலையின்மை அதிகமாக இருப்பதால் அவை வர்க்கப் போராட்டத்தில் மேலும் திறனுடன் தலையிட முடிகிறது என்று அவர்கள் வாதிடுகின்றனர். அவற்றின் நிலையின்மை முதல் பார்வையில் ஒரு பலவீனமாகத் தோன்றலாம், ஆனால், அதே நேரம் தேவைக்கேற்ப தோன்றலாம் அல்லது மறையலாம் என்பதால் அது அவற்றின் பலமாக உள்ளது. கூடுதலாக, உலகமயமாதல் நிகழ்முறை சமூகரீதியான கோரிக்கைகளை மறுக்கிறது, அரசை நியாயப்படுத்து வதற்கான பொறியமைவுகளை குலைக்கிறது என்று இந்த ஆசிரியர்கள் வாதிடுகின்றனர் (ஹிர்ஷ் 2010; ஹிர்ஷ், விஸ்சல் 2011; விஸ்சல், வுல்ஃப் 2017). ஆட்சிப்பரப்பு ஆதிக்கத்தின் வடிவங்களில் மாற்றங்கள் ஏற்பட்டுள்ளன என்றும் அவர்கள் பதிவு செய்கின்றனர் (விஸ்சல், வுல்ஃப் 2017; பிராண்ட், க்யோர்க், விஸ்சன் 2011). அது பன்முகத் தன்மையிலான அதிகாரத்தை உருவாக்குகிறது; ஆட்சிப்பரப்பு வரம்பின்மை என்ற கருத்துருவில் இருந்து வேறுபட்டது (ஹிர்ஷ், விஸ்சல் 2011). இது முதலாளிவர்க்கம் நாடுகடந்ததாக ஆவது முழுமை யடையாமல் போவதிலும் ஒவ்வொரு அரசும் வன்முறைக்கான ஏக போகத்தை தனது கையில் தக்க வைத்துக் கொள்வதிலும் வெளிப் படுகிறது (ஹிர்ஷ் 2010; ஹிர்ஷ், விஸ்சல் 2011).

1990-களின் தொடக்கம் முதல் இன்று வரை எலென் மெய்க்சின்ஸ் வுட் (2003), அலெக்ஸ் காலினிகோஸ் (2009), டேவிட் ஹார்வி (2005) ஆகியோர் அரசியல் நோக்குநிலையில் இருந்து பயனுள்ள வகையில் பங்களித்துள்ளனர். சர்வதேசியமாதல் என்பது பொருளாதார ஏகாதி பத்தியத்தின் குறிப்பிட்ட ஒரு வகையால் முன்னெடுக்கப்படுகிறது என்று அவர்கள் வாதிடுகின்றனர். அது அரசியலையும் பொருளாதாரத் தையும் பிரிப்பதை அடிப்படையாகக் கொண்டது. அது மூலதனத் திரட்டலின் மீது கவனத்தைக் குவிக்கும் விரிவாக்க தர்க்கத்தை வெளிப் படுத்துகிறது என்கின்றனர். இருந்தாலும், அதே நேரம், அது மூலதனத் திரட்டலின் தர்க்கத்துடன் முரண்படும் ஆட்சிப்பரப்பு தர்க்கத்தைக் கொண்டுள்ளது, எனவே, குறிப்பிட்ட வகை ஏகாதிபத்தியத்துக்கு வழிவகுக்கிறது. கூடுதலாக, முதலாளித்துவத்தின் தற்போதைய கட்டம்,

ஏகாதிபத்தியங்களுக்கு இடையேயான மோதல்களை ஒழித்துக் கட்டுவதில் இருந்து வெகுதூரத்தில் உள்ளது என்று அவர்கள் சுட்டிக் காட்டுகின்றனர். இந்த உணர்வில், உலகளாவிய மும்மூர்த்திகள் என்று அவர்கள் அழைக்கும் அமெரிக்க ஐக்கிய நாடுகளுக்கும் ஐரோப்பாவுக்கும் ஆசியாவுக்கும் இடையே பகைமை உள்ளது. பானிட்ச் மற்றும் கிண்டின் *(2013)* சில மாறுபாடுகளுடன் கூட என்றாலும், இத்தகைய தேற்றத்தை ஆதரிக்கின்றனர். மற்றவர்களைப் போல இல்லாமல், அமெரிக்க ஏகாதிபத்தியம் முன்னெடுத்த நிகழ்முறையின் விளைவுதான் சர்வ தேசமயமாதல் என்று அவர்கள் வாதிடுகின்றனர்.

பென்னோ டெஷ்கே *(2003)*, ஹன்னஸ் லாஹர் *(2006)* ஆகியோர், இன்றைய சர்வதேச அரசு அமைப்பு முதலாளித்துவத்தின் பிறப்பு காலத்திலேயே வேர் கொண்டுள்ளது என்று வாதிடுவதன் மூலம் ஒரு சொற்போரை தொடங்கி வைத்தனர். அவர்களது நோக்குநிலை அரசியல்வாத ராய்வு கொண்டது, ராபர்ட் பிரென்னரின் மரபை பின்பற்றியது. ஆனால், அரசு உருவாக்கம் பற்றிய சொற்போர் குறிப்பாக கிளாடியா வான் பிரவுன்ம்யூல்-ன் ஆய்வு அவர்கள் மீது தாக்கம் செலுத்தியது. தர்க்கரீதியான-கோட்பாட்டுரீதியான நோக்குநிலையில் முதலாளித்துவ சமூக உறவுகளின் வளர்ச்சிக்கு அரசு அவசியம் இல்லை என்று அவர்கள் சுட்டிக் காட்டினர். கூடுதலாக, முதலாளித்துவம் உருவானதில் இருந்தே, ஆளும் வர்க்கங்கள் தமக்குள்ளே ஒன்றை எதிர்த்து ஒன்று போட்டியிடுவதன் விளைவாக அரசுகள் பிரிக்கப்பட்டன. இதன் மூலம் முதலாளித்துவ சமூக உறவுகள் ஏற்றுமதி செய்யப்பட்டன, அவை சில நேரங்களில் ஆட்சிப்பரப்புரீதியான இறையாண்மைகளை அடிப்படையாகக் கொண்டிருந்தன. இந்த நோக்குநிலையின்படி, மூலதனத்துக்கும் அரசுக்கும் இடையிலான உறவு இன்றியமையாத நிபந்தனை இல்லை; மூலதனம் சர்வதேசமயமாக்கப்படுவது அதற்கு நிரூபணமாக உள்ளது.

சில விமர்சனக் குறிப்புகள்: பொருளாதாரவாதம் பற்றியும் அரசியல்வாதம் பற்றியும்.

பொருளாதாரவாத பார்வை, தேசங்கடந்த அமைப்புகளுக்கு அதிகாரம் மாறுவதை விளக்குகிறது, அதே நேரம், கையகப்படுத்தலின் வடிவமும் அதன் சட்ட அடித்தளமும் முழுமையாக தொடர்பின்றி இருக்க முடியாது என்று வாதிடுகிறது. இந்த உணர்வில், உற்பத்தி ஆட்சிப்பரப்புக்குள்ளாக வரம்பிடப்படுவது என்பது ஆதிக்கம் இடம் சார்ந்ததாக இருப்பதைப் புரிந்து கொள்வதற்கு முக்கியமானது. இருந்தாலும், இந்த போதாமை/பொருத்தத்துக்கும் வர்க்கப் பகை

நிலையின் வளர்ச்சிக்கும் இடையேயான இணைப்பை விளக்கத் தவறுகிறது. நடைமுறையில், இந்த மாற்றங்கள் மூலதனத்தில் இருந்து அரசுக்கு அல்லது அரசின் தேசங்கடந்த மாற்றை நோக்கிச் செல்லும் குறிப்பிட்ட ஒரு பொறியமைவுக்கு எதிர்வினையாக உள்ளன.

அரசியல்வாத நோக்குநிலை வர்க்கக் கட்டமைப்புகளில் ஏற்படும் மாற்றங்களை ஆழமாகப் புரிந்து கொள்ள உதவுகிறது. கவனம் செலுத்த வேண்டிய ஒரு விஷயமான மைய நாடுகளுக்கு (metropolis) இடையேயான உறவை அது பரிசீலிக்கிறது. இந்த உணர்வில் அதன் பங்களிப்பு மூலதனங்களுக்கு இடையேயான மோதலையும் அது அரசுகளுக்கு இடையேயான மோதலாக தொடர்ந்து (ஏகாதிபத்திய எதிர்ப்புப் போராட்டம்) நீடிப்பதையும் பரிசீலிக்கிறது. கூடுதலாக, அது இந்த நிகழ் முறையில் அமெரிக்க ஐக்கிய நாடுகளின் அடிப்படை வகிபாகத்தை வலியுறுத்துகிறது. இருந்தாலும், பிற பார்வைகளைப் போலவே, இங்கும் வர்க்கப் போராட்டம் இடம் பெறவில்லை. இந்த நேர்வில், அது அரசுகளுக்கு இடையேயான மோதல் என்ற தெளிவில்லாத புகை மூட்டத்தில் மறைக்கப்படுகிறது. வர்க்கப் போராட்டம் இடம் பெறும் போது கூட அது முதலாளி வர்க்கங்களுக்கு இடையேயான தகராறு களுக்குக் கீழ்ப்பட்டதாகவே உள்ளது. இது சர்வதேச உறவுகளை ஆய்வு செய்வதற்கான எதார்த்தவாத (மார்க்சிய?) அணுகுமுறையை உருவாக்குகிறது. (காலினோகஸ் 2007). அதன் வகைகளில் ஒன்றில், வர்க்கப் போராட்டமானது ஒரு இரட்டை வடிவத்தில் ஆனாலும் தலைகாட்டி விடுகிறது. புலண்ட்ஸசிய ஜெர்மன் கல்வியாளர்கள், சில நேரங்களில் வர்க்கப் போராட்டத்தை ஒரு நிகழ்முறையின் ஊடாட்டமாக குறிப்பிடுகின்றனர். பிற நேரங்களில் அவர்கள் அதற்கு ஆதிக்க வகிபாகத்தை வழங்குகின்றனர்.

தொகுத்துச் சொன்னால், இந்த நோக்குநிலை அரசின் ஆட்சிப் பரப்பு வரம்பை ஏகாதிபத்தியங்களுக்கு இடையேயான மோதலின் விளைவுகளுடன் இணைக்கிறது. காலினிகோஸ், எலென் மெய்க்சின்ஸ் வுட், இன்னும் முறையாக டேவிட் ஹார்வி ஆகியோரின் ஆய்வுகள் முக்கியமான பிரச்சினையை, முதலாளித்துவ வளர்ச்சிக்கு இரண்டு மோதிக் கொள்ளும் தர்க்கங்கள் உள்ளன என்ற இந்தக் கண்ணாடி வழியாக அணுகுகின்றனர். ஒரு பக்கம், மூலதனத் திரட்டலின் விரிவாக்க எனவே ஆட்சிப்பரப்பு வரம்பற்ற தர்க்கம், மறுபக்கம், நகர முடியாத, ஒரு ஆட்சிப்பரப்புடன் பிணைக்கப்பட்ட அரசின் தர்க்கம். குறிப்பான, கறாரான பொருளாதார வகை ஏகாதிபத்தியம் இதனுடன் தொடர்புடையது.

நடைமுறையில், இரண்டு பார்வைகளும் (அரசியல்வாத பார்வையும் பொருளாதாரவாத பார்வையும்) ஒரே முற்கோளில் கால்கொண்டுள்ளன; அரசியல் துறையும் பொருளாதாரத் துறையும் தன்னாட்சியான துறைகள், அவை ஒப்பீட்டளவில் தன்னாட்சியான வகையில் (புற நிலையாக) ஒன்றுடன் ஒன்று தொடர்பு கொள்கின்றன என்ற முற்கோள், அது. இந்த இருமைநிலையின் காரணமாக பகுப்பாய்வுகள் பொருளாதார குறுக்கல்வாதத்தில் இருந்து அரசியல் குறுக்கல்வாதத்துக்கு தாவி விடுகின்றன. மேலும், இது அரசும் எனவே அரசுகளுக்கு இடையேயான உறவுகளும் இயக்குபவையாக உள்ளன என்ற பார்வையை உள்ளடக்கியது (அல்லது கொண்டுள்ளது). அதில் (முதலாளிகளுக்கு இடையே/ அரசுகளுக்கு இடையே) போட்டி வர்க்கப் போராட்டத்தை உள்ளடக்குகிறது. இரண்டு பார்வைகளுமே அரசுக்கும் முதலாளி வர்க்கத்துக்கும் இடையே குறிப்பிட்ட அளவு ஒருமையை ஏற்றுக் கொள்கின்றன. அது வர்க்கப் பகைநிலை விரிந்து செல்லும் முறைபாடுகள் பற்றிய புரிதலைப் பற்றிய பகுப்பாய்வுக்கு மாறாக மூலஉத்திகள் பற்றிய பகுப்பாய்வுக்கு இட்டுச் செல்கிறது. இது சர்வதேசமயமாதல் நிகழ்முறை பற்றிய சமூகவியல் ரீதியான பார்வைக்கு இட்டுச் செல்கிறது, மேலும் ஹியூகோ ராடைஸ் (2015) சுட்டிக் காட்டுவது போல, சில நேர்வுகளில் கீனிசியவாத சீர்திருத்தவாத மற்றும் கருத்தியல்வாத பார்வைகளுக்கு இட்டுச் செல்கிறது. ஹார்வியும் (2005), காலினிகோசும் (2009)-ம் முன்வைத்த உலகளாவிய புதிய ஒப்பந்தம் (நியூ டீல்) இத்தகையது.

நாம் பரிசீலிக்கும் விஷயத்தைப் பொறுத்தவரையில், ஜெர்மன் கல்வியாளர்கள் வளர்த்தெடுத்த புலண்ட்ஸசிய பார்வைதான் இந்த நோக்குநிலைக்கான பெருநோக்கு. நடைமுறையில், தேசங்கடந்த தன்மை என்பது புதியதாராளவாத உத்தியின் விளைவு (விஸ்சல், வுல்ஃப் 2017). வர்க்கப் போராட்டத்தின் வளர்ச்சிக்கேற்ப நுழையவோ வெளியேறவோ முடிகிறது என்பதால் சர்வதேச நிறுவனங்கள் வர்க்கப் போராட்டங்களில் தலையிடுவதற்கு அதிக திறன் கொண்டுள்ளன. அதனால்தான், பின் சொன்னது முதலாளிவர்க்கத்தின் கரணியத்துடனும் அரசுகளுக்கு இடையேயான கொள்கைகளுடனும் பிணைந்துள்ளதாகத் தோன்றுகிறது. எனவே, அரசின் ஆட்சிப்பரப்பு வரம்புக்கும், மூலதனத் திரட்டல் நிகழ்முறைக்கும் இடையே இடவெளி பொருத்தப்பாடு/ பொருத்தமின்மை, முதலாளி வர்க்கங்கள் ஒன்றையொன்று எதிர்க்கும் உத்திகளின் விளைவுக்கு கீழ்ப்படுத்தப்படுகிறது.

இந்தப் பார்வையை அதன் கடைக்கோடிவரை எடுத்துச் செல்லும் பானிட்ச் மற்றும் கிண்டின், நாம் ஏற்கனவே சுட்டிக் காட்டியது போல, முதலாளித்துவ சர்வதேசமயமாக்கம் (உலகமயமாக்கம்) அமெரிக்க ஏகாதிபத்திய விரிவாக்கத்தின் விளைவு என்று வாதிடுகின்றனர்; எனவே, அவர்கள் காவுட்ஸ்கியின் 'அதீதஏகாதிபத்தியம்' என்ற தேற்றத்தின் ஒரு வகையை சார்ந்திருப்பது வரையில் போதாமை/பொருத்தப்பாடு ஒரு பிரச்சினையாக இல்லை. கூடுதலாக, லாஹர் மற்றும் டெஷ்கே வரலாற்றுரீதியாக அரசுக்கான தேவை இல்லை என்று முன்மொழிவதும் ஆர்வத்துக்குரியது. அது அரசின் ஆட்சிப்பரப்பு வரம்புக்கும் மூலதனத்தின் ஆட்சிப்பரப்பு வரம்பு தொடர்ந்து மாறும் போக்குக்கும் இடையேயான தொடர்ச்சியான போதாமை/பொருத்தப்பாடு பற்றி புரிந்து கொள்ள உதவுகிறது. ஆனால், இது கருத்தினங்களை கட்டமைப்பதில் தர்க்க ரீதியான வரிசைக்கும் வரலாற்றுரீதியான வரிசைக்கும் இடையேயான வேறுபாட்டை தெளிவற்றதாக்குகிறது. ஆதித்திரட்டல் பற்றிய விளக்கத்தில் மார்க்ஸ் உணர்த்துவது போல, நடைமுறையில் உருவாக்கத்துக்கும் நிலைப்புருவாக்கத்துக்கும் இடையே ஒரு உள்ளுறை உறவு இருக்கிறது என்றால், (போன்ஃபெல்ட் 2013), உலகம் பல்வேறு அரசுகளாக பிரிக்கப்படுவதன் மூலமாக மூலதனம் மறுவுற்பத்தி செய்யப்படுகிறது என்று புரிந்து கொள்ள வேண்டும். கூடுதலாக, இந்த நோக்குநிலை வர்க்கப் பகைநிலை மீது மிகச் சிறிதளவே கவனம் செலுத்துகிறது, எனவே, அது கால் கொண்டிருக்கும் வரலாற்றுவாத பார்வையை மறைக்கிறது. அது ராபர்ட் பிரென்னரின் கருத்தைப் போல போட்டியின் மீதே கவனம் செலுத்துகிறது.

இந்த நோக்குநிலைகளை ஒன்றுடன் ஒன்று ஒப்பிடும்போது, மூலதனமும் அரசும் வெவ்வேறு தர்க்கங்களை பின்பற்றுகின்றன என்ற பார்வையை அவை பகிர்ந்து கொள்வது தெரிகிறது. ஒன்று [அரசு] ஆட்சிப்பரப்பு வரம்புடையது; மற்றது (மூலதனம்) ஒன்று ஆட்சிப் பரப்பு வரம்பற்றது அல்லது குறைந்தபட்சம் ஆட்சிப்பரப்பு வரம்பு நீக்கப்படுவதற்கான திறனைக் கொண்டது. பொருளாதாரவாத நோக்கு நிலை முன்மொழிவது போல, இந்தப் பதற்றம் முதலாளித்துவத் திரட்டலின் தர்க்கத்திலேயே அமைந்துள்ளது, அதில் உற்பத்தி உறவு முக்கியமானதாகத் தொடர்கிறது. அதாவது, இறுதிக் கணக்கில் இந்த மாற்றங்களுக்கான காரணத்தை உபரி-மதிப்பை உற்பத்தி செய்து ஈடேற்றம் செய்யும் வடிவங்களில் ஏற்படும் மாற்றத்தில் கண்டறிய முடியும்.

அரசு உருவாக்க விவாதத்தில் இருந்து திறந்தநிலை மார்க்சியத்துக்கு

பொதுவாக இயங்கியல்ரீதியானது என்று சொல்லக் கூடிய மூன்றாவது நோக்குநிலை, கோட்பாட்டுரீதியாக 1960-களின் இறுதியில் தொடங்கிய மார்க்சின் மூலதனம் நூலின் மறுவாசிப்பில் உருவானது. இந்த வாசிப்பு அரசு பற்றிய விமர்சனத்துடன் ஒத்திசைந்தது, அது ஜெர்மன் சொற்போர் அல்லது அரசு வழித்தோன்றல் (உருவாக்க) கோட்பாடு என்று பின்னர் அறியப்பட்டதை கட்டமைத்தது. இந்தச் சொற்போருக்குள் அரசுக்கும் உலகளாவிய சந்தைக்கும் இடையிலான இணைப்பு பற்றிய ஒரு குறிப்பிட்ட விவாதம் கட்டமைக்கப்பட்டது. இதில் பங்கேற்றவர்களில் எல்மர் அல்வாடர், கிளாஸ் புஷ், கிறிஸ்டல் நியூஸ்யுஸ், கிளாடியா வான் பிரவுன்ம்யூல் (Elmar Altvater, Klaus Busch, Christel Neusüss, Claudia von Braunmühl) ஆகியோர் அடங்குவர்.

அவர்கள் ஒரே தொடக்கப் புள்ளியைக் கொண்டிருந்தனர் என்பதில் சந்தேகமில்லை. அரசையும் சந்தையையும் முதலாளித்துவ சமூக உறவுகளின் அவசிய வடிவங்களாக புரிந்து கொள்ள வேண்டும் என்பது அந்தத் தொடக்கப் புள்ளி. சர்வதேச அமைப்பை உலகளாவிய சந்தையின் ஒருமை என்ற பார்வையில் இருந்து பரிசீலிக்க வேண்டும் என்பதிலும் அவர்கள் உடன்பட்டனர். ஒரு விளக்கத்தை வழங்குவதில் இந்த ஒருமையின் முதன்மையை அவர்கள் வலியுறுத்தினர். இந்த உணர்வில், குருண்ட்ரிசேயில் உள்ள உலகளாவிய சந்தை பற்றிய பத்திகள் இந்தச் சொற்போருக்கு உள்ளாக ஒரு பொதுவான சுட்டும் புள்ளியாக இருந்தன. ஆனால், எந்த சமூக உறவுகள் (போட்டி, சுரண்டல், பொது நலன்) அரசின் இருத்தலை அவசியமாக்குகின்றன என்பதில் அவர்கள் வேறுபட்டனர் (ஹாலவே, பிக்கியாட்டோ 1970). இதன் விளைவாக, அரசுக்கும் முதலாளிவர்க்கத்துக்கும் இடையிலான உறவு எவ்வாறு உருவாக்கப்படுகிறது என்பதில் அவர்கள் வேறுபட்டனர். அவர்கள் அரசுகளுக்கு இடையேயான போட்டியை புரிந்து கொண்ட வகையிலும் இது பிரதிபலித்தது.

இந்தச் சொற்போரில், அரசுகளுக்கு இடையேயான உறவுகளைப் பற்றிய மார்க்சிய விமர்சன பகுப்பாய்வை முன்னெடுத்துச் செல்வதில் கிளவுடியா வான் பிரவுன்ம்யூலின் (1978) மரபுக்கொடை முக்கிய பங்கு வகித்தது. பல்வகையான அரசுகள் ஒன்றோடொன்று போட்டி போடுவதால் முதலாளித்துவ உலகம் கட்டுவிக்கப்படுகிறது என்ற வாதம் அவரது பங்களிப்புகளில் ஒன்று; நம்மைப் பொறுத்தவரையில் இது மிகவும் பொருத்தமானது. உலகளாவிய சந்தை என்பது (சர்வதேச

அரசு அமைப்பைப் போலவே) அதன் பகுதிகளின் மொத்தம் இல்லை, மாறாக, அது ஒரு மொத்தத்தின் துண்டுகளாக உள்ளது. இந்தச் சொற் போருக்கு ஒரு வரலாற்று பரிமாணத்தை தருவதன் முக்கியத்துவத்தை வலியுறுத்துவதில் வான் பிரவுன்ம்யூல் ஹெய்டெ கெர்ஸ்டன்பெர்கருடன் (2007) உடன்பட்டார். மாறிச் செல்லும் போது ஏகாதிபத்தியங்களுக்கு இடையேயான மோதலின் வகிபாகத்தை லாஹரும் டெஸ்கேயும் சொற்போரை ஆரம்பித்து வைப்பதற்கு முன்னரே அவர் சுட்டிக் காட்டினார். இந்த மோதல் முதலாளித்துவ அரசுகளுக்கு இடையேயான உறவுகளின் இயங்காற்றலை கட்டமைக்கிறது. ஆனால், இந்த இயங்காற்றல் வேறுபட்ட உள்ளடக்கங்களைக் கொண்டுள்ளது என்று வான் பிரவுன்ம்யூல் வலியுறுத்தினார். ஏனென்றால் அது மூலதனத் திரட்டலுக்குக் கீழ்ப் படுத்தப்பட்டது, எனவே அது மூலதனங்களுக்கு இடையேயான போட்டியாக உள்ளது, ஆட்சியாளர்களுக்கு இடையேயான போராட்டமாக இல்லை.

இந்தச் சொற்போரை உந்தித் தள்ளிய - தொடக்கப் புள்ளியாக உலகளாவிய சந்தை மற்றும் சர்வதேச அரசு அமைப்பின் மொத்தத் தன்மை, போட்டியால் இடையாடப்பட்ட அரசு இடரீதியாக துண்டாக்கப் பட்டது - ஆகிய முற்கோள்கள் 'ஏகாதிபத்தியம்' என்ற சொல்லையே மறுதலிக்கும்படி செய்தன. அதனை ஒரு பழமைவாத கருத்தாக்கமாக வான் பிரவுன்ம்யூல் கருதினார். இருப்பினும் ஏகாதிபத்தியம் என்ற கருத்துநிலையையே கேள்விக்குள்ளாக்கும் வரை எந்த பங்கேற்பாளரும் சொற்போரை வளர்த்துச் செல்லவில்லை.

1970-களின் முதலாளித்துவ நெருக்கடியின் பின்புலத்தில் ஐரோப்பிய ஒன்றிணைப்பை ஆழப்படுத்தும் சாத்தியம் மீதான ஆர்வத்துக்குரிய விவாதத்தைத் தூண்டியதற்காக உலகளாவிய சந்தை பற்றிய சொற்போரை பாராட்ட வேண்டும்; இருந்த போதிலும் அந்த விவாதம் தொடர்ந்து வளர்க்கப்படவில்லை, அது இடைமறிக்கப் பட்டது. 1980-களின் இறுதியிலும் 1990-களின் தொடக்கத்திலும், பீட்டர் பர்னஹம், ஜான் ஹாலவே, வெர்னர் போன்ஃபெல்ட், சைமன் கிளார்க் ஆகியோர் முந்தைய ஆசிரியர்களின் அடிச்சுவடை பின்பற்றினர். இருந்தாலும், ஹாலவே, பிக்கியாட்டோ, கிளார்க் ஆகியோர் அரசு பற்றிய ஒரு குறிப்பிட்ட அணுகுமுறையின் விளைவான 1970-களின் அரசு உருவாக்க சொற்போர் பற்றிய பகுப்பாய்வுகளை உள்வாங்கி யிருந்தனர். முதலாளித்துவ எதார்த்தத்தையும் அதன் கருத்தினங்களையும் வர்க்கப் போராட்டத்தின் இருத்தல் நிலைகளாக புரிந்து கொள்ளும் அவர்களது விடாமுயற்சி, 'திறந்தநிலை மார்க்சியம்' என்ற பெயருக்கு இட்டுச்

சென்றது, அது இந்த சொற்போரில் ஒரு முன்நோக்கிய பாய்ச்சலாக அமைந்தது.

அரசும் சந்தையும், மூலதனத்துக்கும் உழைப்புக்கும் இடையிலான ஒரே பகைநிலை உறவுகளின் வடிவங்கள் என்ற அனுமானம் இந்த ஆசிரியர்களின் தொடக்கப் புள்ளி. உற்பத்தியாளர்கள் உற்பத்திச் சாதனங்களில் இருந்து பிரிக்கப்படுவதில் இருந்து முதலாளித்துவம் தோன்றியது. இந்த வரலாற்று நிகழ்முறை சுரண்டலுக்கும் ஆதிக்கத்துக்கும் இடையே ஒரு பிரிவினையை ஏற்படுத்தியது, பொருளாதாரத்துக்கும் அரசியலுக்கும் இடையே தர்க்கரீதியான வரலாற்றுரீதியான பிரிவினையை ஏற்படுத்தியது. உழைப்புச் சுரண்டல் என்ற தனித்த நேர்வு மூலதன உறவில் அவசியமானது, உள்ளார்ந்தது. ஆனால், அது அரசாக தோற்ற மெடுப்பது, வர்க்கப் பகைநிலையின் வரலாற்றுரீதியான எதேச்சை விளைவு.

இந்த அம்சத்தை கெர்ஸ்டன்பெர்கர் (2007) சுட்டிக் காட்டியுள்ளார். உலகம் இறையாண்மை கொண்ட அரசுகளாக பிரிந்திருப்பது இந்த மாறிச் செல்லலின் விளைவு.

முதலாளித்துவத்துக்கு மாறிச் செல்வது தனியாள் இறையாண்மைகளை சொத்துடைமை தொடர்பான சட்டத்துக்கும் பணத்தின் இயக்கத்துக்கும் கீழ்ப்படுத்தியது என்று கிளார்க் (2001) வாதிட்டார். தனியாள் அல்லாத இறையாண்மை வடிவங்கள் (அரசு) மூலதனத் திரட்டலின் இயக்கங் களுடன் பிணைக்கப்பட்டன, வேறு சொற்களில், மூலதனத்தின் தர்க்கத்துடன் பிணைக்கப்பட்டன. மூலதனத்தின் தர்க்கம் என்பது மூலதனத்துக்கும் உழைப்புக்கும் இடையேயான பகைநிலை வளர்ச்சியடைவது தொடர்பானது. எனவே, இந்த நோக்குநிலையில், ஏகாதிபத்தியம் என்ற கருத்துநிலை பகுப்பாய்வு செய்வதற்கான திறனற்றதாகிறது, இன்னும் முக்கியமாக அது அதன் பிற்போக்கு உள்ளடக்கத்தை வெளிப்படுத்துகிறது. மார்சல் ஸ்ட்யோல்ட்சர் (2018) சுட்டிக் காட்டுவது போல, மார்க்சிய ஆடி மூலமாக முதலாளித்துவத்தின் உலகளாவிய பரவலைப் புரிந்து கொள்வதற்கு மூலதனம் பற்றிய கருத்தாக்கமே போதும். அரசுகளுக்கு இடையேயான உறவுகளை புரிந்து கொள்ள வர்க்கப் போராட்டத்தின் இருத்தல் நிலையாக போட்டி என்ற கருத்துநிலை மட்டுமே தேவை (போன்ஃபெல்ட் 1999).

இந்த உணர்வில், மூலதனத்தின் சர்வதேசமயமாகும் நிகழ்முறை முதலாளித்துவத்துக்கு உள்ளார்ந்தது, புதுமை இல்லை என்று பர்ன்ஹம், போன்ஃபெல்ட், ஹாலவே, கிளார்க் ஆகியோர் சுட்டிக் காட்டினர்.

1970-களுக்குப் பிறகு முதலாளித்துவம் பின்பற்றிய முறைபாடுகள் ஆதிக்க உறவுகளிலும் சுரண்டல் உறவுகளிலும் ஏற்பட்ட நெருக்கடியின் விளைவுகள்; எனவே, தொழிலாளர்களின் அதிகாரத்துக்கு முதலாளி வர்க்கத்தின் எதிர்வினையின் விளைவு அது. மாஸ்ட்ரிஷ்ட் ஒப்பந்தத்தைத் தொடர்ந்து ஐரோப்பிய ஒன்றியம் உருவானது பணவியல் ஒழுங்கை சுமத்துவதன் மூலம் மூலதனம் நடத்தும் தாக்குதல் என்று வெர்னர் போன்ஃபெல்ட் (2004) நிரூபித்தார். எல்லா ஐரோப்பிய ஒன்றிய அரசுகளும் ஐரோப்பிய மத்திய வங்கியின் செயல்பாடுகளுடன் இணைக்கப்பட்டன. அதன் மூலம் சமூகக் கோரிக்கைகள் மறுக்கப் பட்டன, ஐரோப்பிய ஒன்றிய அளவில் விழுமியங்களை சுமத்தும் போக்கு ஏற்பட்டது. சர்வதேசமயமாதல் பற்றிய இந்த நோக்குநிலை பணம் என்ற கருத்தினத்தை (யூரோ) பரிசீலித்தது. அரசுகளுக்கு இடையே ஒருங்கிணைக்கும் ஐரோப்பிய ஒன்றியம் போன்ற நிகழ்முறையை வர்க்கப் பகைநிலையின் விளைவாகவும் வடிவமாகவும் புரிந்து கொண்டது. பொருளாதாரவாத அல்லது அரசியல்வாத முக்கியத்துவத்தை நிராகரித்தது போலவே ஏகாதிபத்தியம் போன்ற கருத்து நிலைகளையும் நிராகரித்தது. கூடுதலாக, இந்த உலகமயமாக்கல் மற்றும் பிராந்தியமயமாக்கல் நிகழ்முறைகளுடன் இணைக்கப்பட்ட அரசியல் மற்றும் பொருளாதார இடை அமைவுகளை வர்க்கப் பகை நிலையின் வளர்ச்சியின் இருத்தல் நிலைகளாக புரிந்து கொள்ள முடியும், புரிந்து கொள்ள வேண்டும்.

ஆட்சிப்பரப்பு வரம்பு, சுற்றோட்டம், உற்பத்தி, வர்க்கப் பகைநிலை

மூலதனம் என்ற கருத்தாக்கத்தை நமது தொடக்கப் புள்ளியாக அனுமானித்துக் கொள்வது, அரசின் ஆட்சிப் பரப்பு வரம்புக்கும் மூலதனத்தின் ஆட்சிப்பரப்பு வரம்பின்மைக்கும் இடையேயான இருமை நிலையை கேள்விக்குள்ளாக்க உதவுகிறது என்று முதல் பிரிவில் வாதிட்டோம். இவ்வாறாக, கிளார்க்கின் வாதமுறையைப் பின்பற்றி, அரசு என்பது ஆட்சிப்பரப்பு அடிப்படையில் கட்டுவிக்கப்பட்ட மூலதன உறவின் குறிப்பிட்ட வடிவம், ஆனால் அதன் ஆட்சி மூலதனத்தின் உலகளாவிய பெருவீத மறுவுற்பத்தியைச் சார்ந்துள்ளது. முதலாளித்துவத்தின அனுமானமாகவும் இறுதி இலக்காகவும் உலகளாவிய மூலதனத் திரட்டல் இருப்பது வரையில், எந்த அரசும் பிற அரசுகளுடன் தொடர்பு கொள்வது குறித்து தானே முடிவு செய்ய முடியாது என்பதோடு, அதன் அதிகாரம் உலக அளவில் மூலதனத்தின் அதிகாரத்தை சார்ந்தது. மற்ற அரசுகளின் மறுவுற்பத்தி அதன் சொந்த

மறுவுற்பத்திக்கு தேவை. எனவே, ஆட்சிப்பரப்பு வரம்பு-ஆட்சிப்பரப்பு வரம்பின்மை ஒரு இரட்டை நிலை உறவாக இல்லை. வர்க்கப் பகைநிலையில் கால் கொண்டுள்ள முரண்பாடாக உள்ளது (கிளார்க் 2001). அது அதன் அளவில் முதலாளித்துவ சமூக உறவுகள் பல்வகையான அரசுகளாக துண்டாக்கப்பட்ட கட்டுவிப்பை உருவாக்குகிறது. ஆட்சிப்பரப்புரீதியான அரசுக்கும் ஆட்சிப்பரப்பு தாண்டிய மூலதனத்துக்கும் இடையேயான பதற்றம், மூலதனம் என்ற கருத்தாக்கத்தில் உள்ளார்ந்ததில்லை, மாறாக, அது இந்த வரலாற்று விளைவுக்கு எதிர்வினை ஆற்றுகிறது, எனவே, வர்க்கப் போராட்டத்துக்கு உட்பட்டது.

ஆனால், அரசின் ஆட்சிப்பரப்பு வரம்பு தர்க்கரீதியானது இல்லை உற்பத்தியை ஆட்சிப்பரப்புக்குள் வைக்க வேண்டிய அவசியத்தில் கால் கொண்டுள்ளது என்று பின்சொன்னது நிரூபிக்கிறது. அரசின் ஆட்சிப்பரப்பு என்பது வர்க்கப் போராட்டத்தின் விளைவு. நடைமுறையில், லாஹரும் டெஷ்கேவும் சுட்டிக் காட்டுவது போல, அரசியல் ஆட்சிக்கும் பொருளாதார சுரண்டலுக்கும் இடையேயான பிரிவினைக்கு, உலகை அரசுகளாக பிரிக்கும் உணர்வில் ஆட்சிப்பரப்பு வரம்பிடுதல் தேவையில்லை. உற்பத்திக்கு அத்தகைய தேவை உள்ளது ஆனால் சுற்றோட்டம் இந்த ஆட்சிப்பரப்பு வரம்பை மீறுகிறது. உற்பத்திக்கும் சுற்றோட்டத்துக்கும் இடையிலான பிரிவினை ஆட்சிப் பரப்புகளாக பிரிக்கப்பட்ட ஆட்சியின் இட அமைவில் கால் கொண்டுள்ளது, அதன் மூலம் ஆட்சிப்பரப்பு வரம்பிடப்பட்ட அரசுகளின் துண்டாக்கப்பட்ட இருத்தலால் இடையாடப்பட்ட மூலதனத்தின் மறுவுற்பத்திக்கான பதற்றத்தின் தோற்றுவாயாக உள்ளது.

முரண்பாடு என்பது மூலதனத்தின் அரசியல் வடிவங்களின் ஆட்சிப்பரப்பு வரம்புக்கும் மூலதனத்தின் ஆட்சிப்பரப்பு வரம்பின் மைக்கும் இடையே இல்லை. மாறாக, உற்பத்தி, சுற்றோட்டம் இரண்டுமே அரசுகளால் இடையாடப்படுகிற வரையில் சுற்றோட்டம் ஆட்சிப்பரப்பை தாண்டுவதற்கும் உற்பத்தி ஆட்சிப் பரப்புக்குள் இருப்பதற்கும் இடையிலானது. இந்த முரண்பாடு சமூகத்தின் மேற் பரப்பில் ஆட்சிப்பரப்பு வரம்பிடப்பட்ட அரசுக்கும் ஆட்சிப்பரப்பு தாண்டிய மூலதனத்துக்கும் இடையேயானதாக வெளிப்படுகிறது. இந்தப் பதற்றம் எல்லா அரசுகளிலும் உள்ளார்ந்தது. அது வர்த்தகப் பற்றாக்குறை, நாணய மதிப்பிறக்கத்தைக் கோரும் பணவியல் அழுத்தங்கள், மூலதனம் தப்பி வெளியேறுவது, அன்னிய முதலீட்டை ஈர்ப்பதற்கான தேவை, அதே நேரம் பணம் அனுப்பப் படும் ஓட்டத்தை கட்டுப்படுத்துவது இன்னபிறவற்றில் வெளிப்படுகிறது.

நடைமுறையில், உற்பத்தியின் ஆட்சிப்பரப்பு வரம்பு, உழைப்பாளர் படையின் ஒப்பீட்டு ஆட்சிப்பரப்பு வரம்பால் தீர்மானிக்கப்படுகிறது. இந்த உறவு புலம்பெயரும் ஓட்டங்களால் தீவிரமாக்கப்படுகிறது, ஆனால் ஒழித்துக் கட்டப்படுவதில்லை என்பதால் ஒப்பீட்டு ரீதியானது. உற்பத்தி எப்போதுமே, மூலதனத்தை நிலைப்படுத்துவதை, பணத்தை நிலை மூலதனமாக மாற்றுவதையும் உழைப்பாளர் படையை திறனுடன் சுரண்டுவதையும் சார்ந்துள்ளது. இந்த உழைப்பாளர் படை மீதான சுரண்டல் அரசு வரையறுக்கும் ஆட்சிப்பரப்பில் மூலதனத்தின் ஆட்சியின் கீழ் நடைபெறுகிறது. இருந்த போதிலும், ஆதிக்கத்தின் ஆட்சிப்பரப்பு வரம்பு ஆட்சிப்பரப்பு வரம்புடைய அரசின் உருவாக்கத்தை கோரவில்லை, மாறாக, அது ஒரு வரலாற்று தற்செயல், வர்க்கப் போராட்டத்தின் விளைவு. எனினும், ஆதிக்கம் ஆட்சிப்பரப்பு வரம்புடைய அரசு என்ற அரசியல் வடிவங்களில் கால் கொண்டிருந்ததால், உற்பத்தியின் ஆட்சிப்பரப்புதன்மை அரசின் இடஅமைவுடன் ஒத்திருக்கிறது. மூலதனம் மேலும் சர்வதேசமயமாக்கப்படுவது - இன்னும் குறிப்பாக, 1970-களில் தொடங்கிய உற்பத்தி நிகழ்முறைகள் சர்வதேசமயமாவது - அரசின் ஆட்சிப்பரப்பு வரம்புக்கும் மூலதனத்தின் ஆட்சிப்பரப்பு வரம்பின்மைக்கும் இடையேயான பிரித்தலை ஆழமாக்கியது. அது அரசியல் ஆதிக்கத்தின் ஆட்சிப்பரப்பு வரம்பு நீக்கப்படும் நிகழ்முறைகளை அதிகரித்தது. பிராந்திய ஒருங்கிணைப்பு நிகழ்முறைகளையும் உலகளாவிய வர்த்தகம் உற்பத்தி ஆகியவற்றை ஒழுங்குபடுத்தும் நிறுவனங்களையும் இவ்வாறு புரிந்து கொள்ளலாம்.

ஆனால், இதில் எதுவும் மூலதனத்தின் இயற்கை நிகழ்முறையாகவோ, புறநிலை தர்க்கமாகவோ இல்லை. ஹாலவே, போன்ஃபெல்ட், நெக்ரி, காஃபென்ட்சிஸ், முதலானோர் பல ஆய்வுகளில் காட்டியிருப்பது போல, உற்பத்தி நிகழ்முறைகள் சர்வதேசமயமாக்கப்படுவது இரண்டாம் உலகப்போருக்குப் பிந்தைய காலகட்டத்தில் முதலாளித்துவ எதிர்ப்புப் போராட்டங்கள் மூலம் தொழிலாளர்களின் அதிகாரம் அதிகரித்ததற்கான மூலதனத்தின் எதிர்வினை. வேறு சொற்களில், உற்பத்திக்கும் ஆட்சிப்பரப்புரீதியான அரசியல் ஆதிக்கத்துக்குள் சுற்றோட்டம் செயல்படுவதற்கும் இடையேயான உறவு வர்க்கப் பகைநிலையின் விளைவு, அதற்கேற்ப மாற்றியமைக்கப்படுகிறது.

இருந்தபோதிலும், சுற்றோட்டத்தை விட உற்பத்தி அரசுகளால் அதிகம் துண்டாக்கப்பட்டுள்ளது என்பதை சுட்டிக் காட்ட வேண்டும். ஏனென்றால், உழைப்பை சுரண்டுவதற்கு வரையறுக்கப்பட்ட ஆட்சிப்

பரப்பு தேவைப்படுகிறது, அது வரலாற்றுரீதியாக அரசின் வடிவத்தை எடுக்கிறது. இவ்வாறாக, உபரி-மதிப்பு அரசு எல்லைகளுக்குள் துண்டாக்கப்பட்ட வழியில் ஈடேற்றம் பெறுகிறது, அது போட்டியினால் இடையாடப்படுகிறது. இருந்தாலும், மீண்டும் ஒருமுறை, உற்பத்தி நிகழ்முறைகள் சர்வதேசமயமாக்கப்படுவது, இந்தத் துண்டாக்கத்தை தீவிரப்படுத்துவதோடு மட்டுமின்றி அதன்மீது அழுத்தமும் கொடுக்கிறது, அது ஆதிக்கத்தின் புதிய இடஅமைவுக்கு இட்டுச் செல்கிறது. அரசின் அரசியல் வடிவங்களோடு இணைந்து இருப்பது என்ற வகையில் பல்-அளவை ஆட்சிப்பரப்பு வரம்பாக உள்ளது.

கூடுதலாக, உற்பத்தியும் சுற்றோட்டமும் பிரிக்கப்பட்டிருந்தாலும் அவை ஒரே அலகு என்பதை நாம் மறந்து விடக் கூடாது. உற்பத்தி சுற்றோட்டத் துறைக்குள் நடைபெறுகிறது. இந்த ஒருமையை அதன் ஆட்சிப்பரப்பு வரம்பிலும் ஆட்சிப்பரப்பு தாண்டிய தன்மைக்கும் உடனான உறவுடன் அணுகுவது, ஆட்சிப்பரப்பு வரம்புடைய அரசு, ஆட்சிப்பரப்பு வரம்பற்ற மூலதனம் என்ற மாய்மாலத்தில் இருந்து முறித்துக் கொள்வதற்கு முக்கியமானது. அவை இரண்டும் ஒரே சமூக உறவுகளின் கூறுகளாக இருப்பதால்தான், ஆட்சிப்பரப்பு வரம்பு/ ஆட்சிப்பரப்பு வரம்பின்மை என்பது அரசு இருப்பதால் ஏற்படவில்லை, மாறாக, மூலதனத்தின் மறுவுற்பத்தியின் தர்க்கத்திலேயே அது உள்ளார்ந்தது. எனினும், உற்பத்தியானது போட்டியாலும் அரசுகளின் இருத்தலாலும் இடையாடப்படுவது வரையில் அரசியல் வடிவங்களின் இயல்பு ஆட்சிப்பரப்பு பரிமாணங்களால் தீர்மானிக்கப்படுவது போல அரசு தோன்றுகிறது, அவற்றுடன் பிணைக்கப்பட்டதாகத் தோன்றுகிறது.

வேறு சொற்களில், அரசு அதன் சொந்த ஆட்சிப்பரப்பு வரம்புகளைத் தாண்டி விரிவடைவதை, மூலதனத்தின் பெருவீத மறுவுற்பத்திக்கான நிலைமைகளை உருவாக்குவதாகப் புரிந்து கொள்ள வேண்டும். அரசு முதலாளிகளுக்கு இடையேயான போட்டியுடன் இடையாடும் அதே நேரம் அதில் பங்கேற்கிறது. இதுதான் (போட்டிதான்) அரசு தனது எல்லைகளைத் 'தாண்டிச்' செல்லும் வழி. இந்த உணர்வில், விரிவாக்க நிகழ்முறை போட்டியால் இடையாடப்பட்ட மூலதனத் திரட்டலில் உள்ளார்ந்தது.

நடைமுறையில் எல்லா அரசுகளும் தமது எல்லைகளுக்குள் மூலதனத் திரட்டலுக்கான நிலைமைகளை மறுவுற்பத்தி செய்ய வேண்டியுள்ளது, அந்த மறுவுற்பத்தியை சாதிப்பதற்கு ஒன்றோடொன்று போட்டி போட வேண்டியுள்ளது. அவற்றுக்கிடையேயான உறவு போட்டித்தன்மையிலானது, ஆனால் அதன் இறுதி துணைநிலை

அடுக்கு உழைப்பைச் சுரண்டுவது. இது வெறும் அரசுகளுக்கு இடையிலான போட்டியாக, எதார்த்தவாதமாக உருவாகிறது. இந்த உணர்வில், அரசுகளுக்கு இடையேயான உறவுகள் சமூக மேற்பரப்பில் போட்டியிடும் தன்மையிலானவையாக கூட்டுறவு தன்மையிலானவையாக தோன்றுகின்றன. அவை இடையாடல்களாக இருப்பது வரையில் இந்த உறவுகள் அவை கால்கொண்டுள்ள சுரண்டல் உறவுகளை மறைக் கின்றன. அரசுகளுக்கு இடையேயான இடையாடலைக் கொண்ட உலகளாவிய சுரண்டலின் தன்மையின் காரணமாக இது முதலாளிகளுக்கு இடையேயான போட்டியைக் கூட மறைத்து விடலாம்.

நூல் பட்டியல்

வெர்னர் போன்ஃபெல்ட் *(1999)*, *'நோட்ஸ் ஆன் காம்பெடிஷன், கேபிடலிஸ்ட் கிரைசஸ் அண்ட் கிளாஸ்'*, *ஹிஸ்டாரிகல் மெடீரியலிசம்* (Bonefeld, W. (1999) 'Notes on Competition, Capitalist Crises, and Class', *Historical Materialism*) 5(1): 5-28.

வெர்னர் போன்ஃபெல்ட் *(2004)*, *'கிளாஸ் அண்ட் ஈஎம்யு'*, *த காமனர்* (Bonefeld, W. (2004) 'Class and EMU', *The Commoner*) 5, www.commoner.org.uk/ bonefeld05.pdf. 26.06.2004.

வெர்னர் போன்ஃபெல்ட் *(2013)* (Bonefeld, W. (2013)) *La razón corrosive*, Buenos Aires: Herramienta.

பிராண்ட் யூ, க்யோர்க் சி, விஸ்சன் எம் *(2011)*, *'செகண்ட் ஆர்டர் கண்டன்சேஷன்ஸ் ஆஃப் சோசியல் பவர் ரிலேஷன்ஸ்: என்விரன் மென்டல் பாலிடிக்ஸ் அண்ட் த இன்டர்நேஷனலைசேஷன் ஆஃப் த ஸ்டேட் ஃப்ரம் நியோ-புலண்ட்ஸஸியன் பெர்ஸ்பெக்டிவ்'*, *ஆன்டிபோட்* (Brand, U., Görg, C. and Wissen, M. (2011) 'Second-Order Condensations of Societal Power Relations: Environmental Politics and the Internationalization of the State from a Neo-Poulantzian Perspective', *Antipode*) 43(1): 149-75.

பிரவுன்ம்யூல் சி வான் *(1978)*, *'ஆன் தி அனாலிசிஸ் ஆஃப் த பூர்ஷ்வா நேஷன் ஸ்டேட் விதின் த வேர்ல்ட் மார்கெட் கான்டெக்ஸ்ட்'* (Braunmühl, C. von (1978) 'On the Analysis of the Bourgeois Nation State within the World Market Context'), ஜான் ஹாலவே, எஸ் பிக்கியாட்டோ *(தொகுப்பாசி ரியர்கள்)*, *ஸ்டேட் அண்ட் கேபிடல்: எ மார்க்சிஸ்ட் டிபேட்-ல், லண்டன்: எட்வர்ட் அர்னால்ட்* (J. Holloway and S. Picciotto (eds), *State and Capital: A Marxist Debate*, London: Edward Arnold), 160-78.

காலினிகோஸ் ஏ *(2007)*, *'டஸ் கேபிடலிசம் நீட் த ஸ்டேட் சிஸ்டம்?'*, *கேம்பிரிட்ஜ் ரிவியூ ஆஃப் இன்டர்நேஷனல் அஃபயர்ஸ்* (Callinicos, A. (2007) 'Does Capitalism Need the State System?', *Cambridge Review of International Affairs*) 20(4): 533-49.

காலினிகோஸ் ஏ *(2009)*, *இம்பீரியலிசம் அண்ட் க்ளோபல் பொலிடிகல் எகானமி, கேம்பிரிட்ஜ்:பாலிடி பிரெஸ்* (Callinicos, A. (2009) Imperialism and Global Political Economy, Cambridge: Polity Press).

கிளார்க் எஸ் *(2011)*, *'கிளாஸ் ஸ்ட்ரகிள் அண்ட் த குளோபல் ஓவர்-அக்யுமுலேஷன் ஆஃப் கேபிடல்'*, *ஆர் அல்பிரிட்டன், எம் இடோ, ஆர் வெஸ்ட்ரா, ஏ ஜ்யூக (தொகுப்பாசிரியர்கள்), ஃபேசஸ் ஆஃப் கேபிடலிஸ்ட் டெவலப்மென்ட், பாசிங்ஸ்டோக்: பால்க்ரேவ்* (Clarke, S. (2001) 'Class Struggle and the Global Overaccumulation of Capital', in R. Albritton, M. Itoh, R. Westra and A. Zuege (eds), *Phases of Capitalist Development*, Basingstoke: Palgrave), 1-14.

காக்ஸ் ஆர் *(1981)*, *'சோசியல் ஃபோர்சஸ், ஸ்டேட்ஸ், அண்ட் வேர்ல்ட் ஆர்டர்ஸ் : பியாண்ட் இன்டர்நேஷனல் ரிலேஷன்ஸ் தியரி', மிலெனியம்: ஜர்னல் ஆஃப் இன்டர்நேஷனல் ஸ்டடீஸ்* (Cox, R. (1981) 'Social Forces, States, and World Orders: Beyond International Relations Theory', *Millennium: Journal of International Studies*) 10(2): 126-52

கெர்ஸ்டன்பெர்கர் எச் *(2007)*, *இம்பெர்சனல் பவர், சிகாகோ: ஹேமார்க்கெட்* (Gerstenberger, H. (2007) *Impersonal Power, Chicago*: Haymarket).

ஹார்வி டி *(2005)*, *த நியூ இம்பீரியலிசம், ஆக்ஸ்ஃபோர்ட்: ஆக்ஸ் ஃபோர்ட் யூனிவர்சிடி பிரெஸ்* (Harvey, D. (2005) *The New Imperialism*, Oxford: Oxford University Press).

ஹிர்ஷ் ஜே *(2010)* (Hirsch, J. (2010)) *Teoría materialista do Estado: processos de transformação do sistema capitalista de Estados*, Rio de Janeiro: Editora Revan.

ஹிர்ஷ் ஜே, வீசல் ஜா *(2011)*, *'த டிரான்ஸ்ஃபர்மேஷன் ஆஃப் கன்டம்ப்ரரி கேபிடலிசம் அண்ட் த கான்சப்ட் ஆஃப் எ டிரான்ஸ் நேஷனல் கேபிடலிஸ்ட் கிளாஸ்: எ கிரிடிகல் ரிவ்யூ இன் நியோ-புலண்ட்ஸஸியன் பெர்ஸ்பெக்டிவ்', ஸ்டடீஸ் இன் பொலிடிகல் எகானமி. எ சோசியலிஸ்ட் ரிவ்யூ* (Hirsch, J. and Wissel, J. (2011) 'The Transformation of Contemporary Capitalism and the Concept of a Transnational Capitalist Class: A Critical Review in Neo-Poulantzian Perspective', *Studies in Political Economy. A Socialist Review*) 88(1): 7-22.

ஜான் ஹாலவே, பிக்கியாட்டோ எஸ் *(1978)*, *'டுவேர்ட்ஸ் எ மெடீரியலிஸ்ட் தியரி ஆஃப் த ஸ்டேட்'* (Holloway, J. and Picciotto, S. (1978) 'Towards a Materialist Theory of the State'), ஜான் ஹாலவே, எஸ் பிகியாட்டோ *(தொகுப்பாசிரியர்கள்), ஸ்டேட் அண்ட் கேபிடல்: எ மார்க்சிஸ்ட் டிபேட், லண்டன்: எட்வர்ட் அர்னால்ட்-ல்* (J. Holloway and S. Picciotto (eds), *State and Capital: A Marxist Debate*, London: Edward Arnold), 1-32.

லாஹர் எச் *(2006)*, *பியாண்ட் குளோபலைசேஷன்: கேபிடலிசம், டெரிடோரியாலிடி அண்ட் த இன்டர்நேஷனல் ரிலேஷன்ஸ் ஆஃப் மாடர்னிடி, அபிங்டன்: ரட்லெஜ்* (Lacher, H. (2006) *Beyond Globalization: Capitalism, Territoriality and the International Relations of Modernity*, Abingdon: Routledge).

மண்டல் ஈ (Mandel, E). (1969) *Ensayos sobre el neocapitalismo*, Mexico City: Era.

மெய்க்சின்ஸ் வுட் ஈ, *தி எம்பயர் ஆஃப் கேபிடல், லண்டன் வெர்சோ* (Meiksins Wood, E. (2003) *The Empire of Capital*, London: Verso).

முரே ஆர் *(1971)*, *'த இன்டர்நேஷனலைசேஷன் ஆஃப் கேபிடல் அண்ட் த நேஷன் ஸ்டேட்', நியூ லெஃப்ட் ரிவ்யூ* (Murray, R. (1971) 'The Internationalization of Capital and the Nation State', *New Left Review*) 67: 36-62.

பானிட்ச் எல், கிண்டின் எஸ் *(2013)*, *த மேக்கிங் ஆஃப் குளோபல் கேபிடலிசம்: த பொலிடிகல் எகானமி ஆஃப் அமெரிக்கன் எம்பயர், லண்டன் வெர்சோ* (Panitch, L. and Gindin, S. (2013) *The Making of Global Capitalism: The Political Economy of American Empire*, London: Verso).

பிக்கியாட்டோ எஸ் *(1991)*, *'தி இன்டர்நேஷனலைசேஷன் ஆஃப் த ஸ்டேட்', கேபிடல் & கிளாஸ்* (Picciotto, S. (1991) 'The Internationalisation of the State', *Capital & Class*) 43: 43-63.

புலண்ட்ஸஸ் என் *(1976)*, (Poulantzas, N. (1976)) 'La internacionalización de las relaciones capitalistas y el estado nación', in N. Poulantzas, *Las clases sociales en el capitalismo actual*, Mexico City: Siglo XXI.

புலண்ட்ஸஸ் என் *(1979),* 'தி இன்டர்நேஷனலைசேஷன் ஆஃப் கேபிடலிஸ்ட் ரிலேஷன்ஸ் அண்ட் த நேஷன் ஸ்டேட்' (Poulantzas, N. (1979) 'The Internationalisation of Capitalist Relations and the Nation State'), *சோசியல் கிளாசஸ் இன் கன்டம்ப்ரரி கேபிடலிசம்-ல்,* லண்டன்: வெர்சோ (*Social Classes in Contemporary Capitalism,* London: Verso).

ரேடைஸ் எச் *(2015),* குளோபல் கேபிடலிசம்: செலக்டட் எஸ்சேஸ், நியூயார்க்: ரட்லெஜ். (Radice, H. (2015) *Global Capitalism: Selected Essays,* New York: Routledge). ஸ்டோட்ஸ்லர் எம் *(2018),* 'கிரிடிகல் தியரி அண்ட் த கிரிடிக் ஆஃப் ஆன்டி-இம்பீரியலிசம்' (Stoetzler, M. (2018) 'Critical Theory and the Critique of Anti-Imperialism'), பி பெஸ்ட், வெர்னர் போன்ஃபெல்ட், சி.ஓ கேன் (தொகுப்பாசிரியர்கள்), *த சேஜ் ஹாண்ட் புக் ஆஃப் ஃபிராங்க்ஃபர்ட் ஸ்கூல் கிரிடிகல் தியரி-ல்* லண்டன்: சேஜ் (B. Best, W. Bonefeld and C. O'Kane (eds), *The Sage Handbook of Frankfurt School Critical Theory,* London: Sage), 1467-86.

டெஷ்க பி *(2003), த மித் ஆஃப் 1648:* கிளாஸ், ஜியோபாலிடிக்ஸ் அண்ட் த மேக்கிங் ஆஃப் மாடர்ன் இன்டர்நேஷனல் ரிலேஷன்ஸ், லண்டன்: வெர்சோ (Teschke, B. (2003) *The Myth of 1648: Class, Geopolitics and the Making of Modern International Relations,* London: Verso).

வான் டெர் பிஜ்ல் கே *(1984), த மேக்கிங் ஆஃப் என் அட்லான்டிக் ரூலிங் கிளாஸ்,* லண்டன், வெர்சோ (Van der Pijl, K. (1984) *The Making of an Atlantic Ruling Class,* London: Verso). வாரன் பி *(1971),* 'தி இன்டர் நேஷனலைசேஷன் ஆஃப் கேபிடல் அண்ட் த நேஷன் ஸ்டேட்', *நியூ லெஃப்ட் ரிவ்யூ* (Warren, B. (1971) 'The Internationalization of Capital and the Nation State: A Comment', *New Left Review)* 68: 24-48.

விஸ்சல் ஜே, வுல்ஃப் எஸ் *(2017),* 'பொலிடிகல் ரெகுலேஷன் அண்ட் த ஸ்ட்ரேடஜிக் ப்ரொடக்ஷன் ஆஃப் ஸ்பேஸ்: த யூரோப்பியன் யூனியன் அஸ் எ போஸ்ட்-ஃபோர்டிஸ்ட் ஸ்டேட் ஸ்பேஷியல் ப்ராஜக்ட்', (Wissel, J. and Wolff, S. (2017) 'Political Regulation and the Strategic Production of Space: The European Union as a Post-Fordist State Spatial Project'), *Antipode* 49(1): 12-27.

பகுதி - III
ஜனநாயகமும் புரட்சியும் விடுவிப்பும்

8. பாட்டாளிகளும் தொழிலாளி வர்க்கமும்: இருபத்தியொன்றாம் நூற்றாண்டில் வர்க்கப் போராட்டத்தில் ஏற்பட்ட மாற்றங்கள்

கேத்ரினா நசியோகா

புரட்சிகரக் கோட்பாட்டின் எல்லா வகைகளும், சமூக விடுதலைக்கும் வர்க்கச் சமூகத்தை ஒழித்துக் கட்டுவதற்கும் உள்ள சாத்தியங்களை ஆய்வு செய்கின்றன. இருந்தாலும், ஒரு சில வகைகள் மட்டுமே செயல்பாட்டை தமது மையச்சரடாக கொண்டுள்ளன. தனித்ததாக தனிமனித செயல்பாடாக இல்லாமல், இன்னும் குறிப்பாக உள்ளார்ந்து சமூகரீதியான செயல்பாட்டை, சமூக இயக்கமாக உள்ள செயல்பாட்டை மையச்சரடாகக் கொண்டுள்ளன.[1] 1859 முன்னுரையின் [அரசியல் பொருளாதாரம் மீதான விமர்சன பகுப்பாய்வுக்கு ஒரு பங்களிப்பு நூல்-மொ.பெ மார்க்சைப் பொறுத்தவரை (1976:4), இந்த சமூகத்தன்மை தனது இருத்தலை சமூகரீதியாக மறுவுற்பத்தி செய்யும் மனிதர்களுக்கு இடையேயான திட்டமான உறவுகளாக தன்னை வெளிப்படுத்திக் கொள்கிறது. எனினும், இந்த உறவுகளை மனிதர்கள் நேரடியாக கட்டுப்படுத்துவதில்லை, 'இந்த உறவுகள் அவர்களுடைய சித்தங்களி லிருந்து தனித்தவை. அதாவது உற்பத்தியின் பொருளாயத சக்திகளின் வளர்ச்சியில் அந்தக் குறிப்பிட்ட கட்டத்துக்குப் பொருத்தமான உற்பத்தி உறவுகள்' (மார்க்ஸ் 1976:3) [மார்க்ஸ் எங்கெல்ஸ் தேர்வு நூல்கள், தொகுதி 4, பக்கம் 3 - மொ.பெ - மொழிபெயர்ப்பு மாற்றப் பட்டது]. முதலாளித்துவத்தின் வரலாற்று வளர்ச்சிக்காலம் முழுவதிலும் இந்த உறவுகள் ஆதிக்கத்தின் உலகமாக அமைகின்றன, அவ்வுலகம் எந்த (எதிர்கால) நோக்கு நிலையையும் மறுதலிப்பதாக உள்ளது. செயல்பாடு சமூக ஓட்டம் துண்டிக்கப்பட்டதாக, முதலாளித்துவ உற்பத்தி முறைபாட்டுக்குள் எல்லையிடப்பட்டதாக தோன்றுகிறது, அது சொத்துடைமை, பணம், சரக்கு, மதிப்பு என சமூக உறவுகளில் பிரித்தல்களை தொடர்ந்து உறுதி செய்கிறது, அதன் மூலம் தன் ஆதிக்கத்தையே உறுதி செய்கிறது. ஒவ்வொரு நாளும், பல்வேறு வழிகளில் நாம் 'பொய்யான ஒரு உலகத்தை'க் கண்ணுறுகிறோம் (ஹாலவே 2002:2). அதைத் தூக்கி எறிய நாம் என்ன செய்ய முடியும்? பின்வரும் பகுப்பாய்வு இந்தக் கேள்வியைச் சுற்றியும் இந்தக் கேள்விக்குள்ளாகவும் சுழல்கிறது.

இருபத்தியொன்றாம் நூற்றாண்டின் தொடக்கத்தில் நடந்த முதலாளித்துவத்தை எதிர்த்த போராட்டங்கள் ஒன்றுடன் ஒன்று முரண்படும் இரண்டு இயங்காற்றல்களை வெளிப்படுத்துகின்றன. அவை நெருக்கடியின் தீவிரத்தையும் மூலதன உறவில் உள்ள முரண்பாடுகள் கூர்மையடைவதையும் காட்டுகின்றன. ஒரு புறம், இருபதாம் நூற்றாண்டில் உழைக்கும் வர்க்கத்தின் அரசியல் அமைப்பாக்கத்தின் முதன்மையான வடிவத்தின் மீது தொழிலாளர் இயக்கமும் லெனினிய நியதியும் மேலாதிக்கம் செலுத்தின. அது, தொழிலாளர் கட்சி, தொழிற்சங்கம், அரசையும் சமூகத்தையும் தொழிலாளர்கள் கட்டுப்படுத்துவது ஆகியவற்றை அமைப்பாக்கத்தின் ஆதாரத்தானமாக கருதியது. இன்றைய சூழலில் இந்த வடிவத்தை வலியுறுத்துவது கடினமாகியுள்ளது. அதற்கு இணையான உழைக்கும் வர்க்கத்தின் மேலாதிக்க ஒற்றுமை தொடர்பான தொழிலாளரின் பற்றுறுதியையும் உறுதி செய்ய முடியாது. உலகெங்கிலும் தொழிற் சங்கங்களும் தொழிலாளர் அமைப்புகளும் இருப்பதை யாரும் புறக்கணிக்க முடியாது என்றாலும், அதிகாரத்தை (அல்லது உற்பத்திச் சாதனங்களை) தொழிலாளி வர்க்கம் கைப்பற்றி கட்டுப்படுத்தும் சமூகத்தை சாதிப்பதற்கான திட்டத்தை இனிமேலும் மேலாதிக்க ரீதியானதாக சிந்திக்க முடியாது. மறுபுறம், மூலதனத்துக்கு எதிரான போராட்டங்கள் 'நாங்கள் தொழிலாளர்கள்' என்ற முழக்கத்தின் கீழ் நடத்தப்படுகின்றன; அல்லது தொழிலாளர் இயக்கத்தின் ஒருமையை கட்டமைத்த கருத்தினங்களில் (தேசம், அரசு) வர்க்க ஒற்றுமையைத் தேடுகின்றன. அவை பல நேர்வுகளில் மேன்மேலும் தற்காப்பான கோரிக்கைகளை வைக்கின்றன. எனவே, தொழிலாளி வர்க்கத்தின் முந்தைய அரசியல் இடையாடல்களின் அடிப்படையிலான அமைப்பாக்கத்துக்கான சாத்தியங்கள் சிதைந்துபோன அதே நேரம், லெனினிய நியதியில் மைய வகிபாகம் கொண்டிருந்த புரட்சியின் அரசியல் பரிமாணம் 1970-களில் கடுமையாக விமர்சிக்கப்பட்டது. அந்த நியதி இருபதாம் நூற்றாண்டின் முதலாளித்துவ எதிர்ப்பு நடைமுறை மூலம் உருவாக்கப்பட்ட புதிய வகைக் கட்சியின் மூலமான அரசியல் புரட்சியை முன்வைக்கிறது. அது ஒருவகையில் இன்னும் தொடர்கிறது.[2] இந்த முரண்பாட்டை நான் விளக்க முயற்சிக்கிறேன். 'தொழிலாளர் ஒருமை' ஒருபோதும் முழு உறுதியுடன் இருக்கவில்லை, தொழிலாளர் வர்க்க இயக்க மேலாதிக்கத்தின் உச்சத்தில் கூட உறுதியாக இருக்கவில்லை. அந்த ஒருமை சிதைந்து போவதும் வர்க்க ஒற்றுமை அசாத்தியமாகிப் போனதும் சமூக போராட்டங்களுக்கும் புரட்சிக்கான வாய்ப்புக்கும் இடையிலான உறவை நேரடியாக

கேள்விக்குள்ளாக்குகின்றன.[3] இன்றைய வர்க்கப் போராட்டத்தில் என்ன மாற்றங்களைக் காண முடிகிறது? அவை முதலாளித்துவ சமூகத்துக்கு எதிராகவும்-அதைத் தாண்டியும்[4] போகும் சாத்தியத்தைக் கொண்டுள்ளனவா?

பாட்டாளிகளும், தொழிலாளி வர்க்கமும் ஒருமையின்மையும்

இருபத்தியொன்றாம் நூற்றாண்டின் தொடக்கத்தில் நாம் தொடர்ந்து நெருக்கடியை எதிர்கொள்கிறோம். அந்த நெருக்கடி 1970-களில் வெடித்து இன்றுவரை நீடிக்கிறது, இந்த நெருக்கடி முதலாளித்துவ திரட்டலை மறுகட்டமைப்பதில் பகுதியளவே வெற்றிகண்டுள்ளது. முதலாளித்துவத்துக்கு எதிரான போராட்டங்களுக்கு[5] அது கொண்டு வரும் இணைப்புகளையும் விரிசல்களையும் தேடும்படி நெருக்கடியின் தன்மைகள் நம்மை கட்டாயப்படுத்துகின்றன. அவற்றின் முரண்பாடு களுடனும் சட்டநீக்கங்களுடனும் சேர்த்து தேடவேண்டியுள்ளது. உற்பத்திச் சக்திகள் பிரம்மாண்டமாக வளர்ந்துள்ளன, மூலதனத்தின் குவித்தலும் மையப்படுத்தலும் அதிகரித்துள்ளது, மூலதனத் திரட்டல் வளர்வேகம் பெற்றுள்ளது. பெரும் அளவிலான மூலதனம் மதிப்புப் பெருக்கமடையாமல் விடப்படுகிறது, செயல்முனைப்பான உழைப்பாளர் களில் பெரும்பகுதியினர் சேமப்பட்டாளமாக ஆக்கப்பட்டுள்ளனர்; சுரண்டல் தீவிரமாக்கப்படுகிறது, பின்னர் இன்னும் தீவிரமாக்கப்படுகிறது. உபரி மக்கள்திரளினர் சேமப் பட்டாளமாக பயன்படுகின்றனர், 'தேங்கிய' உழைப்பாளர் படையாக பயன்படுகின்றனர்;[6] வக்கற்றவர் களான பாட்டாளிகள் அதிகரித்து வருகின்றனர்.[7] இது ஏதோ விதி விலக்கான நிலைமை இல்லை என்பது உறுதி; இது முதலாளித்துவ உற்பத்தி வடிவத்தின் 'இயல்பிலேயே' உள்ளது. மார்க்ஸ் குறிப்பிடுவது போல, தொழிலாளர்கள் மூலதனத் திரட்டலோடு கூடவே 'தாமே ஒப்பளவில் தேவைக்கதிகமானோராய் ஆக்கப்படுவதற்கான, ஒப்பீட்டு உபரி-மக்கள்தொகையாக மாற்றப்படுவதற்கான சாதனங்களையும்' படைக்கிறார்கள் *(1990:783)* [*மூலதனம் முதல் பாகம், பக்கம் 848* - மொ.பெ].

சரக்கு-உற்பத்தி செய்யும் உழைப்பு 'முடிவுக்கு' வருவதாகவும் நாம் முன்னுரைக்க முடியாது. ஏனென்றால், 'இந்த உபரி மக்கள் தொகை, எதிர்மாறாக, மூலதனத் திரட்டலின் நெம்புகோலாக மாறுகிறது, உண்மையில் அது முதலாளித்துவ உற்பத்தி முறை இருப்பதற்கான நிலைமையும் ஆகிறது' *(மார்க்ஸ் 1990:784)* [*மூலதனம், முதல் பாகம், பக்கம் 849* - மொ.பெ]. எனினும், 1970-களுக்குப் பின்னர் நெருக்கடிகள் அடிக்கடி வெடிப்பது, குறிப்பாக 2008-லிருந்து நெருக்கடியின் தீவிரம்

அதிகரித்திருப்பதன் காரணமாக அது பெருமந்தத்துக்குப் பிறகு மிக ஆழமான நெருக்கடி என்று சித்தரிக்கப்படுகிறது; மூலதனத் திரட்டலின் வேகம் குறைந்திருப்பது; 'பொருளாதார வளர்ச்சி வீதங்களில் நீண்ட கால தேக்கம்' (எண்ட்நோட்ஸ் 2013);[8] தனியார் மூலதனங்களுக்கு இடையே நடக்கும் மூர்க்கமான போட்டி - இந்தக் காரணிகள் அனைத்தும் சமூக உறவுகளை சீர்திருத்துவதற்கான இயங்காற்றலைப் பொறுத்தவரை இந்த நெருக்கடியை குறிப்பிடத்தக்க அளவு தீவிரப் படுத்தியுள்ளன. எல்லாவற்றையும்விட, இது நம் காலத்தின் நெருக்கடியாக உள்ளது.

இருபதாம் நூற்றாண்டில் சுரண்டலுக்கு எதிரான போராட்டம் அமைப்பாக்கப்பட்ட தொழிலாளர்கள் இயக்கத்தோடு பிரிக்கமுடியாதபடி பிணைக்கப்பட்டிருந்தது. நூற்றாண்டுகளாக அது 'தொழிலாளி வர்க்கம்' என்ற ஒன்றுபட்ட புரட்சிகர முனைப்பு அடையாளத்தை பெற்றிருந்தது: ஒன்றுபடுத்தும் வர்க்க நிலைமை ('கூலி உழைப்பு'), ஆலைகள் முழுவீச்சில் இயங்கிக் கொண்டிருப்பது ஆகியவற்றின் அடிப்படையில் விடுதலைக்கான தொலைநோக்குத் திட்டம் உருவாக்கப்பட்டது. அது மட்டும்தான் ஒரே தொலைநோக்குத் திட்டமாக இருக்கவில்லைதான்,[9] ஆனால், அதுதான் பாட்டாளிகள் மத்தியில் ஆதிக்கம் செலுத்துவதாக ஆனது. அதன்படி, தொழிலாளர்களைக் கொண்ட நியாயமான சமூகத்தை கட்டுவிக்க வேண்டும். அதன்மூலம் சமூக செல்வத்தை உற்பத்தி செய்பவர்களாக இருந்தாலும், இப்போது அந்தச் செல்வம் மறுக்கப்படுபவர்கள், உற்பத்திச் சாதனங்களையும் தாம் உற்பத்தி செய்யும் செல்வத்தையும் கட்டுப்படுத்துவார்கள். அவர்கள்தான் இந்த உலகத்தின் உயிர் சக்தியாக இருப்பவர்கள். விடுவிக்கப்பட்ட சமூகம் பற்றிய இந்த இருபதாம் நூற்றாண்டு சிந்தனை அரசை மையமாகக் கொண்டதாக புரட்சியின் தன்மையை இறுகலாக்கி விட்டது. அதற்கு இணையாக பாட்டாளி வர்க்கத்தின் பொதுவான கலாச்சாரமும் போராட்ட அனுபவமும் ஏற்றுக் கொள்ளப்படுவதை இறுகலாக்கி விட்டது. அது பணியிடத்திலும் அதற்கு வெளியிலும் தொட்டறியக்கூடிய தினசரி எதார்த்தமாக இருப்பதாக முன்வைத்தது.

இன்றைய உபரி உழைப்பாளர்கள், அவசியமற்ற உழைக்கும் மக்கள், இந்த வர்க்க ஒற்றுமையை இனிமேலும் உறுதி செய்ய முடியாது என்பதைத் தெளிவாக்குகின்றனர்.[10] அவர்கள் வேலையில்லாத உழைக்கும் மக்கள்தொகையாக உள்ளனர். வேலையில்லாதவர்களின் பட்டாளம் பாட்டாளிகளாக இல்லாமல் போய் விடவில்லைதான். ஆனால், இன்றைய சூழலில், அவர்கள் 'தொழிலாளி வர்க்க' ஒற்றுமையை

உறுதி செய்ய முடியவில்லை; மூலதனம் பாட்டாளிகளை பிரித்து வைப்பதை அடிக்கோடிட்டு காட்டும் சேமப்பட்டாளம் அவர்கள். இருபதாம் நூற்றாண்டில் தொழிலாளி வர்க்க ஒற்றுமை கட்டமைக்கப் பட்ட அடித்தளங்கள் இப்போது உடைக்கப்பட்டுள்ளன. அதனால், கடந்த காலத்தில் பாட்டாளி வர்க்கம் மறுவுற்பத்தி ஆன பொருளாயத எதார்த்தம் இல்லாமல் போயுள்ளது. எனவே, தற்கால சமூக செல்வம் உற்பத்தியாகும் வடிவத்தில் (சரக்குகள்) இருந்து பாட்டாளிகள் தொடர்ந்து ஒதுக்கி வைக்கப்படுகின்றனர். ஆனால், 'இயல்பான' பணி வாழ்வுடன் அடையாளப்படுத்திக் கொள்வதற்கான நடைமுறைகளில் இருந்தும் நிகழ்முறைகளில் இருந்தும் (சம்பளம், முழுநேர, நிரந்தர வேலை, இன்னபிற) உபரி மக்கள் தொகை மட்டும் விலக்கி வைக்கப் படுவில்லை. வேலையில் உள்ள தொழிலாளர்களும் அதே அளவு நிச்சயமற்ற நிலைமைகளை எதிர்கொள்கின்றனர். இந்த உணர்வில், விலக்கி வைத்தல்[11] என்பது உழைப்புக்கும் மூலதனத்துக்கும் புறத்தே உள்ள நிலைமையாக இல்லை. இது ஒரு முரண்நிலை. எனவே, உழைப்பே ஒழித்துக் கட்டப்பட்டு விட்டது என்று நாம் கருத முடியாது. இன்றைக்கு உலகம் முழுவதிலும் ஒரு குறிப்பிட்ட உழைப்பு வடிவம் நிலை பெற்றுள்ளது. கடந்த காலத்தில் முதலாளித்துவ அமைப்புக்குள் வேலைபெறுவதன் மூலம் கிடைத்த அனைத்தும் இதில் மறுக்கப் படுகின்றன. அவை தொழிலாளி வர்க்கத்தின் ஒன்றுபட்ட நலன்களுக்கு அடிப்படையாக இருந்தன: வேலை உத்தரவாதம் இல்லை, பாட்டாளிகளுடன் மூலதனத்தின் உறவு தெளிவற்றதாகிறது, வேலை செய்வதற்கும் வேலையின்மைக்கும் இடையேயான வேறுபாடு மறைந்து போகிறது, பாட்டாளிகளின் மறுவுற்பத்தியை உறுதி செய்யும் பொறியமைவுகள் உடைக்கப்படுகின்றன.

இன்றைக்கு, பாட்டாளிமயமாதல் சர்வப்பொதுநிலையாக்கப் படுகிறது, ஆனால், அது உழைப்புடன் எதிர்மறை உறவுடையது. உழைப்பு-இன்றி-பாட்டாளிமயமாதல் மூலம், பாட்டாளிகளின் எண்ணிக்கை அதிகரிக்கிறது, ஆனால் அவர்கள் ஏழ்மையின் புதை குழிக்குள் ஒரு காலை பதித்துள்ளனர், சபிக்கப்பட்ட தேவையற்ற உபரியாக உள்ளனர். (மார்க்ஸ் 1990) [மூலதனம் முதல் பாகம், பக்கம் 864 - மொ.பெ.]. வேலையில்லா தொழிலாளர் படைகள், வாழ்விடம் இழந்த மக்கள், அகதிகளின் பெருங்கூட்டம், இடம் பெயரும் பொருளாதார புலம்பெயர்வோர், நிலம் பறிக்கப்படுவதன் மூலமாகவும், இயற்கை வளங்கள் மறுக்கப்படுவதன் மூலமாகவும் எஞ்சியிருக்கும் கிராமப்புற சமுதாயங்களில் ஊரகத்தன்மை தொடர்ந்து நீக்கப்படுவது- இவை அனைத்தும் மலிவான உழைப்பாளர் படையை உலக அளவில்

இடம் பெயர்க்கின்றன. இதை எல்லாம் பற்றி மூலதனத்துக்கு எந்த அக்கறையும் இல்லை என்று நாம் கூறலாம். 'கூலித் தொழிலாளி வர்க்கம் தன்னைப் பராமரித்துக் கொள்ளவும் பெருக்கிக் கொள்ளவும் பெருமளவு சாதகமான நிலைமைகள் இருப்பதானது முதலாளித்துவப் பொருளுற்பத்தியின் அடிப்படைத் தன்மையை எவ்விதத்திலும் மாற்றி விடுவதில்லை' [மூலதனம் முதல்பாகம், பக்கம் 825 - மொ.பெ.] *(1990:763)*. சமூக உற்பத்தி மற்றும் மறுவுற்பத்தியின் இந்த வரையறுக்கப்படாத மண்டலத்தில் தொழிலாளர்களுக்கு நேர்மறையான எதிர்காலம் எதுவும் இல்லை; மாறாக, யாரும் ஏற்றுக் கொள்ள முடியாத ஒரு எதிர்காலத்தைப் பற்றி அது பேசுகிறது. அதைப் பராமரித்துக் கொள்வதற்கான போராட்டம், உழைப்புச் சந்தைக்குள் பிழைத்திருப்பதற்கான ஈவு இரக்கமற்ற வன்முறையை தெரிவிக்கிறது, முதலாளித்துவ சமூகத்தை வீழ்த்துவதற்கான அரசியல் திட்டத்தைக் கொண்டிருக்கவில்லை.

பத்தொன்பதாம் நூற்றாண்டின் இறுதியிலும் இருபதாம் நூற்றாண்டின் தொடக்கத்திலும் நிலவிய குறிப்பான வரலாற்று நிலைமைகளில் வர்க்க ஒற்றுமை அடிப்படையிலான அரசியல் திட்டத்தை உறுதி செய்ய முடிந்தது. அதனால்தான் தொழிலாளி வர்க்கம் தன்னை அமைப்பாக்கிக் கொண்டு அத்தகைய ஒரு அரசியல் திட்டத்தை முன்வைக்க முடிந்தது (எண்ட்நோட்ஸ் 2015);[12] அதாவது, 'கூட்டுத்துவ' அல்லது 'பெருந்திரள்' தொழிலாளர் ஒற்றுமையாக அது தன்னை உருவாக்கிக் கொள்ள முடிந்தது; அதற்கான கூருணர்வை பெற முடிந்தது. அது வர்க்க நலன்களின் ஒற்றுமையையும் பிரதிபலித்தது; அது தொழிலாளி-வர்க்கப் போராட்டத்தின் விழுமியங்களையும் நியாயத்தையும் அடிப்படையாகக் கொண்டு கட்டப்பட்டது. உழைப்புச் சந்தையில், நேரடி தனியாள் நலன்களை நிறைவேற்றுவதற்கான போட்டியைக் குறைப்பதற்கான முயற்சி செய்யப்பட்டது. அது எப்போதும் வெற்றியடையவில்லை என்றாலும் அதன் மூலம் கூட்டுத்துவ இலக்கு முன்நிறுத்தப்பட்டது. ஆனால், இது வர்க்கம் என்பதை, ஒரு சாரமாக்கலாக மாற்றியது. அது மூலதனத்தால் பிரிக்கப்பட்ட தொழிலாளர்களை ஒரு 'சமுதாயமாக' ஒன்றுபடுத்த முயற்சித்தது, அந்தச் சமுதாயம் உழைப்பாளர்களின் பொது நலனை அடிப்படையாகக் கொண்டது. முதலாளித்துவத்தையும் வர்க்கங்களையும் ஒழித்துக் கட்டுவதற்கு முதலாளித்துவத்தின் வளர்ச்சியையும் உற்பத்திச் சக்திகளின் வளர்ச்சியையும் அவசியமாகவே கடந்துதான் செல்ல வேண்டும் என்று மார்க்சைப் போலவே இந்தச் 'சமுதாயம்' உறுதியாக நம்பியது. இந்த நம்பிக்கையின் அடிப்படையில் வாழ்விடங்களிலும் பணியிடங்களிலும் கூட்டுத்துவ கலாச்சார உறவுகள், தொழிலாளர்

ஒற்றுமை, கண்ணியம், பெருமை ஆகியவை உருவாக்கப்பட்டன. இந்த வகையில், 'வர்க்கம்' என்ற கருத்தினம் ஒரு தார்மீக சமுதாயம் என்ற அரூபமான கருத்தாகவே இருந்தது. அது 'கரணியமான உற்பத்திக்கும் நியாயமான வினியோகத்துக்கும்' அப்பால் சிந்திக்காமலேயே சமூக விடுதலையைப் பற்றி சிந்தித்தது. உலகத்தை மாற்றியமைப்பது பற்றியும் சிந்தித்தது (எண்ட்நோட்ஸ் - 2015:102).

1960-களுக்குப் பிறகு ஏற்பட்ட மூலதனத்தின் நெருக்கடியைத் தொடர்ந்து நலவாழ்வு அரசு உடைக்கப்பட்டது; கூலிகள் குறைக்கப் பட்டன; கூலி உழைப்பு நெருக்கடியை எதிர்கொண்டது. மூலதனத்துக்கு உழைப்பு உண்மையில் கீழ்ப்படுத்தப்பட்டது. தொழிலாளர் இயக்கம் 'உழைப்பின் விடுதலை'யை (கம்யூனிசத்தை நோக்கிய பாதையில் ஒரு இடைநிலை கட்டமாகவாவது) எதிர்நோக்கி பரப்புரை செய்தது. அந்த உழைப்பின் விடுதலை மூலதனத்தின் மறுவுற்பத்தி சுற்றுக்குள்ளேயே தொழிலாளர் வர்க்கம் உள்வாங்கப்படுவதை எதிர்கொண்டது. மூலதனத்துக்கு எதிரான போராட்டம் ஒரு போதும் ஒன்று பட்டதாகவோ திட்டமானதாகவோ இருக்கவில்லை. இதை நாங்கள் ஏற்கனவே சொன்னோம். ஆனால், வரலாற்று மூலதன உறவுக்குள்ளாக உழைப்பு வடிவத்தை கட்டுவிக்கும் அனைத்தையும் எதிர்த்த போராட்டம் (உழைப்பிலிருந்தே விடுதலை) நடக்கிறது. அது மூலதனத்தை எதிர்த்த தொழிலாளர் இயக்கத்தின் தளத்தை விட (மூலதனத்திடமிருந்து உழைப்பின் விடுதலை) வேறுபட்ட மட்டத்தில் நடத்தப்படுகிறது. இந்த பகுப்பாய்வு பார்வையின் அடிப்படையில்தான் ஹாலவே 'தொழிலாளர் இயக்கம் என்பது சாரமான உழைப்பின் இயக்கம்' என்று கூறினார் என்று கருதுகிறேன் (2010:151), அது உழைப்பின் நேர்மறைத் தன்மையை வலியுறுத்துகிறது. வர்க்க ஒற்றுமையின் மையப்புள்ளியாக இருந்த இந்த நேர்மறைக் காரணி தொலைந்து போயுள்ளது. தொழிலாளி வர்க்க இயக்கம் முடங்கியுள்ளது. குறைந்த கூலிக்கு, உத்தரவாதமற்ற வேலைகளில் உள்ள மனிதர்களின் எண்ணிக்கை கவனத்தைக் கவரும் அளவுக்கு அதிகரித்துள்ளது. அவர்கள் ஒழுங்கற்ற, சட்டவிரோதமான வேலை வலைப்பின்னல்களில் இணைகின்றனர், அங்கு இனப் பாகுபாடும், வன்முறையும் சுரண்டலும் ஆதிக்கம் செலுத்துகின்றன. வேறு சொற்களில், தனது தேவைக்கேற்ப தொழிலாளர்களின் எண்ணிக்கையை தொடர்ந்து சரி செய்து கொள்ளும் முதலாளித்துவ உற்பத்தி மற்றும் குவித்தல் பொறியமைவு (மார்க்ஸ் 1990), பாட்டாளிகளாக்கப்பட்ட சமூக அடுக்கை மேன்மேலும் ஏழ்மையில் தள்ளுகிறது, அது வக்கற்ற நிலையின் கடும் சுமையை அதிகரிக்கிறது (மார்க்ஸ் 1990) [மூலதனம் முதல் பாகம், பக்கம் 867]; அதாவது உயிர்

வாழ்வதற்கான அடிப்படைகள் மறுக்கப்பட்டு தேங்கிப் போன பாட்டாளிகளின் எண்ணிக்கை அதிகரிக்கிறது. இன்று, ஒதுக்கி வைப்பதன் மூலம் இணைத்துக்கொள்வது என்று உழைப்பு நியதி வரையறுக்கப் படுகிறது. உழைப்புக்கு எந்த நேர்மறை அறுதியிடலும் இல்லை. அத்தகைய நேர்மறை அறுதியிடலை ஆதாரத்தானமாகக் கொண்டுதான் தொழிலாளி வர்க்கம் ஒரு காலத்தில் ஒன்றுபட்ட முனைப்பாக அமைப்பாக்கப்பட்டது. இப்போது அது உழைப்புச் சந்தையில் வேலை தேட முடிகிறவர்களுக்கும், சேமப் பட்டாளமாக சந்தைக்குள் நுழையவும் வெளியறவும் செய்கிறவர்களுக்கும் இடையேயான போராட்டங்களுக்கு உள்ளாக ஒரு பிரிக்கும் வரையறுக்கும் கோடாக உள்ளது. எனவே, ஒரு வர்க்கத்தைச் சேர்ந்திருப்பது இனிமேலும் ஒற்றுமைக்கான அடிப்படையாக இல்லை, பாட்டாளிகள் போராட்டத்தில் ஒன்றுபடுவதற்கான உந்துதலாக இல்லை. வேலை தேட முடிவதும் கிடைத்த வேலையை தக்க வைத்துக் கொள்வதும் தொழிலாளருக்கு வாழ்வா சாவா போராட்டமாக உள்ளது.[13] கிரேக்கத்தில் மிகச் சமீபத்தில் (ஜனவரி 2019), சிரிசா அரசாங்கம் குறைந்தபட்ச கூலியை சிறிதளவு அதிகரித்தது. அது முதலாளிகளை மட்டும் கோபப்படுத்த வில்லை. ஆட்குறைப்பு செய்ய வேண்டியது ஏற்படும் என்று அவர்கள் வாதிட்டார்கள். வேலையில் இருந்த தொழிலாளர்களின் ஒரு பகுதியினரும் அதே வாதத்தைப் பயன்படுத்தி அந்த நடவடிக்கையை எதிர்த்தார்கள். போராட்டத்தின் போது, இன்றைய பாட்டாளி வர்க்கத்தினர் ஒரே வர்க்கத்தைச் சேர்ந்த உறுப்பினர்களாக நெருங்கி வருவதில்லை. அவர்கள் தம்மை தொழிலாளர்களாக அங்கீகரிப்பது கூட இல்லை. மூலதனத்தின் பிரித்தல்களை முறியடிப்பதற்கு பாட்டாளிகள் முயற்சிக்கும் தருணங்கள் இருக்கின்றன (அது கூடுதலாகவோ குறைவாகவோ வெற்றியடைகிறது). 2011-க்குப் பிந்தைய இயக்கங்கள் அத்தகைய ஒற்றுமைக்கு முயற்சித்தன, ஆனால் அது பலவீனமாக இருந்தது.[14] ஏன்?

அரசு மற்றும் தேசத்தின் இனிய தழுவலில்

இருபதாம் நூற்றாண்டில் நாம் அறிந்த 'தொழிலாளர்களின் உலகம்' தகர்ந்து போயுள்ளது. அது வர்க்கம் என்ற கருத்தினம் பற்றிய கோட்பாட்டுரீதியான சொற்போர்களுக்கு இட்டுச் சென்றது (அவை 1970-களிலேயே ஆரம்பித்து விட்டன).[15] எனினும், பழைய தொழிலாளர் இயக்கத்தின் உள்ளடக்கத்திலிருந்தும் வடிவங்களில் இருந்தும் அடையாள நீக்கம் நடந்துள்ளது. இதனை 'வர்க்கம் ஒழித்துக் கட்டப்படுவது' என்றோ அல்லது 'வர்க்கப் போராட்டத்தின் முடிவு'

என்றோ கூட புரிந்து கொள்வது சாத்தியமில்லை. அதற்கான சாத்தியம் முன்பை விடக் குறைவு. மூலதனத்தின் திரட்டல் என்பது வர்க்க உறவின் மறுவுற்பத்தியைக் குறிக்கிறது: அதன் ஒரு புறமும் மூலதனமும் மறுபுறம் கூலி உழைப்பும் உள்ளன. மூலதனம் பாட்டாளிகளை பிரிக்கப்பட்டதாக மறுவுற்பத்தி செய்கிறது.[16] அதே நேரம் தம்மை ஒருபடித்தானதாக்கும் மொத்தமாக்கும் உழைப்பு வடிவத்தை அவர்கள் சார்ந்துள்ளனர். தொழிலாளி உற்பத்திச் சாதனங்களில் இருந்து பிரிக்கப்பட்டிருப்பது முதலாளியின் இருத்தலுக்கு முன்தேவை. தொழிலாளரின் உழைப்பை முதலாளியின் தனியார் சொத்துடைமையாக மூலதனமாக்குவதும் அதற்கான முன்தேவை. மூலதனம் இந்த நிலைமைகளை மறுவுற்பத்தி செய்கிறது.[17] எனவே, மார்க்சைப் பொறுத்தவரையில், பாட்டாளிகள் ஒரு குறிப்பிட்ட சமூகக் குழு இல்லை. மாறாக, மூலதனத்துக்காக ஒன்றுபடுத்தப்படும் சமூக உறவின் அடித்தளமாக உள்ள இந்தப் பிரித்தல் சூழலோடு தொடர்புடையவர்கள், அவர்கள்.

முதலாளித்துவத்தில் உழைப்பின் சமூக வடிவம் சரக்கு உற்பத்தி செய்யும் உழைப்பு. வரலாற்றுரீதியாக பேசும்போது, இருபதாம் நூற்றாண்டின் 'தொழிலாளி வர்க்க' இயக்கம் அதனை ஒழித்துக் கட்ட வில்லை. அதை எதிர்த்து, அதைக் கடந்து செல்லவில்லை. மாறாக, வழக்கமாக உற்பத்தித் திறனை அதிகரிப்பதை ஆதரித்தது. அது குறிப்பிட்ட முதலாளித்துவ உற்பத்தி வடிவத்தில் வளர்ச்சியை வரையறுக்கிறது. இதில் உழைப்புச் சந்தையில் தொழிலாளர்களுக்கு இடையே போட்டி அதிகரிக்கிறது. அது சமூகப் பிணைப்பை கட்டுவிக்கிறது. அதற்கு அடிப்படையாக அளவிடக் கூடிய செயல்பாடுகளாக, ஒருபடித்தான நேர் கோட்டு நேரம், உழைப்புக்கான பௌதீக துணைப்பொருளாக உடலை உற்பத்தி செய்வது ஆகியவை உள்ளன. 'கூட்டுத்துவ (தொழில்துறை) தொழிலாளி' என்ற உருவம் புரட்சிகரமானதாக இருக்கவில்லை. மாறாக, அது 'நுகர்வோர்' ஆக மாறியது. இது பாட்டாளிகளுக்கிடையே பிரிவினைகளை கூர்மைப் படுத்தியது, இப்போதைக்கு மூலதனத்தின் ஒற்றுமையில்தான் அதன் ஒற்றுமை உள்ளது. பணத்தின் தாளகதியும் சந்தையும் மட்டும்தான் உள்ளது என்றில்லை. ஆனால், அதுதான் ஆதிக்கம் செலுத்துகிறது; அது உலகை மூச்சிரைக்க தன்னைச் சுற்றி வரச் செய்கிறது. இருபதாம் நூற்றாண்டில் தொழிலாளர் இயக்கத்தின் வெற்றிகள் மூலம் மூலதனத்துக்குள்ளாக தொழிலாளி வர்க்கம் ஒரு வர்க்கமாக அதிகாரம் பெற்றது. ஆனால், அந்த வெற்றிகள் மூலம் தொழிலாளி வர்க்கம் மூலதனத்தின் மறுவுற்பத்தி சுற்றுக்குள் புகுத்தப்பட்டது. எனினும், 'வர்க்கம் ஒழித்துக் கட்டப்பட்டு விடவில்லை. வர்க்கப் போராட்டம்

மாற்றமடைந்து கொண்டிருக்கிறது. பாட்டாளிகள் மூலதனத்தின் ஒரு வர்க்கமாக தமது அடையாளத்தை உறுதி செய்வது கடினமாகியுள்ளது. பாட்டாளிகளின் வர்க்க அடையாளத்தை முன்கூட்டியே தரப்பட்டதாகக் கருதக் கூடாது, மாறாக வரலாற்று மாற்றத்தின் செயல்துடிப்பான நிகழ்முறையாகவும், வரலாறு முழுவதும் பதற்றத்தை உருவாக்கிய ஒரு நிலைமையாகவும் கருத வேண்டும்.

வரலாற்றுரீதியாக தொழிலாளர் இயக்கம் அரசுடன் இணைக்கப் பட்டிருந்தது; இன்னும் கூடுதலாக அது தேசத்துடனும் இணைக்கப் பட்டிருந்தது. எண்ட்நோட்ஸ் (2015)-ன்படி 'மூலதனத் திரட்டல் என்பது பாட்டாளிகளின் பெருக்கம் என்றால், தேசத்தின் வலிமை அதன் தொழிலாளி வர்க்கம் அமைப்பாக்கப்பட்டிருக்கும் அளவைச் சார்ந்தது'. அது தொடக்க காலத்தில் பிழைத்திருப்பது மட்டுமின்றி அதன் விரிவாக்கமும் கூட தேசிய சொல்லாடலின் அடிப்படையில் கட்டுவிக்கப்பட்டது. இது மூலதனம் சர்வதேசமயமாவதற்கும் அரசுகளுக்கு இடையேயான சார்புநிலைக்கும் எதிர்நிலையாக இருந்தது. 'தொழிலாளி வர்க்கத்தின்' வலிமை என்பது 'தேசிய தொழிலாளர் வர்க்கத்தின்' வலிமையாகவே இருந்தது. தொழிலாளி வர்க்கம் ஒரு அரசின் புவியியல் எல்லைகளுக்குள் இருக்கும் வரை இதுதான் நிலைமை. கம்யூனிஸ்ட் அறிக்கையில், மார்க்சும் எங்கெல்சும், வர்க்கப் போராட்டம் தேசிய அடிப்படையைக் கொண்டுள்ளது என்கின்றனர் (1969:20). கருப்பொருளில் இல்லாவிட்டாலும் 'வடிவத்தில்' அவ்வாறு உள்ளது என்றனர். நாம் இங்கு அதைக் குறிப்பிடவில்லை. வரையறைகள் பற்றிய பிரச்சினையாக மட்டும் பார்த்தால் நாங்கள் அதைக் குறிப்பிடுவதாகவும் சொல்லலாம். தொழிலாளி வர்க்கத்தை தேசிய அடிப்படையிலானது என்று நாங்கள் வரையறுக்கும் போது, நாங்கள் சமூக உறவுகளை மாற்றியமைப்பதின் மையத்தில் அரசை வைக்கிறோம். அதிகாரபூர்வ தொழிலாளர் இயக்கத்தின் வரலாற்றுச் செயல்பாட்டை தேசியத்தன்மை மேலோங்குவதாக தேசங்கள் முன்வைத்தன. அது பாட்டாளிகளின் போராட்டத்தின் சர்வதேசத் தன்மையுடன் முரண்பட்டது, எனவே அதன் தோல்விக்கு இட்டுச் சென்றது. இது தற்செயலானதில்லை.[18] கூடுதலாக, பத்தொன்பதாம் நூற்றாண்டிலும் இருபதாம் நூற்றாண்டிலும் சர்வதேச இயக்கங்கள் (மூன்றாம் உலகத்தின் ஏகாதிபத்திய எதிர்ப்பு இயக்கங்கள் போல), 'அவர்களது நாட்டின் முதலாளி வர்க்கத்தை ஒழித்துக் கட்டவில்லை' (மார்க்ஸ் எங்கெல்ஸ் 1969:20) [மார்க்ஸ்-எங்கெல்ஸ் தேர்வு நூல்கள், தொகுதி 1, கம்யூனிஸ்ட் கட்சி அறிக்கை, பக்கம் 284, - மொ.பெ.].

பல நேர்வுகளில் அவை அதிகாரத்துக்கு வந்த பிறகு முதலாளி வர்க்கத்தை ஆதரித்தன. பல தேசிய விடுதலை இயக்கங்களில் இதுதான் நிலைமை. இது முதலாளித்துவத்தை வலுப்படுத்தியது, மக்கள் திரளில் பெரும்பாலானோரின் வாழ்க்கை நிலைமைகளை மோசமாக்கியது.[19] முதலாளித்துவ வடிவில் தொடங்குவது முதலாளித்துவ உள்ளடக்கமாக ஆகி விடும் என்று சொல்வது குறைத்து மதிப்பிடுவதாக இருக்கும். அல்லது அப்பட்டமான ஏமாற்றாக இருக்கும். முதலாளித்துவ வடிவம் தொழிலாளர் இயக்க வடிவத்தை கட்டுவிக்கும் காரணியாக உள்ளது என்பது பிரச்சினை. அரசாக ஆகும் ஒரு புரட்சியின் காரணியாகவும் அது உள்ளது. அது முதலாளித்துவ கருத்தினங்களை மறுவுற்பத்தி செய்கிறது. ஆனால், சர்வதேசமயமாதல் என்ற கருத்துரு ஏதோ நல்லெண்ணம் தொடர்பான விஷயமில்லை. அது, பாட்டாளிகளின் எல்லா வர்க்கப் போராட்டங்களிலும் உள்ள விடுவிப்பதற்கான சாத்தியத்தின் பிரிக்க முடியாத பகுதி.

தொழில்நுட்பம் மீதான நம்பிக்கை, தொழில்மயமாதல், பெருந்திரள் உற்பத்தி, தேசிய முன்னேற்றம், அரசின் மூலமாக சமூகத்தை முழுமையாக மையப்படுத்தப்பட்ட வகையில் திட்டமிடுவது ஆகிய அடித்தளங்களின் மீது தொழிலாளரின் மேலாதிக்க அடையாளம் கட்டப்பட்டது. வர்க்க உறவின் மறுவுற்பத்தியில் அடிப்படை காரணியாக இருக்கும் அரசின் வகிபாகமும் சோசலிச சிந்தனையில் ஆதிக்கம் செலுத்தி வந்தது. லெனினிய நியதி பொருளாதாரத்தை அரசுமயமாக்குவதை வலியுறுத்தியது; உற்பத்தி-சுற்றோட்டம்-வினியோகம் ஆகியவற்றுக்கான எல்லா சாதனங்களையும் அவற்றின் ஒரே உடைமையாளராக அரசின் கைகளில் குவிப்பதை முன்வைத்தது; அரசியல் அதிகாரத்தை அரசு மயமாக்குவதையும் வலியுறுத்தியது, அதாவது அரசியல் அதிகாரத்தை ஒரு கட்சி அரசு ஏகபோகமாக்கிக் கொள்வதை வலியுறுத்தியது. அரசு, தேசம் என்ற இந்த இரண்டு காரணிகளில் இயக்கத்தினுள் வளர்ந்த மோதல்களை புரிந்து கொள்ள முடியும். இந்த மோதல்கள், பொருளாதாரத்தை தேசியமயமாக்குவதா சமூகமயமாக்குவதா என்ற இருமனநிலையை மையமாகக் கொண்டிருந்தன. இந்த இருமன நிலை உருவாக்கிய பிரிவினைகளையும் தாண்டி, அவை (தேசிய) முன்னேற்றத்திலும் தேசிய பொருளாதாரத்தின் வளர்ச்சியிலும் நம்பிக்கையை ஒருபோதும் இழக்கவில்லை. முதலாளித்துவ எதிர்ப்பின் இந்த வகை இருபதாம் நூற்றாண்டில் முறைப்படுத்தப் பட்டது. அது முதலாளித்துவ உற்பத்தி முறையை நேரடியாக கேள்விக் குள்ளாக்கவில்லை. அதன் கோட்பாட்டு பிரகடனங்கள் சுரண்டல் குறித்த முதலாளிவர்க்க நோக்குநிலையை நியாயப்படுத்துவது வரை

(அதாவது, அரசியல் பொருளாதாரத்தின் நோக்குநிலையில் இருந்து சுரண்டலை புரிந்து கொள்வது வரை) கூடச் சென்றன. தொழிலாளர்களின் உழைப்பின் ஒரு பகுதியை கைப்பற்றுவதைப் பற்றி அதாவது முதலாளிகளின் நலனுக்காக தொழிலாளர்கள் உற்பத்தி செய்யும் செல்வம் கைப்பற்றப்படுவதைப் பற்றி பேசும்போது இதைச் செய்தன. ஊதியம் கொடுக்கப்படாத உழைப்பு பகுதியைப் பற்றி பேசும் போதும் (அதாவது தொழிலாளருக்கு அவரது உழைப்பின் மொத்த மதிப்பும் வழங்கப் படுவதில்லை) அவ்வாறு செய்தன. இந்த நோக்குநிலை சுரண்டலை ஒரு அறம்சார் கருத்தினமாக மாற்றியது, அதே நேரம் தொழிலாளி வர்க்கத்தின் கூட்டுத்துவ நலனை ஒழுங்குபடுத்துவதிலும் முன்னெடுப் பதிலும் அரசின் மையமான வகிபாகத்தை நியாயப் படுத்தியது. இரண்டு நேர்வுகளிலுமே சுரண்டலை வீழ்த்துவதுதான் நோக்கம். ஆனால், அது பரிவர்த்தனை உறவுகளை சீர்திருத்துவதன் மூலம் செய்யப்பட்டதே தவிர உற்பத்தி முறையை ஒழித்துக் கட்ட வில்லை. மார்க்ஸ் கம்யூனிஸ்ட் சமூகத்தில் அரசுக்கு எந்த வகிபாகமும் வழங்கவில்லை. அதை ஒரு 'கூட்டுறவு சமூகம்' என்று விளக்கினார்.

> உற்பத்திச் சாதனங்களின் பொதுவுடைமையை அடிப்படையாகக் கொண்ட, கூட்டுறவுச் சமுதாயத்தினுள்ளே உற்பத்தியாளர்கள் தங்களுடைய உற்பத்திப் பொருட்களைப் பரிவர்த்தனை செய்து கொள்வதில்லை; அதேபோலத்தான் அந்த உற்பத்திப் பொருட்களுக் காகச் அவர்கள் செலவழித்த உழைப்பும் அவற்றின் மதிப்பாக, அவை பெற்றிருக்கும் ஒரு பௌதிகப் பண்பாகத் தோற்றமளிப்ப தில்லை; ஏனென்றில் இப்போது முதலாளித்துவச் சமூகத்திலிருந்து வேறுபட்ட வகையில், தனிப்பட்ட உழைப்பு மொத்த உழைப்பின் பகுதியாக இனிமேலும் மறைமுகமான வகையில் இல்லை, நேரடியாக உள்ளது. (1979) [*ஜெர்மன் தொழிலாளர்கள் கட்சியின் (கோத்தா) செயல் திட்டத்தைப் பற்றி சில குறிப்புகள், மார்க்ஸ், பக்கம் 211, மார்க்ஸ்-எங்கெல்ஸ் தேர்வு நூல்கள்,* தொகுதி 9 - மொ.பெ - மொழிபெயர்ப்பு மாற்றப்பட்டது].

அரசு ஒரே நாளில் மறைந்து விடாது, பாட்டாளி வர்க்கத்தின் புரட்சிகர சர்வாதிகாரத்தின் போது தொடர்ந்து இருக்கும் என்பது உள்ளிட்டு பல விஷயங்களைப் பற்றி மார்க்ஸ் பேசினார் என்பதில் ஐயமில்லை (1970). மார்க்ஸ் அரசுக்கு எந்த வகிபாகத்தையும் வழங்க வில்லை என்று வாதிடும் போது, கம்யூனிஸ்ட் சமூகத்தில் அது இனிமேலும் தேவைப்படாது என்று அவர் கூறுவதைக் குறிப்பிடுகிறோம். 'கூட்டுறவு சமூகம்' மதிப்பை உற்பத்தி செய்யாது என்றும் அவர்

வலியுறுத்துகிறார்.²¹ எனினும், தொழிலாளி வர்க்கம் அதிகாரத்தை கைப்பற்றுவதற்கான ஒழுங்கமைப்புக்கு, மாறிச் செல்லும் கட்டம் பற்றிய கோட்பாடு முக்கியமானது. எனவே, பொதுமைப்படுத்தப்பட்ட அரசுவாதம் (லெனினிய நியதி) ஆக இருந்தாலும் சரி அல்லது அதன் மீதான விமர்சனமாக (கவுன்சில் கம்யூனிசம்), மற்றும் உற்பத்தியை சுயமாக நிர்வகிப்பதாக (மாறிச்செல்லும் கட்டங்கள்)²² இருந்தாலும் சரி, இருபதாம் நூற்றாண்டின் தொழிலாளி வர்க்கம் விடுதலைக்கான அதன் போராட்டத்தில் முதலாளித்துவ உற்பத்தி முறைக்கு உள்ளாகவே சிறைப்பட்டிருந்தது. உழைப்பை சர்வப்பொதுவாக்குவதற்கான தேவையையும் அதன் மூலம் மதிப்பு விதியை சர்வப்பொதுவாக்குவதையும் தூக்கிப் பிடித்தது. 1970-கள் வரை தொழிலாளர்கள் தொழிலாளர் அமைப்புகளுடனும் தொழிற்சங்கங்களுடனும் இணைந்திருந்தனர் என்பதில் ஐயமில்லை. அப்போது வர்க்க உறவை மீட்டுருவாக்குவதன் மூலம் மூலதனம் கூலி உறவின் மீது நடத்திய தாக்குதலை தொடங்கி வைத்தது. தேசிய தொழிலாளர் இயக்கங்களின் நிலைமை மோசமானது. தொழிலாளர் இயக்கத்தின் மேலாதிக்கத்துக்கு முன்உருக்கொடுப்பதாக இல்லாமல், தொழில்நீக்கமும் வளர்ச்சி வேகம் குறைவதும் அதன் வீழ்ச்சியையும் தோல்வியையும் கொண்டு வந்தன.

சமீபத்திய 2011-12 இயக்கங்கள் (முற்றுகை என்ற பெயருக்குக் கீழ் வரும் எல்லா இயக்கங்களையும் சேர்த்து), சிக்கன நடவடிக்கை எதிர்ப்பு, (நேரடி) ஜனநாயகம் போன்ற கருத்துருக்களுக்குப் பின்னால் அணிதிரண்டன. இந்த இரண்டு கருத்தினங்களின் மீது அவை வர்க்க ஒற்றுமையை கட்டமைக்க முயற்சித்தன. பெரும்பான்மையாக உள்ள நண்பர்களால் ஆன ஒரு ஆதர்ச சமுதாயத்துடன் ஒரு தொடர்பு உருவாக்கப்பட்டது. அது குறிப்பிட்ட (வெளிப்புற) எதிரிகளை எதிர் கொண்டு தோற்கடிக்க வேண்டும். சில நேரங்களில் எதிரி உலகளாவிய நிதித்துறை மேல்தட்டினரின் மற்றும் அவர்களது தேசங்கடந்த அரசுகளின் வடிவத்தை எடுத்தான், வர்க்கப் போராட்டம் அரசுக்கு எதிராக அரசு என்ற வகையில் வெளிப்பட்டது. பிற, பிற்போக்கு வடிவங்களில், எதிரி அழுக்கான வெறுக்க வேண்டிய புலம்பெயர்ந்தவரின் உருவத்தில் தோன்றுகிறான், புலம் பெயர்ந்தவர் சொற்ப சமூக நலன்களை 'திருடுவதற்கு' வந்திருக்கிறார். இத்தகைய நேர்வுகளில், தேசம், அரசு ஆகிய காரணிகள் அவற்றின் பழமைவாத வெளிப்பாட்டுக்குத் திரும்பிச் செல்கின்றன. இந்தக் காரணிகளில்தான் அமைப்பாக்கப்பட்ட தொழிலாளர் இயக்கம் தனது வெகுமக்கள் அடித்தளத்தைக் கொண்டுள்ளது. எனினும், அவற்றின் மொத்தத்தன்மையிலும் அவற்றின் முரண்பாடுகளின் ஊடாகவும், இந்த இயக்கங்கள் அரசை (ஜனநாயகம்

இன்மையையும்) தாக்கின, அதே நேரம் அரசிடமிருந்து ஒரு தீர்வைக் (சிக்கன நடவடிக்கை எதிர்ப்பும் அதிக ஜனநாயகமும்) கோரின. இந்த இயக்கங்கள் பின்பற்றிய போராட்ட வடிவங்கள் (தெரு மோதல்கள், ஆக்கிரமிப்புகள் போன்றவை) தீவிர-இடது அல்லது அரசுமறுப்புவாதி களின் மேலும் போர்க்குணமிக்க பிரிவினரின் செயல்பாடுகளை போராட்டங்களை ஒத்தவை, ஆனால், அரசியல் ஊழலும், பிரதிநிதி களையும் அவர்களது வாக்காளர்களையும் கொண்ட முடமாக்கப்பட்ட ஜனநாயகமும்தான் தாக்குதலுக்கு உள்ளாயின. 2011-12-ன் இயக்கங்கள் அடிப்படையில் தொழிலாளர் இயக்கத்தின் வீழ்ச்சியை எதிர்கொள்வதாக இருந்தன. தொழிலாளி வர்க்கத்தில் இடம் பெறுவது என்பது கொண்டு வரும் பலன்கள் அனைத்தும் இல்லாமல் போவதை எதிர்கொள்வதாக இருந்தன. அனைவருக்கும் நிலையான வேலை வாய்ப்பு, சமூக பாதுகாப்பு, தேசிய இறையாண்மை ஆகியவை அந்தக் காரணிகள். வர்க்க ஒற்றுமை ஏன் பலவீனமாக உள்ளது என்பதையும் அது அம்பலப்படுத்தியது. அதாவது, இந்த போராட்டங்களுக்குள்ளாக உள்ள பிரிவினையின் அறிகுறியாக பாட்டாளிகள் தமது வர்க்க இடையுறவுகளை தாண்டி வர முடியாததையும் இது விளக்குகிறது.

சதுக்கங்களின் இயக்கங்களின் செயல்துடிப்பு பலவீனமான போது, போராட்டங்கள் அமைப்பாக்கப்பட்ட தொழிலாளர் இயக்கத்தின் உருவாக 'தொழிலாளர்' என்பதற்கு திரும்பின, இதுவரை வெற்றி எதுவும் கிடைக்கவில்லை. செல்லாததாக்கப்பட்டு விட்ட, உள்வாங்கப் பட்டு விட்ட கடந்த காலத்தின் அரசியல் இடையாடல்கள் (தொழிற் சங்கங்கள், கூட்டுறவு நிறுவனங்கள், கட்சிகள்) முதலாளித்துவ சமூகத்தை தூக்கி எறிவதன் மீது கவனம் குவிக்கும் நோக்குநிலையை வெளிப்படுத்த முடியவில்லை. ஒரு புறம், தொழிலாளர் ஒற்றுமையையும் - ஏற்கனவே செத்துப் போன - பழைய தொழிலாளர் இயக்கத்தின் அடிப்படைகளையும் நோக்குநிலைகளையும் மீட்டெடுப்பதையும் வலியுறுத்தும் இடதுசாரியின் வெவ்வேறு பிரிவினர் அரசியல் திட்டப்பணிகளை முன்வைக்கின்றனர். அவை ஒருவகையான முட்டுச் சந்தையே உறுதி செய்கின்றன. அவை முதலாளித்துவ எதிர்ப்பு சிந்தனை 'அரசுமயமாக்கப்படுவதை' உறுதி செய்கின்றன. அல்லது கடந்த காலத்துக்குத் திரும்பும் கனவை வலியுறுத்துகின்றன. இன்னொரு பக்கம், இந்தப் போராட்டங்களுக்கு உள்ளாகவே நடக்கும் வாதப் பிரதிவாதங்கள், 'தொழிலாளி-வர்க்க அடையாளம்' சிதைந்து போவது தொழிலாளர் இயக்க வடிவத்தின் மேலாதிக்கம் என்ற உள்ளடக்கத்தை கேள்விக்குள்ளாக்குமா என்று விவாதிக்கின்றன. அந்த வடிவம், ஒருபோதும் ஒன்றுபடுத்தப்படாமலேயே, சென்ற நூற்றாண்டில்

புரட்சிக்கும் சமூக விடுதலைக்கும் இட்டுச் சென்றது. தீவிர-இடது சாரிகளின் ஒரு சில பிரிவுகள் அரசியல் நிறுவன வடிவங்களின் ஊடாக வர்க்க உணர்வை பெறுவதற்கான தேவையை மீண்டும் வலியுறுத்து கின்றனர். எனவே, இயக்கத்தின் இந்தப் பிரிவினர் லெனினிய நியதியை தவிர்க்க முடியுமா என்ற ஐயம் ஏற்படுகிறது. அவர்கள் முன் வைக்கும் அரசியல் அமைப்பு வடிவங்கள் கட்சி அல்லது அரசாக இல்லா விட்டாலும் சமூகத்தின் மையப்படுத்தப்பட்ட கட்டுப்பாட்டைக் கோருகின்றன. தொழிலாளி-வர்க்க நலன்களை ஐக்கியப்படுத்துவதாக 'அதனளவில்' வர்க்க உணர்வு என்பதைப் பற்றி பேசுவதோ எதிர் நோக்குவதோ கூட முடியவில்லை. எப்படியிருந்தாலும், முந்தைய கூட்டுத்துவ கீழ்ப்படுத்தல்களில் இருந்து தூரப்படுத்திக் கொள்வதை கோட்பாட்டுரீதியாக மகிழ்ச்சியான முடிவைக்கொண்டுள்ள வர்க்கப் போராட்டத்தின் ஒரு எதிர்மறை இலக்குவாதமாக புரிந்து கொள்ளக் கூடாது. அதாவது, இருபதாம் நூற்றாண்டின் தொழிலாளர் இயக்கத்தின் நேர்மறை இலக்குவாதத்தின் இடத்தைப் பிடிப்பதாக கட்டமைக்கக் கூடாது.

ஒன்றுபடுத்துவதற்கான நிறுவனங்கள் இல்லாமல் இருப்பது உழைப்பு வடிவத்திலும் உழைப்பு நிலைமையிலும் ஆதிக்கம் செலுத்தும் அம்சமாக உள்ளது. இந்த இல்லாமை இயல்பானதாக்கப் படுகிறது. (அவர்களது பிரதிநிதிகள் மூலமாக) அமைப்பாக்கப்பட்ட தொழிலாளர்களுக்கும் அவர்களை வேலைக்கு அமர்த்தும் முதலாளி களுக்கும் இடையே ஒரு கொடுக்கல்வாங்கல் உறவு உருவாக்கப் பட்டிருந்தது. உழைப்பு நிகழ்முறையின் எல்லா புதிய அம்சங்களையும் தீர்மானிப்பது தொடர்பாக (பரஸ்பர ஒப்புதலின் அடிப்படையில்) பேரம் பேசும் அதிகாரத்தை தொழிற்சங்கங்கள் கொண்டிருந்தன. இந்த இரண்டுமே இப்போது காலாவதியாகி விட்டன. தொழிலாளி வேலை கொடுக்கும் முதலாளிக்கு எதிராக தனியாக, பலவீனமாக, கீழ்ப் படுத்தப்பட்டவராக நிற்கிறார். கீனிசிய அரசு சகாப்தத்தின் போது சமூக பாதுகாப்பும் இடையாடல் வடிவங்களும் கட்டமைக்கப்பட்ட அடித்தளம் 'புதைகுழி'யாக ஆகிவிட்டது. 1970-களில் இருந்தே, கீனிசிய அரசு இனிமேலும் செயல்படவில்லை என்பதும், புதிய தாராளவாத நிர்வாக முறை குன்றிப் போனது என்பதும் தெளிவானது. இதற்கு மாறாக, மார்க்ஸ் ஒரு சில இடங்களில் வக்கற்றவர்கள் என்று குறிப்பிடும் பாட்டாளி வர்க்கம் அல்லது உதிரி பாட்டாளி வர்க்கம் அதிகரித்தது. சமூகரீதியான ஒதுக்குதல், ஒழுங்கற்ற/சட்டவிரோத வேலை, சட்டவிரோத வலையமைவுகள் ஆகியவற்றின் மூலமாக வர்க்க 'கண்ணியமும்' உழைப்பு விழுமியங்களும் தொடர்ந்து

பலவீனப்படுகின்றன. உதிரி பாட்டாளிகள் இயக்கத்தின் 'எதிர்ப்புரட்சி' தரப்பு. அது 'வர்க்கக் கூருணர்வின்' எதிர் துருவத்தில் உள்ளது. வர்க்கக் கூருணர்வுதான் அமைப்பாக்கப்பட்ட தொழிலாளர் வர்க்கப் பிரிவுகளின் இயல்பாக இருந்தது. இந்தச் சீர்கேடு தொழிலாளர் இயக்கத்துக்கு ஒரு வகையான அச்சுறுத்தலாக உள்ளது. தொழிலாளி வர்க்கப் போராட்டங்கள் வெற்றிகாண முடியாது என்பதற்கான ஒரு அறிகுறி அது. இன்று என்ன நிலைமை? தொழிலாளர் இயக்கத்தின் தோல்வி, பாட்டாளிகள் உதிரிமயமாக்கப்படுவதை காட்டுகிறதா, அதாவது அதன் இருண்ட, எதிர்ப்புரட்சித் தரப்பின் கட்டுவிப்பை காட்டுகிறதா?

தொழிலாளி வர்க்கத்துக்கு அப்பால்?

அகம்பன் (Agamben) பாட்டாளிகளை - அடையாளமின்மையுடன் இணைக்கிறார். தொழிலாளி வர்க்கம் பற்றிய மார்க்சின் கருத்துரு ஒரு 'குறிப்பிட்ட' வர்க்கத்தை சுட்டவில்லை, மாறாக இன்னொரு வர்க்கத்தை தூக்கி எறியும் வர்க்கம்-அல்லாத ஒன்றை சுட்டுகிறது என்று அவர் வாதிடுகிறார். பெஞ்சமினின் புரட்சிக்கான தீர்க்கதரிசன குறிக்கோளை பாட்டாளிகள் ஒரு குறிப்பான அடையாளத்தைப் பெறுவதில்லை என்ற மார்க்சின் கருத்துருவுடன் இணைக்க வேண்டும் என்று அகம்பன் கருதுகிறார். 'பாட்டாளி என்பவரை தொழிலாளியாக அடையாளப்படுத்த முடியாது' என்று அகம்பன் (2011) வாதிடுகிறார். 'பாட்டாளி தொழிலாளி இல்லை. பாட்டாளி என்பவர் கிட்டத்தட்ட ஒரு மீ-பொருண்மை உரு: அடையாளம் காணப்படாத முடியாதவர். இந்த அடையாளமின்மையின் காரணமாக, அவர் எல்லா வர்க்கங்களையும் தூக்கி எறிந்து ஒழித்துக் கட்டுவார்'. இதற்கு மாறாக, பாட்டாளி எப்போதெல்லாம் ஒரு வர்க்க அடையாளத்தை கோருகிறாரோ அவர் தொழிலாளி வர்க்கமாக மாறி விடுகிறார், வரலாற்றுரீதியாக அப்படி நடந்தது என்கிறார் அகம்பன். இதன் மூலம் அவர் முதலாளித்துவ அமைப்புக்குள் உள்வாங்கப்படும் சாத்தியம் உருவாகிறது, அதனை மாற்றுவதற்கு அவர் இனிமேலும் விரும்புவதில்லை. அகம்பன் முன்வைக்கும் பாட்டாளியின் அடையாளமின்மை என்ற மீ-பொருண்மை பரிமாணம் ஒரு 'தூய்மையாக்கப்பட்ட' - எனவே, 'மாசற்ற' கருத்தினம். இந்தத் தூய்மையின் காரணமாக, தன் புரட்சிகரத்தன்மையை தக்க வைத்துக் கொள்கிறது. வேறுபட்ட பகுப்பாய்வு அணுகுமுறையில் இருந்து, வர்க்கம் என்பதை மனிதர்களின் குறிப்பிட்ட குழு என்று மார்க்ஸ் கருதவில்லை என வர்க்கம் பற்றிய தனது குறிப்புகளில் குன் ஏற்றுக் கொள்கிறார். இன்னொரு புறம், வர்க்கம் என்ற கருத்தினம் ஒரு போராட்ட உறவைக் குறிக்கிறது என்று அவர் வாதிடுகிறார்.

பாட்டாளி என்பவர் 'தூய' இருத்தல் இல்லை, மாறாக, தனது துண்டாக்கலுக்குள்ளாகவும் அதற்கு எதிராகவும் போராடிக் கொண்டிருக்கும் சுய-முரண்படும் இருத்தல் என்கிறார், குன். 'இருத்தல்' (existence) என்பதை பரவசம் (ecstacy) என்று, அதாவது செயல்முனைப்பான முறையில் புரிந்து கொண்டால்தான்

இது நடக்க முடியும் என்கிறார் குன் (Gunn 1992). பாட்டாளி என்பவர் தொழிலாளியாக உள்ளார், தொழிலாளியாக இல்லை, அவர் வரையறைகளை உடைப்பதில் வெற்றியடையப் போகிற (அல்லது வெற்றியடையாமல் போகிற) போராட்டத்திற்குள்ளாக இருக்கிறார்.

பாட்டாளி நிலைமை சர்வப்பொதுவாக்கப்படுகிறது. சமூகப் போர் எல்லாவற்றையும் ஊடுருவியுள்ளது, போட்டி எல்லா இடங்களிலும் பரவியுள்ளது, பாட்டாளிகளின் இருத்தலை அன்றாட அனுபவத்தின் எல்லா இடங்களிலும் பிளந்து கொண்டிருக்கிறது. இருப்பதற்கு எதிராக போராடுவதை வர்க்க ஒற்றுமையுடன் தொடர்புபடுத்துவதும் ஒன்றுபட்ட தொழிலாளி வர்க்கம் என்ற கதையாடலுடன் தொடர்பு படுத்துவதும் இனிமேலும் சாத்தியமற்று போய் விட்டது. மாறாக, அது உழைப்பின் உலகத்தில் ஒரு எதிர்மறை அர்த்தத்தின் விளைவு. வர்க்க வெறுப்பும், வர்க்கத்தின் மீதான வெறுப்பும் வர்க்கத்தை 'பிரிவினைக்கான கருத்தினமாக' உறுதி செய்யும் வகையில் நிரம்பி வழிகின்றன. அது பாட்டாளிகள் மத்தியில் உள்ள வர்க்கப் பிரிவினைகளை அடிக்கோடிட்டுக் காட்டுகிறது. வேலை-தொடர்பான அல்லது அரசியல்ரீதியான தனியுரிமைகளை அனுபவிக்கும் பணிவான, அறம் சார்ந்த, பொறுப்பான தொழிலாளி என்பது பெரும்பாலான பாட்டாளிகளுக்கு கடந்தகால நினைவாகி விட்டது (ஹாலவே 1987). 'தொழிலாளர் இயக்கத்தைப்' பொறுத்தவரை தொழிலாளி வர்க்கம் உதிரியாக்கப்படுகிறது; துயரமும் வக்கற்ற நிலையும் உதிரிப் பாட்டாளி என்ற உருவத்தை மேலும் மேலும் நெருங்குகிறது. உதிரிப் பாட்டாளி களின் நிலையின்மையும், போராடும் திறனின்மையும் மார்க்சியக் கோட்பாட்டில் பலமுறை தெளிவுபடுத்தப்பட்டு விமர்சிக்கப்பட்டுள்ளது. மார்க்சியக் கோட்பாடு பெரும்பாலும் அமைப்பாக்கப்பட்ட தொழிலாளர் பிரிவின் மீதுதான் கவனத்தைக் குவிக்கிறது. ஆனாலும், குன் (2018a) சுட்டிக் காட்டுவது போல, இன்றைக்கு புலம்பெயர்ந்தவர்கள் மற்றும் உத்தரவாதமற்ற பணிகளில் இருப்பவர்களின் உருவங்கள் பாட்டாளிகள் என்பதற்கு மார்க்ஸ் தொடக்கத்தில் கொடுத்த பொருளுக்கு நெருக்கமாக உள்ளன : தனது இனத்தைப் பெருக்குவதற்கு மட்டும் திறன் கொண்ட ஒரு அடிமட்டப் படிவு. குன்-ஐப் பொறுத்தவரை, மார்க்ஸ் பாட்டாளி

என்ற சொல்லை பயன்படுத்தியது, 'வரலாறு காணாத செல்வங்கள் குவிந்திருக்கும் சமூகத்தில் சொத்துடைமையின்மையின்' மோசமான நிலைமையை அம்பலப்படுத்தியது. அதன் மூலம் நம்மை அதிர்ச்சிக்குள்ளாக்குவதை நோக்கமாகக் கொண்டது (குன் 2018a). இன்றைக்கு இந்த பதிப்புக்குத் திரும்புவது எளிது, அதாவது, 'நிராகரிக்கப்பட்டதாகவும் வெளியாளாகவும்' உள்ள பாட்டாளி என்ற கருத்தாக்கம். உழைப்பின் அடிப்படையில் ஒழுங்குபடுத்தப்பட்ட 'தொழிலாளி' என்ற கருத்தினத்தை விட அது நெருங்கியதாக உள்ளது. குன்-ஐப் பொறுத்தவரை, '"பாட்டாளி"க்கும் "உதிரி-பாட்டாளிக்கும்" இடையே மார்க்ஸ் செய்யும் வேறுபடுத்தல் குறைந்தபட்சம் பிரச்சினைக்குரியது' (2018 b).

இரண்டு விளக்கங்கள்: தொழிலாளி வர்க்கம் உதிரிமயமாக்கப் பட்டுள்ளது என்று கூறும் அதே நேரம் வேறு ஏதோ ஒரு அமைப்பாக்கப்பட்ட தொழிலாளர் இயக்கத்தின் புரட்சிகர இயல்புக்கு எதிராக அதன் எதிர்ப்புரட்சி இயல்பை நிறுத்துவது ஒரு முரண்தொடை என்றே சொல்ல வேண்டும். எந்த ஒரு முனைப்பும் மாசற்றது இல்லை, பாட்டாளிகளுக்குள்ளாகவே புரட்சிகர இயல்பு எதுவும் இல்லை. கூடுதலாக, உபரி மக்கள் தொகை அதிகரிப்பதன் முக்கியத்துவத்தை வலியுறுத்துவது என்பது, வேலையில்லாத பட்டாளம்தான் போராட்டத்தின் புதிய முனைப்பு என்று சொல்வதாகாது. இருந்தாலும், ஃபோர்டிச போராட்டங்கள் என்று அழைக்கப்படுபவற்றில் வர்க்கம் மற்றும் உழைப்பின் நேர்மறைத்தன்மையை தொழிலாளி வர்க்கம் வெளிப் படுத்தியது என்றால், பாட்டாளி என்ற தொடர்ச்சியான பதற்றத்தைக் கொண்ட கருத்தினம் இன்னும் பரந்த அர்த்தத்தைக் கொண்டது அது அடையாளப்படுத்தல்/அடையாளம்-நீக்கல் என்ற செயல்துடிப்பான நிகழ்முறையாக உள்ளது. இருபதாம் நூற்றாண்டில் தொழிலாளி வர்க்கம் வரலாற்றுரீதியாக குறிப்பான வர்க்கப் போராட்ட வடிவத்தோடு தொடர்பு கொண்டிருந்தது. அது மேலாதிக்கத்தையும் வர்க்கங்களையும் ஒழித்துக் கட்டுவதற்காக ஒரு வர்க்கத்தின் மேலாதிக்கத்தை குறிக்கோளாகக் கொண்டிருந்த பாட்டாளிகளின் குறிப்பான போராட்ட வடிவமாகவும் இருந்தது. ஆனால், தொடக்கத்தில் ஒரு மாற்று அடையாளத்தை விடுவிப்பதற்கான வழியாக உழைப்பை விடுவிப்பதை குறிக்கோளாகக் கொண்டிருந்தது.[23] மூலதனத்தின் குறிப்பிட்ட வளர்ச்சிக் கட்டத்தில் அதன் முரண்பாடுகளைச் சார்ந்திருக்கும் படிகமான அடையாளங்களைப் பற்றி நாங்கள் பேசவில்லை என்பது தெளிவு, அவை உடைவது எதேச்சையானது. மாறாக, போராட்டத்தின் ஓட்டங்களாக புரிந்து

கொள்ளப்பட்ட இயக்கத்தின் செயல்துடிப்பான நிகழ்முறைகளைப் (அடையாளப்படுத்தல்/அடையாளநீக்கம், மாய்மாலமாக்கல்/மாய்மாலநீக்கம்) பற்றி நாங்கள் பேசுகிறோம். இந்த நிலைப்பாடு தொடர்பான பகுப்பாய்வுக்கு திறந்தநிலை மார்க்சியத்தின் பங்களிப்பு முக்கியமானது. 1992-ல் நவதாராளவாதத்தின் செல்வாக்கு அதிகரித்துக் கொண்டிருந்த போது,

> மாய்மாலத்தை, மாய்மாலநீக்கம்/மறுமாய்மாலமாக்கம் என்ற நிகழ்முறையாக பார்ப்பது கோட்பாட்டுரீதியாகவும் அரசியல் ரீதியாகவும் முக்கியமான விளைவுகளைக் கொண்டுள்ளது. மாய்மாலத்தை நிலைநாட்டப்பட்ட உண்மையாக, அனைத்தையும் தழுவி நிற்கும் புகையாக புரிந்து கொள்வது, கிட்டத்தட்ட அசாத்தியமான நிகழ்வாக (நம்பிக்கையற்ற நிலைப்பாடு), அல்லது கட்சியின் வளர்ச்சியின் வெற்றிகரமான முடிவு என்ற வெளிப்புற நிகழ்வாகவே புரட்சி உள்ளது என்ற கருத்தாக்கத்துக்கு இட்டுச் செல்கிறது. (1992:57) [திறந்த மார்க்சியம் தொகுதி II 'கோட்பாடும் செயல்பாடும்') - மொ.பெ

என்று ஹாலவே எழுதினார்.

முதலாளித்துவ வடிவங்கள் பற்றிய இந்தக் குறிப்பான பகுப்பாய்வு அணுகுமுறை (பொருளாதார வடிவங்களாக இல்லாமல் அவற்றை கட்டுவிப்பதற்கான தொடர்ச்சியான போராட்டமாக), மூலதனமும் உழைப்பும் என்ற இரண்டு துருவங்களும் பரஸ்பரம் உள்ளார்ந்து இணைக்கப்பட்டவை, எனவே உள்ளார்ந்த முறிவுகளை வெளிப் படுத்துகின்றன என்று சிந்திப்பதற்கு உதவுகிறது. இவ்வாறாக, பாட்டாளி என்பவரை மூலதனம்-உழைப்பு உறவின் முரண்பாடாக மட்டுமின்றி, மூலதனத்துக்குள்ளாக-உழைப்பின் முரண்பாடாகவும் புரிந்து கொள்ள முடிகிறது. அதாவது அதன் கட்டுவிப்பு வடிவத்துக்கு (சுய-மறுப்பு) அப்பால் உந்திச் செல்லும் உழைப்பின் சுய-முரண்பாடாக புரிந்து கொள்ள முடிகிறது. பாட்டாளி என்பவர் வர்க்க வரையறைக்கு எதிரான இயக்கமாக ஆகிறார், தொழிலாளி வர்க்கத்துடன் முறித்துக் கொள்கிறார், ஒரு அடையாளமின்மையின் விடுவிப்பாக உள்ளார். உழைக்கும் வர்க்கத்துக்கு எதிராகவும் அப்பாலும் பரவசமான மறுத்தல், வகைப் படுத்தும் எந்த வரையறைக்கும் எதிராகவும் அப்பாலும் உள்ளது. அது பரவசமான சீற்றத்தின் இரட்டை பரிமாணம் (ஹாலவே 2002), சுயத்தைத் தாண்டி விரும்பக் கூடிய எதிர்காலத்தின் புறவீச்சு, முற்றிலும் எதார்த்தமான ஒரு புறவீச்சு.

தேசியவாதம், ஜனரஞ்சகவாதம், உழைப்புச் சந்தையில் போட்டி, தனிநபர்வாதம், இராணுவவாதம், எதேச்சாதிகாரவாதம், பாலின அடிப்படையிலும் இன அடிப்படையிலும் பாகுபாடு முதலிய காரணிகள் பாட்டாளிகளின் போராட்டங்களில் தோன்றக் கூடியவை. அவை புரட்சிகர இயக்கத்தால் முறியடிக்கப்பட வேண்டிய வெளிப்புற தடைகள் இல்லை. அவை பாட்டாளிகளின் பகுதிகளாகவே உள்ளன, பாட்டாளிகள் மூலதனத்தால் பிரிக்கப்படுவதன் வடிவங்கள் அவை. இந்த வடிவங்களை மூலதனம் மீண்டும் மீண்டும் இரக்கமின்றி எதிர்கொள்கிறது, அவற்றை வலுவாக்குகிறது அல்லது பலவீனப் படுத்துகிறது. எனவே, உண்மையான ஒற்றுமையை ஒரு தன்னாட்சியான முனைப்பில் காண முடியாது. சமூக புரட்சிக்குள்ளாக மட்டுமே நம்பிக்கை இருக்க முடியும், திரட்டப்பட்ட ஒடுக்குமுறை அப்போது வெடிக்கிறது. அது மாற்றி அமைக்கும் போராட்டத்தின் சக்தி. அது யாரையும் எதனையும் விட்டு வைப்பதில்லை, அது மனிதர்களுக் கிடையே உறவாடல்களின் புதிய வடிவங்களை உருவாக்க முடியும்.

நூல் குறிப்புகள்

அகம்பன் ஜி (1998), சாவரின் பவர் அண்ட் பேர் லைஃப் (Agamben, G. (1998) *Sovereign Power and Bare Life*), Stanford: Stanford University Press.

அகம்பன் ஜி (2005), ஸ்டேட் ஆஃப் எக்சப்ஷன் (Agamben, G. (2005) *State of Exception*), Chicago: Chicago University Press.

அகம்பன், ஜி (2011) 'ஜியார்ஜியோ ஆகம்பன் ஆன் பயோ பொலிடிக்ஸ்', (Agamben, G. (2011) 'Giorgio Agamben on Biopolitics'), கிரேக்க அரசு தொலைக்காட்சி ஊடகமான ET3-ல் அகிஸ் காவ்ரிலிடிஸ் உடன் நேர்முகம், ஏதென்ஸ் (Akis Gavriilidis, Greek public TV channel ET3, Athens), October, https://nomadicuniversality.com/2015/10/30/giorgio-agamben-on-biopolitics-the-greek-tv-interview-2.

போன்ஃபெல்ட் டபிள்யூ (2016) 'சயின்ஸ், ஹெஜிமோனி அண்ட் ஆக்ஷன்: ஆன் தி எலிமன்ட்ஸ் ஆஃப் கெவர்ன்மென்டாலிட்டி', ஜர்னல் ஆஃப் சோசியல் சயின்சஸ் (Bonefeld, W. (2016) 'Science, Hegemony and Action: On the Elements of Governmentality', *Journal of Social Sciences*), http:/eprints.whiterose.ac.uk/114319/1/Science_Hegemony_and_Action.pdf 19-41.

போன்ஃபெல்ட் டபிள்யூ, எஸ் டிஷ்லர் (2002) வாட் இஸ் டு பி டன்? (Bonefeld, W. and S. Tischler (2002) *What Is To Be Done?*), Aldershot: Ashgate.

எண்ட்நோட்ஸ் (2013) 'த ஹோல்டிங் பேட்டன்: தி ஆன்கோயிங் கிரைசிஸ் அண்ட் த கிளாஸ் ஸ்ட்ரகிள்ஸ் ஆஃப் 2011-2013', எண்ட் நோட்ஸ் 3 (Endnotes (2013) 'The Holding Pattern: The Ongoing Crisis and the Class Struggles of 2011-2013', *Endnotes 3*) (September 2013), https://endnotes.org.uk/issues/3/en/endnotes-the-holding-pattern.

எண்ட்நோட்ஸ் (2015) 'எ ஹிஸ்டரி ஆஃப் செபரேஷன்: த ரைஸ் அண்ட் ஃபால் ஆஃப் வொர்கர்ஸ் மூமென்ட்ஸ், 1883-1982', எண்ட் நோட்ஸ் 4 (Endnotes (2015) 'A History of Separation: The Rise and Fall of Workers' Movements, 1883-1982', *Endnotes 4*) (October 2015), https://endnotes.org.uk/issues/4/en/endnotes-the-defeat-of-the-workers-movement.

குன், ஆர் *(1987)* 'நோட்ஸ் ஆன் கிளாஸ்', *காமன் சென்ஸ் 2* (Gunn, R. (1987) 'Notes on Class', *Common Sense 2*) (July), 15-25.

குன் ஆர் *(1992)*, 'வரலாற்றுப் பொருள்முதல்வாதத்துக்கு எதிராக: முதல்நிலை சொல்லாடலாக மார்க்சியம்', டபிள்யூ போன்ஃபெல்ட், ஆர் ரிச்சர்ட் குன், கே சைக்கோபீடிஸ் *(தொகுப்பாசிரியர்கள்)*, *திறந்த நிலை மார்க்சியம் II* (Gunn, R. (1992) 'Against Historical Materialism: Marxism as First-Order Discourse', in W. Bonefeld, R. Gunn and K. Psychopedis (eds), *Open Marxism 2*, London: Pluto Press, 1-46).

குன் ஆர் *(2018ஏ)* 'வாட் இஸ் த ப்ரோலிட்ரேட்', *ஹெராமியன்டா* (Gunn, R. (2018a) '¿Qué es el proletariado' ('What is the Proletariat?'), *Herramienta*), http://comunizar.com.ar/proletariado-richard-gunn.

குன் ஆர் *(2018பீ)* 'த நெகேஷன் ஆஃப் நெகேஷன்', (Gunn, R. (2018b) 'La negación de la negación' ('The Negation of Negation')), மொழிபெயர்ப்பு. ஏ போனட், *ஹெராமியன்டா* (A. Bonnet, *Herramienta*), http:/comunizar.com.ar/la-negacion-la-negacion.

ஹாலவே ஜே *(1987)*, 'த ரெட் ரோஸ் ஆஃப் நிசான்', *கேபிடல் & கிளாஸ்* (Holloway, J. (1987) 'The Red Rose of Nissan', *Capital & Class*) 11(2): 142-64.

ஹாலவே ஜே *(1992)*, *கிரைசிஸ், ஃபெடிஷிசம், கிளாஸ் காம்பசிஷன்* (Holloway, J. (1992) *Crisis, Fetishism, Class Composition*), London: Pluto Press.

ஹாலவே ஜே *(2002)*, *சேஞ்ச் வேர்ல்ட் விதவுட் டேக்கிங் பவர்: தி மீனிங் ஆஃப் ரெவல்யூஷன் டுடே* (Holloway, J. (2002) *Change the World Without Taking Power: The Meaning of Revolution Today*), London: Pluto Press.

ஹாலவே ஜே, *(2010)*, *கிராக் கேபிடலிசம்*, (Holloway, J. (2010) *Crack Capitalism*), London: Pluto Press.

ஹாலவே ஜே, *(2015)*, *'ரீட் கேபிடல்: த ஃபர்ஸ்ட் சென்டென்ஸ் ஆஃப் கேபிடல் ஸ்டார்ட்ஸ் வித் வெல்த், நாட் வித் த கமாடிடி'*, *ஹிஸ்டாரிகல் மெடீரியலிசம்* (Holloway, J. (2015) 'Read Capital: The First Sentence of Capital Starts with Wealth, Not with the Commodity', *Historical Materialism*) 23(3): 3-26.

ஹாலவே ஜே, *(2016)* *இன், எகெய்ன்ஸ்ட் அண்ட் பியாண்ட் கேபிடலிசம். த சான் பிரான்சிஸ்கோ லெக்சர்ஸ்*, சான் பிரான்சிஸ்கோ (Holloway, J. (2016) *In, Against and Beyond Capitalism. The San Francisco Lectures*, San Francisco: PM Press).

மார்க்ஸ் கே, *(1937)* *லூயி போனபார்ட்டின் 18-ம் புரூமேர்* (Marx, K. (1937) *The Eighteenth Brumaire of Louis Bonaparte*, Moscow: Progress Publishers, www.marxists.org/archive/marx/works/download/pdf/18th-Brumaire.pdf)

மார்க்ஸ் கே, *(1970)* *கோத்தா வேலைத்திட்டம் மீதான விமர்சன பகுப்பாய்வு* (Marx, K. (1970) *Critique of the Gotha Programme*, www.marxists.org/archive/marx/works/download/Marx_Critque_of_the_Gotha_Programme.pdf)

மார்க்ஸ் கே, *(1976)* *அரசியல் பொருளாதாரம் மீதான விமர்சன பகுப்பாய்வுக்கு ஒரு பங்களிப்பு நூலுக்கு முன்னுரையும் அறிமுகமும்* (Marx, K. (1976) Preface and Introduction to *A Contribution to the Critique of Political Economy*, Peking: Foreign Languages Press, 1976).

மார்க்ஸ் கே, *(1981)* *மூலதனம் மூன்றாம் பாகம்* (Marx, K. (1981) *Capital*, Vol. 3, London: Penguin.)

மார்க்ஸ் கே, *(1990) மூலதனம் முதல் பாகம்* (Marx, K. (1990) *Capital*, Vol. 1, London: Penguin).

மார்க்ஸ் கே, *(1993)* குருண்ட்ரிச:அரசியல் பொருளாதாரம் மீதான விமர்சனத்துக்கான *அடித்தளங்கள்* (Marx, K. (1993) *Grundrisse: Foundations of the Critique of Political Economy*, London: Penguin).

மார்க்ஸ் கே, எங்கெல்ஸ் *(1969) கம்யூனிஸ்ட் அறிக்கை* (Marx, K. and Engels (1969) 'Manifesto of the Communist Party', in *Marx and Engels, Selected Works*, Vol. 1, Moscow: Progress Publishers).

நசியோகா, கே. *(2014)* 'கம்யூனிடீஸ் ஆஃப் கிரைசிஸ்: ரப்சர்ஸ் அஸ் காமன் டைஸ் ட்யூரிங் கிளாஸ் ஸ்ட்ரகிள்ஸ் இன் கிரீஸ், 2011-2012', *சவுத் அட்லான்டிக் குவாடலி*, (Nasioka, K. (2014) 'Communities of Crisis: Ruptures as Common Ties during Class Struggles in Greece, 2011-2012', *South Atlantic Quarterly*) 113: 285-97.

நசியோகா, கே *(2017)* (Nasioka, K. (2017)) *Ciudades en insurrección. Oaxaca 2006 / Atenas 2008*, Guadalajara: Universidad de Guadalajara-CIESAS-Cátedra Jorge Alonso.

நசியோகா, கே *(2018)* 'கிரைசிஸ் அண்ட் நெகடிவிடி: ஆன் த ரெவ்ல்யூஷனரி சப்ஜெக்ட் இன் டைம்ஸ் ஆஃப் கிரைசிஸ்' (Nasioka, K. (2018) 'Crisis and Negativity: On the Revolutionary Subject in Times of Crisis'), ஜே. ஹாலவே, கே நசியோகா, பி டவ்லோஸ், *பியாண்ட் கிரைசிஸ்: ஆஃப்டர் த கொலாப்ஸ் ஆஃப் தி இன்ஸ்டிட்யூஷனல் ஹோப், வாட்?* (J. Holloway, K. Nasioka and P. Doulos (eds), *Beyond Crisis: After the Collapse of the Institutional Hope, What?*) மொழிபெயர்ப்பு, அன்னா ஹாலவே (Anna Holloway), San Francisco: PM Press.

ரோலன், எஸ் *(2003)* 'ல பென் அண்ட் த டிஸ்அப்பியரிங் ஆஃப் த வொர்கர்ஸ் ஐடன்டிடி' (Rolan, S. (2003) 'Le Pen et la disparition de l' identité ouvrière' ('Le Pen and the Disappearing of the Worker's Identity), *Théorie Communiste* 18 (February).

ரூபன், ஐ.ஐ, *(1972 [1928]) எஸ்சேஸ் ஆன் மார்க்சஸ் தியரி ஆஃப் வேல்யூ* (Rubin, I. I. (1972 [1928]) *Essays on Marx's Theory of Value*), Detroit: Black & Red.

டிஷ்லர் எஸ் *(2012)*, 'ரெவ்ல்யூஷன் அண்ட் டீடோடலைசேஷன்: அன் அப்ரோச் டு ஜான் ஹாலவேஸ் கிராக் கேபிடலிசம்', *ஜர்னல் ஆஃப் கிளாசிகல் சோசியாலஜி* (Tischler, S. (2012) 'Revolution and Detotalization: An Approach to John Holloway's Crack Capitalism', *Journal of Classical Sociology*) 12(2): 267-80.

டிஷ்லர் எஸ், எ கார்சிய வேலா, 'கிரிடிகல் தியரி அண்ட் நியூ இன்டர்ப்ரடேஷன் ஆன் எமன்சிபேஷன்', (Tischler, S. and A. García Vela (2017) 'Teoría crítica y nuevas interpretaciones sobre la emancipación' ('Critical Theory and New Interpretations on Emancipation'), *Nueva Época*, year 11, no. 42 (April-September): 187-207.

தியோரி கம்யூனிஸ்ட *(2009)*, 'கம்யூனைசேஷன் இன் த பிரசென்ட் டென்ஸ்' (Théorie Communiste (2009) 'Communisation in the Present Tense'), *பி நொய்ஸ் (தொகுப்பாசிரியர்), கம்யூனைசேஷன் அண்ட் இட்ஸ் டிஸ்கன்டென்ட்ஸ்: கன்டஸ்டேஷன், கிரிட்டிக், அண்ட் கன்டெம்ப்ரரி ஸ்ட்ரகிள்ஸ்-ல்* (B. Noys (ed), *Communisation and its Discontents: Contestation, Critique, and Contemporary Struggles*), Nueva York: Minor Compositions, 41-60.

குறிப்புகள்

1. ‘செயல்படுவது என்பது நடைமுறை மறுதலிப்பு’ (ஹாலவே 2002: 23). அதாவது அது மறுதலித்தலின் நடைமுறை இயக்கம். எனவே, போராட்டத்தின் தீர்மானகர காரணி. அதாவது, அது மறுவுற்பத்திக்காக செயல்படுவது இல்லை, மாறாக, அதைக் கடந்து செல்ல உந்தித் தள்ளுவது (ஹாலவே - Holloway 2002: 152). ஜான் ஹாலவேயின் படைப்பில் செயல்படுவது என்ற கருத்துநிலை விமர்சனபூர்வமாக/ முன்உருக்கொடுக்கும் சமூகச் செயல்பாடு அல்லது மனிதச் செயல்பாடு என்ற கருத்தினம். அது சாரமான உழைப்பும் திட்டவட்டமான உழைப்பும் பிரிக்கப்பட்டிருப்பதைக் கடந்து செல்லும் நோக்கத்தைக் கொண்டது.
2. இது பற்றி, டிஷ்லர், கார்சியா வேலா 2017-ல் பகுப்பாய்வை பார்க்கவும்.
3. உண்மையைச் சொன்னால், அவை பத்தொன்பதாம் நூற்றாண்டில் இதே வழியில் முன்வைக்கப்பட்டன. பார்க்கவும் மார்க்ஸ் 1937.
4. உள்ளே-எதிராக-கடந்துசெல்லும் என்ற இயங்கியல் கருத்தினம் ஹாலவே 2016-ல் முன் வைக்கப்பட்டு விபரமாக பகுத்தாராயப்பட்டுள்ளது.
5. இது தொடர்பாக, கிரேக்க எதார்த்தம் பற்றிய நசியோகா 2017-ன் பகுப்பாய்வை பார்க்கவும்.
6. மார்க்சின் கருத்துப்படி, இது ஒப்பீட்டு மிகை மக்கள் தொகையின் ஒரு வகை, அது செயல்முனைப்பான சேமப் பட்டாளத்தின் ஒரு பிரிவு, அதன் வேலை வாய்ப்பு முற்றிலும் முறையற்றது: ‘தனிநிலையில் பலமற்றதாகவும் ஓயாமல் வேட்டையாடி அழிக்கப்படுவதும், தமது இனத்தை வரம்பின்றிப் பெருக்கிக் கொள்வதுமான விலங்குகளை நமக்கு நினைவுபடுத்துகிறது’ (1990: 797) [மூலதனம் முதல் பாகம், பக்கம் 865 - மொ.பெ.]
7. மார்க்ஸ் வக்கற்ற பாட்டாளிகளுக்குள்ளாக மூன்று வகையினங்களை வேறுபடுத்துகிறார்: வேலை செய்யக் கூடியவர்கள், வக்கற்றவர்கள், நம்பிக்கையிழந்து நலிவுற்றோர் வேலை செய்ய முடியாதவர்கள் (Marx 1990: 797) [மூலதனம் முதல் பாகம், பக்கம் 865). 18-ம் புருமேரில் இதை அவர் இழிவான பதங்களில் குறிப்பிடுகிறார் : ‘சந்தேகமான தோற்றுவாயோடு சந்தேகமான வழிகளில் வாழ்க்கை நடத்திவந்த குடிகாரர்களும், உல்லாசங்களில் ஈடுபட்டு நொடித்துப் போன முதலாளிவர்க்கக் கொழுந்துகளும், காலிகளும், வேலை நீக்கம் செய்யப்பட்ட படைவீரர்களும், விடுதலையான சிறைப்பறவைகளும் கப்பலில் வேலை செய்யுமாறு தண்டிக்கப்பட்டுத் தப்பி வந்த குற்றவாளிகளும், போக்கிரிகளும், போலிப் பண்டிதர்களும், லஸ்ஸரோனிகளும், ஜேப்படித் திருடர்களும், ஏமாற்றிப் பிழைப்பவர்களும், சூதாட்டக்காரர்களும், விபச்சாரம் தரகர்களும், விபச்சார விடுதிகளை நடத்துபவர்களும், மூட்டை தூக்குபவர்களும், கூலி எழுத்தாளர்களும், தெருக்களில் வாத்தியங்களை வாசித்துப் பிழைப் பவர்களும், கந்தல் பொறுக்கிகளும், கத்தி தீட்டுபவர்களும், ஓட்டை உடைசல் அடைப்பவர்களும், பிச்சைக்காரர்களும் - சுருக்கமாகச் சொன்னால் பிரெஞ்சுக்காரர்கள் la bohème என்று சொல்கிறார்களே அந்தக் குறியில்லாத, சிதறிப் போய் இங்குமங்கும் ஓடித் திரியும் ஊட்டம் முழுமையுமே இதில் இருந்தது’ (1937: 38) [மார்க்ஸ் எங்கெல்ஸ் தேர்வு நூல்கள், தொகுதி 3 (4), பக்கம் 270-1 (104-5) - மொ.பெ.].
8. எண்ட்நோட்ஸ் 2013 இதனை 'உடைமை வகைமுறை' என்ற பதத்தால் குறிப்பிடுகிறது.

9. *1960-களில்* இருந்தும் அதற்கு முன்னதாகவும், தன்னாட்சியான தொழிலாளி வர்க்கப் போராட்டங்களும் 'உழைப்புக்கு எதிரான' போராட்டங்களும் இந்த விளக்கத்தை, கோட்பாட்டிலும் செயல்பாட்டிலும் இரண்டிலுமே கேள்விக் குள்ளாக்கி வருகின்றன. போராட்டங்களில் புதிய முனைப்புகள் (உதாரணமாக, மாணவர்கள்) தோன்றுகின்றனர். பத்தொன்பதாம் நூற்றாண்டிலேயே இது தொடர்பான பார்வைகள் விமர்சிக்கப்பட்டன. எடுத்துக்காட்டாக, மார்க்சின் கோத்தா திட்டம் மீதான விமர்சனத்தைப் பார்க்கவும் அல்லது, இருபதாம் நூற்றாண்டின் தொடக்கத்தில் சமூக ஜனநாயகத்துக்கு எதிராக கம்யூனிஸ்டுகளின் விமர்சனத்தையும் (உதாரணம் லக்சம்பர்க்), லெனினுக்கு எதிராக இடதுசாரிகளின் விமர்சனத்தையும் இன்னபிறவற்றையும் பார்க்கவும்.

10. தொழிலாளி வர்க்க அடையாளம் மறைந்து போவது என்ற தேற்றத்தைப் பற்றி கம்யூனைசேஷன் என்ற கோட்பாட்டு போக்கின் பெரும்பகுதிகளில் விபரமாக (பல்வகையாகவும்) பகுத்தாயப்பட்டுள்ளது. இது தொடர்பாக, பார்க்கவும், Théorie Communiste 2009, Rolan 2003, Endnotes 2015.

11. விதிவிலக்கான நிலை பற்றியும் வெற்றான வாழ்க்கை (bare life) பற்றியும், அகம்பன் தனது தத்துவ பகுப்பாய்வில், ஒரே நேரத்தில் இணைத்துக் கொள்ளக் கூடிய விலக்கி வைப்பது குறித்து பேசுகிறார் (அகம்பன் *1998, 2005*). விதிவிலக்கான நிலையின் கட்டமைப்பியல் கட்டமைப்பாக, 'முரண்தொடை பரவச-இணைப்பு' குறித்து அவர் பேசுகிறார், அது 'வெளியில் இருக்கும் அதே நேரம் இணைந்தது' *(2005: 35)*. அதன் முக்கியமான பண்பு 'வெளிப்புறத்துக்கும்', 'உட்புறத்துக்கும்' இடையேயான வேறுபடுத்தல் இன்மை. இவ்வாறாக, விலகிச் செல்வது நியாயப்படுத்தப்படும் ஒரு வெளியை அது உருவாக்குகிறது. அகம்பனின் பகுப்பாய்வு சட்டம், அரசு பற்றியதாக இருந்தாலும், இந்த விலக்கி வைத்தலின் தன்மை இன்றைய உழைப்பு நியதிக்கு மிக நெருக்கமாக உள்ளது என்று நான் கருதுகிறேன்.

12. தொழிலாளர்களைக் குறித்து எண்ட்நோட்ஸ் சொல்கிறது: 'தொழிலாளர்கள் ஒரு பொதுவான அடையாளத்தை உறுதி செய்தார்கள் என்று சொல்வதன் பொருள், போட்டிரீதியிலான உழைப்புச் சந்தையில் தமது நலன்களை தள்ளி வைத்து விட்டு, தொழிலாளர் இயக்கத்தின் கூட்டுத்துவ திட்டப்பணியின் பொறுப் புணர்வுடன் செய்லபடுவதை தொழிலாளர்கள் ஏற்கும்படி செய்வதில் வெற்றியடைந்தது என்பதாகும்' *(2015: 100)*.

13. இது பற்றி, போன்ஃபெல்ட் *2016*-ன் பகுப்பாய்வை பார்க்கவும்.

14. கிரேக்கத்தில் ஆக்கிரமிப்பு இயக்கம் பற்றி பார்க்கவும் நசியோகா *2014*. இன்றைக்கு, இந்தப் படைப்பு அளவுமீறி நம்பிக்கையை வெளிப்படுத்துவதாக தெரிகிறது.

15. முக்கியமானவற்றுக்கான சுட்டிகளுக்கு பார்க்கவும் நசியோகா *2017, 2018*.

16. மொத்தமாக்கலுக்கும் மொத்தமாக்க நீக்கலுக்கும் இடையேயான உறவுக்கு, செர்ஜியோ டிஷ்லரின் *(2012*; போன்ஃபெல்ட், டிஷ்லர் *2002)* படைப்பில் விவரமான பகுப்பாய்வை பார்க்கவும். கூலி உழைப்பு என்பது தொழிலாளியின் வாழ்க்கையை முழுமையாக மாற்றி, உருக்கொடுக்கிறது என்ற உணர்வில் ஒரு மொத்தமாக்கும் நிலை ஆகும்.

17. இது பற்றி, மார்க்ஸ் *1981*-ஐப் பார்க்கவும் [*மூலதனம்* முதல் பாகம் - மொ.பெ]

18. இருபதாம் நூற்றாண்டில் தொழிலாளர் வர்க்கம் கட்டுவிக்கப்பட்ட கருத்தியல் சட்டகம் பற்றிய ஒரு புரிதலை வழங்கும் சில நிகழ்வுகள்: ஜெர்மனியில் சமூக ஜனநாயகக் கட்சி போரை ஆதரித்து சரணடைந்தது, 1919 ஸ்பார்டகிஸ்ட் எழுச்சியை ஒடுக்குவதற்கு ஃப்ரைகார்ப்சுடன் அதிகாரபூர்வ தொழிலாளர் இயக்கம் சேர்ந்து கொண்டது (அவர்கள் ரோசா லக்சம்பர்கை கொலை செய்தனர்). கிரேக்கத்தில் 1945-ல் கிரேக்க கம்யூனிஸ்ட் கட்சியின் அதிகாரபூர்வ தலைமை வர்கிசா ஒப்பந்தத்தில் (Varkiza Agreement) கையெழுத்திட்டு உள்நாட்டுப் போரை முடித்து வைத்தது.

19. வியட்னாமின் உதாரணம் இதற்கான போதுமான ஆதாரமாக உள்ளது.

20. மார்க்சில் பணம் பற்றிய கோட்பாட்டுக்கும் சுரண்டல் பற்றிய செவ்வியல் புரிதலில் இருக்கும் முதலாளித்துவ அடித்தங்களுக்கும் ரூபின் (1972)-ஐப் பார்க்கவும்.

21. தற்போது பிரபலமாக உள்ள முதலாளித்துவ எதிர்ப்புக்கான பொதுச் சொத்துக்கள் பற்றிய கோட்பாட்டுடனான உறவில் இத்தகைய உரிமைகோரலின் விளைவுகள் பற்றி நாம் பரிசீலிக்க வேண்டும். விரும்பப்படும் இலக்கு பொதுவெளியின் கம்யூனிச பதிப்பு. அதாவது மதிப்பு இடையாடல் இல்லாத சமுதாய உடைமை.

22. இது தொடர்பாக மார்க்ஸ் தெளிவாகக் கூறுகிறார், 'பங்கு நிறுமங்களில் உற்பத்திப் பணி மூலதன உடைமையிலிருந்து விலக்கப்பட்டு விடுகிறது. முதலாளித்துவப் பொருளுற்பத்தியின் உச்ச வளர்ச்சியால் ஏற்படும் இந்த விளைவு திரும்பவும் மூலதனத்தை உற்பத்தியாளர்களின் உடைமையாக மாற்றுவதன் திசையிலான அவசிய மாறுநிலை கட்டமாகும்; ஆனால், இந்த மாற்றம் மூலதனத்தை முன்போல் தனிப்பட்டு உற்பத்தியாளர்களின் தனி உடைமையாக மாற்றுவதல்ல; மாறாக கூட்டுத்துவ உற்பத்தியாளர்களின் உடைமையாக, நேரடிச் சமூக உடைமையாக மாற்றுவதாகும். மறுபுறம், பங்கு நிறுமம் என்பது இன்னமும் முதலாளித்துவ உடைமையோடு பிணைக்கப்பட்டுள்ள மறுவுற்பத்தி நிகழ்முறைப் பணிகள் யாவற்றையும் கூட்டுத்துவ உற்பத்தியாளர்களின் பணிகளாகவே, சமூகப் பணிகளாகவே மாற்றுவதன் திசையிலான ஒரு மாறுநிலை ஆகும்' (1981: 568) [மூலதனம் மூன்றாம் பாகம், பக்கம் 607 - மொ.பெ]

23. இது பற்றி ஹாலவே 2002-ஐப் பார்க்கவும்.

9. புரட்சிக்கான ஒரு புதிய இலக்கணமா அல்லது ஒரு எதிர் இலக்கணமா? ஜபதிஸ்மோவும் (Zapatismo) திறந்தநிலை மார்க்சியமும் பற்றி

செர்ஜியோ டிஷ்லர்

போராட்டமும் 'தேர்ந்தெடுத்த ஈர்ப்புகளும்'

ஜபதிஸ்மோவின் அரசியல் நோக்குநிலையும் திறந்தநிலை மார்க்சியத்தின் கோட்பாடாக்கமும் ஒன்றிணையும் ஒரு புள்ளி இருக்குமானால்,[1] அது மூலதனம் ஆதிக்கம் செலுத்தும் இப்போதைய உலகத்தை மாற்றுவதற்கான அவசரத் தேவையும், இந்த மாற்றத்துக்கான முதலாளித்துவ எதிர்ப்புப் போராட்டத்தில் புரட்சி பற்றிய மரபுவழி இலக்கணத்தில் இருந்து முறித்துக் கொள்வதும்தான். வேறு சொற்களில், இந்த ஒட்டுறவை 'புரட்சி' என்ற பதத்தையே மீட்டுருவாக்கும் ஒரு நிகழ்முறையாக முதலாளித்துவ எதிர்ப்புப் போராட்டம் பற்றிய பொதுவான நோக்குநிலையாக புரிந்து கொள்ளலாம்.

1994-ன் தொடக்கத்தில் அவர்களது எழுச்சியின் தருணத்தில் தொடங்கி, ஜபதிஸ்தா தேசிய விடுதலைப் படை (Zapatista Army of National Liberation - *Ejército Zapatista de Liberación Nacional* EZLN) புரட்சிகர அரசியலுக்குள் புதிய ஒன்றைக் குறித்தது. புரட்சி பற்றிய அவர்களது சிந்தனை செவ்வியல் லெனினிய நியதியில் இருந்து வேறுபட்டது, அதனை ஆழமாக விமர்சித்தது. அவர்கள் அதிகாரத்தைக் கைப் பற்றுவதற்காக போரிடவில்லை; அவர்களுடையது 'புரட்சியை சாத்தியமாக்கும்' புரட்சி. ஏனென்றால், அதிகாரத்தைக் கைப்பற்றுவது சமூக உறவுகளை புரட்சிகரமாக மாற்றியமைப்பதை உத்தரவாதப்படுத்த வில்லை. அவர்களது புரட்சி 'கீழிருந்து இடதை நோக்கி'யது. அது தன்னாட்சி மீது கவனத்தைக் குவிக்கிறது. ஆள்பவர்கள் 'மேலே'யும், ஆளப்படுபவர்கள் 'கீழேயும்' என உறுதியாக வேர் பிடித்துள்ள ஆதிக்க உறவுகளை ஒழித்துக் கட்டுவதற்கான போராட்ட அனுபவத்தை மையமாகக் கொண்ட அரசியல் நிகழ்முறை அது. அது அதிகாரத்தின் நெகிழ்வற்ற வடிவங்களை சவாலுக்குட்படுத்தும் மொழியில் தெரிவிக்கப் படுகிறது. மூலதனத்தின் அதிகார வடிவங்களும், இடதுசாரியில்

அமைப்பாக்கும் செவ்வியல் வடிவங்களும் அதில் அடங்கும். வேறு சொற்களில், ஜபதிஸ்தா அரசியல், வழக்கமான போக்குக்கு எதிராகச் செல்லும் புரட்சியை ஏற்கிறது, முன்னணிப்படை என்ற கருத்துருவை அது நிராகரிக்கிறது. அந்தக் கருத்துரு செவ்வியல் நியதியில் முக்கிய மானதாக இருந்தது. அரசியல்ரீதியான ஒருபடியாக்கத்தையும் அது நிராகரிக்கிறது.

திறந்தநிலை மார்க்சியம் அதன் தரப்பில் மரபுத்தூய்மை மார்க்சியத்தின் வெவ்வேறு வகைகளை விமர்சித்தது. கட்டமைப்புவாத மார்க்சியத்தின் கோட்பாட்டு நோக்குநிலையையும் அது விமர்சித்தது. இந்த விமர்சனத்தின் ஒரு மையமான அம்சம் அரசுடனும் முதலாளித்துவ எதிர்ப்புப் புரட்சி என்ற சிந்தனையுடனும் நேரடியாக தொடர்புடையது. திறந்தநிலை மார்க்சியத்தின் கோட்பாட்டு வாதத்தின்படி, அதிகாரபூர்வ கம்யூனிசம் மானுடத்தை விடுவிப்பதற்கான புரட்சியாக ஆக முடியாமல் போனதற்கு பல காரணங்கள் உள்ளன. அது அரசை மையப் படுத்தியது அவற்றில் மிகவும் முக்கியமானது. அதிகாரத்தைக் கைப் பற்றுவதில் லெனினிய முன்னணிப்படை வெற்றியடைந்த நாடுகளில் சமூக மாற்றங்களின் எதேச்சதிகார கூறுகளை அது தீர்மானித்தது. அதே நேரத்தில், மார்க்சியம் ஒரு அடிப்படையான பரிணாம மாற்றமடைந்தது. மானுட விடுதலைக்கான வலுவான கருத்தாக்க அடித்தளத்தை வழங்கும், மூலதனம் மீதான விமர்சன கோட்பாடு என்ற நிலையில் இருந்து ஒரு அரசின் கருத்தியலாக அது மாறியது. முதலாளித்துவத்துக்கு எதிரான உண்மையான புரட்சி அரசை கைப்பற்றுவதன் மூலமும் அதனை அடிப்படை அரசியல் உறுப்பாக பாதுகாப்பதன் மூலமாகவும் நடக்க முடியாது என்பது திறந்தநிலை மார்க்சியத்தின் முக்கியமான அரசியல் தேற்றம். அரசு என்பது முதலாளித்துவ சமூக உறவுகளின் ஒரு வடிவம் என்ற கோட்பாட்டு தர்க்கத்தின் அடிப்படையில் இது வலியுறுத்தப்பட்டது. புரட்சிகர அரசியல் பற்றிய கருத்தாக்கத்தையும் முதலாளித்துவ எதிர்ப்பு பற்றி நாம் சிந்திப்பதையும் தீவிரமாக மீள்பரிசீலனை செய்வதை அது அவசியமாக்கியது.

இரண்டுக்கும் நேரடியாக தொடர்பில்லை என்றாலும், மேலே குறிப்பிட்ட காரணங்களின் அடிப்படையில், ஜபதிஸ்மோவின் அரசியல் செயல்பாட்டுக்கும் திறந்தநிலை மார்க்சியத்தின் கோட்பாடாக்கத்துக்கும் இடையே 'தேர்ந்தெடுத்த ஈர்ப்புகள்' உள்ளன என்று நாங்கள் கருதுகிறோம். (அவரவர் அவரவர் 'வழியில்' என்று ஜபதிஸ்தாக்கள் சொல்வது போல) இரண்டும் தத்தமது குறிப்பிட்ட தன்மையை தக்க வைத்துக் கொள்ளும் அதே நேரம், இந்த ஈர்ப்பு

பாலங்களை கட்டுகிறது, 'கேட்டுக் கேட்டு நாங்கள் நடக்கிறோம்' (Asking We Walk) என்ற பாதைக்கு சில நேரங்களில் ஒளியூட்டுகிறது. [*Asking We Walk: The South As a Political Imaginary* என்பது Corinne Kumar என்பவர் தயாரித்த கட்டுரைகளின் தொகுப்பு - மொ.பெ] எனினும், இவ்வளவு வேறுபட்ட இரண்டு வரலாறுகள் ஒரு குறிப்பிட்ட புள்ளியில் ஒன்றிணைய முடியுமா என்ற கேள்வி இன்னும் உள்ளது. இதற்கான விடை வர்க்கப் போராட்டத்தில் கிடைக்கிறது. இந்த வரலாறுகளின் குவிமையம் புரட்சி, குறிப்பாக புரட்சியை புதுப்பித்தல். புரட்சியின் மரபார்ந்த இலக்கணம் அதிகாரத்தின் இலக்கணமாக இருந்திருக்கிறது, அது விடுவித்தல் என்ற வினைச்சொல்லை மறுதலித்தது என்ற புரிதலின்கீழ் இந்தப் புதுப்பித்தல் செய்யப்படுகிறது. அப்படியானால், புரட்சியின் புதிய இலக்கணத்தின் தருவாயில் நாம் இருக்கிறோமா, அல்லது வேறு ஏதாவதா, அதிகாரத் துக்கான எதிர் இலக்கணமாக புரட்சியின் தருவாயில் இருக்கிறோமா? ஏற்கனவே விளக்கிய காரணங் களுக்காக இந்த இரண்டு வரலாறுகளையும் விளக்கிச் சொல்கிறோம். ஆனால், ஜபதிஸ்மோ திறந்து விட்டுள்ள களத்தில் பல்வேறுபட்ட வரலாறுகள் ஒன்றிணைகின்றன என்பதை நாங்கள் அறிந்திருக்கிறோம்.

காடும் இடிமின்னலும்

நாம் ஜபதிஸ்மோவை எப்படி பார்க்கிறோம்? அகம்சார் நோக்கு நிலை என்ற பொறியை எப்படி தவிர்ப்பது, அதை விட மோசமாக அதை சடப்பொருள் போன்றதாக்கும் நேர்க்காட்சியாக்கும் பொறியை எப்படி தவிர்ப்பது? அது ஒரு சிக்கலான விஷயம், கையாள்வதற்கு சிரமமானது. முன்னேறிச் செல்வதற்கான ஒரு வழி நம்மை அதன் அனுபவத்துக்குள் நிறுத்திக் கொள்வது, நமது சொந்த பிரதிபலிப்புக்கு (சிந்தனைக்கு) அதனை ஒரு கண்ணாடியாக பயன்படுத்துவது: அது நமக்கு என்ன சொல்கிறது, உலகை மாற்றுவதற்கான போராட்டம் என்ற அடிப்படை கேள்வியுடன் தொடர்பாக அது நமக்கு என்ன அழைப்பு விடுக்கிறது?

ஜபதிஸ்மோவின் தொடக்கப் புள்ளி டிக்னா ராபியா (digna rabia) - கண்ணியமான சீற்றம். இந்த ஒடுக்குமுறையிலான உலகத்தின் வலியையும், நமக்குள் நாம் சுமந்து செல்லும் கோபத்தையும் தொகுத்துச் செல்லும் இரு சொற்கள் இவை. சியாபாஸில் நிலவும் குறிப்பான நிலைமைகளில் மாற்றத்துக்காக அணிதிரட்டப்பட்ட சித்தமாக ஜபதிஸ்தாக்களால் மாற்றி அமைக்கப்பட்ட சொற்கள். நியாயமற்ற உலகத்தில் எந்த ஒரு மாற்றத்துக்குமான உந்து சக்தியாக இருப்பது, முதன்மை சுடரொளியாக இருப்பது டிக்னா ராபியா (digna rabia) தான்.[2]

அது பகட்டுரை இல்லை. மூலதனம் நூலில் கண்ணியமான சீற்றம் உள்ளதா? அது இல்லாமல், எதிர்மறை சாய்வு இல்லாமல், இந்தப் படைப்பு முதலாளித்துவ எதார்த்தம் பற்றிய ஒரு புறநிலைவாத தொகுப்பாக இருக்கலாம், அதைப் பற்றிய விமர்சனப் பகுப்பாய்வாக இருந்திருக்க முடியாது. இந்த உணர்வில், மார்க்சின் படைப்பு பற்றிய புறநிலைவாத பொருள்கூறல்களை நிராகரித்து அரசியல் பொருளாதாரத்தின் கருத்தினங்களில் மானுடத்தின் எதிர்மறை சீற்றத்தின் நோக்குநிலையை ஹாலவே (2002) ஆதரித்தது சரியானதே. கண்ணியமான சீற்றத்தை நமது தொடக்கப் புள்ளியாக எடுத்துக் கொள்வதன் பொருள் என்ன? சாராம்சத்தில், போராட்டம் என்பது கருத்தாக்கத்தில் இருந்து தொடங்க வில்லை, மாறாக, கோட்பாட்டுரீதியான நியாயப்படுத்தல் அவசியமில்லாத இன்னும் அடிப்படையான ஒன்றில் இருந்து தொடங்குகிறது என்று சொல்வது அதன் பொருள். அதன் மையத்தில் சாமான்ய ஆண்களும் பெண்களும் நடத்தும் குறிப்பான போராட்டங்களின் அனுபவம் உள்ளது. அது அனுபவரீதியான விமர்சன அறிவை உருவாக்குகிறது, அந்த அறிவு கோட்பாட்டால் அவசியமாக இடையாடப்பட வேண்டியதில்லை, அதன் மையச்சரடில் நினைவாற்றல் உள்ளது.

சியாபாஸின் காடுகளுக்குள் நுழைந்து அங்கு வாழும் பழங்குடி மக்களுடன் முதலில் தொடர்பு கொண்ட போது தேசிய விடுதலைப் படையின் (National Liberation Forces - *Fuerzas de Liberación Nacional*, FLN) உறுப்பினர்கள் இதனை புரிந்து கொண்டிருந்தனர். 1994 எழுச்சிக்குப் பிறகு மார்கோஸ் பேட்டிகளில் விளக்கியது போல, அவர்கள் 'காது கொடுத்து கேட்பதற்கு கற்க' வேண்டியிருந்தது. தொன்றுதொட்டு தொடரும் கண்ணியமிக்க சீற்றத்தை காது கொடுத்து கேட்பது எப்படி என்று அவர்கள் கற்றுக் கொண்டனர். அதற்காக அவர்கள் தமது சிந்தனை முறைகளை மாற்றிக் கொண்டனர். அந்த சிந்தனை முறைகள் அவர்களது நகர்ப்புற புரட்சிகர அனுபவத்தின் மூலமும் கோட்பாட்டு அறிவின் மூலமும் பெற்றுக் கொண்ட தலைமை வகிக்கும் மரபால் உருவாக்கப் பட்டிருந்தன.

இது பழங்குடி மக்களின் உழவர்களின் புரட்சி என்பதையும், வெளியாட்களான அவர்கள் இந்தப் போராட்டத்தின் அனுபவ வெள்ளத்தில் நீந்துவதை கற்றுக் கொள்ள வேண்டும் என்பதையும் அவர்கள் புரிந்து கொள்ள வேண்டியிருந்தது. போராட்டத்தின் முக்கியமான காரணிகளையும், நெறிமுறைகளையும் உள்வாங்கிக் கொள்ள வேண்டியிருந்தது. இந்தப் பிற அறிவு, கோட்பாட்டாக்க ஆணவத்துக்கு சவால் விடுத்ததை அவர்கள் ஏற்க வேண்டியிருந்தது.

அதாவது, கோட்பாட்டாக்க ஆணவம் உரையாடவும் சாரமாக்கல்களைக் கடந்து செல்லவும் விரும்பினால், அது தனது படிநிலை பீடத்தில் இருந்து இறங்கி தன்னைத் தானே விமர்சனரீதியாக பரிசீலிக்க வேண்டும். தொகுப்பாகச் சொன்னால், அது கற்க வேண்டும். புரட்சி என்பது நகல் எடுக்க வேண்டிய உலகளாவிய மாதிரி என்ற கருத்துருவுக்கு இது சவால் விடுத்தது, அதனை நெருக்கடிக்குள் தள்ளியது. அந்தக் கருத்து பல்வகையான திட்டவட்டமான போராட்டங்களை ஒரு செயற்கையான மேல்நிலை ஒருமைக்குள் கீழ்ப்படுத்துகிறது. புரட்சிகர சிந்தனைக்கான அடையாளரீதியான, கருத்தாக்க கருவிகளாக புனை கதையையும் (மொத்தமாக்கும்) சாரமாக்கலையும்[3] புரிந்து கொள்வது அசைத்துப் போடப்பட்டது.[4]

ஆனால், கற்பது என்பது ஒரு கோப்பையில் உள்ள நீரை கொட்டி விட்டு அதில் இன்னொரு திரவத்தை நிரப்புவது போல நமக்குள் ஒருவகையான உள்ளடக்கத்தை அகற்றி விட்டு இன்னொரு வகை உள்ளடக்கத்தை நிரப்பிக் கொள்வதல்ல. இந்த நேர்வில், காது கொடுத்து கேட்பது என்பது பரஸ்பர அங்கீகாரம் என்ற மனப்பாங்கின் ஒரு பகுதி.[5] அது பரிமாற்றமும் மாற்றி அமைப்பதும் என்ற நிகழ்முறையை நெகிழ்வாக்குகிறது. குறிப்பிட்ட போராட்ட அனுபவங்களை அடிப்படையாகக் கொண்டு ஒப்பீட்டளவில் மூடுண்ட வகையில் வழிமுறைவகுப்பதன் மீது விமர்சன அணுகுமுறையை பின்பற்றுகிறது. இதுநாள் வரையிலும் இதுதான் ஜபதிஸ்மோவின் 'முறைபாடு'. லகாண்டிய காடுகளில் நடந்த அந்தச் சந்திப்பில் அது தொடங்கியது, பிற போராட்டங்களுடன் தொடர்பு கொள்ளும் முறையில் அது தொடர்கிறது. 'கீழிருந்து இடது நோக்கி' நாம் என்ற கருத்துருவின் மற்றும் அதனை கட்டமைக்கும் நிகழ்முறையின் ஒரு அடிப்படை பகுதியாக அமைந்தது. அது மேலாதிக்கம் மற்றும் ஒருபடித்தன்மை தொடர்பான எந்த ஒரு பாசாங்கையும் நிராகரிக்கிறது.

அவர்கள் கற்றுக் கொண்டது என்ன? இந்தக் கற்றலின் உள்ளடக்கம் என்ன? பல விஷயங்களைக் குறிப்பிடலாம். எடுத்துக்காட்டாக, ஏற்கனவே கற்றுக் கொண்டதை மறப்பதன் மூலம் கற்பது எப்படி என்பதை கற்றுக் கொள்வது. இந்த அறிவின் பல்வேறு வகைகள் பற்றி விளக்கமான குறிப்புகளை நாங்கள் இங்கு தர முடியாது. எனவே, ஜபதிஸ்தாவின் செயல்பாட்டிலும் சிந்தனையிலும் உள்ள ஒரு அடிப்படை காரணியின் மீது நாங்கள் கவனம் செலுத்துகிறோம். அது ஒருவகையில் மற்ற அனைத்தையும் உள்ளடக்குகிறது. அதன்படி, முன்னணிப்படை எதிர்ப்பு என்ற புரட்சி பற்றிய சிந்தனையையும் அதன் சில திட்டங்களையும் பற்றி நாங்கள் பேசுகிறோம்.

தாம் நகல் எடுக்க வேண்டிய மாதிரி ஒன்று இல்லை என்றும் அரசியல் பற்றியும் புரட்சி பற்றியும் தமது கருத்துருவில் புரட்சிகர முன்னணிப்படை என்ற கருத்துநிலைக்கு இடமில்லை என்றும் EZLN வலியுறுத்தியது. இதை தனது பேச்சாளர்கள் மூலமாக, பெரும்பாலும் தனது சப்கமாண்டன்ட் (Subcomandante) மார்கோஸ் (இப்போது காலியானோ) மூலமாக EZLN வலியுறுத்தியது. முதலாளித்துவ எதிர்ப்பு மாற்றத்துக்கான முன்னணிப்படைக்கு எதிரான கருத்துருவின் முக்கியத் துவத்தை அவர்களது அதிகாரபூர்வ அறிக்கைகளில் (*communiques*) மட்டுமின்றி, ஜபதிஸ்மோவின் செயல்பாட்டிலும் காணலாம். பிற இயக்கத்திலும் (Other Campaign - *Otra campana*), காரகோலேக்கள் (*Caracole*), நல்ல அரசாட்சி கவுன்சில்கள் (Good Government Councils - *Juntas de Buen Gobierno*) ஆகியவற்றின் தன்னாட்சி நிகழ்முறைகளிலும், சிறு ஜபதிஸ்தா பள்ளியிலும் (Little Zapatista School - *Escuelita Zapatista*) இன்னும் பிறவற்றிலும் காண முடிகிறது. இவை எல்லாம் நன்கறியப்பட்டவையே. ஜபதிஸ்தா வழியிலான செய்வது-அறிவது என்பதில் வெளிப்படும் அனுபவத்தின் குறிப்பிட்ட மையச்சரடுடன் தொடர்புடையவைதான் அறியப்படாதவை.

செய்வது-அறிவது மூலமாக முதலாளித்துவ எதிர்ப்புப் போராட்டம், முன்னணிப்படை எதிர்ப்புப் போராட்டமாக எப்படி விரிவடைகிறது? ஜபதிஸ்தாவின் முன்னணிப்படை எதிர்ப்பு என்பது ஒரு சாரமாக்கப் பட்ட கோட்பாட்டு வரையறையில் இருந்தோ, கோட்பாட்டுத் துறையில் ஒற்றை பரிமாணமாக விரித்துரைக்கப்பட்ட கருத்துருவில் இருந்தோ உருவாக்கப்படவில்லை. அத்தகைய கருத்துரு நடைமுறைக்கு வழிகாட்டும் நோக்கத்தைக் கொண்டிருக்கும். முன்னணிப்படை எதிர்ப்பு என்ற இந்தக் கருத்தாக்கத்தின் மையத்தில், ஜபதிஸ்மோவின் அடிப்படை வழிகாட்டும் கொள்கைகளில் தெரிவிக்கப்படும், *முக்கியத்துவம் மீட்கப்பட்ட சமுதாய அனுபவம்* உள்ளது.[6]

இந்த அனுபவமே அதனளவில் மிகச் சிக்கலானது, அதை அனுபவித்தவர்களுடனான அதன் நெருங்கிய தொடர்பின் காரணமாக அதன் மையத்தில் இல்லாத நம்மைப் போன்றவர்கள் புரிந்து கொள்ள முடியாமல் போகலாம். இருந்தாலும், இந்த அத்தியாயத்தின் நோக்கத்துக்காக, இந்த எச்சரிக்கைக்குப் பிறகு, அடிப்படையான வையாக நாங்கள் கருதும் இரண்டு அம்சங்களை நாங்கள் தெளிவு படுத்தவுள்ளோம். முதலாவதாக: சமுதாயம் என்பது பற்றிய புரிதல் அடக்குமுறைக்கு எதிரான மறுப்பும் போராட்டமும் என்ற அச்சை மையமாகக் கொண்டு சுழல்கிறது. இந்த நோக்குநிலையில், ஒரு

சமுதாயம் என்பது ஆதிக்க காலங்களில் போராடுவதற்கான பொதுவான செயல்பாடுகளின் தொடர்நிலையாக இனிமேலும் பார்க்கப்பட வில்லை, மாறாக, ஆதிக்கத்தை உடைப்பதன் தற்காலிகத்தன்மையை கூருணர்வுடன் உருவாக்குவதாக புரிந்து கொள்ளப்படுகிறது. அது முன்னோர்களின் போராட்ட நினைவுகளை இணைத்துக் கொள்கிறது. எதிர்ப்பின் செயல்பாடுகளுக்கு முக்கியத்துவத்தை மீட்பதாகவும் அது புரிந்து கொள்ளப்படுகிறது.

கூடுதலாக, இந்த நிகழ்முறை ஒரு தனித்த அனுபவத்தின் விளைவு இல்லை, உள்ளூர் எதிர்ப்புகளுடன் வரம்பிடப்பட்டவில்லை என்பது தெரிந்ததே. பிற போராட்டங்களும் அனுபவங்களும் இதனுடன் இணைகின்றன. FLN பற்றி ஏற்கனவே குறிப்பிட்டுள்ளோம். வெளிப் படையாகச் சொன்னால், FLN உறுப்பினர்கள் தமது போராட்ட பயணத்தில் முன்னணிப்படைவாதத்தை கேள்விக்குள்ளாக்கி கைவிட வேண்டியிருந்தது. சமுதாயங்கள் தமது உள்ளூர்வாதத்தை விமர்சித்து கைவிட்டன. இந்த உரையாடலும் பரஸ்பர வினவலும், பரஸ்பர ஊடாடலும்தான் EZLN-ன் முன்னணிப்படை எதிர்ப்புத் தன்மைக்கு வழி வகுத்தது. மாற்றம் பற்றிய அதன் முதலாளித்துவ எதிர்ப்பு கருத்துருவையும் உருவாக்கியது. மேலாதிக்கம் செலுத்தும் கருத்தாக் கத்திலும் புரட்சி பற்றிய செவ்வியல் நியதியிலும் ஏற்பட்ட பொது நெருக்கடியின் ஆழமான தாக்கத்துக்கு இந்த நிகழ்முறை ஒரு சாட்சி.

இந்த பரஸ்பர ஊடாட்டம் மூலமாக கொண்டு வரப்பட்ட மாற்றத்தின் ஆழத்தை, மற்றவற்றோடு கூடவே, வாய்வழி வரலாற்றை தனது முக்கிய தெரிவிப்பாகக் கொண்டுள்ள அனுபவத்துக்கும் எழுத்தில் தெரிவிக்கப்பட்ட அனுபவத்துக்கும் இடையேயான கிடைமட்ட உறவில் புரிந்து கொள்ள முடியும். புரட்சி பற்றிய செவ்வியல் நியதியில் இரண்டுக்கும் இடையே ஒரு செங்குத்து இணைப்பு உள்ளது, அதில் எழுதப்பட்ட அனுபவம், வாய்வழி வடிவத்துடன் மேலாதிக்க உறவைக் கொண்டுள்ளது.[7]

இருந்தாலும், இந்த அனுபவத்தை நேர்க்காட்சியாக்கம் செய்வது தவறாகி விடும். புரட்சி பற்றிய ஜபதிஸ்தாவின் முன்னணிப்படை எதிர்ப்பு கருத்துரு மறுதலிப்பில் இருந்து உருவான ஒரு அரசியலின் வெளிப்பாடு. முதலாளித்துவத்தை மறுதலிப்பதில் இருந்து, முன்னணிப்படையையும் மேலாதிக்கத்தையும் மறுப்பதிலிருந்து, தந்தைவழி ஆணாதிக்கத்தை மறுப்பதிலிருந்து இன்னும் பலவற்றை மறுதலிப்பதிலிருந்து உருவானது. நிராகரிக்கப்பட்டவை அனைத்தின் அடிப்படையில் ஒரு பார்வை எல்லையை திறந்து விடும் அரசியல்

அது. முதலாளித்துவ எதிர்ப்பு அனுபவத்தை நோக்கிய உலகம் திறந்து விடப்படுவதை அது முன்வைக்கிறது. ஒருபடித்தானதாக்குவது என்ற போக்கையும், அதிகாரத்தின் புதிய தொகுப்பை உருவாக்கும் புரட்சிகர அரசியல் செயல்பாடு என்ற கருத்துருவையும் அது நிராகரிக்கிறது.

இந்த அரசியல் அதே நேரத்தில் அரசை மறுதலிப்பதாகவும் உள்ளது. அரசு என்பது வழிநடத்துபவர்களுக்கும் பின்பற்றுபவர்களுக்கும் இடையேயான, ஆள்பவர்களுக்கும் ஆளப்படுபவர்களுக்கும் இடையேயான, மேலாதிக்கத்துக்கும் துணைநிலைக்கும் இடையிலான பிரித்தலாகக் கருதப்பட்டது. ஜபதிஸ்மோவைப் பொறுத்தவரை, ஆதிக்கத்தின் நிகழ்முறையாகவும் கூட்டுத்துவத்தில் இருந்து பிளவுறுவதாகவும் அரசியலை புரிந்து கொள்வதற்கு இந்தப் பிரித்தலை உணர்ந்திருப்பது முக்கியமானது. அதனால்தான், அதன் முக்கிய மெய் கோள்கள் ஒரு வகையான கூருணர்வை உருவாக்குகின்றன. அது இந்த பிரித்தலை தவிர்க்கிறது. அரசியலிலும் சமூகத்திலும் 'மேலும் கீழும்' என்று அவர்கள் அழைப்பதை ஒழித்துக் கட்டும் கிடைமட்ட நிகழ் முறைகளை உருவாக்குகிறது.

'கீழிருந்து இடது நோக்கி'ய ஒரு இயக்கம் பல்வேறு போராட்டங் களில் இருந்து உருவாக்கப்பட்ட முனைப்பை உணர்த்துகிறது. அது செயற்கைக்கு எதிரானது. இந்தப் போராட்டங்கள் உரையாடலின் மூலமாக பொதுவெளி பற்றிய பரஸ்பர அறிவை உருவாக்குகின்றன. இந்த முனைப்பு தனது கிளர்ச்சி ஓட்டத்தை ஒரு புள்ளியில் குவிப்ப தில்லை. அதன்மூலம் அதிலிருந்து தன்னை தன்னாட்சியாக்கிக் கொள்வதில்லை. தன்னை ஒரு நிறுவனமாக நிறுவிக் கொள்வதில்லை. மாறாக, முதலாளித்துவ எதிர்ப்பு ஓட்டத்தை நெகிழ்வுடன் புதுப்பிப்பதன் ஒரு பகுதி அது. அரசியல் இயக்குவதாக உள்ளது என்பதை மறுக்கும் நோக்குநிலையில் அது புதுப்பிக்கப்படுகிறது. அதன் இலக்கு அரசு அதிகாரத்தை கைப்பற்றுவது இல்லை; அரசாங்கம், ஜனநாயகம் பற்றிய அதன் கருத்துருக்கள் செயல்பாட்டை ஆதாரத்தானமாகக் கொண்டவை. அந்தச் செயல்பாடு மேல், கீழ் என்ற பிரித்தலுக்கு இட்டுச் சென்ற அதிகாரம் பற்றிய தீர்மானிப்புகளை கரைத்து வருகிறது. இதனை உள்ளூர் அளவில் நல்ல அரசாங்க கவுன்சில்களின் (Good Government Councils) தன்னாட்சி அனுபவத்தில் நாம் பார்க்க முடிகிறது. பொதுவாக பேசினால், 'பல உலகங்கள் பொருந்தக் கூடிய ஒரு உலகம்' என்ற சூழலில் கூட்டுத்துவ சுய-தீர்மானிப்பை நோக்கிய சமூக இயக்கத்தின் பகுதியாக அரசாங்கம் இருக்கும் விடுதலை பற்றிய கருத்துரு ஜபதிஸ்தாவின் முன்வைப்புக்கு உரமூட்டுகிறது. அரசை அரசியல்ரீதியாக தொகுப்பாக்கம் செய்வதற்குள் அதனை பெறுவதற்கு அது முயற்சிக்கவில்லை.

வேறு சொற்களில், ஜபதிஸ்மோவின் முதலாளித்துவ எதிர்ப்பு, முற்றதிகாரநீக்கம் செய்யும் ஒன்று.[8] மூலதனத்துக்கு பதிலாக இன்னொரு முற்றதிகார வடிவத்தை கொண்டு வர அது முயற்சிக்கவில்லை. எதார்த்தத்தில் இருக்கும் சோசலிசம் என்று கூறப்படுவதில் அதுதான் நடந்தது. லெனினியத்தில் நெறிமுறையாக்கப்பட்ட செவ்வியல் புரட்சிகர மரபின் போக்குக்கு எதிராக ஜபதிஸ்மோ செல்கிறது. ஏனென்றால், அந்த மரபில் முன்னணிப்படையின் மேலாதிக்கம் என்ற கருத்துரு வர்க்கப் போராட்டத்தின் பொருளை அதிகாரத்தின் மொத்தமாக்கும் வடிவத்துக்குள்ளாக சிறைபிடிக்கிறது, இறுதியில் சமூக விடுதலையை மறுதலிக்கிறது.

தலைவர்கள் மீதான 'தனிநபர் வழிபாட்டை' நிராகரிப்பதிலும் ஜபதிஸ்மோவின் இந்தப் பண்பு, வெளிப்படுகிறது. அத்தகைய வழிபாட்டுக்கு ஆளப்படுபவர்களின் துணைநிலை உரம் போடுகிறது. முன்னுதாரண ஆளுமைகளின் தியாகத்தை போற்றுவதையும் மாயையாக்குவதையும் ஜபதிஸ்மோ விமர்சிக்கிறது. 2014-ம் ஆண்டில் மார்கோஸ் எழுதிய 'வெளிச்சத்துக்கும் நிழலுக்கும் இடையே' (Between Light and Shadow)-நூலில் இந்த விமர்சனத்தின் தனிச்சிறப்பான வெளிப்பாட்டை காணலாம். பல ஆண்டுகளுக்கு முன்பு, Sub comandante-உடனான ஒரு மகத்தான நேர்முகத்தில் மானுவேல் வாஸ்குவெஸ் மோன்டல்பானும் (Manuel Vazquez Montalban (1999)), ஜபதிஸ்தா புரட்சியில் முகக்கவசங்களை பயன்படுத்துவதன் முக்கியத்துவத்தை சுட்டிக் காட்டினார்.

வர்க்கப் போராட்டமும் வடிவம் என்ற கருத்தினமும்

ஜபதிஸ்தா அனுபவமும் திறந்தநிலை மார்க்சியமும் எந்தப் புள்ளிகளில் ஒன்றிணைய முடியும்? ஏற்கனவே குறிப்பிட்ட வெளிப் படையான வேறுபாடுகளை நாம் மறந்து விடக் கூடாது. இந்த இரண்டும் மிகவும் வேறுபட்ட வரலாறுகளை சொல்லும் அனுபவங்கள். இந்த வரலாறுகள் அவற்றை வேறுபடுத்திக் காட்டுகின்றன. ஜபதிஸ்மாவின் வரலாறு பூர்வகுடி மக்களின் எதிர்ப்பிலும், மெக்சிகோவில் சோசலிசத் துக்கான ஆயுதம் தாங்கிய போராட்டத்திலும் கால் கொண்டது. திறந்த நிலை மார்க்சியமோ, விமர்சனரீதியான கல்விப்புல வட்டங்களில் குறிப்பாக மீட்டுருவாக்கப்பட்ட கோட்பாட்டு போக்கு. மார்க்சியத்தை ஒரு விமர்சனக் கோட்பாடாகவும் புரட்சிகர செயல்பாட்டை மீள்-விரித்துரைப்பதில் மையமான காரணியாகவும் புதுப்பிப்பதை அது நோக்கமாகக் கொண்டிருந்தது. இந்த உணர்வில், அரசை மையமாகக் கொண்ட சோசலிசப் புரட்சி என்று அழைக்கப்பட்டதன் தோல்வி

ஜபதிஸ்மோவும் (zapatismo) திறந்தநிலை மார்க்சியமும் பற்றி 243

என்ற வரலாற்றுப் பின்னணியில் முதலாளித்துவ எதிர்ப்புப் புரட்சியும் அதன் தற்கால நிலைமையும் அதன் ஆய்வுப் பொருண்மையாக இருந்தன. குறிப்பாக, அரசை மையமாகக் கொண்ட சோசலிசப் புரட்சி மீதான விமர்சனம் அதன் ஆய்வுப் பொருண்மை.

இருந்தாலும், இந்த அனுபவங்களை பரந்துபட்ட வகையில் பார்ப்பது 'கீழிருந்து இடதுநோக்கி' என்பதன் பகுதியாக கருத்துப் பரிமாற்றத்தை அனுமதிப்பதற்கான பொது அம்சங்களை வெளிப் படுத்துகிறது. உண்மையில், திறந்தநிலை மார்க்சியத்தின் இன்னும் சமீபத்திய பல சிந்தனைகள் ஜபதிஸ்தா அனுபவத்தால் தூண்டடப் பட்டவை என்று வாதிடலாம். அவை மத்திய அமெரிக்காவிலும் லத்தீன் அமெரிக்காவின் பிற பகுதிகளிலும் தோற்றுப் போன புரட்சிகளின் பின்புலத்தில் உருப்பெற்றன என்று சொல்லலாம்.[9] இந்த அத்தியாயத்தில் உரையாடல் புரட்சி குறித்த கருத்தாக்கரீதியான மீள்-விவரிப்பை மையமாகக் கொண்டிருக்கும். அது வடிவம் என்ற கருத்தினத்தின் அடிப்படையில் திறந்தநிலை மார்க்சியத்தால் முன்மொழியப்பட்டது.

மூலதனம் நூலில் மார்க்சின் பகுப்பாய்வு வடிவம் என்ற கருத்தாக்கத்தை மையமாகக் கொண்டது. ஆதிக்கம் பற்றியும் அரசு பற்றியும் திறந்த நிலை மார்க்சியத்தின் விமர்சன பரிசீலனைகளின் முக்கிய அச்சாக அது இருந்தது. இந்தக் கட்டுரையில் இந்தக் கருத்தாக்கம் பற்றிய விபரமான பகுப்பாய்வை தருவதற்கு இடமில்லை. அத்தகைய கட்டுடைப்பு வடிவத்துக்கும் உள்ளடக்கத்துக்கும், சாரத்துக்கும் தோற்றத்துக்கும் இடையேயான இயங்கியலை அல்லது மாய்மால மாக்கலும் இறுகலாக்கலும் என்ற பிரச்சினை போன்றவற்றை கொண்டிருக்கும்.[10] அரசியல்ரீதியானதாகவே இருக்கும் ஒரு பிரச்சினையை நோக்கிய ஒரு சில பொது கருத்துக்களுடன் வரம்பிட்டுக் கொள்கிறோம். அதாவது வடிவம் என்பதன் பகுதியாக அரசியல் அரசு ஆகியவை பற்றிய விமர்சன பகுப்பாய்வுடன் வரம்பிடுகிறோம்.

மார்க்சைப் பொறுத்தவரையில் மூலதனம் என்பது ஒரு பொருள் இல்லை; அது ஒரு ஆதிக்க/சுரண்டல் சமூக உறவு. அது அவசியமாகவே வடிவங்களில்தான் (சரக்கு வடிவம், பண வடிவம், தொழிற்சாலை வடிவம் முதலியன) தன்னை வெளிப்படுத்திக் கொள்கிறது. இந்த வடிவங்கள் தன்னாட்சியானவையாகத் தோன்றினாலும் அவை மதிப்பின் முரண்படும் இயக்கத்தின் பகுதியாகத்தான் உள்ளன. அந்த இயக்கம் பணத்தால் இடையாடப்படும் ஒரு ஒருமையாக உள்ளது. இதன் விளைவாக, வடிவங்கள் ஒரு மொத்தமாக அமைகின்றன. சாரமான உழைப்பு ஆதிக்கம் செலுத்தும் சமூக மறுவுற்பத்தியின்

இயக்கத்தின் பகுதியாக அது ஈடுபடுத்தப்படுகிறது.[11] பரந்த நோக்கில், வடிவங்கள் 'எதார்த்தத்தில் உள்ள சாரமாக்கல்கள்' (சோன் ரேத்தல் 1978). வடிவங்களின் மீது கட்டப்படும் ஆதிக்கம் 'புறநிலை ஆதிக்கத்தின்' பண்புகளைக் கொண்டுள்ளது (போஸ்டோன் 1996). இது பொருண்மையில் உருக்கொண்டுள்ள தனியாள் அல்லாத ஆதிக்கம். அதன் மூலம் இந்த சாரமாக்கல்களுக்கு ஒரு நடுநிலை தோற்றம் வழங்கப்படுகிறது. ஆனால், அது நேரெதிரானது: அது மூலதன ஆதிக்கத்தின் குறிப்பிட்ட வரலாற்று வடிவம். எனவே, மனிதர்களின் சுதந்திரத்தை மறுதலிக்கும் குறிப்பிட்ட வரலாற்று வடிவம். இந்தச் சுதந்திரத்தை என்பது தனியாள் அல்லது 'புறநிலை' வலுவந்தம் அல்லாத தனிப்பட்ட மற்றும் கூட்டுத்துவ சுய-தீர்மானிப்பு என்று புரிந்து கொள்ள வேண்டும். இந்த மறுதலிப்பு தமது உழைப்புச் சக்தியை விற்பவர்களுக்கும் அதை வாங்குபவர்களுக்கும் இடையே நிறுவப்பட்ட வணிக - கூலி - உறவில் வடிவரீதியான சுதந்திரமாக தோற்றமளிக்கிறது.

ஹாலவேயின் கருத்துப்படி, வடிவங்கள் என்பவை, 'சமூக உறவுகளின் உறைந்த அல்லது கெட்டியாக்கப்பட்ட இருத்தல் நிலைகள்' (2002:51). அது மனிதர்கள் செயல்படுவதை கூலி உழைப்பாக மாற்றுவதன் மூலம் அதனை பிரித்து விடுகிறது அல்லது மறுதலிக்கிறது. அதாவது, புறநிலை கட்டாயத்தின் அழுத்தத்தால்தான் மனிதர்கள் தமது உழைப்புச் சக்தியை விற்கின்றனர். இந்தக் கட்டாயம் தொழிலாளர்கள் தமது உற்பத்திச் சாதனங்களில் இருந்து பிரிக்கப்பட்ட சமூக உறவின் பகுதியாகும். இதனை மூலதனத்தின் ஆதித் திரட்டல் நிகழ்முறையில் மார்க்ஸ் பகுப்பாய்வு செய்தார். இது நிறுவப்பட்ட பிறகு இந்தப் பிரித்தல் முதலாளித்துவ உறவில் மறுவுற்பத்தி செய்யப்படுகிறது (போன்ஃபெல்ட் 2014).

'புறநிலை ஆதிக்கத்திலும்' வடிவங்களிலும் தன்னை வெளிப்படுத்திக் கொள்ளும் திட்டவட்டமாக்கும் நிகழ்முறை பொருளாதாரத்தில் மட்டும் ஏற்படுவதில்லை. நாம் பார்த்தது போல, இந்த நிகழ்முறை அரசியலையும் அரசையும் விட்டு வைக்காத சமூக மொத்தமாக்கல். முதலாளித்துவ ஆதிக்கத்தின் தனிச்சிறப்பு அரசியலும் பொருளாதாரமும் பிரிக்கப்பட்டிருப்பது. அது வடிவங்களின் அடிப்படையில் புரிந்து கொள்ளக் கூடிய ஒரு வகை உறவைக் கொண்டுள்ளது. உதாரணமாக, 'குடிமைச் சமூகம்', 'குடியுரிமை' போன்ற கருத்தினங்களை அரசியலுக்கும் பொருளாதாரத்துக்கும் இடையிலான இந்தப் பிரித்தலின் அடிப்படையில்தான் புரிந்து கொள்ள முடியும். ஆனாலும், இந்தப் பிரித்தலை நேர்க்காட்சியாக்குவதில் மாய்மாலமாக்க நிகழ்முறை

உள்ளார்ந்துள்ளது. வடிவம் என்ற கருத்தாக்கம் இந்த நிகழ்முறையில் இருந்து துண்டித்துக் கொள்கிறது. அது பொருளாதாரத்துக்கும் அரசியலுக்கும் இடையிலான பிரித்தலில் இருக்கும் உறவை வெளிப் படுத்தன் மூலம் அதைச் செய்கிறது. இந்தப் பிரித்தலை மூலதன ஆதிக்கத்தை கட்டுவிக்கும் ஒரு கூறாக வெளிப்படுத்துகிறது. இவ்வாறாக, வடிவம் என்ற கருத்தாக்கம் அரசு என்பதை சமூக உறவுகளின் ஒரு வடிவமாக, இன்னும் குறிப்பாக மூலதனத்தின் அரசியல் வடிவமாக புரிந்து கொள்ள உதவுகிறது (போன்ஃபெல்ட் 2014).

இந்த நோக்குநிலையில் அரசு பற்றிய தாராளவாத கருத்தாக் கங்களுக்கு எதிரான விமர்சனம் உள்ளது என்பது தெளிவு. ஆனாலும், இந்த விமர்சனம் முக்கியமாக அரசு பற்றிய மரபுத்தூய்மை மார்க்சிய கருத்தாக்கத்தையும் கட்டமைப்புவாத மார்க்சிய கருத்தாக்கத்தையும் தான் இலக்காகக் கொண்டுள்ளது. அவை அரசை மூலதனத்தில் இருந்து ஒப்பீட்டளவில் தன்னாட்சியானதாகக் கருதுகின்றன. இந்தக் கருத்துரு, அரசு என்பது ‘இறுதிக் கணக்கில் பொருளாதாரத்தால் தீர்மானிக்கப்படும்’ மேல்கட்டமைப்பின் ஒரு பகுதி என்ற புரிதலின் மூலம் இந்த கருத்துரு ஆதரிக்கப்படுகிறது அல்லது பொருளாதாரக் கட்டமைப்பில் இருந்து ஒப்பீட்டளவில் தன்னாட்சியாக உள்ள ஒரு குறிப்பிட்ட கட்டமைப்பாக அதனைப் புரிந்து கொள்ளும் இன்னும் சிக்கலான இன்னும் நுணுக்கமான கட்டமைப்புவாத அணுகுமுறையால் ஆதரிக்கப்படுகிறது. இரண்டு நோக்குநிலைகளுமே அரசை மையமாகக் கொண்ட அரசியலுக்கு வழிவகுக்கின்றன. இந்த மையத்தன்மையால் தீர்மானிக்கப்படும் சமூக மாற்றம் பற்றிய பார்வைக்கும் இட்டுச் செல்கின்றன. இந்த உணர்வில் அவை அதிகாரத்தின் இலக்கணத்தை ஏற்கின்றன, விடுதலையின் மொழியை நிராகரிக்கின்றன.

இதற்கு மாறாக, புரட்சி என்பது அரசு உள்ளிட்ட எல்லா வடிவங்களையும் கரைத்து விடுவதற்கு மானுடத்துக்கு விடப்பட்ட சவால் என்று திறந்தநிலை மார்க்சியம் கருதுகிறது. ஏனென்றால் அவை மூலதனத்தின் ஆட்சியின் குறிப்பான தெரிவிப்புகள். இந்த நோக்கு நிலையின்படி, வர்க்கப் போராட்டம் வடிவங்களுக்கு வெளியில் இல்லை, அது அவற்றை கட்டுவிக்கும் காரணிகளில் ஒன்று. சமூக மாற்றம் பற்றிய அரசு-மைய பதிப்புகள் புதிய அதிகாரத்தை, கட்சியால் பிரதிநிதித்துவப்படுத்தப்படும் தொழிலாளர்களின் அதிகாரத்தை நிறுவுவதற்கான போராட்டமாக வர்க்கப் போராட்டத்துக்கு விளக்கம் அளித்தன. இதனால் வடிவங்களுக்குள்ளாக வர்க்கப் போராட்டங்கள் என்ற கருத்தினங்கள் மூடுண்டு போயின. வர்க்கப் போராட்டம் ஒரு

சித்தாந்தமாக, இயக்குவது என்ற நிலையாக மாறியது. சமூக விடுதலையை தெரிவிப்பதில் இருந்து வெகுதூரம் விலகி விட்டது. அதன் மறுதலிப்பை கட்டுவித்தது.

ஒரு புதிய இலக்கணமா அல்லது ஒரு எதிர்-இலக்கணமா?

நமது வாதத்தில், இலக்கணம் எதிர்-இலக்கணம் போன்ற சொற்கள் எந்த வகையிலும் தனிநபர்வாத செயலாக கட்டுடைத்தல்வாதத்துடனோ அதன் பிரதிகளை 'மையநீக்கம்' செய்வதுடனோ தொடர்புடையதில்லை. (Buck-Morss 1981). இந்தப் பதங்கள், ஏஞ்சல் ரமாவின் (Angel Rama) *த லெட்டர்ட் சிட்டி (1996)*-ல் பரிந்துரைக்கப்பட்டன. காலனிய காலத்தில் இருந்தே லத்தீன் அமெரிக்காவில் இலக்கணமும் எழுத்து மொழியும் அதிகாரத்திற்கு சேவை புரியும் அறிஞர்களின் மரபுரிமையாகவே இருந்திருக்கின்றன என்ற கருத்துருவை ரமா தனது புத்தகத்தில் முன்வைக்கிறார். புரட்சிகர மாற்றங்களால் ஏற்பட்ட கணிசமான மாற்றங்கள் இருந்தாலும், மொழியை செங்குத்தான நெறியாக்குவதை தீர்மானித்த மாறா நிலைமை ஒன்று இருந்தது, அது மேலிருந்தான மொழிக்கும் கீழிருந்தான மொழிக்கும் இடையே, எழுத்து கலாச்சாரத்துக்கும் வாய்வழி கலாச்சாரத்துக்கும் இடையே, ஆதிக்கக் கலாச்சாரத்துக்கும் துணைநிலை கலாச்சாரத்துக்கும் இடையே ஒரு உண்மை முரண்நிலையை தோற்றுவித்தது. வேறு சொற்களில் மொழியையும் கலாச்சாரத்தையும் 'இலக்கணமாக்கியது' அதிகாரத்தையும் மேலாதிக்கத்தையும் நெய்வதற்கு ஆதாரத்தானமாக இருந்தது என்று ரமா வாதிடுகிறார். எனினும் எழுத்து மொழியின் முக்கியத்துவத்தை அவர் மறுக்கவில்லை, அது ஆதிக்கத்தின் சேவையில் வைக்கப் பட்டதையும், அதன் மூலம் துணைநிலையை உருவாக்கியதையும்தான் அவர் விமர்சிக்கிறார்.

அதனை வாழ்வின் மொழியாக மாற்றுவதையும், அதிகாரத்துக்கு சேவை செய்யும் இலக்கணத்தின் அரூபமான உடலை உடைப்பதையும் எவ்வாறு செய்வது? இந்தக் கேள்வியைத்தான் ரமா கேட்கிறார், அதன் மூலம் புரட்சியின் மொழி பற்றிய கேள்விக்கு நம்மை இட்டுச் செல்கிறார். அதனை ஒரு (புதிய) இலக்கணத்தில் நெறிமுறையாக்க வேண்டுமா அல்லது அமைப்பை எதிர்த்த கிளர்ச்சியின் ஓட்டம் இந்தக் நெறிமுறையாக்கத்தின் போக்குக்கு எதிரான ஒரு மொழியை உருவாக்க வேண்டுமா? கோட்பாடு செயல்பாட்டின் இலக்கணமாக இருக்க வேண்டுமா அதாவது 'கருத்தாக்கத்தின் ஏகாதிபத்தியத்தில்' (அடோர்னோ *1990*) இருந்து அது தன்னை விடுவித்துக் கொள்ள வேண்டுமா?

சில பத்தாண்டுகளுக்கு முன்னர் ஹோர்க்ஹெய்மரும் அடோர்னோவும் அடையாளத்துக்கும் கருத்தாக்கம் என்ற நடுநிலை வேடத்தில் ஒழிந்து கொண்ட ஆதிக்கத்துக்கும் இடையேயான உறவை, அறிவொளிக் காலம் பற்றிய தமது விமர்சன பகுப்பாய்வில் தெளிவுபடுத்தினர். பிந்தையது ‘அமைப்பின்’ ‘கருத்தாக்க இலக்கணத்தின்’ ஒரு பகுதி என்று நிரூபித்தனர்; அதாவது, ஒரு பகைநிலை சமூகத்தில் ஆதிக்கம் செலுத்தும் சமூக உறவுகளின் தொகுதி என்று நிரூபித்தனர். பகைநிலை சமூகம் என்று அவர்கள் குறிப்பாக முதலாளித்துவ சமூகத்தையே குறிப்பிட்டனர். ஆனால், அந்த விமர்சனம் அப்போது சோவியத் ஒன்றியத்தில் நடைபெற்றுக் கொண்டிருந்த சித்தாந்த அரசியல் நிகழ்முறையையும் உள்ளடக்கியிருந்தது. அந்த விமர்சன பகுப்பாய்வில் இருந்து உருவான பாடத்தின்படி, அடையாளரீதியான ஒரு கருத்தாக்கம் சேதமடைந்த கருத்தாக்கம். இந்தக் கருத்தை அடோர்னோ நெகடிவ் டயலக்டிக்சில் பகுத்தாராய்ந்தார். அது புரட்சிகரமானதாக இருக்க முடியாது. ஏனென்றால், அது உலகத்தை ஒருபடித்தானதாக்கும் நிகழ் முறையில் பங்கேற்கிறது. இயக்கும் தர்க்கத்தின் உலகளாவிய ஆதிக்கத்தைக் கொண்டு வருகிறது (ஹோர்க்ஹெய்மர் 1974). அது மூலதன மதிப்புப் பெருக்கத்தை ஒத்துள்ளது.

மார்க்சியத்தை கோட்பாட்டுரீதியாக நேர்க்காட்சிவாதமாக்கிய நிகழ்முறையின் தாக்கங்களை இந்தக் கோட்பாட்டாக்கம் விவாதித்தது. இந்த நிகழ் முறை இரண்டாம் அகிலத்தின் ஆண்டுகளிலேயே ஏற்கனவே செயல்படத்தொடங்கியிருந்தது. அது மார்க்சிய லெனினியத்தை அரசு சித்தாந்தமாக மாற்றுவதில் போய் முடிந்தது. இந்த கலாச்சார மற்றும் சித்தாந்த நிகழ்முறையின் மூலமாக, மார்க்சியம் ஒரு அறிவியலாக, ஒரு நேர்க்காட்சிவாத அறிவியலாக, பாட்டாளிகளின் அறிவியல் என்று அழைக்கப்பட்டதாக மாற்றப்பட்டது. அது துலக்கமான நேர்க் காட்சிவாத பொருள்முதல்வாதத்தின் கருத்தாக்க காரணிகளை ஏற்றுக் கொண்டது.[12] இந்தப் போக்கின் ஊடாக அது தனது விமர்சனக் கூர்மையை இழந்தது, விமர்சனக் கோட்பாடு என்பதிலிருந்து நேர்க்காட்சிக் கோட்பாடாக, ஹோர்க்ஹெய்மரின் வரையறையின்படி *(1972)* மரபுரீதியான கோட்பாடாக மாறியது. இந்த விமர்சன பகுப் பாய்வின் ஒரு பகுதி வால்டர் பெஞ்சமினால் ஏற்கனவே பகுதியளவு வரையறுக்கப்பட்டிருந்தது *(2006)*.[13]

மேலே சொன்னது போன்ற இன்னும் வாதங்களை அடுக்கிக் கொண்டே போகலாம். ஆனால், நமக்கு அக்கறைக்குரியதாக இருப்பது, சுட்டப்பட்ட எழுத்தாளர்களுக்கு இடையேயான பொதுவான கருத்தாக்க புலத்தை உருவாக்கும் அனைத்தையும் கோடிட்டுக் காட்டுவது, திறந்த

நிலை மார்க்சியத்தின் மையத்தில் உள்ள வடிவம் என்ற கருத்தாக்கத்தையும் ஜபதிஸ்தா அனுபவத்தையும் துலக்கமாக்குவது. அவற்றுக்கிடையே ஒரு கூட்டிணைப்பைப் போன்ற ஒன்றிணையும் புள்ளி உள்ளது என்று எங்களுக்குத் தோன்றுகிறது, அந்தப் புள்ளி விடுவிப்புக்கான மொழியை தேடுகிறது.

இந்தக் 'கூட்டிணைப்பு' அதிகாரத்தின் மொழியாக உள்ள இலக்கணத்தை முறிப்பதை ஊக்குவிக்கிறது. அதனை ஒருபடித்தானதாக்கும் மொத்தமாக்கும் செயல்பாட்டின் தெரிவிப்பாக அம்பலப்படுத்துவதன் மூலம் அதைச் செய்கிறது, அதனை சமூக உறவுகளின் வடிவமாகவும் அம்பலப்படுத்துகிறது. அதிகாரத்தின் இலக்கணத்துக்குள் சிறைப் படுத்தப்பட்ட மொழி சமூக விடுதலை நிகழ்முறையை பேச முடியாது, ஏனென்றால் அது மறுதலிப்பின் பகுதி. இந்த உணர்வில், அதிகாரம் மற்றும் ஆதிக்கத்தின் இலக்கணமாக உள்ள மொழியை விடுவிக்கும் அவசியத் தேவை உள்ளது. மனிதர்களின் மொழிக்கு எதிர்நிலையாக ஆதாமின் மொழியைப் பற்றி பேசும் போது வால்டர் பெஞ்சமின் இது போன்ற பிரச்சினையை மனதில் கொண்டிருக்கலாம். பின் சொன்ன மனிதர்களின் மொழி சிதைக்கப்பட்ட மொழி, அது மானுட விடுதலை என்ற நிகழ்முறைக்கு பெயர் கொடுக்க முடியாதது. ஏனென்றால், அது முனைப்புக்கும் பொருண்மைக்கும் இடையேயான பிரித்தலை முன்னனுமானிக்கிறது, எனவே, வெறும் கருவியாக அமைகிறதே தவிர மீட்சிக்கான கருவியாக இல்லை. இந்த மொழி உண்மையான வெளிப்பாட்டுக்கான சாதனமாக இருக்கும் திறனற்றது. காலத்தை நெகிழ்வாக்கும், இங்கே இப்போதே என்ற அரசியலை வெளிப்படுத்த முடியாதது.

எப்படியானாலும், இன்றைக்கு புரட்சியை குறிப்பிடுவது இன்னொரு மொழியில் குறிப்பிடுவதாகும். இந்த மொழி மூலதன ஆதிக்கத்தின் தெரிவிப்பாக உள்ள வடிவத்தை உடைப்பதிலிருந்து எழ வேண்டும், அது இயக்குவதற்கு எதிரான, மொத்தமாக்கலை நீக்கும் தன்மையைக் கொண்டிருக்க வேண்டும். அதனை மொத்தமாக்கும் சமூக உறவுகளின் இன்னும் ஒரு நிகழ்முறையின் கருவியாக மாற்றி விடும் ஆதிக்கத்தின் ஓட்டத்தை அது இடைமறிக்க வேண்டும். ஜபதிஸ்தாவின் அனுபவமும், அதன் தெரிவிப்பு முறைபாடுகளும் இந்த வகையில் பாதை சமைத்துள்ளன.

இலக்கணமா அல்லது எதிர்-இலக்கணமா? இது ஒரு விடை காணப்படாத கேள்வி. 'கேட்டுக் கேட்டு நாம் நடக்கிறோம்' (Asking We Walk) என்ற ஜபதிஸ்மோவின் அடிச்சுவடுகளை பின்பற்றி கேள்வியை கேட்க மட்டும்தான் இந்த அத்தியாயம் முயற்சித்தது.

நூல் குறிப்புகள்

அடோர்னோ டி. டபிள்யூ (1990), நெகடிவ் டயலெக்டிக்ஸ் (Adorno, T. W. (1990) *Negative Dialectics*), London: Routledge.

பக்டின் எம் (2009), ராபலைஸ் அண்ட் ஹிஸ் வேர்ல்ட், (Bakhtin, M. (2009) *Rabelais and His World*), Bloomington: Indiana University Press.

பெஞ்சமின், டபிள்யூ (2006), 'எட்வர்ட் ஃபுக்ஸ்: கலெக்டர் அண்ட் ஹிஸ்டாரியன்' (Benjamin, W. (2006) 'Eduard Fuchs: Collector and Historian'), *வால்டர் பெஞ்சமின், தேர்ந்தெடுக்கப்பட்ட படைப்புகளில்* (*Walter Benjamin: Selected Writings*), Vol. 3: 1935-1938, Cambridge, MA: Belknap Press.

பெர்கர் ஜே, (2009), ஹோல்ட் எவ்ரிதிங் டியர்: டிஸ்பாட்சஸ் ஆன் சர்வைவல் அண்ட் ரெசிஸ்டன்ஸ், (Berger, J. (2009) *Hold Everything Dear: Dispatches on Survival and Resistance*), New York: Pantheon Books.

போன்ஃபெல்ட் டபிள்யூ *(2002)* (Bonefeld, W. (2002)) '¿Dignidad versus respetabilidad? Marx y la ciencia', *Revista Bajo el Volcán 5*, Puebla.

போன்ஃபெல்ட் டபிள்யூ *(2014), கிரிடிகல் தியரி அண்ட் த கிரிட்டிக் ஆஃப் பொலிடிகல் எகானமி: ஆன் சப்வெர்ஷன் அண்ட் நெகடிவ் ரீசன்,* (Bonefeld, W. (2014) *Critical Theory and the Critique of Political Economy: On Subversion and Negative Reason*), London: Bloomsbury.

ப்ர்யோக்கர் எம், *(2014)* (Bröcker, M. (2014)) 'Lenguaje', in M. Opitz and E. Wizisla (eds), *Conceptos de Walter Benjamin*, Buenos Aires: Editorial Las Cuarenta.

பக்-மோர்ஸ் எஸ், *(1981)*, 'வால்டர் பெஞ்சமின், ரெவல்யூஷனரி ரைட்டர்', *நியூ லெஃப்ட் ரிவியூ* (Buck-Morss, S. (1981) 'Walter Benjamin, Revolutionary Writer', *New Left Review*) I/128, July-August.

கார்சியா வேலா ஏ *(2014)* (García Vela, A. (2014)), *Forma, trabajo y lucha de clases: derivación del Estado capitalista a partir del antagonismo de clase*, வெளியிடப்படாத முனைவர்பட்ட ஆய்வுரை, Benemérita Universidad Autónoma de Puebla, México.

குன் ஆர் *(1992)*, 'வரலாற்றுப் பொருள்முதல்வாதத்துக்கு எதிராக: முதல்நிலை சொல்லாடலாக மார்க்சியம்' (Gunn, R. (1992) 'Against Historical Materialism: Marxism as a First-order Discourse'), வெர்னர் போன் ஃபெல்ட், ரிச்சர்ட் குன், காஸ்மாஸ் சைக்கோபீடிஸ் தொகுத்த *திறந்த நிலை மார்க்சியம் II* (W. Bonefeld, R. Gunn and K. Psychopedis (eds), *Open Marxism 2*, London: Pluto Press).

குன் ஆர் *(2015), வாட் யூ ஆல்வேஸ் வான்டட் டு நோ அபவுட் ஹெகல் அண்ட் நெவர் டேர்ட் டு ஆஸ்க்* (Gunn, R. (2015)) *Lo que usted siempre quiso saber sobre Hegel y no se atrevió a preguntar* (*What You Always Wanted to Know About Hegel and Never Dared to Ask*), Puebla, Buenos Aires: Benemérita Universidad Autónoma de Puebla (BUAP)/Herramienta Ediciones.

குன் ஆர் *(2017)*, 'ஆன் ஓப்பன் மார்க்சிசம்', 25 இயர்ஸ் ஆஃப் ஓப்பன் மார்க்சியம்: ரிஃப்ளக்சன்ஸ் ஆன் கிரிட்டிக்கல் தியரி அண்ட் ரெவல்யூஷனரி ப்ராக்சிஸ் என்ற சர்வதேச கருத்தரங்கில் நிகழ்த்திய பேருரை (Gunn, R. (2017) 'On Open Marxism', Lecture given at the International Colloquium '25 Years of Open Marxism: Reflections on Critical Theory and Revolutionary Praxis'), Benemérita Universidad Autónoma de Puebla, Mexico, 16-20 October.

குன் ஆர், *(2019), ஃபைவ் லெக்சர்ஸ் ஆன் ஹெகல்,* (Gunn, R. (2019) *Five Lectures on Hegel*), San Francisco: PM Press.

ஹாலவே ஜே, *(1998),* 'டிக்னிடிஸ் ரிவோல்ட்' (Holloway, J. (1998) 'Dignity's Revolt'), ஜே ஹாலவே, ஈ பெலாஸ் தொகுத்த *ஜபதிஸ்தா! ரிஇன் வென்டிங் ரெவல்யூஷன் இன் மெக்சிகோ-ல்* (J. Holloway and E. Peláez (eds), *Zapatista! Reinventing Revolution in Mexico*), London: Pluto Press, 159-98.

ஹாலவே ஜே *(2002), சேஞ்ச் த வேர்ல்ட் விதவுட் டேக்கிங் பவர்: த மீனிங் ஆஃப் ரெவல்யூஷன் டுடே* (Holloway, J. (2002) *Change the World Without Taking Power: The Meaning of Revolution Today*), London: Pluto Press.

ஹாலவே ஜே *(2015),* 'ரீட் கேபிடல்: த ஃபர்ஸ்ட் சென்டன்ஸ் ஆஃப் கேபிடல் ஸ்டார்ட்ஸ் வித் வெல்த், நாட் வித் கமாடிடி', *ஹிஸ்டாரிகல் மெடீரியலிசம்* (Holloway J. (2015) 'Read Capital: The First Sentence of Capital starts with Wealth, Not with the Commodity', *Historical Materialism*) 23(3): 3-26.

ஹோர்க்ஹெய்மர் எம், *(1972),* 'டிரெடிஷனல் அண்ட் கிரிடிகல் தியரி' (Horkheimer, M. (1972) 'Traditional and Critical Theory'), *கிரிடிகல் தியரி: செலக்டட் எஸ்சேஸ்-ல்* (*Critical Theory: Selected Essays*), New York: Seabury Press.

ஹோர்க்ஹெய்மர் எம் *(1974), கிரிட்டிக் ஆஃப் இன்ஸ்ட்ருமென்டல் ரீசன்* (Horkheimer, M. (1974) *Critique of Instrumental Reason*), New York: Continuum.

ஹோர்க்ஹெய்மர் எம், டி.டபிள்யூ அடோர்னோ *(1972), டயலெக்டிக் ஆஃப் என்லைடன்மென்ட்* (Horkheimer, M. and T. W. Adorno (1972) *Dialectic of Enlightenment*), New York: Herder and Herder.

லூகாக்ஸ் ஜி *(1971), ஹிஸ்டரி அண்ட் கிளாஸ் கான்சியஸ்னஸ்,* (Lukács, G. (1971) *History and Class Consciousness*), Cambridge, MA: MIT Press, 1971.

போஸ்டோன் எம் *(1996), டைம், லேபர் அண்ட் சோசியல் டயமென்ஷன்: எ ரீஇன்டர்ப்ரடேஷன் ஆஃப் மார்க்சஸ் கிரிடிகல் தியரி* (Postone, M. (1996) *Time, Labour, and Social Domination: A Reinterpretation of Marx's Critical Theory*), Cambridge: Cambridge University Press.

ரமா ஏ *(1996), த லெட்டர்ட் சிட்டி* (Rama, A. (1996) The Lettered City), Durham, NC: Duke University Press.

சோன் ரெத்தல் ஏ *(1978), இன்டெலக்சுவல் அண்ட் மேன்யுவல் லேபர்* (Sohn Rethel, A. (1978) *Intellectual and Manual Labour)*, London: Macmillan. Subcomandante Marcos (2014) 'Between Light and Shadow', https://enlace zapatista.ezln.org.mx/2014/05/27/between-light-and-shadow.

டிஷ்லர் எஸ் *(2008), டைம் அண்ட் எமன்சிபேஷன். மிஜெய்ல் பஜ்டின் அண்ட் வால்டர் பெஞ்சமின் இன் லகாண்டன் ஜங்கிள்* (Tischler, S. (2008) *Tiempo y emancipación. Mijaíl Bajtín y Walter Benjamin en el Selva Lacandona* (*Time and Emancipation. Mijaíl Bajtín and Walter Benjamin in the Lacandon Jungle*)), Guatemala: Cuadernos del Presente Imperfecto, F&G Editores.

டிஷ்லர் எஸ் *(2012),* 'ரெவல்யூஷன் அண்ட் டீடோடலைசேஷன்', *ஜர்னல் ஆஃப் கிளாசிக்கல் சோசியாலஜி* (Tischler, S. (2012) 'Revolution and Detotalization', *Journal of Classical Sociology* 12(2)): 267-80.

வாஸ்குவெஸ் மோன்டல்பன் எம் *(1999)* (Vázquez Montalbán, M. (1999)) *Marcos: el señor de los espejos* (*Marcos: the Lord of the Mirrors*), Madrid: Aguilar.

குறிப்புகள்

1. 'திறந்தநிலை மார்க்சியம்' என்பதன் மூலம், மார்க்சை அடிப்படையாகக் கொண்ட விமர்சன கோட்பாட்டாக்கத்தை நாங்கள் குறிப்பிடுகிறோம். குன் (2017)-ன் கருத்துப்படி அதனை பின்வருமாறு வரையறுக்கலாம்: 'திறந்தநிலை மார்க்சியம் என்பது ஒரு வழக்கமான அரசியல் கட்சி ஏற்றுக் கொள்ளக் கூடிய ஒரு முனைவோ அல்லது "பாதையோ" இல்லை. அதனை, "மார்க்சியம்-லெனினியம்-ஸ்டாலினியம்" ஆதிக்கத்தில் இருந்த போது "லெனினியம்" என்பதை அங்கீகரிப்பது போல அங்கீகரிக்க முடியாது. இது அதை விட மேலானது, ஒரு அணுகுமுறை, ஒரு பார்வைநிலை - எனினும் எந்த உரிமைகோரல்கள் முன்வைக்கப்படுகின்றன என்பதைப் பொறுத்து அது இடம்பெறவோ இடம்பெறாமலோ போகலாம்'.
2. உலகத்தை மாற்றியமைப்பதற்கான போராட்டத்தில் வலி, சீற்றம், நம்பிக்கை ஆகியவற்றுக்கிடையேயான உறவை துலக்கமாகக் காட்டிய ஒரு எழுத்தாளர் ஜான் பெர்கர் (John Berger), *ஹோல்ட் எவ்ரிதிங் டியர்:டிஸ்பாச்சஸ் ஆன் சர்வைவல் அண்ட் ரெசிஸ்டன்ஸ்* ((*Hold Everything Dear: Dispatches on Survival and Resistance* (2009)) என்ற அவரது படைப்பில். ஹாலவே (1998) அவரது பங்குக்கு ஜபதிஸ்மோ பற்றி சிந்திக்கிறார், புரட்சிகர முனைப்பாக கண்ணியத்தை முன்வைக்கிறார், போன்ஃபெல்ட் (2002) கண்ணியத்துக்கும் மரியாதைக்கும் இடையிலான இப்போதைய பகைநிலையை வலியுறுத்துகிறார். மரியாதைத்தன்மை மூலதனத்தின் இடையாடல் களின் ஊடுபாவுகளில் இடம் பெறுவதாக இருக்கும் போது கண்ணியம் சீர்குலைப்பதாக உள்ளது. (மேலும். இந்தத் தொகுதியில் டீனர்ஸ்டெய்ன் Dinerstein).
3. இப்போது ஆதிக்கம் செலுத்தும் சிந்தனையின் பகுதியாக இருக்கும் சாரமாக்கலை நாங்கள் குறிப்பிடுகிறோம். அது கருத்தாக்கத்தை முனைப்பில் இருந்து தன்னாட்சியாக்கும் பண்பைக் கொண்டுள்ளது. இந்தவகை சாரமாக்கலில், பொருண்மையானது கருத்தாக்கத்துடன் அடையாளப்படுத்தப்படுவதன் மூலம் குறுக்கப்பட்டு ஒருபடித்தானதாக்கப்படுகிறது. அடோர்னோ 1990-ஐயும் பார்க்கவும். மரபுசார் கோட்பாடு இந்தவகையான சாரமாக்கலை அடிப்படையாகக் கொண்டது (ஹோர்க்ஹெய்மர் 1972). பின்சொன்னது அதிகாரத்துடனும் ஆதிக்கத்துடனும் இணைக்கப்பட்டது.
4. புரட்சிகர மாயையை உற்பத்தி செய்வதற்கும் போராட்டத்தின் திட்டவட்டமான நிகழ்முறைகளின் சாரமாக்கலுக்கு வழிவகுக்கும் கோட்பாடக்கத்துக்கும் இடையிலான உறவை ஏஞ்செல் ரமா (1996) கோடிட்டுக் காட்டுகிறார். கியூபப் புரட்சியைப் பற்றி பேசும் போது அதைச் செய்கிறார்.
5. விமர்சன கருத்துநிலையாக 'பரஸ்பர அங்கீகாரம்' பற்றி பார்க்கவும் குன் (2015).
6. ஜபதிஸ்மோவின் பொதுக் கொள்கைகளாவன: 1. மற்றவர்களுக்கு சேவை செய்வது, தனக்குத் தானே சேவை செய்வதில்லை 2. பிரதிநிதித்துவப்படுத்துவது, மேல்ஏறி நிற்பது இல்லை. 3) கட்டமைத்தல், அழிப்பது இல்லை 4) பணிதல், கட்டளையிடுதல் இல்லை. 5) முன்மொழிதல், சுமத்துதல் இல்லை. 6) ஏற்க வைத்தல், வெற்றிபெறுவது இல்லை. 7) கீழிருந்து வேலை செய்வது, உயர முயற்சிப்பதில்லை.
7. இது பற்றி, ரமா 1996-ஐப் பார்க்கவும். மத்திய காலங்களில் திருவிழா பற்றி பொருள் கூறும் போது பக்தின் (2009), வெகுமக்கள் கலாச்சாரத்தின் செறிவையும் அதன் தெரிவிப்புகளின் வாய்வழித் தன்மையையும் மிகச்சிறப்பாக வெளிப் படுத்தினார் என்று சொல்லலாம். பக்தினின் நோக்குநிலையை ஏற்றுக் கொள்ளும்

ஜபதிஸ்மோவின் குறிப்பிட்ட அம்சங்கள் தொடர்பான ஒரு அணுகுமுறைக்கு பார்க்கவும் டிஷ்லர் 2008.

8. இந்தக் கருத்தாக்கம் பற்றி, பார்க்கவும் டிஷ்லர் 2012.
9. Benemérita Universidad Autónoma de Puebla-ன் இன்ஸ்டிட்யூட் ஆஃப் போஸ்ட்கிரேஜுவேல் ஸ்டடீஸ் ஆன் சோசியாலஜியின் பெர்மனன்ட் சப்ஜெக்டிவிட்டி அண்ட் கிரிட்டிக்கல் தியரி செமினாரைக் குறிப்பிடுகிறோம்.
10. பார்க்கவும் ஹாலவே 2002; குன் 1992; போன்ஃபெல்ட் 2014; கார்சியா வேலா 2014.
11. இது பற்றி, பார்க்கவும் ஹாலவே 2002, 2015.
12. இந்த அம்சங்கள் லூகாக்ஸ் (1969)-ன் ஹிஸ்டரி அண்ட் கிளாஸ் கான்சியஸ்னெஸ்-ல் ஜெர்மன் சமூக ஜனநாயகத்தின் கோட்பாட்டாளர்கள் பற்றிய விமர்சனத்தில் இடம் பெற்றுள்ளன.
13. அவரது காலத்து வரலாற்றுப் பொருள்முதல்வாதம் கலாச்சாரம் குறித்து தவறான பார்வையைக் கொண்டிருந்ததாக பெஞ்சமின் கருதினார். கலாச்சாரத்தை ஒரு பொருண்மை போல நேர்மறையான, தூண்டும் பாணியில் பாட்டாளிகளால் கையகப்படுத்த முடியாது என்று அவர் வாதிட்டார். இந்தச் சிந்தனை முறை ஜெர்மன் சமூக ஜனநாயகத்தினுள் மார்க்சியம் பற்றிய நேர்க்காட்சிவாத நோக்கு நிலையில் இருந்து பெறப்பட்டது. மாறாக, கலாச்சார படைப்புகள் மானுடத்தின் மரபுச்செல்வமாக ஆக வேண்டுமானால், அவை பொறிக்கப்பட்டுள்ள முதலாளிவர்க்க நெறிகளை எரித்து விட வேண்டும். இந்தப் படைப்புகளை இயங்கியலின் அழிவுகரமான செயலின் மூலம் விடுவிக்க வேண்டும். பெஞ்சமின் (2006)-ஐப் பொறுத்தவரை கோட்பாட்டுரீதியான நேர்க்காட்சியாக்கம் ஒரு மேலோட்டமான சித்தாந்த நேர்வு இல்லை, மாறாக அது கலாச்சாரத்தை இறுகலாக்கும் நிகழ் முறையின் ஒரு காரணி.
14. இது பற்றி, பார்க்கவும் ப்ரொக்கர் 2014; பக்-மார்ஸ் 1981.

10. புரட்சியிலிருந்து ஜனநாயகத்துக்கு: விடுவிக்கும் நோக்குநிலையை இழந்து விடுவது

எடித் கோன்சாலஸ்

> சுரண்டுபவர்களுக்கும் சுரண்டப்படுபவர்களுக்கும் இடையேயான பிரிவினையை இல்லாமல் செய்து விடும் அல்லது வர்க்கப் பிரிவினையைப் பற்றி பேசாமல் இருக்கும், எல்லோரையும் ஒன்றாக வாழ அனுமதிக்கும் எந்த ஒரு கோட்பாடும், மூலதனத்துக்கும் உழைப்புக்கும் இடையிலான குறுக்குஇணைப்பு என்று அழைக்கப்படுவது, ஒன்றுக்கும் உதவாது. அது எதையும் விளக்குவதில்லை, அது சுரண்டப்படுபவர்களுக்கும் சுரண்டுபவர் களுக்கும் இடையேயான வக்கிரமான சகவாழ்வுக்கு வழி வகுக்கிறது. அவர்கள் கண நேரத்துக்கு ஒரே மாதிரியானவர்களாக தெரிகின்றனர், ஆனால் அவர்கள் ஒரே மாதிரியானவர்கள் இல்லை *(சப் காலியானோ 2018).*

ஆயிரத்தி தொள்ளாயிரத்தி அறுபத்தி எட்டாம் ஆண்டுதான் பெரும் பிளவை ஏற்படுத்தியது, அது பாரம்பரிய மார்க்சியத்தின் சிறப்புத் தன்மையாக இருந்த புரட்சி என்ற கருத்தாக்கத்தில் நெருக்கடியை ஏற்படுத்தியது.[1] புதிய அணிதிரட்டும் செயல்பாடுகளும் புதிய மொழியும் முதலாளித்துவ எதிர்ப்புப் போராட்டத்தின் பொருள் மாறியிருப்பதை வெளிப்படுத்தின. அது மேலாதிக்கம், அரசை கைப்பற்றுவது, ஒரே அமைப்பு வடிவமாக கட்சி, வரலாற்று முனைப்பாக பாட்டாளிகள் என்ற சித்திரத்தைத் தாண்டிச் சென்றது. ஆனால், இடதுசாரியை மறுகருத்தாக்கம் செய்யும் நிகழ்முறையில் போராட்டத்தின் இலக்காக புரட்சிக்குப் பதிலாக ஜனநாயகத்தை மாற்றும் ஒரு இயக்கம் படிப்படியாக வலுப்பட்டது. கடந்த சில பத்தாண்டுகளில் நடக்கும் போராட்டங்கள் அனைத்தையும் ஒன்றுபடுத்தும் ஒரு காரணி இருக்குமானால் அது ஜனநாயகம்தான் என்று எலென் மெய்க்சின்ஸ் வுட் (1995:12) சுட்டிக்காட்டியுள்ளார். கடந்த 30 ஆண்டுகளில், சுய-தீர்மானிப்பை நோக்கிய உந்துதலும் விடுவிக்கப்பட்ட உலகத்துக்கு முன்உருக்கொடுக்கும் கூறுகளை நோக்கிய உந்துதலும் மேலும் மேலும் அதிகமாக ஜனநாயகத்துடன் அடையாளப்படுத்தப்படுகிறது. இந்தக்

கோட்பாட்டு நகர்வை குறிப்பிட்ட சில எழுத்தாளர்களின் முக்கியமான படைப்புகளிலும் பார்க்க முடிகிறது. அந்த எழுத்தாளர்கள் ஒழுங்கமைப்பதற்கான மாற்று வடிவத்தை முன்மொழியும் ஜனநாயகம் என்ற கருத்தாக்கத்தை கட்டமைப்பதில் நேரடியாகவோ மறைமுகமாகவோ முக்கியமான பங்கு வகிக்கின்றனர். அதாவது, அவர்கள் ஜனநாயகத்தை அடிப்படையாகக் கொண்ட ஒரு புதிய கனவுலகத்துக்கு (utopia) உருக்கொடுத்துள்ளனர். லக்லவ் மற்றும் மவுஃபே (2001), ஹார்ட் மற்றும் நெக்ரி (2000, 2004, 2009) அல்லது கிரேபர் (2013, 2014) ஆகியோரின் படைப்புகள் அத்தகையவை.

வால்வீதி ஆக்கிரமிப்பு (Occupy Wall Street - OWS) போன்ற சமகால போராட்டங்களின் அனுபவத்தின் மூலம் இது தெளிவாகிறது. எனினும், இத்தகைய திசை மாற்றத்தின் விளைவுகளை நாம் பார்க்கிறோம். ஜனநாயகம் புதிய கனவுலகாக இருக்கும் அதே நேரம், விடுதலையை பற்றி சிந்திப்பது மேன்மேலும் கடினமாகி வருகிறது. ஜனநாயகத்தை உறுதி செய்வதன் மீது கவனத்தை குவித்துள்ள இயக்கம் வளர்ச்சியடைந் திருப்பதோடு மூலதனம் என்ற கருத்தாக்கம் ஒதுக்கி வைக்கப்படுகிறது. அத்தோடு மதிப்பை விரிவாக்குவதை அடிப்படையாகக் கொண்டிராத சமூகம் ஒன்றை உருவாக்குவதற்கான சாத்தியமும் ஒதுக்கி வைக்கப் படுகிறது. போராட்டத்தின் நோக்கமாக ஜனநாயகம் என்பது மாறி யிருப்பதையோ இது விடுதலையை எவ்வாறு பாதிக்கிறது என்பதையோ கோட்பாட்டு விளக்கங்கள் கேள்விக்குள்ளாக்குவதில்லை. மூலதனத்தை விமர்சிக்காத முதலாளித்துவ எதிர்ப்புப் போராட்டம் மூலதனத்தின் தர்க்கத்தை மறுவுற்பத்தி செய்கிறது என்றும் விடுவிக்கும் நோக்குநிலை தொலைந்து போவதற்கு பங்களிக்கிறது என்றும் இந்த அத்தியாயத்தில் நான் வாதிடுகிறேன்.

I

யா பாஸ்தா (*¡Ya basta!*) போதும்! 2011 நவம்பரில் வலியின் சினத்தின் சீற்றம் இதுதான். (பார்க்கவும் ஹாலவே 2002). நிதித்துறை நிறுவனங்கள் நேரடியாக அங்கு இருந்தனவா இல்லையா என்பது பொருட்டில்லை; வால் வீதிதான் (Wall Street) நிதித்துறை சந்தைகளின் ஆகுபெயர் அல்லது இன்னும் துல்லியமாகச் சொன்னால் மூலதனத்தின் ஆட்சிக்கான ஆகுபெயர். உலகத்தின் முக்கியமான நிதித்துறை மாவட்டத்தை கைப்பற்றுவதற்கான அறைகூவலை ஒரு அடையாள நகர்வாக பார்க்க முடியும். அதை விட மேலான ஒன்றாக அதைப் பார்க்க வேண்டும். தெற்கு ஐரோப்பிய நாடுகளிலும் லத்தீன் அமெரிக்க

நாடுகளிலும் நடந்த போராட்டங்களைப் போல இல்லாமல், வால் வீதி ஆக்கிரமிப்பின் மிக முக்கியமான அம்சம், வால் வீதியை முற்றுகையிடும்படி அழைப்பு விடுத்ததன் மூலம் அது அரசின் மையமான பாத்திரத்தை அகற்றியது. கோரிக்கைகள் எதுவும் முன் வைக்கப்படாதது, அரசும் நிதித்துறை நிறுவனங்களும் 'பிரிக்கப்படாத சமூகப் பொருளாதார ஒழுங்காக' அமைகின்றன என்ற மெய்ம்மையை அங்கீகரித்தது. அவை எந்த கோரிக்கையையும் உள்வாங்கி, அப்போது தான் உருவெடுத்து வந்த இயக்கத்தின் விசையை கட்டுப்படுத்தும் திறன் கொண்டவை (ஷ்ராகர் மற்றும் லாங் 2018:12). கோரிக்கைகளை முன்வைப்பது அரசுக்கும் வால் வீதிக்கும் அதிகாரம் உள்ளது என்பதை அங்கீகரிப்பதாகி விடும். எனவே நமது வகிபாகத்தை பாதிக்கப் பட்டவர்கள் என்று ஏற்பதாகி விடும். எனினும், OWS அணி திரட்டல்கள் உலகின் பணக்கார 1 சதவீதத்தினர் கையில் செல்வம் குவிக்கப்படுவதற்கு எதிரான, அதன் இலஞ்ச ஊழல் செயல்பாடு களுக்கும் பொருளாதாரம் நிதிமயமாதலுக்கும் எதிரான போராட்டங் களுக்கான அணிதிரட்டல் என்று கோட்பாட்டுரீதியாக விளக்குவது வழக்கமாகிப் போனது. அதாவது, அது முதலாளித்துவ உறவுகளை கேள்விக்குள்ளாக்காத போராட்டங்களிலும் இலக்குகளிலும் தன்னை வரம்பிட்டுக் கொண்ட சமூக இயக்கம். OWS-ஐ முதலாளித்துவ சமூக உறவுகள் மீதான விமர்சனத்தின் தெரிவிப்பாக, பணத்தின் அதிகாரத்தை நிராகரிப்பதாக, வர்க்கப் போராட்டத்தின் வடிவமாக விளக்குவதற்கான வாய்ப்பு தவற விடப்பட்டது.

அமெரிக்க ஐக்கிய நாடுகளில் 2008-ல் நடந்த தேர்தல்களில், குடியரசுக் கட்சியின் பொருளாதாரக் கொள்கைகளுக்கும் நிதித்துறை மேல்தட்டினருக்கும் எதிரான சினம் ஜனநாயகக் கட்சியின் வெற்றிக்கு வழி வகுத்தது. நாட்டின் இளைஞர்களையும் அமெரிக்க சமூகத்தின் முற்போக்கான பிரிவினரையும் பெருமளவு அணிதிரட்டுவதை ஒன்றிணைக்கும் தேர்தல் உத்தியைப் பயன்படுத்தி பராக் ஒபாமா அதிகாரத்துக்கு வந்தார். அந்த உத்தி அரசியல் சொல்லாடலில் வழக்கமில்லாத ஒரு மொழியை பயன்படுத்தியது (கிரேபர் 2013: 102). ஒபாமாவின் சொல்லாடல் மாற்றம், நம்பிக்கை ஆகியவற்றின் மீது கட்டப்பட்டிருந்தது. அந்த ஆண்டு தேர்தலில் குடிமக்கள் அதிக அளவில் பங்கேற்றனர், பல இளைஞர்கள் முதன்முறையாக நாட்டின் அரசியல் வாழ்வில் பங்கேற்றனர். இது தேர்தல் முறையில் நம்பிக்கையையும் எல்லாவற்றுக்கும் மேலாக மாற்றம் ஏற்படும் என்ற வாக்குறுதிக்கு ஆதரவையும் காட்டியது. டேவிட் கிரேபரின் (2013:104-5) கருத்துப்படி, ஒபாமாவின் அரசு ஒரு கட்டத்தில் ஏதோ ஒரு வகையான

சோசலிசத்துக்கு இட்டுச் செல்லும் என்ற கருத்து வலுப்பெற்றது. அவர் நாட்டுடைமையாக்கல்களை நடத்துவார் என்றும், மருத்துவ அமைப்பை சீர்திருத்துவார் என்றும் நிதித்துறை நிறுவனங்கள் மீது அதிகக் கட்டுப்பாடுகளை விதிப்பார் என்றும் எதிர்பார்க்கப்பட்டது. ஆனால், வங்கிகளுக்கு நிதி அளித்து மீட்பதற்கு அரசு முன் வந்த போது, விரைவில் பிரதிநிதித்துவ ஜனநாயகம் மீதான ஏமாற்றம் தூண்டப்பட்டது.

மாற்றம் ஏற்படும் என்ற வாக்குறுதியை நம்பி வாக்களித்தவர்கள், தம்மிடமிருந்து பறிக்கப்பட்ட நம்பிக்கையை தேடி தெருக்களில் இறங்கினார்கள்: அவர்கள் தமது மேல்படிப்பை முடிப்பதற்கு வாங்கிய கடன்களை கட்ட முடியாத வேலையில்லா இளைஞர்கள்; லத்தீனோ புலம்பெயர்ந்தவர்களின் மகன்களும் மகள்களும்; 'அமெரிக்கக் கனவின்' நிதித்துறை மற்றும் வீட்டுக்கடன் ஊகவணிகத்துக்கு இரையாக்கப்பட்ட ஆப்பிரிக்க அமெரிக்கர்கள் அல்லது தனியாக வாழும் தாய்மார்கள்; வாழ்வுச் சாதனங்களுக்கான செலவுகளுக்கு போதாத உத்தரவாதமற்ற கூலி வேலை செய்யும் அல்லது வேலை இல்லாத தொழிலாளர்கள்; ஓய்வூதிய வெட்டுகளால் பாதிக்கப்பட்டு தமது மருத்துவச் செலவுகளையும் பிற அடிப்படை செலவுகளையும் சமாளிக்க கூலி உழைப்பில் ஈடும்படி கட்டாயப்படுத்தப்பட்ட ஓய்வூ தியர்கள்; வேலையின்மையும் வறுமையும் தனிநபர் தோல்வியின் விளைவுகள் என்று அவற்றை ஆதரிக்கும் சொல்லாடல்களால் நசுக்கப் பட்ட ஆண்களும் பெண்களும். இந்த உணர்வில் பொதுவெளியை ஆக்கிரமிப்பது விடுவிப்பதாக இருந்தது. அது 'அமெரிக்க ஐக்கிய நாடுகள் கடன்காரர்களின் நாடு' என்பதை ஒட்டுமொத்த சமூகத்துக்கும் அம்பலப்படுத்தியது *(சிட்ரின், அசெலினி 2014:155)*. மனக்கொதிப்பு அரசியலாக்கப்பட்டு, தனிநபர் மீதான பழித்தல் மிதமிஞ்சியதும், மக்கள் 'அணி திரண்டு திருப்பித் தாக்க ஆரம்பித்தார்கள்' *(சிட்ரின், அசெலினி 2014:155)*.

மூன்று மாதங்கள் நடந்த பேரணிகளும், முற்றுகைகளும், பல்வகையான பொதுக் கூட்டங்களும், முகாம்களும் மாற்று வெளி ஒன்றை உருவாக்கின. முதலாளித்துவ உறவுகளின் பண்பாக இருக்கும் தனிநபர்வாத இயங்காற்றல் மறுதலித்து வந்த கூட்டுத்துவ உணர்வை மீட்டமைப்பதற்கு ஆக்கிரமிப்புகள் உதவின. அவற்றில் அனுபவமும் தனிப்பட்ட உறவாடலும் நிரம்பிய அனுபவ நேரத்தை சாத்தியப் படுத்தின. அன்றாட வாழ்வில் ஏற்கனவே இருக்கும் 'கம்யூனிசம்', வெளிப்படுவதாக கிரேபர் இந்த நேரத்தைக் குறிப்பிட்டார் *(2014: 390)*.

அது அன்பு, நட்பு, ஒற்றுமை, 'விஷயங்களை வேறுபட்ட வழியில் ஒழுங்கமைப்பதற்கான திறன்' ஆகியவற்றில் வெளிப்படுகிறது. கூட்டாக கட்டமைக்கப்பட்டு ஒழுங்கமைக்கப்பட்ட ஒரு இயக்கத்தில் பங்கெடுப்பதன் மூலம் தம்மைத்தாமே கண்டறியும் ஆண்களும் பெண்களும் பெற்ற அனுபவமாகும், இது. கிரேபரின் சொற்களில் *(2013:188)*, OWS-ன் வெற்றி அதன் கிடைமட்ட ஒழுங்கமைப்பு வடிவங்களின் வளர்ச்சியால் ஏற்பட்டது. அது நேரடி செயல்பாடு, பரஸ்பர உதவி, கூட்டுச் செயல்பாடுகள், 'முழுமையான சமமான பங்கேற்பு என்ற கொள்கை' ஆகியவற்றால் வழிநடத்தப்பட்டது. ஜனநாயக செயல் திட்டம் வளர்ச்சியடைந்தது.

ஆக்கிரமிப்பாளர்களும் பொதுவாக சமூகப் போராட்டங்களும் அவைக்குக் கொடுத்த முக்கியத்துவம் 'முடிவு-எடுப்பது' என்பதில் மட்டும் இல்லை. பிரதிநிதித்துவ ஜனநாயகத்தில் அவ்வாறுதான் உள்ளது. அது நடைமுறை நோக்கங்களுக்காக வாக்குகளை எண்ணும் கரணியத்தை அடிப்படையாகக் கொண்டது. மாறாக, பங்கேற்கும் அனைவரும் இணையக் கூடிய விவாத நிகழ்முறைக்கு அவர்கள் முக்கியத்துவம் கொடுத்தனர். அவை என்பது மாற்று அகநிலைகள் ஆதரிக்கப்படும், ஜனநாயக ஒத்தக் கருத்தையும் சமுதாயத்தையும் கட்டுவதை ஆதரிக்கும் சந்திக்கும் இடமும் நேரமுமாக முன்வைக் கப்பட்டது (வான் கெல்டர் 2011). ஆக்கிரமிப்புகளும், புரட்சிகர ஜனநாயகத்தை ஒழுங்கமைப்பின், செயல்பாட்டின், முடிவெடுப்பதன், விவாதிப்பதன் வடிவமாக மீட்டுருவாக்கியதும் சமூகத்தை புரட்சி கரமாக்குவதற்கு வழிவகுத்தது. 'நாங்கள் 99%' என்பது சமூகரீதியான துயரத்தின் உற்பத்திக்கும் குவித்தலுக்கும் மறுபக்கமாக செல்வத்தின் குவித்தலை நிராகரிக்கும் எல்லாப் போராட்டங்களின் முழக்கமாக மாறியது. கோரிக்கைகள், கட்சிகள் அல்லது பிரதிநிதிகள் இல்லாத போராட்டங்கள், உடனடியாகவோ, சிறிது காலம் சென்றோ உலகின் பல்வேறு பகுதிகளின் முக்கியமான சதுக்கங்களை ஆக்கிரமிப்பதில் ஈடுபட்டன.

ஆனால், மூன்று மாதங்களுக்குப் பிறகு பொருளாதார கட்டாயமும், அமைப்புரீதியாக பயன்படுத்தப்பட்ட வன்முறையும் சேர்ந்து, OWS-ஐ அரசியல் எதார்த்தவாதத்தை நோக்கி தீவிரமாக திருப்பின. அந்த மாதங்களில் செய்யப்பட்ட கூட்டுத்துவப் பணி நசுக்கப்பட்டது, அது இயக்கத்தின் உள்முரண்பாடுகளை தீவிரப்படுத்தியது. கடன் ரத்து செய்வதை மையமாகக் கொண்ட, விளக்கமான குறிப்பான கோரிக்கைகள் முன்வைக்கப்பட்டன. அதே நேரம் புரட்சியமயமாகும் போக்கு

ஜனநாயக கலாச்சாரத்தை கட்டமைப்பதை நோக்கி திருப்பி விடப் பட்டது. அப்படியானால், ஜனநாயகத்தைப் எப்படிப் புரிந்து கொள்வது?

II

1960-களிலும் 1970-களிலும் நடந்த நிகழ்வுகள்தான் ஜனநாயகத்தின் முதன்மைக்கு முக்கிய காரணமாக இருந்தன. போராட்டத்துக்கு மட்டுமின்றி, ஒட்டுமொத்த விமர்சன சிந்தனைக்கும் ஒரு புதிய சகாப்தத்தின் தொடக்கமாக இது இடதுசாரிகளுக்கு இருந்தது. அந்த நேரத்தில் நடந்த போராட்டங்கள் தொழில்மயமான நாடுகளில் நிலவிய ஒப்பீட்டளவிலான இணக்கத்தையும் சமூக அமைதியையும் இடைமறித்தன. தாராளவாதத்தால் ஆதரிக்கப்பட்ட சமூகநீதியின் உள்ளடக்கத்தை கேள்விக்குள்ளாக்கின (டே 2005). அதே நேரம், லத்தீன் அமெரிக்காவிலும் ஆப்பிரிக்காவிலும் தேசிய விடுதலைப் போராட்டங்களின் அலைகள் மூலதனத் திரட்டலை இனவாதம், காலனியவாதம், தந்தைவழி ஆணாதிக்கம் போன்றவற்றுடன் பின்னிப் பிணைக்கும் இழைகளை அம்பலப்படுத்தின. இயக்கங்களும், எதிர்ப்புகளும் சமூகப் போராட்டங்களும் இவ்வாறு வெடித்து வெளிப்பட்டது, வர்க்கப் போராட்டத்துக்குள்ளாக இருக்கும் மகத்தான சேர்ந்திசையை பிரதிபலித்தது.

மிகவும் வரம்புக்குட்பட்டதாக இருந்தாலும் நலவாழ்வுரரீதியான ஜனநாயகம் என்ற சிந்தனை மூலதனத்தை அச்சுறுத்தும் அளவுக்கு இருந்தது. அது செல்வ வினியோகத்தை அதிகரிப்பதையும் சமூக உரிமைகளை அங்கீகரிப்பதையும் கொண்டிருந்தது. இந்த ஜனநாயகம் ஒரு புரட்சிகர மாற்றி அமைத்தலுக்கான சாத்தியத்தை முன்வைத்தது. 'முன்பு சாத்தியமாக இருக்காதவற்றை சிந்திக்கவும் செய்யவும் சாத்தியமாக்கும்' வகையில் அதைச் செய்தது. (ஹாலவே 2019:224). ஜனநாயகம் என்ற கருத்தாக்கத்தினுள் மறைக்கப்பட்டிருந்த சுதந்திரம், சமத்துவம் என்ற கனவுலக உள்ளடக்கம் இப்போது எதார்த்த வாழ்வில் தொட்டுணரக் கூடியதானது. போராட்டங்கள் இந்த உள்ளடக்கத்தை அம்பலப்படுத்தி, முதலாளித்துவ சமூக உறவுகளை நெருக்ககடியில் தள்ளின. கீனிசிய கொள்கைகள் பகைநிலையை மட்டுப்படுத்துவதை நோக்கமாகக் கொண்டிருந்தன என்றால், அந்தக் காலகட்டத்தின் போராட்டங்கள் நிலைமை இனிமேலும் நீடிக்க முடியாது என்று காட்டின (ஹாலவே 2019:91). ஜனநாயகம் உருமாற்றப்பட்டு சுதந்திரம், சமத்துவம் என மாற்றப்பட்டது. அதாவது, முதலாளித்துவ சமூக உறவுகளின்

வடிவமாக ஜனநாயகம் என்பதில் உள்ள முரண்பாடுகளையே அது வெளிப்படுத்தியது.

அதே நேரத்தில், அந்தக் காலகட்டத்தின் சமூகக் கொந்தளிப்புகள் இடது-சாரி கோட்பாடாக்கத்தில் ஒரு பிளவை ஏற்படுத்தின. இந்த 'பகைநிலைகளின் பரந்த வீச்சை' விளக்க முயற்சிக்கும் வகையில் பெரும் எண்ணிக்கையிலான கோட்பாட்டு விளக்கங்களை இந்தப் போராட்டங்கள் தூண்டி விட்டன (டே 2005:69). அவை விமர்சன சிந்தனையின் பாரம்பரிய நியதிகளை, குறிப்பாக பாரம்பரிய மார்க்சிய நியதிகளை தாண்டிச் சென்றன. ஹார்ட், நெக்ரி ஆகியோரின் கருத்துப்படி, இந்தக் கோட்பாடுகள் பல பத்தாண்டுகளாக மிகவும் செல்வாக்கு கொண்டிருந்தன. அடையாளங்களின் வேறுபாடுகள் தொடர்பாகவும் அறுதியிடல் தொடர்பாகவும் அவை காட்டிய உணர்திறன் அதற்குக் காரணம். அவை அதுவரையில் நவீன கோட்பாட்டாக்கத்தால் புறக் கணிக்கப்பட்டிருந்தன. இடதுசாரியில் விமர்சன சிந்தனையில் ஏற்பட்ட நெருக்கடியை கடப்பதற்கான முயற்சியை பிரதிநிதித்துவப்படுத்தியதாலும் செல்வாக்கு பெற்றன. போராட்டங்கள் புரட்சிகரமாக்கப்பட்டன. அது 'உலகத்தில் ஒரு மாற்றத்துக்கான கதவைத் திறந்தன, முதலாளித்துவ எதிர்ப்புப் போராட்ட விதிகளில் ஒரு மாற்றத்தை ஏற்படுத்தின, முதலாளித்துவ எதிர்ப்புப் புரட்சி என்பதன் பொருளில் ஒரு மாற்றத்துக்கு வழி வகுத்தன' (ஹாலவே 2019:220).

லக்லவ், மவுஃபே (Laclau and Mouffe) ஆகியோரின் *ஹெஜிமனி அண்ட் சோசியலிஸ்ட் ஸ்ட்ரேடஜி* (Hegemony and Socialist Strategy) என்ற நூல் அப்போது ஏற்பட்டு கொண்டிருந்த மாற்றங்களை காட்டுவதாக உள்ளது.[1] மார்க்சியத்தில் எப்போதுமே வர்க்க ஒற்றுமை, திட்டம், 'புரட்சிக்கான' வரலாற்று 'அவசியம்' ஆகியவைதான் ஆதிக்கம் செலுத்தி வந்தன. அது பகைநிலைகளின் பல்வகைமையை மறைத்த ஒரு நிகழ் முறை. புரட்சி பற்றிய மேலாதிக்கரீதியான சித்திரத்தை தாக்கிய 1968ன் நிகழ்வுகளை விளக்குவதில் மார்க்சிய கருத்தினங்களின் ஒத்திசைவை அது பலவீனப்படுத்தியது. உண்மையில் இரண்டாம் அகிலம், மூன்றாம் அகிலம் காலத்திலிருந்தே சமூக இயக்கங்கள் என்று அழைக்கப் பட்டவற்றின் பன்முகத்தன்மை இருக்கிறது என்று இந்த நூலில் அவர்கள் வாதிடுகின்றனர் (2001:166). இந்த உணர்வில், *ஹெஜிமனி அண்ட் சோசியலிஸ்ட் ஸ்ட்ரேடஜி* நூல் அந்த நேரத்தில் நடந்து கொண்டிருந்த 'ஜனநாயகப் புரட்சியின்' அடிப்படையில் இடது-சாரி சிந்தனையை கோட்பாட்டுரீதியாகவும் அரசியல்ரீதியாகவும் மறு பரீசிலனை செய்வதற்கான அறைகூவலாக இருந்தது. லக்லவ் மற்றும்

மவுஃபே கருத்துப்படி, 'புதிய இடது' உருவானது ஒரு புரட்சிகரக் கோட்பாடாக மார்க்சியத்தில் ஒரு உடைப்பை ஏற்படுத்தியது:

> நாம் ஒரு பிந்தைய-மார்க்சிய தளத்தில் உள்ளோம் என்பதை இந்த இடத்தில் தெளிவாக்க வேண்டும். மார்க்சியம் விரித்துரைத்த அகநிலை மற்றும் வர்க்கங்கள் பற்றிய கருத்தாக்கத்தை இனிமேலும் பராமரிப்பது சாத்தியமில்லை. முதலாளித்துவ வளர்ச்சியின் வரலாற்றுப் பாதையைப் பற்றிய அதன் தொலை நோக்கையும் பராமரிக்க முடியாது, பகைநிலைகள் மறைந்து போன வெளிப்படையான சமூகமாக கம்யூனிசம் என்ற கருத்தாக் கத்தையும் பராமரிப்பது சாத்தியமில்லை. (லக்லவ், மவுஃபே 2001:4)

போராட்டங்களையும் முதலாளித்துவ சமூக உறவுகள் மீதான விமர்சனத்துக்கும் தூண்டுதலாக இருந்த கம்யூனிச கனவுலகத்தையும் கைவிடுவதுதான் இந்த முறிவின் அரசியல் பின்விளைவு; அதாவது வர்க்கங்கள் இல்லாத, அரசு இல்லாத சமூகத்தைப் பற்றி சிந்திப்பதன் சாத்தியம் கைவிடப்பட்டது. புரட்சிகர மற்றும் பல்வகையான ஜனநாயகம் தொழிலாளி வர்க்கத்துக்கும் பொருளாதார நிர்ணயவாதத் துக்கும் மார்க்சியம் வழங்கும் 'இருப்பினவகை மையத்தை' தீவிரமாக நிராகரித்தது என்று லக்லவ் மற்றும் மவுஃபே (2001:2) வாதிட்டனர். இதன் மூலம், சமூக பகைநிலைகளை அங்கீகரிப்பதற்கான புள்ளியாக அரசியல் துறைக்கு மையமான வகிபாகம் வழங்கப்பட்டது. தீவிரமான பன்முக ஜனநாயகம் 'பழமைவாதத்தின் ஒரு கனவுலகம்' என்று கான்வே மற்றும் சிங் சுட்டிக் காட்டியதில் வியப்பில்லை. அதாவது, தற்கால எதார்த்தத்துடனே தன்னை இணைத்துக் கொள்ளும் கனவுலகத்துக்கான திட்டம் அது. அது தற்காலத்தை புரட்சி கரமாக்குவது அல்லது முழுமையாக்குவது என்பதிலிருந்து தனது கனவுலக பரிமாணத்தை பெற்றுக் கொள்கிறது' (2011:692) என்று அவர்கள் வாதிட்டனர். எலன் மெய்க்சின்ஸ் வுட் (2000:1-2)-ஐப் பொறுத்தவரையில் 'பிந்தைய-மார்க்சியத்தின்' புதிய இடது என்பது முதலாளித்துவத்தை அழிப்பதை நோக்கிச் செல்லவில்லை, மாறாக அதற்குள்ளாக தனக்கு ஒரு இடத்தை உருவாக்கிக் கொள்கிறது.

இடதுசாரியில் இந்த கோட்பாட்டு நகர்வை, உலக அளவில் உற்பத்தி உறவுகள் மறுஒழுங்கமைக்கப்படுவதுடன் தொடர்புடையதாக, ஜனநாயகத்தின் எல்லா உள்ளடக்கத்தையும் அகற்றி விடும் வலதுசாரி தாக்குதல்களுடன் தொடர்புடையதாக, சோசலிசத்தின் வீழ்ச்சியோடு தொடர்புடையதாக புரிந்து கொண்டாலும் விளைவு என்னவோ ஒன்றுதான்: முதலாளித்துவத்தை அழிப்பதற்கான தேவை இன்னும் தள்ளிப்

போடப்படுகிறது. பல பத்தாண்டுகளாக போராட்டத்தின் மையத்தில் இருந்த வர்க்கப் போராட்டம், கம்யூனிசம் ஆகியவையும், மூலதனம் என்பது கூட படிப்படியாக அகற்றப்பட்டன. அவற்றின் இடத்தில் முக்கிய நோக்கமாக ஜனநாயகம் வைக்கப்படுகிறது. மூலதனத்தின் மீதான விமர்சனம் உலகமயமாக்கல், நவ-தாராளவாதம் அல்லது பொருளாதாரம் நிதிமயமாக்கப்படுவது மீதான விமர்சனமாக கரைந்து போகிறது.[3] ஆனால், மூலதனத்தை எந்த வகையிலும் தொடர்புப்படுத்தாத முதலாளித்துவ எதிர்ப்பு என்னவாக இருக்க முடியும்?

III

இந்த கோட்பாட்டு நகர்வு இன்னும் தன் இடத்தை தக்க வைத்துக் கொண்டுள்ளது, அது குறிப்பிட்ட எழுத்தாளர்களின் முக்கியமான ஆய்வுகளால் வலுப்படுத்தப்படுகிறது. முதலாளித்துவத்திலிருந்து வேறுபட்ட வேறொரு அமைப்பு வடிவத்தை முன்மொழியும் ஜனநாயகம் என்ற கருத்தாக்கத்தை கட்டமைப்பதில் அவர்கள் முக்கிய பங்களிப்பு செய்தனர். இந்த விளக்கங்கள் போராட்டங்களில் இருந்து அறிவை பெறுவதற்கான அக்கறையின் மீது கவனம் செலுத்தினாலும், அவற்றுக்கு அடித்தளமாக உள்ள பிரச்சினைக் களங்களை நாம் புறக்கணிக்க முடியாது. அதாவது, (எதார்த்தமான, புரட்சிகரமான, நேரடியான, உண்மையான, இன்னபிற) ஜனநாயகத்தை ஒரு புதிய திட்டவட்டமான கனவுலகமாக நேர்மறையாக்கும் இயக்கம் பார்வை எல்லையை மட்டுப்படுத்தி, விடுவிக்கும் நோக்குநிலையை அகற்றிவிடுகிறது.

பொதுவெளிகளை ஆக்கிரமிப்பது அல்லது பொதுநிலத்தையும் நீரையும் விலைபொருளாக்குவதற்கு எதிரான போராட்டங்கள் போன்ற அனுபவங்கள் தற்காலத்தில் விடுவிப்புக்கான முன்உருக்கொடுக்கும் கூறுகளாக முன்வைக்கப்படுகின்றன. சியாட்டிலில் நடந்த உலக-மயமாக்கல் எதிர்ப்பு இயக்கத்திலும் கிரேக்கத்திலும் ஓக்சாகாவிலும் (Oaxaca) [மெக்சிகோவின் தென்மேற்கில் உள்ள மாநிலம்] நடந்த கிளர்ச்சிகளிலும் தொடங்கி, அரபு வசந்தம், வால்வீதி ஆக்கிரமிப்பு வரை விடுவித்தல் தொடர்பாக பரந்து விரிந்த சாத்தியங்களும் கேள்விகளும் உருவெடுத்துள்ளன. அவை ஒழுங்குபடுத்தலின் முதலாளித்துவ வடிவத்துக்கு மாற்றாக ஜனநாயகம் என்ற கருத்தாக்கத்தின் வளர்ச்சிக்கு பங்களித்தன. இதுதான், கடந்த 30 ஆண்டுகளாக, குறிப்பாக ஜபதிஸ்தா எழுச்சிக்குப் பிறகு, நடந்து வருகிறது. ஜபதிஸ்தா எழுச்சி உலகமெங்கிலும் முதலாளித்துவ எதிர்ப்புப் போராட்டங்களையும் எதிர்ப்புகளையும் கொண்ட புதிய அலையை தூண்டியது. எல்லாமே தோற்றுப் போனது

போல தோன்றிய நிலையில் புரட்சிகரமான மாற்றங்களை நோக்கிய உந்துதல் இருப்பதை வெளிப்படுத்தியது. இந்தப் போராட்ட அலைகள் பிரதிநிதித்துவ ஜனநாயகத்துக்கு எதிரான பொதுவான அதிருப்திக்கும் வன்முறை இயல்பாக்கப்படுவதற்கும், அன்றாட வாழ்க்கை எதார்த்தத்துக்கும் சமூக உறவுகள் மாய்மாலமாக்கப் படுவதற்கும் எதிரான வெளிப்பாடாக இருந்தன. அதே நேரம், இந்தப் போராட்டங்கள், விடுதலை என்பதை ஜனநாயகத்துடன் சமப்படுத்தும் முரண்பாட்டுக் குள்ளாக சிறைப்பட்டிருந்தன.

பொருளாதார நெருக்கடியும் பொது வெளிகளை ஆக்கிரமிப்பதன் மூலம் போராடுவது என்ற விடையும் முதலாளித்துவ செயல்பாடுகள் பற்றியும் முரண்பாடுகள் பற்றியும் விவாதத்தைத் தூண்டின. 'பாரம்பரிய இடதுசாரி வட்டங்களுக்கு வெளியே கூட, முதலாளித்துவத்தின் அழிவுத்தன்மையிலான விளைவுகள் பற்றிய விவாதங்கள் நடக்கின்றன' என்கிறார் ஹெய்ன்ரிஹ் [2012:7]. எனினும், இந்த விவாதங்களுக்கு ஒரு அடிப்படை வரம்பு உள்ளது. 'முதலாளித்துவத்தின் "நிலைப்புரு வின்மை" என்ற கருத்துநிலை முதலாளித்துவ ஊடகங்களில் எளிதாக நுழைவது மூலதனத்துக்கே குறிப்பானதாக உள்ள எல்லாவற்றையும் ஒதுக்கிய பிறகுதான்' என்று கிளினிகல் வெஸ்ட்மன் (2012) சுட்டிக் காட்டுகிறார். மார்ட்டின் வுல்ஃப் (2014), ஜோசப் ஸ்டிக்ளிட்ஸ் (2010, 2011), DiEM25-ஐ தயாரித்தவர்கள் ஆகியோரின் ஆய்வுகள், அவர்களது வேறுபட்ட நோக்குநிலைகளையும் தாண்டி மூலதனத்தின் தர்க்கத்தை சாதுவாக்கிவிட முடியும் என்ற ஒரே முடிவை வந்தடைந்தன. மூலதனத்தை அதன் சொந்த தர்க்கத்துக்குள்ளாக விட்டு விட்டால் அது சமூக இழையமைப்பு மீட்கமுடியாதபடி அழிவதற்கு இட்டுச் செல்லும் என்று வாதிடப்பட்டது,[4] ஆனால், நேரடி அல்லது சுற்றடி நோக்கம் முதலாளித்துவத்தை அதனிடமிருந்தே காப்பாற்றுவதுதான். இந்தச் சொற்போரின் முக்கியமான நோக்கம், மூலதன பாய்ச்சல்களை ஒழுங்குபடுத்துவதை நியாயப்படுத்தும் 'கோட்பாட்டுக் கருவிகளை' வழங்குவதுதான். அல்லது சந்தைகள் நிதிமயமாவதன் மீது கட்டுப் பாடுகளை விதிக்கும் ஜனநாயக பொறியமைவுகளை உருவாக்குவதுதான்.

இதைக் குறிப்பிட்ட பிறகு, இந்த விவாதத்தில் கிரேபரின் (Graeber) பங்களிப்பு முக்கியமானது என்பதை சொல்ல வேண்டும். கடன் பற்றிய அவரது நூலின் தாக்கத்தால் மட்டுமோ அல்லது OWS-ல் அவரது பங்கேற்பால் மட்டுமோ அது முக்கியமானது இல்லை. போராட்டங் களில் அரசமறுப்புவாதத்துக்கும் மார்க்சியத்துக்கும் இடையிலான வேறுபடுத்தல் மேன்மேலும் தெளிவின்றி ஆகிறது என்பது சமீபத்திய

சொற்போர்களின் ஒரு பண்பாக இருந்தது என்பதால் கிரேபர் பொருத்தப்பாடு உடையவராகிறார்.⁵ கிரேபரின் டெட்: *த ஃபர்ஸ்ட் 5,000 இயர்ஸ்* (Debt: The First 5,000 Years) (2004), கடன்படுதலும் பணமும் கருத்தாக்கரீதியாக மாற்றமடைந்தது பற்றிய முழுமையான வரலாற்று பகுப்பாய்வை வழங்குகிறது. அது சமூக உறவுகள் பற்றிய நிர்ணய வாதத்தை மாயநீக்கம் செய்கிறது. அது, இந்தக் கருத்தாக்கங்கள் பற்றிய மாற்று வரலாறு. இந்த நூலில், உலக வரலாற்றை ஆதிக்கத்தின் சகடங்கள் மாறி மாறி வரும் தொடர்வரிசையாக கிரேபர் விவரிக்கிறார். அதாவது கடன்கொடுத்தல், கடன்படுதல் ஆகியவற்றை அடிப்படையாகக் கொண்ட இருத்தலின் சமூக நிலைகளாக வரலாற்றை அவர் விளக்குகிறார். அதில் சமூக உடைப்பை தடுப்பதற்கான பொறியமைவு களின் மூலம், குறிப்பாக காலவட்ட முறையில் நடக்கும் கடன்படுதல் திருவிழாக்கள் மூலம் நம்பிக்கை, கௌரவம் போன்ற உறவுகளை மறுசேர்க்கை செய்வது அமைந்துள்ளது. வரலாற்றின் இந்த சகட ரீதியிலான இயக்கத்தை முதலாளித்துவத்தின் தோற்றம் புரட்சிகரமாக மாற்றியமைத்தது. அதனை முடிவிலி வளர்ச்சிக்கான அமைப்பாகவும், சமூக உறவுகளை பொருளாதார பரிமாணங்களுக்கு கீழ்ப்படுத்துவதாகவும் கிரேபர் புரிந்து கொள்கிறார். 2008 பொருளாதாரத் தகர்வும், அதைத் தொடர்ந்த வங்கிகளுக்கான நிதிமீட்புத் திட்டங்களும் கிரேபரின் கருதுகோளை உறுதி செய்தன. அது OWS-டன் தொடர்ச்சியான உரையாடலின் தொடக்கமாக அமைந்தது.

இந்த நூல், மரபுவழி மார்க்சியத்தில் ஆதிக்கம் செலுத்திய இரண்டு மையமான கருத்துருக்களான புரட்சி, கம்யூனிசம் ஆகியவற்றின் மீதான விமர்சனமாகவும் இருந்தது. சமூக உறவுகளின் புதிய மொத்தமாக கம்யூனிசத்தை புரிந்து கொள்வதற்கு மாறாக, அன்றாட வாழ்வில் 'ஏற்கனவே நிலவும் கம்யூனிசத்தை' கிரேபர் வெளிப் படுத்துகிறார். அது அன்பு, நட்பு, ஒருமைப்பாடு போன்ற உறவுகளில் தெரிவிக்கப் படுகிறது. வாழ்வையும் அன்பையும் குடும்பத்தோடும் நண்பர்களோடும் கொண்டாடுவதுதான் 2008 நிதித்துறை நெருக்கடிக்கு இட்டுச் சென்றது என்று கிரேபர் இறுதியில் முன்மொழிகிறார். அதாவது, முதலாளித் துவத்தின் நெருக்கடி, மறுக்கப்படும்-நிலையின்-வடிவத்தில் இருந்தாலும் (பார்க்கவும் குன் 1992) ஏற்கனவே இருக்கும் கம்யூனிசத்தின் சீர்குலைக்கும் சாத்தியத்தோடு இணைக்கப்பட்டுள்ளது. எதார்த்தத்தின் இந்த பரிமாணம் குற்றத்தன்மையாக்கப்பட்டு, கடன்படுதல் என்பது ஊதாரித்தனம், இன்பநாட்டம் ஆகியவற்றின் அடையாளமாக சித்தரிக்கப் படுகிறது (கிரேபர் 2014). வேறு சொற்களில், முதலாளித்துவ சமூக உறவுகளில் உள்ளார்ந்துள்ள பகைநிலையில் ஒரு சாத்தியம் உள்ளது

என்று கிரேபரின் வாசிப்பு முன்மொழிகிறது. அதனால்தான், பொருளாதார நெருக்கடியின் சமத்துவமின்மைகள், விளைவுகள் ஆகியவற்றுக்கு எதிரான போராட்டம் என்பதைத் தாண்டி, வால்வீதி ஆக்கிரமிப்பு இயக்கத்தை மதிப்பைத் திரட்டுவதை அடிப்படையாகக் கொண்ட சமூகத்தை நிராகரிப்பதாக நாம் புரிந்து கொள்ள வேண்டும்.

கடன்படுதல், பணம் ஆகியவை பற்றிய கிரேபரின் மாற்று வரலாற்றில் உள்ள முக்கிய பிரச்சினைகளில் ஒன்று, உழைப்பு மதிப்புக் கோட்பாட்டை பரிசீலிப்பதற்கு அவர் ஆர்வம் காட்டாததுதான். முதலாளித்துவத்துக்கும் கடன் அடிமைத்தனத்துக்கும் இடையே அவர் செய்யும் ஒப்பீடு, அவர் பகுத்தாராயும் வேறு எந்த வகை சமூகமும் அறிந்திராத சமூக ஒழுங்கமைப்பின் வடிவமாக முதலாளித்துவம் உள்ளது என்ற மெய்ம்மையை புறக்கணிக்கிறது. சமூக உறவுகளை பொருளாதார பரிமாணங்களாக சாரப்படுத்துவதை அவர் மறுப்பது, முதலாளித்துவ பொருளுற்பத்தி முறையின் குறிப்பான தன்மையையும் பணம், கடன் ஆகியவற்றுடன் அதன் உறவையும் பகுத்தாராய்வதில் அக்கறையின்மையாக முடிகிறது. சமூக உறவுகளை அவற்றின் பொருளாதார பரிமாணமாக குறுக்க முடியாது என்றாலும், முதலாளித்துவ உற்பத்தி முறை ஆதிக்கம் செலுத்தும் சமூகம் மதிப்பின் விரிவாக்கத்தை அடிப்படையாகக் கொண்டுள்ளது என்ற மெய்ம்மையை நாம் புறக்கணிக்க முடியாது. மதிப்பு என்ற கருத்தினத்தை, அரசியல் பொருளாதாரம் மீதான விமர்சன பகுப்பாய்வு இன்னும் கைவிட்டு விடாத ஒரு மாயை என்று கிரேபர் குறுக்கும் பத்திகளில் இந்த அக்கறையின்மை தெளிவாகிறது (பார்க்கவும் கிளினிகல் வேஸ்ட்மன் 2012). மதிப்புக் கோட்பாட்டை ஒரு மாயை என்று வலியுறுத்துவது மதிப்பை உருவாக்குவது என்ன, அந்த மாயையின் உண்மையான விளைவுகள் என்ன, அதை நாம் ஏன் தொடர்ந்து மீட்டுருவாக்குகிறோம் போன்ற முக்கியமான கேள்விகளை ஒதுக்கி விடுகிறது. அது அரைகுறை விமர்சன பகுப்பாய்வாகிறது: அது சுவரை சுரண்டுகிறது, அதனை உடைப்பதில்லை.[6] கடன் திருவிழாக்களும் ஜனநாயகத்தை நேர் மறையாக்குவதும் - சதுக்க எழுச்சிகளை ஏற்றுக் கொண்டாலும் - மூலதனத்தை ஒழுங்குபடுத்தி கட்டுப்படுத்த முயற்சிக்கும் விளக்கங்கள் கால்கொண்டுள்ள பிரச்சினைக்களத்தை மீண்டும் உருவாக்குகின்றன. கடன்களை ஒழித்துக் கட்டுவது, ‘போப்பாண்டவர் இல்லாமல் கத்தோலிக்க நெறியை நிலைநாட்ட முயல்வதே’ (மார்க்ஸ், Marx 1990: 181, fn. 4) [மூலதனம் முதல் பாகம், பக்கம் 127, அடிக்குறிப்பு 148]. மீண்டும் நம்முன் அதே கேள்வி எழுகிறது: ஜனநாயகத்தில் என்னதான் உள்ளது?

IV

2007-8 பொருளாதார நெருக்கடி கோடிக்கணக்கான மக்களை வேலையின்மைக்குள்ளும் வக்கற்ற நிலைக்குள்ளும் தள்ளியது என்றாலும், பெயரளவு மூலதனம் நிதித்துறை சரிவுக்கு முந்தைய காலகட்டத்தில் இருந்ததை விட இன்று இன்னும் வேகமாக வளர்கிறது. இதை விட இன்னும் தீவிரமான நெருக்கடி வருகிறது என்று நிறைய பேசப்படுகிறது, ஆனால் அது எப்போது எங்கு தாக்கும் என்று யாருக்கும் தெரியவில்லை. இருந்தாலும், இந்த அச்சுறுத்தலும் நம்பிக்கை மற்றும் மாற்றம் என்ற முழக்கத்தை முன் வைத்த அரசாங்கங்கள் ஏற்படுத்திய ஏமாற்றமும் மிகவும் பிற்போக்கான சக்திகளை உலகெங்கும் வளர்த்து விட்டுள்ளன. பிரேசிலில் போல்சனாரோ, அர்ஜென்டினாவில் மாக்ரி, அமெரிக்க ஐக்கிய நாடுகளில் டிரம்ப், ஐக்கிய முடியரசில் (UK) பிரெக்சிட் [ஐரோப்பிய ஒன்றியத்தில் இருந்து பிரிட்டன் வெளியேறுவது-மொ.பெ.] பற்றிய விவாதம், ஐரோப்பாவில் தீவிர வலதுசாரிகளின் எழுச்சி ஆகியவை இந்த பிற்போக்கு சக்திகளில் அடங்கும். விடுவித்தல் பற்றிய பல எழுத்துக்களுக்கு உந்துதலாக இருந்த போராட்ட குணத்தின் சிந்தனைகள் தேங்கிப் போயுள்ளன. இதனால்தான், கடந்த முப்பது ஆண்டுகளில் இடதுசாரியில் எத்தகைய விவாதங்கள் நடந்தன என்பதை பகுத்தாய்வதற்கு நாம் சிறிது நேரம் செலவிட வேண்டும். போராட்டத்தின் இலக்காக ஜனநாயகம் என்பது மேல்நிலை பெற்றிருப்பது, மூலதனத்துக்கு எதிரான விமர்சனத்தை அகற்றி விடுகிறது, விடுவிக்கும் நோக்குநிலை இல்லாமல் போகிறது.

இந்த உணர்வில், அரசியல் கடப்பாட்டுக்கும் எந்தக் கருத்தினங்கள் மூலமாக எதார்த்தத்தை நாம் பகுத்தாராய்கிறோமோ அவற்றை விமர்சனரீதியாக பரிசீலிப்பதன் தேவைக்கும் இடையிலான போலி இருமனநிலையின் மூலமாக நமது பரிசோதனைகளுக்குள்ளாக உள்ள முரண்பாடுகள் பற்றிய பகுப்பாய்வை மதிப்பிடும் போக்கு உள்ளது. இந்த அத்தியாயத்தில், இந்தப் பிரச்சினையை ஜனநாயகம் என்ற கருத்தாக்கம் மூலமாகவும் OWS என்ற எடுத்துக்காட்டு மூலமாகவும் அணுக முயற்சித்துள்ளேன். ஜனநாயகத்துக்கான போராட்டங்களுக்குள்ளாக உருவான ஒரு சில சொற்போர்கள் (எதார்த்தமான, நேரடி, புரட்சிகரமான, உண்மை வகைகள் உள்ளிட்டு) அரசு ஜனநாயகத்தின் தனிச்சிறப்பாக உள்ள பிரதிநிதித்துவம் என்ற கருத்துநிலையிலிருந்து முறித்துக் கொள்வதன் மீது கவனம் செலுத்துகின்றன.[7] வெளியை ஆக்கிரமிப்பது, சமூகத்தை புரட்சிகரமாக்குவது, ஒழுங்கமைத்தல், செயல்பாடு, முடிவெடுத்தல், அரசுக்கு எதிரான விவாதம் ஆகியவற்றின்

வடிவமாக புரட்சிகர ஜனநாயகத்தை மீட்டெடுப்பது ஆகியவை கருத்தைக் கவர்கின்றன என்றாலும், மூலதனத்தை பகுத்தாராய்வதற்கான அவசிய தேவை ஒருபோதும் உணரப்படவில்லை அல்லது, அது நவ-தாராளவாதம், பொருளாதாரம் நிதிமயமாதல் ஆகிவற்றின் மீதான விமர்சனமாக குறுக்கப்பட்டது. இதுதான் OWS பற்றிய கிரேபரின் விளக்கத்தில் நடந்தது.

நமது பரிசோதனைகளை நேர்க்காட்சிவாதமாக்குவதாக ஜனநாயகம் மீண்டும் முக்கியத்துவம் பெறுவது, மூலதனத்தின் விரிவாக்கத்தை அடிப்படையாகக் கொண்டிராத சமூகத்தை உருவாக்கும் சாத்தியத்தை ஒழித்துக் கட்டி விடுகிறது. நேர்க்காட்சிவாதமாக்கும் இந்த இயக்கம் முதலாளித்துவ ஒழுங்கமைப்பு முறைபாட்டுடனான எல்லா உறவுகளி லிருந்தும் ஜனநாயகத்தை பிரித்து விடுகிறது, அதன் முரண்பாடுகளை பகுத்தாய்வதை முடக்கி விடுகிறது. அதாவது, அது ஜனநாயகம் என்ற தூய கருத்தினத்தை உருவாக்குகிறது, விடுவிக்கும் நோக்குநிலை இல்லாமல் போவதே அதன் முக்கியமான அரசியல் விளைவு. முதலாளித்துவ எதிர்ப்புப் போராட்டங்களை விளக்குவதற்கு முயற்சிக்கும் பிற கருத்தாக்கங்களிலும் இதுவே நடக்கிறது. கடந்த ஆண்டுகளில் ஃபெதரிச்சி (Federici), ஹார்ட், நெக்ரி போன்ற ஆய்வாளர்களின் கவனத்தை ஈர்த்த *தன்னாட்சி* (autonomy), *பொதுவெளி* (commons) ஆகிய கருத்தாக்கங்களை நான் குறிப்பாக சுட்டுகிறேன்.[8] புரட்சிகர ஜனநாயகத்துக்கும் தன்னாட்சி மற்றும் பொதுவெளி பற்றிய கோட்பாடுகளுக்கும் இடையேயான வேறுபாடுகளை புரிந்து கொள்வது எனக்கு பல நேரங்களில் சிரமமாக உள்ளது. பெரும்பாலான நேரங்களில் அவற்றை ஒன்றின் இடத்தில் இன்னொன்றை பயன் படுத்தலாம் என்று தோன்றுகிறது, அவை விடுவிப்புக்கான தூய கருத்தினங்கள் அல்லது தூய மாதிரிகள் என்ற உணர்வில் அப்படி உள்ளன. புரட்சி என்ற கருத்துருவில் ஏற்பட்ட நெருக்கடியில் இருந்து இந்த கருத்தாக்க விளக்கங்கள் தோன்றின, அவை போராட்டங்களின் அனுபவத்தில் இருந்து அறிவை உருவாக்குவதில் அக்கறை காட்டுகின்றன என்பதை அங்கீகரிக்கும் அதே நேரம், நான் ஏற்கனவே குறிப்பிட்டது போல அவற்றின் மையத்தில் பிரச்சினைக்களமான முரண்பாடுகள் இன்னும் உள்ளன என்று நான் கருதுகிறேன்.

அரசியலும் பொருளாதாரமும் பிரிக்கப்படுவது சரக்குகளின் மாய்மாலத்தின் ஒரு விளைவு. இந்த முதலாளித்துவ எதிர்ப்பு இயக்கங்கள் இந்த பிரித்தலை உடைக்கின்றன உடைக்க ஆரம்பிக்கின்றன என்பது சாத்தியமே. ஆனால், புரட்சிகர ஜனநாயகம் (மக்களின் ஆட்சி) என்ற

அடிப்படையிலான சிந்தனை, வர்க்கப் போராட்டம் என்ற பதம் செய்தது போல மூலதனத்தைப் பற்றிய விமர்சனமாக இருப்பதில் தெளிவில்லை.[9] அது அப்படி இருக்கலாம். ஆனால், கடந்த முப்பது ஆண்டுகளில் நாம் கண்ணுற்றது போல ஜனநாயகம் என்பது முதலாளித்துவ உறவுகள் தம்மை தெரிவித்துக் கொள்ளும் வடிவமாக உள்ளது என்பதுதான் உண்மையாக இருக்க வாய்ப்புள்ளது;[10] ஜபதிஸ் தாக்களின் சொற்களில் சுரண்டப்படுபவர்களும் சுரண்டுபவர்களும் ஒன்றாக தோன்றும் வடிவம் அது, ஆனால் அப்படி இல்லை. ஜனநாயகம் வழங்கும் சமத்துவம் என்பது சமத்துவமின்மையின் சாரமாக்கல். 'ஜனநாயகம் என்பது மக்களின் ஆட்சி என்று சொல்கின்றனர், ஆனால் முதலாளித்துவத்தில் மக்கள் என்று யாரும் இல்லை, வர்க்கங்கள் மட்டுமே உள்ளன' (பான்னெகுக் 1969: 136). கிடைமட்டத்தன்மை மற்றும் எதிர்ப்புத்தன்மை ஆகியவற்றின் அனுபவங்களுக்கு ஒளியூட்டும் விடுவித்தலுக்கான உந்துதல், ஜனநாயகத்திலிருந்து விடுவித்தலை நோக்கிய நேர்கோட்டுப் பாதையை காட்டவில்லை. முதலாளித்துவ உற்பத்தி ஆதிக்கம் செலுத்தும் இந்தச் சமூகத்தின் வர்க்கப் பிரிவினைகள் பற்றிய விமர்சனத்துக்கு ஜனநாயகம் எந்த அளவுக்கு பங்களிக்கிறது? அது அவ்வாறு பங்களிக்கவில்லை என்றால், அது எந்த அளவுக்கு 'சுரண்டுபவர்களும் சுரண்டப்படுபவர்களும் வக்கிரமாக சேர்ந்து வாழ்வதை' நிரந்தரமாக்குகிறது? புரட்சிகர ஜனநாயகத்தை வர்க்கப் போராட்டத்தின் ஒரு வடிவமாக சிந்திக்க முடியுமா? விடுவிக்கப்பட்ட சமூகம் ஒன்றைப் பற்றி சிந்திப்பது என்பது ஜனநாயகத்தைத் தாண்டி வர்க்கமற்ற சமூகத்தைப் பற்றி சிந்திப்பதாகும்.

நூல் பட்டியல்

போரோன் ஏ *(2000)*, *ஃபாலயிங் மினர்வாஸ் அவ்ல்: த மார்கெட் எகெய்ன்ஸ்ட் டெமாக்ரசி அட் எண்ட்-ஆஃப்-செஞ்சுரி கேபிடலிசம்* (Boron, A. (2000) - *Tras el Búho de Minerva. Mercado contra democracia en el capitalismo de fin de siglo* (*Following Minerva's Owl: The Market Against Democracy at End-of-the-Century Capitalism*), Buenos Aires: Fondo de Cultura Económica.

போரோன் ஏ *(2001)*, 'த ஜங்கிள் அண்ட் த போலிஸ்: கொஷ்யன்ஸ் ஆன் த பொலிடிகல் தியரி ஆஃப் ஜபதிஸ்மோ', *ரெவிஸ்டா சியபாஸ் 12* (Borón, A. (2001) 'La Selva y la Polis, Interrogantes en torno a la teoría política del zapatismo' ('The Jungle and the Polis: Questions on the Political Theory of Zapatismo'), *Revista Chiapas 12*), ERA-IIEc, Mexico.

கிளினிகல் வேஸ்ட்மன் *(2012)*, 'நோ இன்ட்ரஸ்ட் பட் த இன்ட்ரஸ்ட் ஆஃப் ப்ரீதிங்' *ம்யூட்* (Clinical Wasteman (2012) - ('No Interest But the Interest of Breathing', *Mute* 3(3)), www.metamute.org/editorial/articles/no-interest-interest-breathing.

கான்வே ஜே, சிங் ஜே *(2011)*, 'ரேடிக்கல் டெமாக்ரசி இன் க்ளோபல் பெர்ஸ்பெக்டிவ்: நோட்ஸ் ஃப்ரம் த ப்ளூடிவெர்ஸ்', *தர்ட் வேர்ல்ட் குவார்ட்டர்லி* (Conway, J. and Singh, J. (2011) 'Radical Democracy in Global Perspective: Notesfrom the Pluriverse', *Third World Quarterly*) 32(4): 689-706.

டே ஆர் *(20015), கிராம்சி இஸ் டெட்: அனார்கிஸ்ட் கரன்ட்ஸ் இன் த நியூயெஸ்ட் சோசியல் மூவ்மென்ட்ஸ்* (Day, R. (2005) Gramsci is Dead: Anarchist Currents in the Newest Social Movements), London: Pluto Press.

டெமாக்ரசி இன் யூரோப் மூவ்மென்ட் 2025 (*Democracy in Europe Movement 2025*), DiEM-25, https://diem25.org/manifiesto.

கோன்சாலஸ் க்ருஸ் ஈ *(2018) ஃப்ரம் ரெவல்யூஷன் டு டெமாக்ரசி* (González Cruz, E. (2018) *De la Revolución a la Democracia* (*From Revolution to Democracy*)), ICSyH 'Alfonso Vélez Pliego', Puebla, Mexico.

க்ரேபர் டி *(2013), த டெமாக்ரசி ப்ராஜக்ட்: எ ஹிஸ்டரி, அ க்ரைசிஸ், எ மூவ்மென்ட்* (Graeber, D. (2013) *Somos el 99%. Una historia, una crisis, un movimiento* (The Demcoracy Project: A History, a Crisis, a Movement)), Madrid: Capitán Swing Libros.

க்ரேபர் டி *(2014) டெட்: த ஃபர்ஸ்ட் 5000 இயர்ஸ்* (Graeber, D. (2014) Debt: The First 5,000 Years), New York: Melville House.

க்ரோல்லியோஸ், வி *(2017) நெகடிவிடி அண்ட் டெமாக்ரசி: மார்க்சியம் அண்ட் த கிரிடிகல் தியரி டிரெடிஷன்* (Grollios, V. (2017) *Negativity and Democracy: Marxism and the Critical Theory Tradition*, New York: Routledge).

குன் ஆர் *(1992)*, 'வரலாற்றுப் பொருள்முதல்வாதத்துக்கு எதிராக- முதல்நிலை சொல்லாடலாக மார்க்சியம்', (Gunn, R. (1992) 'Against Historical Materialism: Marxism as First-Order Discourse'), வெர்னர் போன் ஃபெல்ட், ரிச்சர்ட் குன், காஸ்மாஸ் சைக்கோபீடிஸ் *(தொகுப்பாளர்கள்), திறந்தநிலை மார்க்சியம் II* (W. Bonefeld, R. Gunn and K. Psychopedis (eds), *Open Marxism 2*, London: Pluto Press).

குன் ஆர் *(2017)*, 'ஆன் ஓப்பன் மார்க்சியம்', இன்டர்நேஷனல் கொலீஜியம் *'25* இயர்ஸ் ஆஃப் ஓப்பன் மார்க்சியம்: ரிஃப்ளக்.ஷன்ஸ் ஆன் கிரிடிகல் தியரி அண்ட் ரெவல்யூஷனரி பிராக்சிஸ்'-ல் வழங்கப்பட்ட பேருரை (Gunn, R. (2017) 'On Open Marxism', Lecture given at the International Colloquium '25 Years of Open Marxism: Reflections on Critical Theory and Revolutionary Praxis'), Benemérita Universidad Autónoma de Puebla, Mexico, 16-20 October.

ஹார்ட் எம், நெக்ரி எ *(2000), எம்பயர்* (Hardt, M. and Negri, A. (2000) *Empire*), Cambridge, MA: Harvard University Press.

ஹார்ட் எம், நெக்ரி எ *(2004), மல்டிட்யூட்: வார் அண்ட் டெமாக்ரசி இன் தி ஏஜ் ஆஃப் எம்பயர்* (Hardt, M. and Negri, A. (2004) *Multitude: War and Democracy in the Age of Empire*), New York: Penguin.

ஹார்ட் எம், நெக்ரி எ *(2009), காமன்வெல்த்* (Hardt, M. and Negri, A. (2009) *Commonwealth*), Cambridge, MA: Harvard University Press.

ஹெய்ன்ரிஷ் எம், *அன் இன்ட்ரொடக்ஷன் டு த த்ரீ வால்யூம்ஸ் ஆஃப் கார்ல் மார்க்சஸ் கேபிடல்* (Heinrich, M. (2012) *An Introduction to the Three Volumes of Karl Marx's Capital*), New York: Monthly Review Press.

ஹாலவே ஜே *(2002), சேஞ்ச் த வேர்ல்ட் விதவுட் டேக்கிங் பவர்: த மீனிங் ஆஃப் ரெவல்யூஷன் டுடே* (Holloway, J. (2002) *Change the World Without Taking Power: The Meaning of Revolution Today*, London: Pluto Press).

ஹாலவே ஜே *(2010), கிராக் கேபிடலிசம்,* (Holloway, J. (2010) Crack Capitalism), London: Pluto Press.

ஹாலவே ஜே *(2019), வீ ஆர் த கிரைசிஸ் ஆஃப் கேபிடல்* (Holloway, J. (2019) *We are the Crisis of Capital*), San Francisco: PM Press.

லக்லவ் ஈ, மௌஃபெ சி *(2001), ஹெஜிமோனி அண்ட் சோசியலிஸ்ட் ஸ்ட்ரேடஜி : டுவேர்ட்ஸ் எ ரேடிக்கல் டெமாக்ரடிக் பாலிடிக்ஸ்* (Laclau, E. and Mouffe, C. (2001) *Hegemony and Socialist Strategy: Towards a Radical Democratic Politics*), London: Verso.

கார்ல் மார்க்ஸ் *(1990), மூலதனம் முதல் பாகம்* (Marx, K. (1990) *Capital*, Vol. 1, London: Penguin).

மெய்க்சின்ஸ் வுட் ஈ *(2000), டெமாக்ரசி எகெய்ன்ஸ்ட் கேபிடலிசம்: ரின்யூவிங் ஹிஸ்டாரிகல் மெடீரியலிசம்* (Meiksins Wood, E. (2000) *Democracy Against Capitalism: Renewing Historical Materialism*), Cambridge: Cambridge University Press.

பன்னேகுக் ஏ *(1969), போல்ஷ்விசம் அண்ட் டெமாக்ரசி* (Pannekoek, A. (1969) 'Bolchevisme et democratie' (*Bolshevism and Democracy*)), in S. Bricianier (ed.), *Pannekoek et les Conseils Ouvriers* (*Pannekoek and the Workers' Councils*), Paris: EDI.

ரோஸ் கே *(2015), கம்யூனல் லக்சுரி : த பொலிடிகல் இமேஜினரி ஆஃப் த பாரிஸ் கம்யூன்* (Ross, K. (2015) *Communal Luxury: The Political Imaginary of the Paris Commune*), London: Verso.

ஷ்ராகர் லங் ஏ, லங்/லெவிட்ஸ்கி டி *(தொகுப்பாசிரியர்கள்) (2012) ட்ரீமிங் இன் பப்ளிக்: பில்டிங் தி ஆக்யுபை மூமென்ட்* (Schrager Lang, A. and Lang/Levitsky D. (eds) (2012) *Dreaming in Public: Building the Occupy Movement*), Oxford: New Internationalist.

சிட்ரின் எம், அசெலினி டி *(2014), தே கான்ட் ரெப்ரசன்ட் அஸ்! ரீஇன்வென்டிங் டெமாக்ரசி ஃப்ரம் கிரீஸ் டு ஆக்யுபை* (Sitrin, M. and Azzelini, D. (2014) *They Can't Represent Us! Reinventing Democracy from Greece to Occupy*), London: Verso.

ஸ்டிக்ளிஸ் ஜே *(2010), ஃப்ரீஃபால்: அமெரிக்கா, ஃப்ரீ மார்க்கெட்ஸ் அண்ட் த சிங்கிங் ஆஃப் த வேர்ல்ட் எகானமி* (Stiglitz, J. (2010) *Freefall: America, Free Markets, and the Sinking of the World Economy*), New York: W. W. Norton & Company.

ஸ்டிக்ளிஸ் ஜே *(2011), 'ஆஃப் த 1%, பை த 1%, ஃபார் த 1%', வேனிடி ஃபெயர்* (Stiglitz, J. (2011) 'Of the 1%, By the 1%, For the 1%', *Vanity Fair*), www.vanityfair.com/news/2011/05/top-one-percent-201105.

சப் காலியானோ, கம்யூனிகே சப் மோசீஸ் அண்ட் சப் காலியானோ (Sub Galeano (2018) 'Comunicado Palabras del Sub Moisés y el Sub Galeano' (Comunique Sub Mosies and Sub Galeano)) *Clausura del Encuentro de Redes de Apoyo al #CIG y su Vocera*, en El Caracol de Morelia, Chiapas, 5 August.

வான் கெல்டர் எஸ் ஆர் *(தொகுப்பு) (2011), திஸ் சேஞ்சஸ் எவ்ரிதிங்: ஆக்யுபை வால் ஸ்ட்ரீட் அண்ட் த 995 மூவ்மென்ட்* (van Gelder, S. R. (ed.) (2011) *This Changes Everything: Occupy Wall Street and the 99% Movement*), San Francisco: Berrett-Koehler Publishers.

வுல்ஃப் எம் *(2014), த ஷிஃப்ட்ஸ் அண்ட் த ஷாக்ஸ்: வாட் வி ஹேவ் லேர்ன்ட் - எண்ட் ஹேவ் ஸ்டில் டு லேர்ன் - ஃப்ரம் த ஃபைனான்சியல் கிரைசிஸ்* (Wolf, M. (2014) *The Shifts and the Shocks: What We've Learned - And Have Still to Learn - from the Financial Crisis*), New York: Penguin.

குறிப்புகள்

1. இந்த அத்தியாயத்தில் எனது முனைவர் பட்ட ஆய்வுரையின் முக்கியக் கருத்துக்கள் இடம் பெறுகின்றன (கோன்சாலஸ் க்ரூஸ் 2018). இந்தப் பிரதியின் வரைவு பதிப்பை விபரமாக வாசித்ததற்கும், கருத்துக்களை கூறியதற்கும் விமர்சனம் செய்ததற்கும் அனா சி டீனர்ஸ்டெய்ன், ஜான் ஹாலவே, பனகியோடிஸ் டவுலோஸ் ஆகியோருக்கு நன்றி.

2. இந்தப் புத்தகம் வெளியானது, அரசு பற்றியும் போராட்டங்களுடன் அதன் உறவு குறித்தும் லத்தீன் அமெரிக்காவில் வலுவான ஒரு விவாதத்தைத் தொடங்கியது. (பார்க்கவும் - போரோன் - 2000, 2001). எனினும், பிற்காலத்தில், அர்ஜென்டினாவில் நெஸ்ட்ர் கிர்ஷ்னரின் அரசாங்கத்தை (2003-7) லக்லவ் ஆதரித்தார்.

3. ஃபோர்டிசம் என்ற கருத்தினம் தினசரி செயல்பாடு ஒழுங்குபடுத்தப்பட்ட வழியை, பெருவீத உற்பத்தி, ஒப்பீட்டளவில் உயர் கூலிகள், மக்கள்நல அரசு மூலம் ஒழுங்குபடுத்துவதன் மீது கவனத்தை திருப்புவதற்கு ஃபோர்டிசம் உதவியது என்று ஹாலவே வாதிடுகிறார். இதற்கு மாறாக, நிதிமயமாக்கல் என்ற கருத்தினம் தொழிலாளர்கள் நிலைமை மோசமாவது, மக்கள்நல அரசு இல்லாமை, பெயரளவு மூலதனத்தின் விரிவாக்கம் ஆகியவற்றையே பெரும்பாலும் குறிக்கிறது. இந்தக் கருத்தினங்கள் பகுப்பாய்வு கருவிகளாக இருக்கும் அதே நேரம், முதலாளித்துவத்தை 'ஒழுங்காற்றல் முறைபாடுகளின் தொடர்வரிசையாக... மீட்டுருவாக்கங்களின் தொடர்வரிசையாக அல்லது தொகுப்புரைகளின் தொடர்வரிசையாக அல்லது முடிவுகளின் தொடர்வரிசையாக' பிரிக்கும்படி நமக்கு அழைப்பு விடுக்கின்றன. அதாவது, அவை முதலாளித்துவத்தை இயல்பானதாக்கி, அதன் நெருக்கடி எங்கு உள்ளது என்பது பற்றிய புரிதலை தவிர்க்கின்றன. (ஹாலவே - 2019: 221).

4. சமூக இழையமைப்பு என்று எதைக் குறிப்பிடுகிறார்கள்? அது முதலாளித்துவ உறவுகளாக மட்டுமே இருக்க முடியும்.

5. பாரிஸ் கம்யூனில் அரசமறுப்புவாதிகளுக்கும் கம்யூனிஸ்டுகளுக்கும் இடையேயான ஒற்றுமை குலைந்தது பற்றி, பார்க்கவும் ரோஸ் 2015. இந்தப் பிரிவினை தொடர்ந்து பராமரிக்கப்படுவது முதலாளித்துவ எதிர்ப்பு போராட்டத்திற்கு சாவுமணி அடிக்கும் விளைவுகளைக் கொண்டிருந்தது.

6. வெடிப்புகளைப் பற்றியும் அவற்றின் தாக்கங்களைப் பற்றியும், பார்க்கவும் ஹாலவே 2010.

7. இது குறித்து, பார்க்கவும் கிரேபர் 2013.

8. ஹார்ட்டும் நெக்ரியும் கூட்டாக எழுதிய படைப்பை நினைவுபடுத்திக் கொள்வோம். அதில், பெருந்திரள் மக்களின் கூட்டுத்துவ சித்தத்தை ஒழுங்குபடுத்தும் முறைபாடு தான் ஜனநாயகம் என்று அவர்கள் முடிவு செய்கின்றன. அல்லது கடந்த ஆண்டுகளில் சில்வியா ஃபெதரிச்சியும் மற்றவர்களும் தமது ஆய்வுப் பணியை செய்த பொதுவெளி (commons) என்ற பதிப்பை நினைவுபடுத்துவோம். ஃபெதரிச்சியில், குறிப்பாக, முதலாளித்துவ சமூக உறவுகளின் தனிப்பண்பாக உள்ள தனிநபர் வாதத்தாலேயோ, அல்லது சுயநலத்தை கரணியமாக தேடுவதாலோ ஆதிக்கம் செலுத்தப்படாத உலகத்தை நினைவூட்டும் பொதுவெளி என்ற கருத்தாக்கத்தை நாம் காண்கிறோம்; அதாவது, கூட்டுறவு, பரஸ்பர அக்கறை, உள்ளடக்கிய ஜனநாயகம் ஆகியவற்றில் கால் கொண்டுள்ள கிடைநிலை உறவுகளை அடிப்படையாகக் கொண்ட உலகம்.

9. எதிர்மறைத்தன்மைக்கும் ஜனநாயகத்துக்கும் இடையிலான உறவைக் குறிப்பிடும் வசீலிஸ் க்ரோலியோஸ் (2017) அல்லது ரிச்சர்ட் குன் (2017) போன்றவர்களுடைய பிரதிகள் முக்கியமான பங்களிப்புகள் என்று நான் கருதுகிறேன். ஆனால், அவற்றைப் பற்றிய மேலும் ஆழமான பரிசீலனைக்கு இங்கு இடம் இல்லை.

10. இன்னும் அதிகமான பழமைவாத மற்றும் தாராளவாத கோட்பாட்டாளர்கள் பொருளாதாரம் நிதிமயமாதலில் உள்ள அபாயங்களை அல்லது இன்னும் குறிப்பாக மதிப்பின் தர்க்கம் பொதுவாக்கப்படுவதன் அபாயங்களை உணர்ந்துள்ளனர். இந்த உணர்வில், சமூக இழையமைப்பை பாதுகாப்பதற்காக ஜனநாயகத்துக்கு புத்துயிர் கொடுக்கவும், பொதுவெளிகளை மதிக்கவும் அவர்கள் போராடுகின்றனர். மார்ட்டின் வுல்ஃப் (2014) போன்ற கோட்பாட்டாளர்கள், உதாரணமாக, குறிப்பிட்ட அளவுக்கு செல்வ வினியோகத்தையும், முதலாளித்துவத்தின் நிலைத்தன்மையை உறுதி செய்வதற்கு சமூகத்தின் பார்வையில் சட்ட சம்மதமாக்கப்படுவதற்கான ஜனநாயகத்தையும் முக்கியமானதாக ஏற்றுக் கொள்கின்றனர்.

11. தொடர்வண்டி

ஜான் ஹாலவே

இருளைக் கிழித்துக் கொண்டு இன்னும் வேகமாக இன்னும் வேகமாக தொடர்வண்டி ஓடிக் கொண்டிருக்கிறது.[1] அது எங்கே போகிறது? வதை முகாம்களை நோக்கியா? அல்லது அணுஆயுதப் போரை நோக்கியா? அல்லது புவி வெப்பமயமாதல் மூலமும் சுற்றுச் சூழல் பேரழிவு மூலமும் அழித்தொழிக்கப்படுதலை நோக்கியா? அருகி ஒழிவதை நோக்கியா?

நம்மில் சிலர், நமது பேராசிரியர் பதவிகளில் அல்லது மாணவர் நிதிநல்கைகளைப் பெற்று வசதியாக உட்கார்ந்திருக்கிறோம். நாம் தொடர்வண்டிக்கு உள்ளே இருப்பதை மட்டும்தான் பார்க்கிறோம், இருக்கைகளை மேம்படுத்துவதைப் பற்றி சிந்திக்கிறோம், வண்டி எங்கே போகிறது என்று கேட்பதில்லை. பெட்டிகளில் அலங்கரிப் புகளை மேம்படுத்துவதற்கான நிறுவனங்களில் நாம் வசிக்கிறோம்: இந்த நிறுவனங்களின் பெயர் பல்கலைக்கழகங்கள்.

மற்றவர்கள் அவ்வளவு வசதியாக இல்லை என்று நமக்குத் தெரியும். அது ஒரு இடக்கரடக்கல்: எதார்த்தத்தில் அவர்கள் ஒவ்வொருவராக தொடர்வண்டியின் இழுபொறியான எஞ்சின் உலைக்குள் எறியப்பட்டு, எரிந்து போகின்றனர். வண்டியை முன் நோக்கி செலுத்துவதற்கான ஆற்றலை மனிதபலி வழங்குகிறது. தொடர் வண்டியின் வேகம் அதிகரிக்கிறது, மேலும் மேலும் மனிதபலிகளால் அதற்கு இரைபோடப்படுகிறது. மனித வாழ்க்கை தொடர்வண்டியின் கட்டாயங்களுக்கு கீழ்ப்படுத்தப்படுவது தொடர்ந்து தீவிரமடைகிறது.

ஆனால், சலசலப்பு உள்ளது. ஒப்பீட்டளவில் வசதியாக இருக்கும் நமக்குக் கூட எல்லாம் சரியாக இல்லை என்று தெரிகிறது. நமது இருக்கைகள் மேன்மேலும் வசதி குறைவாக ஆவதை உணர்கிறோம், நாமும் தொடர்வண்டியின் எரிபொருளின் ஒரு பகுதிதான் என்று புரிந்து கொள்கிறோம், தொடர்வண்டியை மேன்மேலும் வேகமாக இழுத்துச் செல்லும் இழுபொறியின் கொதிகலன் எல்லாவற்றையும் விழுங்கி விடக் கூடியது என புரிந்து கொள்கிறோம்.

'இங்கிருந்து எப்படி வெளியேறுவது? வண்டியை எப்படி நிறுத்துவது அல்லது அதன் திசையை எப்படி மாற்றுவது?' என்று

சிந்திக்க ஆரம்பிக்கிறோம். இழுபொறி கட்டுப்பாட்டு அறையை கைப் பற்றுகிறோம், ஆனால் அதனால் எதுவும் மாறப் போவதில்லை, எந்த ஓட்டுனரையும் விட இழுபொறி சக்தி வாய்ந்ததாக உள்ளது. மனித உயிர் இவ்வளவு கொடூரமாக அழிக்கப்படுவதை எப்படி தடுத்து நிறுத்துவது? ஒட்டுமொத்த அழித்தொழிப்பு என்ற இறுதி இலக்கை அடைவதற்கு முன்னர் தொடர்வண்டியை நிறுத்துவது எப்படி? அவசரநிலை தடுப்பான் (brake) எங்கே?

நாம் போராட்டங்களையும், கிளர்ச்சிகளையும் புரட்சிகளைக் கூட ஒழுங்கமைக்கிறோம். வண்டி போகும் திசைக்கு எதிர்த்திசையில் நடக்கிறோம், அது தொடர்வண்டி முன்நோக்கி பாய்வதை பாதிக்கும் என்று எதிர்பார்க்கிறோம். பெட்டிகளுக்குள், நமது வாழ்க்கையை இணக்கமாக, படிநிலை இல்லாத அடிப்படையில் நடத்துவதற்கான வெளிகளை உருவாக்குகிறோம். பெட்டியின் ஒரு பக்கத்தில் இருந்து இன்னொரு பக்கத்துக்கு விரைகிறோம், அப்படியாவது தொடர்வண்டி தடம் புரண்டு விடாதா என்று எதிர்பார்க்கிறோம்.

நமது எதிர்ப்புகளை கண்டு கொள்ளாமல் தொடர்வண்டி அழிவின் இருண்ட இரவுக்குள் விரைந்தோடுகிறது. இல்லை: முழுதும் கண்டு கொள்ளாமல் இல்லை. சில நேரங்களில் அதன் வேகம் குறைகிறது, சில நேரங்களில் அது தடுமாறுகிறது, அது நின்று விடக் கூடும் என்று கூட நாம் நினைக்கிறோம். ஆனால் ஒவ்வொரு முறையும் புதிய வலு பெற்று முன்நோக்கி விரைகிறது. ரசியப் புரட்சி, சீனப் புரட்சி, வியட்நாம் புரட்சி, கியூபப் புரட்சி, 1970-களில் ஆப்பிரிக்காவிலும் லத்தீன் அமெரிக்காவிலும் எழுச்சிகளும் புரட்சிகளும், ஜபதிஸ்தாக்கள், உலகமயமாக்கலுக்கான மாற்று இயக்கங்கள், ஆக்கிரமிப்பு இயக்கம்- இவை அனைத்தையும் தாண்டி தொடர்வண்டி அச்சமூட்டும் அழிவு சக்தியுடன் விரைந்து கொண்டிருக்கிறது. தொடர்வண்டியின் ஒரு பக்கத்தில் கொட்டை எழுத்துக்களில் பெயர் எழுதப்பட்டிருப்பதை பார்க்கிறோம்: **மூலதனம் திரட்டு, மூலதனம் திரட்டு, மோசே கொண்டு வந்த கட்டளைகளும் தீர்க்கதரிசிகள் கூறிச் சென்றவையும் இதுதான்!** [மூலதனம் முதல் பாகம், பக்கம் - 799 - மொ.பெ.] இதுதான் உலகத்தை ஆளும் கொள்கை என்று நமக்குத் தெரியும். மார்க்சின் காலத்தில் இருந்தது போலவே இன்றும் அது உலகை ஆளுகிறது, ஒருவேளை இன்னும் அதிகமாக ஆளுகிறது.

தொடர்வண்டி என்ற பொருண்மை இன்னும் வலுவாகிறது, தொடர்வண்டியின் இயங்காற்றல் காரணமாக அதை நிறுத்துவது கடினமாகிறது, அதை நிறுத்துவது பற்றி சிந்திப்பது கூட கடினமாகிறது.

தொடர்வண்டியை ஆய்வு செய்து அதன் வெவ்வேறு பகுதிகள் எப்படி ஒன்றிணைந்துள்ளன என்று பார்க்கிறோம், ஒரு பகுதியை இன்னொரு பகுதியில் இருந்து எவ்வாறு தருவிக்கலாம் என்று பார்க்கிறோம், அதனை துளித்துளியாக உடைத்துப் பிரிப்பது சாத்தியமற்று இருக்கும் வகையில் வடிவங்களின் இறுக்கமான பிணைப்பு எப்படி உள்ளது என்று பார்க்கிறோம். தொடர்வண்டியின் அச்சமூட்டும் விசை அதன் மொத்தத்தில் உள்ளது, ஒட்டுமொத்த அமைப்பில் உள்ளது. இங்கு ஒரு தர்க்கம் உள்ளது, மூலதனத்தின் தர்க்கம். அதன் மையத்தில் மதிப்பை கட்டுவிக்கும் சாரமான உழைப்பு உள்ளது, அது பணத்திலிருந்து பிரிக்க முடியாதது, அது மூலதனத்துக்கு இட்டுச் செல்கிறது, மூலதனமோ உழைப்புச் சுரண்டல் மூலம் கட்டுவிக்கப்படுகிறது, இப்படியே போகிறது: இறுக்கமாக பின்னப்பட்ட சமூக உறவுகளின் வடிவங்களின் மொத்தம், அது உபரி-மதிப்புக்கான மூலதனத்தின் அசுரப் பசியால் இயக்கப்படுகிறது. [*மூலதனம் முதல் பாகம், பக்கம் 330* - மொ.பெ].

நமது நிலைமையை புரிந்து கொள்ள, நாம் சிறைப்பட்டுள்ள அச்சமூட்டும் இயங்காற்றலைப் புரிந்து கொள்ள மூலதனம் என்ற கருத்தாக்கம் முக்கியமானது. இந்த உணர்வில், இந்த நூலில் மரியோ ஷேபல், ஹேரி பிட் ஆகியோரின் அத்தியாயங்களில் விவாதிக்கப்படும் மார்க்சின் மறுவாசிப்பு (New Reading of Marx) என்று அழைக்கப்படுவது முக்கியமானது. பக்ஹவுஸ், ரெய்ஷெல்ட், போஸ்டோன், ஹெய்ன்ரிஷ், குர்ட்ஸ், க்ரிசிஸ் முதலானோரின் ஆய்வுகள் முக்கியமானவை. இழு பொறியின் இயக்கத்தையும் தண்டவாளங்கள் எங்கு செல்கின்றன என்பதையும் புரிந்து கொள்ள அவை உதவுகின்றன. மூலதனம் என்ற கருத்தாக்கத்தை நாம் விட்டு விட்டால், நமது தற்போதைய இக்கட்டின் சமூக இயங்காற்றலையும் அவசரநிலையையும் பற்றிய எல்லா புரிதலையும் நாம் இழந்து விடுவோம். அனைத்தையும் விழுங்கி விடும் இயங்காற்றலைக் கொண்ட மூலதனத்தின் இடத்தில், 'சாம்ராஜ்யம்', '1 சதவீதம்', 'அநீதி', 'நவ-தாராளவாதம்' போன்ற தெளிவற்ற கருத்தாக்கங்கள் வைக்கப்படுகின்றன, அப்படியானால், எடித் கோன்சாலஸ் தனது அத்தியாயத்தில் பகுத்தாய்வது போல இதற்கான தீர்வு உண்மையான ஜனநாயகத்தை இன்னும் அதிகப்படுத்துவதுதான். இன்னும் மனித உரிமைகள், இன்னும் அதிக ஜனநாயகம், இன்னும் சமமான வருவாய் வினியோகம் எல்லாம் பெட்டிகளை இன்னும் வசதியாக ஆக்க முக்கியமாக இருக்கலாம். ஆனால், அவை தொடர் வண்டியை நிறுத்த சிறிதளவே பயன்படும் அல்லது பயன்படவே போவதில்லை. அதை விட முக்கியமாக, மூலதனம், புரட்சி போன்ற கருத்தாக்கங்களை கைவிடுவது, அல்லது ஒதுக்க வேண்டியதாகக்

கருதுவது தொடர் வண்டிக்கு அப்பாற்பட்ட ஒரு உலகத்தைப் பற்றி சிந்திப்பதை இன்னும் சிரமமானதாக்குகிறது. தொடர்வண்டியின் பெயர் மூலதனம், அதன் கொள்கை மூலதனத்தைத் திரட்டு! மூலதனத்தைத் திரட்டு!

அப்படியானால் மூலதனம் என்ற கருத்தாக்கம் மிக முக்கியமானது. ஆனால், இங்கு ஒரு பிரச்சினை உள்ளது. (மூலதன-தர்க்கவியலாளர்களையும், மார்க்சின் மறுவாசிப்பாளர்களையும் - New Reading of Marx - போல) மூலதனம் என்பதை ஆதிக்க வடிவம் என்று மட்டும் குறுக்கிப் புரிந்து கொண்டால், 'நாம் தொடர்வண்டியை விட்டு வெளியேற வேண்டும், ஒரு புரட்சி வேண்டும்' என்ற முடிவுக்கு நாம் வருகிறோம். 'ஆமா, ஆமா, ஆமா' என்று உற்சாகமாக முழங்குகிறோம், ஆனால் பின்னர், 'கேள்வி அது இல்லை, வெளியேற வேண்டும் என்று எங்களுக்குத் தெரியும், எப்படி என்பதுதான் கேள்வி' என்று நாம் மேலும் கேட்கிறோம்.

வண்டியை நிறுத்துவது எப்படி என்று நமக்குத் தெரியாது, கதவுகளைத் திறந்து வெளியில் குதிப்பது எப்படி என்று கூட நமக்குத் தெரியவில்லை. இந்த சவாலை கையிலெடுப்பதற்கான புரட்சிகரக் கட்சி எதுவும் இல்லை. புரட்சிகரக் கட்சிகளிடம்தான் இதற்கான தீர்வு உள்ளது என்று அவற்றின் அனுபவத்தில் இருந்து உறுதியாகவில்லை. அப்படியானால், எப்படி, எப்படி, எப்படி!?! தொடர்வண்டிக்குள் சிறைபட்டுள்ள முனைப்புகளின் பரிதாபகரமான அவஸ்தைகள் இன்னும் அதிகமாகின்றன. நாம் சீறுகிறோம்.

II

'நமது சீற்றம்' என்பது ஒரு அகநிலை திருப்புப் புள்ளி. அது முனைப்பின் முதன்மையை நிறுவுகிறது, முனைப்பு ஆள்கிறது என்ற உணர்வில் இல்லை, மாறாக, நமது சிந்தனையின் தொடக்கப் புள்ளியாக முனைப்பு உள்ளது என்ற உணர்வில். அல்ஃபோன்சோ கார்சியா வேலா தனது அத்தியாயத்தில் சொல்வது போல (சரியாக, விமர்சனபூர்வமாக இருந்தாலும்), 'இந்த நோக்குநிலையில் இருந்து பார்க்கும் போது முனைப்புதான் கோட்பாட்டு நோக்குநிலையின் மையப்புள்ளியில் உள்ளது, விடுவிப்பு குறித்து சிந்திப்பதற்கான தொடக்கப் புள்ளியாக உள்ளது'.

ஆனால், நமது முனைப்பு தூய முனைப்பு இல்லை. அவர் தொடர் வண்டிக்கு உள்ளே இருக்கிறார் என்பது அவரது தொலைநோக்குப் பார்வையையும், அவரது கருத்துருக்களையும், செயல்பாட்டுக்கான

சாத்தியம் பற்றிய அவரது கருத்தாக்கத்தையும், ஊடுருவியுள்ளது. பொருண்மை முனைப்புக்குள் ஊடுருவியுள்ளது. பொருண்மை முனைப்பை முடமாக்கி அவரை முனைப்பற்றதாக்கி விடுகிறது. எனினும் இது ஒருபோதும் முழுமையாக நடப்பதில்லை. இதை நான் எழுதுகிறேன் என்ற மெய்ம்மை, நீங்கள் வாசிக்கிறீர்கள் என்ற மெய்ம்மை, உலகத்தில் மூலதனத் திரட்டலின் சாகடிக்கும் இயங்காற்றலை எதிர்த்த போராட்டங்கள் நிரம்பியுள்ளன, உலகத்தை மாற்றியமைப்பது குறித்த கனவுகளால் உலகம் நிரம்பியுள்ளது என்ற மெய்ம்மை, அவை அனைத்தும் தொடர்வண்டிக்கும் பயணிகளான நமக்கும் இடையே பொருத்தமின்மை உள்ளது என்று தெரிவிக்கின்றன. நமது குறிக்கோள்களிலும் நமது செயல்பாடுகளிலும் நாம் தொடர்வண்டியின் தாளங்களைத் தாண்டி உடைத்துச் செல்கிறோம். வேறு சொற்களில், தொடர்வண்டிக்கும் அதற்குள் வாழும் நமக்கும் இடையே ஒருமையின்மை உள்ளது, மூலதனத் திரட்டலின் புறநிலை சக்திக்கும் நாம் அதில் அக நிலையாக பொருந்தாமல் இருப்பதற்கும் இடையே ஒருமையின்மை உள்ளது.

இருந்தாலும், நமக்கும் தொடர்வண்டிக்கும் இடையேயான இந்த உறவு, சேதமான முனைப்புக்கும் அச்சமூட்டும் பொருண்மைக்கும் இடையேயான உறவு. அது நிலையானது இல்லை. அதுதான் இன்றைய உலகத்தில் மிகவும் அச்சுறுத்துகிறது. தொடர்வண்டி வேகம் பிடிக்கிறது, இன்னும் விசையை திரட்டிக் கொள்கிறது: சில நேரங்களில் அது அழைக்கப்படுவது போல நவ-தாராளவாதம் என்று அதைக் குறிப்பிடலாம். அல்லது சக்ராரியோ அன்டா-வின் இதை விட பயனுள்ள பதமாகிய 'இறுதிநிலை மூலதனத் திரட்டல்' (terminal accumulation) என்பதைப் பயன்படுத்தலாம். இது முனைப்பின் மீது இரண்டு தாக்கங்களைக் கொண்டுள்ளது: தொடர்வண்டி நமது மனங்களுக்குள்ளும், சிந்தனைகளுக்குள்ளும் மேலும் மேலும் ஆழமாக ஊடுருவுகிறது. நம்மை மேன்மேலும் ஆழமாக சேதப்படுத்துகிறது; அது மேன்மேலும் உரத்த சீற்றத்தை நம்மிடம் தோற்றுவிக்கிறது. கையறுநிலையின் சீற்றம். அது எவ்வளவுதான் சிதைந்திருந்தாலும் நம்மை மீண்டும் முனைப்பை நோக்கித் தள்ளுகிறது. நான் வசிக்கும் இடத்தில் இருந்து சிறிது தொலைவில் உள்ள மத்திய அமெரிக்க புலம்பெயர்பவர்களின் முகாம்களின் நீண்ட பயணம் அமெரிக்க ஐக்கிய நாடுகளின் எல்லையை நோக்கி வடக்கே பயணிக்கிறது. அங்கு அவர்கள் முனைப்பாக-வேறு வழியின்றி-அபத்தமாக, பொருண்மையான எல்லைச் சுவரின் மீது நேரடியாக மோதிக் கொள்கின்றனர். சில நேரங்களில் தமது குழந்தைகளுடன் ஐந்து மீட்டர் உயரமான தடுப்பு வேலிகளில் ஏறி மறு பக்கத்தில் கீழே விழுகின்றனர்.

அடோர்னோவைக் குறிப்பிட்டு 'ஆதிக்கத்தின் உறவுகள் எவ்வளவுக்கு எவ்வளவு முகமற்றும் அந்நியமாகவும் உள்ளனவோ அந்த அளவுக்கு தனது சொந்த முக்கியத்துவத்தை உணர முடியாதிருப்பது முனைப்புக்கு தாங்க முடியாததாகிறது' என்று சொல்லும் போது அல்ஃபோன்சோ கார்சியா சரியாகவே சொல்கிறார். எனவே, சிந்தனை உயர் அக நிலையை நோக்கி செலுத்துகிறது. அதே நேரம், முனைப்பின் வேறு வழியிலான சுய-முன்நிறுத்தல் சுய-பரிசீலனைக்கு தடை போடுகிறது. பொதுமைப்படுத்தி சொன்னால், கோட்பாட்டாக்கத்தில் அகநிலைத் தன்மையும் உலகம் திட்டவட்டமாக்கப்படுவதும் தொடர்புடையவை'.

சரி, ஆனால் வேறு என்னதான் செய்வது? முதலாளித்துவ ஆதிக்கத்தின் சுமை எவ்வளவு திகைப்புறச் செய்கிறதோ அவ்வளவுக்கு நாம் அந்த மத்திய அமெரிக்க புலம்பெயர்ந்தவர்கள் போல ஆகிறோம். நம்மையே நாம் முனைப்பாக-வேறுவழியின்றி-அபத்தமாக பொருண்மையான தடுப்புவேலிகளின் மீது மோதிக் கொள்கிறோம். ஒருவேளை இப்போது செய்வதற்கு வேறு எதுவும் இல்லாமல் போயிருக்கலாம். நிலைமையே நம்மை இன்னும் கருத்துமுதல்வாதிகளாக, இன்னும் அகநிலைவாதிகளாக இருக்கும்படி தள்ளுகிறது.

அல்ஃபோன்சோவும் மரியோ ஷேபலும் இருவருமே, சிறிது வேறுபட்ட வழிகளில், 'பொருண்மையின் முதன்மை'யை காண மறுப்பதாக நமது அணுகுமுறையை விமர்சிக்கின்றனர். அடோர்னோ தனது நெகடிவ் டயலெக்டிசின் முன்னுரையில் வைத்துள்ள அழகான, புதிரான கருத்தை மேற்கோள் காட்டி தங்களது வாதத்தை இருவரும் வலுப்படுத்துகின்றனர். அந்தக் கருத்துப்படி, அவரது குறிக்கோள், 'அகநிலை முனைப்பின் வலிமையை பயன்படுத்தி கட்டுவிக்கும் அகநிலை என்ற போலிவாதத்தை உடைப்பது' என்கிறார். மரியோ முந்தைய ஒரு ஆய்வில் (2018), இந்தச் சீற்றத்தில் மார்க்சின் எதிரொலிப்பை இல்லாமல், ஹெகலின் எதிரொலிப்பைக் கூட இல்லாமல், ஃபிக்டேவின் எதிரொலிப்பையும் இளம் ஷெல்லிங்-ன் எதிரொலிப்பையும் பார்க்கிறார்.

அவர்களது வாதங்களுக்கு பதிலளிக்கும் வகையில் 'பொருண்மை', 'புறநிலை' பற்றிய இரண்டு அர்த்தங்களை வேறுபடுத்திப் பார்ப்பது முக்கியமானது.

பொருண்மை என்பதன் முதல் பொருள் இயற்கை பொருள். இந்த உணர்வில், பொருண்மையின் முதன்மையை அங்கீகரிப்பது என்பது மனிதச் செயல்பாட்டிற்கு உள்ள இயற்கை வரம்புகளை மதிப்பது,

மனிதர்களை இயற்கை நிலைமைகளின் மொத்தத்தின் ஒரு பகுதியாக மட்டுமே ஏற்றுக் கொள்வது. அவர்கள் இயற்கை நிலைமைகளில் தொடர்ந்து தலையிடுகின்றனர், ஆனால் அவற்றை அவர்கள் கட்டுப் படுத்துவதில்லை. அப்படியானால், கருத்தாக்கமற்றது என்பது மானுட கட்டுப்பாட்டுக்கு அப்பால் செல்வது, மானுட புரிதலுக்கே அப்பால் இருப்பது. இந்த வழியில் புரிந்த கொள்ளும் போது பொருண்மையின் முதன்மை என்பது மானுடமையவாதத்துக்கு ஒரு முக்கியமான எதிர்மருந்து.

ஆனால், பொருண்மை பற்றிய இரண்டாவது மிகவும் தனித்து நிற்கக் கூடிய புரிதல் உள்ளது. அதன்படி, பொருண்மை என்பது சமூக உறவுகளின் மொத்தத்தன்மையே. அது சமூகரீதியில் கட்டுவிக்கப்பட்ட பொருண்மை, அதை கட்டுவிப்பதற்கு இட்டுச் செல்லும் விசை சில நேரங்களில் ‘இரண்டாம் இயற்கை’ என்று குறிப்பிடப்படுகிறது. ‘பொருண்மை’யின் இரண்டு அர்த்தங்களுக்கு இடையேயான இந்த வேறுபடுத்தல், ஃப்ராய்டின் எதார்த்த கொள்கையைப் பற்றி விவாதிக்கும் போது, எந்த ஒரு சமூக கட்டுவிப்புக்கும் அப்பாற்பட்டும் பொருந்தக் கூடிய எதார்த்தத்துக்கும் (எடுத்துக்காட்டாக, நாம் எவ்வளவு உயரமாக இருந்தாலும் நம் கையை நீட்டி நிலாவைத் தொட்டு விட முடியாது என்ற மெய்ம்மை) சாதிப்பது பற்றிய கொள்கை என்று அவர் அழைத்த சமூகரீதியாக கட்டுவிக்கப்பட்ட எதார்த்தத்துக்கும் இடையில் மார்குஸ் வேறுபடுத்துவது போன்றது. இந்த நேர்வில், பொருண்மையின் முதன்மை இன்னும் தனது தாக்கத்தை தக்க வைத்துக் கொள்கிறது, ஆனால் அது மிகவும் வேறுபட்ட சக்தி. அது இருக்கும் சமூக உறவுகளின் மொத்தத்தின் சக்தி. அடோல்ஃபோ சான்செஸ் வாஸ்குவெஸ்-ன் மார்க்ஸ் பற்றிய வாசிப்பைப் பின்பற்றி மரியோ ஷேபல் ஆப்ஜெக்ட் (*Objekt*)க்கும் கேகன்ஸ்டாண்ட் (*Gegenstand*)-க்கும் இடையே வேறு படுத்துகிறார்: ‘ஆப்ஜெக்ட் என்பது தன்னளவில் பொருண்மையாக இருப்பது, மனிதர்களுக்கும் அவர்களது செயல்பாட்டுக்கும் வெளியில் இருப்பது. கேகன்ஸ்டாண்ட் என்பது நடைமுறை செயல்பாட்டின் விளைவு, அது அகநிலை முறைபாட்டில் சிறைப்பட்டுள்ள பொருண்மை. சான்செஸ் வாஸ்குவெஸ் செய்த வேறுபடுத்தலின் அடிப்படையில் திறந்தநிலை மார்க்சியம் மீதான நமது விமர்சனத்தை பின்வருமாறு தொகுத்துச் சொல்லலாம்: அதன் ஆசிரியர்கள் உலகத்தை முழுக்க முழுக்க கேகன்ஸ்டாண்ட் என்று புரிந்து கொள்கின்றனர், ஆப்ஜெக்ட் என்று புரிந்து கொள்ளவில்லை’. நமது தொடர்வண்டி எடுத்துக்காட்டின் அடிப்படையில், தொடர்வண்டி தெளிவாகவே கேகன்ஸ்டாண்ட் ஆக உள்ளது, சமூகரீதியில் கட்டுவிக்கப்பட்ட பொருண்மை, அதே நேரம்

வெளியில் நாம் பார்க்கும் (வானம், மலைகள், ஆறுகள்) (தொடர் வண்டிகளும் பிற மனிதர் உருவாக்கிய பொருண்மைகளும் வானத்தையும் மலையையும் ஆறுகளையும் எப்படி பாதிக்கின்றன என்பதை கருதாமல் விட்டு விட்டால், அவை பற்றிய நமது புரிதலைப் பற்றி சொல்லவே வேண்டாம்) ஆப்ஜெக்ட் ஆக இருக்கலாம். இயற்கையின் புற நிலையின் பொருத்தப்பாடு எப்படி இருந்தாலும், அதை இப்போதைக்கு நாம் ஒதுக்கி வைக்கிறோம், இங்கு நமக்கு ஆர்வமாக இருப்பது தொடர்வண்டி என்ற புறநிலையின் வலிமைதான், அது ஒரு கேகன்ஸ்டாண்ட், முதலாளித்துவ சமூக உறவுகளின் மொத்தத் தன்மையால் கட்டுவிக்கப்பட்ட ஒரு பொருண்மை.

பொருண்மை என்பதை சமூக உறவுகளின் மொத்தத்தன்மையாக புரிந்து கொண்டால், தொடர்வண்டி பொருண்மையின் முதன்மைக்கான உருவகமாக உள்ளது. பொருண்மையின் முதன்மை நம்மை அழித்துக் கொண்டிருக்கிறது, நம்மை இறுதி அழிவை நோக்கி உந்தித் தள்ளிக் கொண்டிருக்கிறது. சீறும் முனைப்புகளான நாம் அதை ஏற்றுக் கொள்ள முடியாது. 'எனவே, இந்த கருத்துமுதல்வாத விளக்கம் [அவர் திறந்த நிலை மார்க்சியத்தை சொல்கிறார்) ஃபிராங்க்ஃபர்ட் மார்க்சியத்துடனும் அதனை தொடர்ந்து வந்தவர்களுடனும் முரண்படுகிறது, பின் சொன்னது இன்னும் அதிகமான பொருள்முதல்வாத விளக்கத்தை ஆதரிக்கிறது, விமர்சனபூர்வமான பொருள்முதல்வாத விளக்கத்தை ஆதரிக்கிறது. புறநிலை கட்டமைப்புகளின் முதன்மையின் தோற்றத்தை அது எதார்த்தம் என ஏற்கிறது, அப்படி ஏற்பதன் மூலம், மனிதர்கள் தம்மை கீழ்ப்படுத்தும் சமூகக் கட்டமைப்பை தொடர்ந்து மறுவுற்பத்தி செய்வார்கள் என்று அனுமானித்துக் கொள்கிறது. அவர்களே அதை உருவாக்கியிருந்த போதும் அப்படி அனுமானித்துக் கொள்கிறது'. 'சமூகக் கட்டமைப்பின் கீழ்ப்படுத்தல்களை' மறுவுற்பத்தி செய்வதன் மூலம் நாம் ஆதிக்கத்துக்கான ஒரு நிலையான அமைப்பை மறுவுற்பத்தி செய்யவில்லை, மாறாக, இறப்பும் அழிவும் கொண்ட இயங்காற்றலை உருவாக்குகிறோம் என்பதுதான் பிரச்சினை. அதனால்தான், பொருண் மையின் முதன்மையை ஏற்றுக் கொள்ளும் அதே நேரம் நாம் அதைத் தொடர்ந்து ஏற்றுக் கொள்ள முடியாது. தொடர்வண்டியின் இழு பொறியை நாம் மீண்டும் பார்த்தால், அதன் மறுபக்கத்தில் அதே அளவு கொட்டை எழுத்துக்களில் பொருண்மையின் முதன்மை என்று எழுதப்பட்டிருப்பதை பார்க்கிறோம். அது 'மூலதனம் திரட்டு, மூலதனம் திரட்டு, மோசே கொண்டு வந்த கட்டளைகளும் தீர்க்கதரிசிகள் கூறிச் சென்றவையும் இதுதான்!' என்ற மார்க்ஸ் கூறியதை மேலும் சாரமாக வரையறுக்கிறது.

நாம் ஒரு துன்பியல் நிலையில் உள்ளோம். அதில் பொருண்மையின் முதன்மை அதிகரித்துச் செல்கிறது, பொருண்மையோ நம்மை அழிவுக்கு இட்டுச் செல்கிறது. அதே நேரம் பொருண்மை முனைப்பை இன்னும் ஆழமாக ஊடுருவுகிறது, அது நம்மை முடமாக்குகிறது, வேறுபட்ட ஒரு உலகத்தைப் பற்றி சிந்திப்பதையே கூட மேன்மேலும் சிரமமாக்குகிறது. பொருண்மையின் முதன்மை நம்பிக்கை இழந்த முனைப்பை இன்னும் அதிகமாக எதார்த்தமற்ற 'கட்டுவிக்கும் அகநிலை என்ற போலிவாதத்துக்குள்' தள்ளுகிறது. தூய அகநிலை முயற்சியின் மூலமாக ஹாலிவுட் பாணியில் சாதிக்க முடிவது பற்றிய மிகைப் படுத்தப்பட்ட கருத்துக்குள் மேன்மேலும் தள்ளுகிறது என்பதும் உண்மைதான். அடோர்னோவின் கருத்து சரியானது, அதே போல மார்க்சின் மறுவாசிப்பும் (New Reading of Marx), மரியோவும் அல்ஃபோன் சோவும், 2011-க்குப் பிந்தைய எதார்த்தவாதமும் சரியானவை (அது இதுதான் என்றால்).

அப்படியானால், எல்லா முயற்சிகளையும் விட்டு விடுங்கள், எழுதுவதை நிறுத்தி விடுங்கள், புத்தகத்தை பதிப்பாளருக்கு அனுப்பாமல் இருப்பதே நல்லது. ஆனால், நாம் அப்படிச் செய்ய முடியாது? முடியுமா என்ன? (இந்த இடத்தில் அறிவார்ந்த வாசகர், 'நிச்சயமாக இல்லை, இவர்கள் சொல்வது சரி அதே நேரம் இவர்கள் சொல்வது தவறு' என்று கூவுகிறார். ஒரு அறிவார்ந்த இயங்கியல் வாசகர்.)

III

'போதாது, போதாது, போதாது'. 'எனக்கு எதிரான உங்கள் போராட்டங்கள் எல்லாமும் கூட போதாது. பொருண்மைதான் ஆள்கிறது. நான் என்னவாக இருக்கிறேனோ அதுதான் நான், நான்தான் அடையாளம்', என்று தொடர்வண்டி ஆறஅமர ஒலி எழுப்புகிறது.

தொடர்வண்டியின் அக்கறையின்மைக்குப் பின்னர் நாம் அச்சுறுத்தப்படுவது உள்ளது. ஒரு புறத்தில் 'பொருண்மையின் முதன்மையையும்', மறுபக்கத்தில் பயங்கரமான, கொடூரமான 'மூலதனத் திரட்டல்! மூலதனத் திரட்டல்! மோசே கொண்டு வந்த கட்டளைகளும் தீர்க்கதரிசிகள் கூறிச் சென்றவையும் இதுதான்!' என்பதையும் அறிவித்துக் கொண்டு தொடர்வண்டி முன்நோக்கி விரைகிறது. பயங்கரமானதும் அச்சமூட்டுவதும், ஏனென்றால் அது பொருண்மையின் முதன்மையை காட்டுகிறது, ஏனென்றால், மூலதனம் திரட்டு மூலதனம் திரட்டு என்பதுதான் உலகை ஆளும் சக்தியாக உள்ளது. இடதுசாரி அரசுகளும் வலதுசாரி அரசுகளும் நடைமுறையில் செய்வதற்கு உருக்

கொடுக்கிறது. நமது அன்றாட வாழ்க்கையின் விபரங்களுக்கு உருக் கொடுக்கிறது.

நாம் பொருண்மையிலிருந்து தொடங்க முடியாது. நமது வாயிலிருந்து வரக் கூடியவை சொற்கள் எல்லாம், அல்லது நமது விரல்களில் இருந்து திரைக்கு வரும் சொற்கள் எல்லாம் தவிர்க்க முடியாமல் நமது அகநிலை சீற்றத்தின் பகுதியாக உள்ளன. இருந்தபோதிலும், நம்மீது ஆதிக்கம் செலுத்தும் இந்த பயங்கரமான பொருண்மையை நாம் கவனமாக பரிசீலிக்க வேண்டும். இந்தத் தொடர்வண்டி மனிதர்கள் செய்த பொருண்மை, ஒரு கேகன்ஸ்டாண்ட். அது சமூக உறவுகளின் மொத்தம், அந்த மொத்தம் நம்மால் உருவாக்கப் பட்டது: அதை நாம் சுதந்திரமாகவோ, கூருணர்வுடனோ உருவாக்க வில்லை, ஆனால் மனிதர்களான நாம் உருவாக்கிய சமூக உறவாடல் அது, அதை நாம் தொடர்ந்து உருவாக்குகிறோம். இதுதான் தொடர் வண்டியின் நொறுங்கும் தன்மைக்கான திறவுகோல் என்பது நிச்சயம்.

நாம் தொடர்வண்டியை உருவாக்கினோம் என்பது தெளிவானது. முதலாளித்துவம் (தொடர்வண்டி) ஒரு சமூகக் கட்டமைப்பு. கொலைகார போர்களின் ஊடாக மூலதனம் ஆதிக்கம் செலுத்தும் சமூக உறவுகளாக உருவாக்கப்பட்டது, தனது சொந்த தர்க்கத்தைக் (மூலதனம் திரட்டு! மூலதனம் திரட்டு!), தனது இயக்கத்துக்கான சொந்த விதிகளைக் கொண்ட ஒரு அமைப்பு உருவாக்கப்பட்டது. ஒரு முறை கட்டுவிக்கப் பட்டதும் அமைப்பு தானாகவே, ஒரு தன்னியக்க முனைப்பாக, தொடர் வண்டியைப் போல ஓடுவதாகத் தோன்றுகிறது. அதன் இருத்தல் அதன் கட்டுவிப்பில் இருந்து தனித்தது: அது கட்டுவிக்கப்பட்டது, இப்போது அது இருக்கிறது. அல்ஃபோன்சோ கார்சியா வேலா சொல்வது போல: 'முதலாளித்துவத்தில் மானுட செயல்பாடு ஒரு சமூகப் புறநிலையை உருவாக்கியுள்ளது, அது குறிப்பிட்ட அளவுக்கு குறிப்பிட்ட முனைப்புகளில் இருந்து சுயேச்சையானது, அவர்களை உலகளாவியதாக ஆட்சி செய்கிறது, அவர்கள் முனைப்புகளாக ஆவதைத் தடுக்கிறது என்று அடோர்னோ அங்கீகரிக்கிறார் (2007)'. இந்தக் குறிப்பிட்ட அளவு என்பதில்தான் எல்லாமே அடங்கியுள்ளது. அது எதார்த்தமான சுதந்திரமாக இருந்தால், முதலாளித்துவத்தின் இருத்தல் என்பது அதன் கட்டுவிப்பில் இருந்து சுயேச்சையானது என்றால் தொடர்வண்டி எதார்த்தத்தில் ஒரு சுயேச்சையான சக்தி, இங்கிருந்து வெளியேறுவது எப்படி என்று கண்டறிவது சாத்தியமில்லை. அப்படியானால் முனைப்பு கடந்த காலத்தில் பொருண்மையைக் கட்டுவித்தது, ஆனால் பொருண்மை இப்போது சுதந்திரமாக உள்ளது, முதன்மையைக்

கொண்டுள்ளது. முதலாளித்துவம் அதன் உருவாக்கத்திற்கு மனிதச் செயல்பாட்டை சார்ந்திருந்தது ஆனால், இனிமேலும் அப்படி இல்லை.

இதை நாம் ஏற்றுக் கொள்ள முடியாது. மூலதனம் அதன் ஆதி உருவாக்கத்துக்கு மட்டுமின்றி அதன் தொடர்ந்த இருத்தலுக்கும் மனிதச் செயல்பாட்டை சார்ந்துள்ளது. அதுதான் மார்க்சின் உழைப்பு மதிப்புக் கோட்பாட்டின் முக்கியத்துவம். அதன்படி மூலதனம் அதன் இருத்தலுக்கு உழைப்பைச் சார்ந்துள்ளது. அதாவது, மனித செயல்பாட்டை சாரமான உழைப்பாக தொடர்ந்து மீண்டும் மீண்டும் மாற்றுவதைச் சார்ந்த்து. அதுதான் தொடர்வண்டியின் பார்வைக்கு தன்னாட்சியாக தெரியும் இருத்தலை தொடர்ந்து மீட்டுருவாக்குகிறது. கட்டுவிப்புக்கும் அதன் இருத்தலுக்கும் இடையே பிரித்தல் எதுவும் இல்லை என்று சொல்வது துல்லியமாக இருக்காது. மாறாக, பிரித்தல் எப்போதுமே நொறுங்கும் தன்மை கொண்டுள்ளது, அது இருத்தலை அதன் கட்டுவித்தலில் இருந்து கணநேரத்துக்கு பிரித்து வைக்கிறது. நாம் அதனை ஒரு தன்னாட்சியான சக்தியாக மீள்கட்டுவிக்கிறோம் என்ற அளவுக்கு மூலதனம் ஒரு தன்னாட்சியான சக்தியாக இருக்கிறது. முனைப்பு தன்னிலிருந்து பிரிக்கப்பட்டதாக, தன்னிலிருந்து அன்னியமானதாக பொருண்மையை மறுவுற்பத்தி செய்யும் அளவுக்குத்தான் மூலதனம் இருக்கிறது. இது அல்ஃபோன்சோ பார்ப்பதாகக் கூறும் முனைப்புக்கும் பொருண்மைக்கும் இடையேயான ஒருமை இல்லை.

பொருண்மையின் எடையும் அது முனைப்பை ஊடுருவியிருப்பதும் அவ்வளவு அதிகமாக இருப்பதால் பொருண்மையை (தொடர்வண்டி, மூலதனம்) முனைப்பு நிலைப்புருவாக மறுவுற்பத்தி செய்வது எளிமையாக ஒரு தன்னியக்க நிகழ்முறையாக உள்ளது என்று சொல்லி இதனை மறுக்கலாம். பொருளாதார சக்திகளின் முனைப்பற்ற கட்டாயம் வேறு எந்த சாத்தியத்தையும் விட்டு வைக்கவில்லை என்று சொல்லலாம். அத்தகைய நேர்வில் முனைப்பு உண்மையிலேயே ஒரு ஒருமையாக இருக்கும் (அடோர்னோவை சுட்டி அல்ஃபோன்சோ கூறுவது போல), தொடர்வண்டியை விட்டு வெளியேறுவதற்கு வழியே இருக்காது. அப்படித்தான் என்றால், நீங்கள் இந்தக் கட்டுரையை ஏன் படிக்கிறீர்கள், நான் அதை ஏன் எழுதுகிறேன்? நாம் (அன்பான வாசகரே, நீங்களும் நானும்) அவ்வளவு தனிச்சிறப்பானவர்கள் என்று நான் கருதவில்லை (என்னை மன்னித்து விடுங்கள்): மாறாக, நாம் எதிர்ப்பின் மறுப்பின் கிளர்ச்சியின மகத்தான உலகத்தின் பகுதியாக உள்ளோம். 'இழு பொறியை கைப்பற்றுங்கள்', 'அவசர தடுப்பானை போடுங்கள்' 'கதவு வழியாக வெளியே குதியுங்கள்', 'ஜன்னல்கள் வழியாக வெளியே

இறங்குங்கள்', அல்லது நாம் விரும்பும் வகையில் 'தொடர்வண்டியை உருவாக்குவதை நிறுத்துங்கள், இழுபொறியின் உலைக்குள் நம்மை தூக்கி எறிவதை தடுத்து நிறுத்துங்கள்' என்று சொல்லும் குழம்பிப் போன உலகத்தின் பகுதியாக உள்ளோம்.

நாம் ஒருமையாக இல்லை. எவ்வளவுதான் பலவீனப்படுத்தப் பட்டு, ஊனமாக்கப்பட்டிருந்தாலும் ஹெகலின் 'வாழ்க்கையின் முழுமையான அமைதியின்மையாக' நாம் உள்ளோம். நாம் மார்க்சின் 'உருவெடுக்கும் அறுதி இயக்கமாக' உள்ளோம், மூலதனம் திரட்டு! மூலதனம் திரட்டு! என்ற இன்னொரு பயங்கரமான இயக்கத்தினுள் சிக்கியிருக்கிறோம், ஆனால் முழுமையாக சிக்கவில்லை. நாம் மூலதனத்திற்கு உள்ளாகவும்-எதிராகவும்-தாண்டியும் உள்ள பொருந்தாத, நிரம்பி வழியும், தொடர்ச்சியான இயக்கமாக உள்ளோம். நமது பொருத்தமின்மைகளையும் நிரம்பி வழிதல்களையும் கட்டுப்படுத்து வதையும் அவற்றை உழைப்பாக மாற்றும் திறனையும் சார்ந்துதான் மூலதனம் உள்ளது. அந்த உழைப்புதான் மூலதனத்தை உற்பத்தி செய்கிறது, மறுவுற்பத்தி செய்கிறது, தொடர்வண்டியை உற்பத்தி செய்கிறது மறுவுற்பத்தி செய்கிறது.

சென்ற பத்தியில் இருப்பதைப் போன்ற உற்சாகம், நாம் சுதந்திரமாக இருப்பதாக நம்மை கிட்டத்தட்ட நம்ப வைத்து விடுகிறது. இல்லை, நாம் இன்னும் தொடர்வண்டியில் இருக்கிறோம், தொடர்வண்டியோ இந்த பூமிக் கோயில் வாழ்க்கையை அழிப்பதை நோக்கி விரைந்து கொண்டிருக்கிறது. நாம் ஓரடி முன்னெடுத்து வைத்திருக்கலாம், பிரச்சினை முதலாளித்துவ விலங்கை வெற்றி கொள்வது இல்லை, அதனை உருவாக்குவதை நிறுத்துவதுதான் பிரச்சினை. மூலதனத்தின் உலகத்தை உருவாக்குவதை நிறுத்தி விட்டு, அதற்கு பதிலாக உருப் படியாக ஏதாவது செய்வது.

நம்மை இப்போது அழித்துக் கொண்டிருக்கும், நம்மை முழுமையாக அழித்தொழித்து விடப் போவதாக அச்சறத்தும் சமூகத்தை உருவாக்கு வதை எப்படி நிறுத்துவது? வேறு உலகங்களை படைப்பதன் மூலம், வாழ்வதற்கான பிற வழிகளை கண்டுபிடிப்பது மூலம். அது எளிதான தில்லை. ஆனால், கோடிக்கணக்கான மக்கள் விரும்பியோ, கட்டாயத்தின் பேரிலோ அல்லது இரண்டின் காரணமாகவோ ஏற்கனவே அதைச் செய்து வருகின்றனர். இந்தப் பரிசோதனைகள்-கண்டுபிடிப்புகள் எல்லாவற்றையும் ஆதரிக்க வேண்டும், கட்டாயம் ஆதரிக்க வேண்டும், இன்னொரு இலக்கணத்தால், எதிர்-இலக்கணத்தால் ஆதரிக்க வேண்டும். மார்க்ஸ் பகுத்தாய்ந்து விமர்சித்த தொடர்வண்டியின் இறுக்கமான

தருவித்தல்களால் இல்லை, சாரமான உழைப்பால் வனையப்பட்ட இறுக்கமான தொடர்புகளால் இல்லை, மாறாக, தளர்வான தொடர்புகளால் ஆதரிக்க வேண்டும். ஜபதிஸ்தாக்கள் சொல்வது போல, பல உலகங்களின் உலகம். மேலும் மகிழ்ச்சியான திசையில் (சோசலிச முன்னேற்றம் பற்றிய சித்திரங்களில் இருப்பது போல) போகக் கூடிய வேறொரு தொடர்வண்டியை கட்டுவது கேள்வி இல்லை, தொடர்வண்டியையே ஒழித்து விடுவதுதான் கேள்வி. பல்வேறு இயக்கங்களும் பரிசோத னைகளும் நடைமுறையில் ஒரு எதிர்-இலக்கணத்தை விவரித்து வருகின்றனர். இந்தத் தொகுதியில் செர்ஜியோ டிஷ்லர் காட்டுவது போல மிகவும் விரித்துரைப்பதாகவும் சிறப்பாகவும் ஜபதிஸ்தாக்கள் அதைச் செய்கின்றனர். அது ஒரு எதிர்-உலகத்துக்கான எதிர்-இலக்கணம். அந்த எதிர்-உலகம் இப்போது இல்லை, ஆனால் பொருண்மையின் முதன்மைக்கு எதிரான சீற்றமாக இன்னும்-இல்லாததாக இருக்கிறது. இந்த எதிர்-இலக்கணம் மார்க்சின் மூலதனம் நூலில் வலுவாக இடம் பெற்றுள்ளது ஆனால் நயமின்றி தெரிவிக்கப்பட்டுள்ளது. செல்வம், பயன்-மதிப்பு, திட்டவட்டமான உழைப்பு, உற்பத்தி சக்திகள் போன்ற வசதியற்றதும் புறக்கணிக்கப்பட்டதும் அல்லது உருத்திரிக்கப்பட்ட கருத்தினங்களில் அது தெளிவின்றி உள்ளது. அது ப்ளோஹின் இன்னும் இல்லாத (Not Yet) உள்ளுறை உலகத்திலும், அடோர்னோவின் நிழலான ஒருமையின்மையிலும், மார்குசின் ஒடுக்கப்பட்டவர்கள் திரும்புதலிலும், ரிச்சர்ட் குன், ஏட்ரியன் வில்டிங் ஆகியோரின் பரஸ்பர அங்கீகாரத்திலும் (இந்தத் தொகுதியில்), அருந்ததி ராயின் வந்து கொண்டிருக்கும் அழகான உலகத்திலும் ('இன்னொரு உலகம் சாத்தியம் மட்டும் இல்லை, அவள் வந்து கொண்டிருக்கிறாள், ஒரு அமைதியான நாளில் அவளது மூச்சு விடுதல் எனக்குக் கேட்கிறது'), ஜபதிஸ்தாக்களின் கண்ணியத்திலும், நம்முடையது பெயர் இல்லாத புரட்சி என்ற ரவுல் வனெய்கெமின் கருத்துருவிலும் அது இடம் பெறுகிறது. கருத்தினங்களை திறந்து உள்ளே என்ன இருக்கிறது என்று பார்க்கும் போது, உண்மையில் அவற்றில் இருந்து நிரம்பி வழிவது என்ன என்று பார்க்கும் போது நாம் கண்டுபிடிப்பது இந்த எதிர்-இலக்கணத்தைத்தான்.

இருந்தாலும். எப்போதும் இந்த பயங்கரமான 'இருந்தாலும்'. தொடர்வண்டி சுயதிருப்தியுடன் ஓடும் சத்தத்தை நாம் எப்போதுமே கேட்டுக் கொண்டிருக்கிறோம் : போதாது, போதாது! பொருண்மையை முனைப்பு ஊடுருவியிருப்பதை நாம் தெளிவாக்க வேண்டும். முனைப்பை பொருண்மை ஊடுருவியிருப்பதை பார்ப்பது எளிதானது, முனைப்பு பொருண்மையை ஊடுருவி அதன் நெருக்கடியை எப்படி கட்டுவிக்கிறது என்பதைப் பார்ப்பது மேலும் சிரமமானது. மூலதனம்

நெருக்கடியில் உள்ளது என்பது தெளிவாக இருந்தாலும், நமது போராட்டங்களை நெருக்கடியின் விளைவுகளாக பார்க்கிறோமே தவிர அதன் காரணங்களாக பார்ப்பதில்லை. நமது போராட்டங்கள்தான் மூலதனத்தின் நெருக்கடி என்பதை, அதனை உருவாக்கி மறு உருவாக்கும் உழைப்புக்குள் நமது செயல்பாடுகளை செலுத்தும் மூலதனத்தின் திறனில் ஏற்படும் நெருக்கடி என்பதை நாம் தெளிவுபடுத்த வேண்டும்.

முனைப்புக்கும் பொருண்மைக்கும் இடையேயான உறவு ஒருமையாக இல்லவே இல்லை, அது முனைப்பு, பொருண்மை இரண்டினுள்ளும் இடம் பெற்றுள்ள ஒரு ஒத்திசைவின்மை. அதன் நெருக்கடியாக பொருண்மைக்கு உள்ளே-எதிராக-அப்பால் முனைப்பு இடம் பெறுவது. நமது போராட்டங்களை மூலதனத்துக்கு வெளியில் இருப்பதாக (அல்லது தொடர்பில்லாததாகக் கூட) நாம் பார்ப்பது வரையில் இழுபொறி 'போதாது, போதாது' என்று மகிழ்ச்சியாக கூவிக் கொண்டிருக்கும். நாமும் நம்பிக்கையிழந்து, சீற்றத்தில், போதாது! போதாது! என்று பதில் அளிப்போம்.

நூல் பட்டியல்

அடோர்னோ டி டபிள்யூ (2007) நெகடிவ் டயலெக்டிக்ஸ் (Adorno, T. W. (2007) *Negative Dialectics*), London: Continuum.

ஷேபல் எம் (2018), (Schäbel, M. (2018) *El Marxismo Abierto y la herencia de la Escuela de Frankfurt*, வெளியிடப்படாத முனைவர்பட்ட ஆய்வுரை, Benemérita Universidad Autónoma de Puebla, Puebla.

குறிப்புகள்

1. அனா சிசிலியா டினர்ஸ்டெய்ன் (Ana Cecilia Dinerstein), பானகியோடிஸ் டவ்லோஸ் (Panagiotis Doulos), அல்ஃபோன்சோ கார்சியா வேலா (Alfonso García Vela), எடித் கோன்சாலஸ் (Edith González), செர்ஜியோ டிஷ்லர் ஆகியோருக்கு இந்த அத்தியாயத்தின் முதல் வரைவின் மீது கருத்து தெரிவித்தற்காக நன்றிகளுடன்.

பங்களிப்பாளர்கள்

சக்ராரியோ அன்டா மார்டினெஸ் (Sagrario Anta Martínez) மெக்சிகோவின் Benemérita Universidad Autónoma de Puebla-ல் பிரெஞ்சு தத்துவத்தில்பட்டம் பெற்றவர், ரோமானிய மொழிகளில் முதுகலை பட்டம் பெற்றவர், சமூகவியலில் முனைவர் பட்டம் பெற்றவர். சூழலியல், முதலாளித் துவத்தின் நெருக்கடி, விடுவிப்பிற்கான சாத்தியங்கள் ஆகியவை அவரது ஆர்வத்துக்குரிய பொருண்மைகள்.

வெர்னர் போன்ஃபெல்ட் (Werner Bonefeld) மார்புர்க் பல்கலைக் கழகத்திலும், பெர்லின் ஃப்ரீ பல்கலைக் கழகத்திலும், பின்னர் தனது முனைவர் பட்டத்திற்காக எடின்பர்க் பல்கலைக் கழகத்திலும் பயின்றார். ஐக்கிய முடியரசின் யார்க் பல்கலைக் கழகத்தில் பணியாற்றுகின்றார். முன்னர், ஃபிராங்க்ஃபர்ட் பல்கலைக் கழகத்திலும், எடின்பர்க் பல்கலைக் கழகத்திலும் பயிற்றுவித்தார். புளூடோ பிரெஸ் 1990-களில் வெளியிட்ட *திறந்தநிலை மார்க்சியம்* மூன்று தொகுதிகளின் இணை-தொகுப்பாசிரியராக அவர் இருந்தார். அவரது சமீபத்திய புத்தகங்களில் *கிரிடிகல் தியரி அண்ட் த கிரிடிக் ஆஃப் பொலிடிகல் எகானமி* (*Critical Theory and the Critique of Political Economy*) (Bloomsbury, 2014), *த ஸ்ட்ராங் ஸ்டேட் அண்ட் த ஃப்ரீ எகானமி* (*The Strong State and the Free Economy*) (Rowman & Littlefield, 2017) ஆகியவை அடங்கும். பெவர்லி பெஸ்ட், கிறிஸ் ஓ'கேன் (Beverly Best, Chris O'Kane) ஆகியோருடன் *த சேஜ் ஹேண்ட்புக் ஆஃப் ஃபிராங்க்ஃபர்ட் ஸ்கூல் கிரிடிகல் தியரி* (*The Sage Handbook of Frankfurt School Critical Theory*) (Sage, 2018)-ன் இணை ஆசிரியராக உள்ளார்.

அனா சிசிலியா டீனர்ஸ்டெய்ன் (Ana Cecilia Dinerstein) சமூகவியலில் ஒரு முதன்மை விரிவுரையாளர் (Reader) ஆக உள்ளார். அவர் போனஸ் அயர்ஸ் பல்கலைக் கழகத்திலும், பின்னர் தனது முனைவர் பட்டத்திற்காக வார்விக் பல்கலைக் கழகத்திலும் பயின்றார். ஐக்கிய முடியரசில் (UK) உள்ள பாத் பல்கலைக் கழகத்தில் அரசியல் சமூகவியல், உலக அரசியல் பொருளாதாரம், விமர்சன கோட்பாடு ஆகியவற்றை பயிற்றுவிக்கிறார். நம்பிக்கையின் உலகளாவிய அரசியல் பற்றிய அவரது ஆய்வு விமர்சனக் கோட்பாட்டை இயக்கங்களின் தன்னாட்சியான செயல்பாட்டுடன் இணைக்கிறது. அவர் வெளியிட்டவற்றில் *த பாலிடிக்ஸ் ஆஃப் அடானமி இன் லத்தீன் அமெரிக்கா: தி ஆர்ட் ஆஃப் ஆர்கனைசிங் ஹோப்*

(*The Politics of Autonomy in Latin America: The Art of Organising Hope*) (Palgrave Macmillan, 2015), *சோசியல் சயின்சஸ் ஃபார் அன்-அதர் பாலிடிக்ஸ்: விமன் தியரைசிங் விதவுட் பாரசூட்ஸ்* (*Social Sciences for An-Other Politics: Women Theorising without Parachutes*) (Palgrave Macmillan, 2016, editor), *த லேபர் டிபேட்: அன் இன்வெஸ்டிகேஷன் இன்டு த தியரி அண்ட் ரியாலிடி ஆஃப் கேபிடலிஸ்ட் வொர்க்* (*The Labour Debate: An Investigation into the Theory and Reality of Capitalist Work* (Routledge, 2002, எம் நியரியுடன் M. Neary இணையாக தொகுத்தது) ஆகியவை அடங்கும். அவர் இணையாசிரியராக இருந்த நூல்களில் *எ வேர்ல்ட் பியாண்ட் வொர்க்? ஆடமேஷன், பேசிக் இன்கம் அண்ட் பேட் உடோபியாஸ்* (*A World Beyond Work? Automation, Basic Income and Bad Utopias*) (Emerald, with F. H. Pitts), *ஓபனிங் ஃப்ரன்ட்ஸ் ஆஃப் பொலிடிகல் பாசிபிலிடி* (*Opening Fronts of Political Possibility* (Kairos, PM Press, with S. Amsler) ஆகியவை வரவிருக்கின்றன.

அல்ஃபோன்சோ கார்சியா வேலா (Alfonso García Vela) Instituto de Ciencias Sociales y Humanidades, at the Benemérita Universidad Autónoma de Puebla, Mexico-வில் ஆய்வாளராகவும் பேராசிரியராகவும் உள்ளார். 2017-ல் அவர் சிகாகோ பல்கலைக்கழகக் கல்லூரியின் வரலாற்றுத் துறையில் வருகை ஆய்வாளராக இருந்தார். சமூகவியல், அரசு பற்றிய கோட்பாடுகள், ஃபிராங்க்ஃபர்ட் பள்ளி விமர்சனக் கோட்பாடு, நவீன சமூகக் கோட்பாடு, மேற்கத்திய மார்க்சியம் ஆகியவை அவரது ஆய்வுக்கும் கற்பித்தலுக்குமான துறைகள். எஸ்.டிஷ்லருடன் (S. Tischler) இணைந்து அவர் எழுதிய சமீபத்திய பதிப்பித்தல்கள் - 'ஆன் எமன்சிபேஷன்' ('On Emancipation'), பெவர்லி பெஸ்ட் முதலானோர் (தொகுப்பாசிரியர்கள்), *த சேஜ் ஹேண்ட்புக் ஆஃப் ஃபிராங்க்ஃபர்ட் ஸ்கூல் கிரிடிகல் தியரி-ல்* (Beverly Best et al. (eds), *The Sage Handbook of Frankfurt School Critical Theory*) (Sage, 2018)-™ , 'Teori´a cri´tica y nuevas interpretaciones sobrela emancipacio´n', Tla-melaua: Revista de Ciencias Sociales 11:42 (2017).

லூசியானா கியோட்டோ (Luciana Ghiotto) அர்ஜென்டினாவின் Universidad Nacional de San Martín-ல் அரசியல் மற்றும் அரசுக்கான பள்ளியில் (School of Politics and Government) சர்வதேச உறவுகளை (International Relations) கற்பிக்கிறார். அவர் போனஸ்அயர்ஸ் பல்கலைக் கழகத்தில் (Universidad de Buenos Aires) சமூக அறிவியல்களில் MRE பட்டமும் முனைவர் பட்டமும் பெற்றவர். அவரது ஆய்வு உலகமயமாதல், சர்வதேச பொருளாதார உறவுகள், சுதந்திர வர்த்தக நிகழ்முறைகளுக்கு எதிரான சமூக கிளர்ச்சி ஆகியவற்றையும் அமெரிக்க நாடுகளின் சுதந்திர வர்த்தக மண்டலத்தின் மீது (Free Trade Area of the Americas) கவனம்

குவிக்கிறார். அவர் 'Las empresas transnacionales: un punto de encuentro para la Economía Política Internacional de América Latina' (*Desafíos*, 2018, with M. Saguier), 'Brasil y la nueva generación de Acuerdos de Cooperación y Facilitación de Inversiones: un análisis del Tratado con México' (*Revista de Relaciones Internacionales*, 2017, with A. Arroyo) ஆகியவற்றின் இணை ஆசிரியர்.

எடித் கோன்சலஸ் (Edith González) Benemérita Universidad Autónoma de Puebla (BUAP)-ல் முனைவர் பட்டம் பெற்றவர். அவர் மெக்சிகோ Puebla-ல் உள்ள Universidad de Oriente சமூகவியல் துறையில் (Department of Humanities) சமூகவியல் துறை விரிவுரையாளர் ஆக உள்ளார். அங்கு அவர் சர்வதேச உறவுகள், தகவல்தொடர்பு அறிவியல், ஆய்வு முறைபாடுகள் ஆகியவற்றை கற்பிக்கிறார். 2012 முதல் ஜான் ஹாலவே ஒருங்கிணைக்கும் கடன் நெருக்கடி, புரட்சி ஆகியவற்றின் மீது கவனம் செலுத்தும் 'மூலதனம்' (ÔCapital'), 'புயல்' (ÔThe Storm') ஆகிய முதுகலை பாடங்களில் பயிற்றுவிப்பு உதவியாளராக உள்ளார். அவரது ஆய்வு ஜனநாயகம், சமூக இயக்கங்கள், விடுவித்தல் ஆகியவை தொடர்பாக விமர்சன அணுகுமுறையை வழங்குகிறது. நிறுவன இடதுசாரிகளுக்கும் தன்னாட்சி திட்டப்பணிகளுக்கும் இடையேயான உறவு பற்றியும் விமர்சன பார்வையை வழங்குகிறது.

ரிச்சர்ட் குன் (Richard Gunn), 2011-ல் ஓய்வு பெறுவது வரை எடின்பர்க் பல்கலைக் கழகத்தில் அரசியல் கோட்பாட்டு விரிவுரையாளராக பணியாற்றினார். அவர் காமன் சென்ஸ் (*Common Sense*) ஆசிரியர் குழுவில் உறுப்பினராக இருந்தார். ஓய்வு பெற்ற பிறகு சுயேச்சையான ஆய்வாளராக பல கட்டுரைகளை வெளியிட்டுள்ளார். மிகவும் குறிப்பிட வேண்டியது ஏட்ரியன் வில்டிங் (Adrian Wilding) உடன் இணைந்து எழுதியவை: உதாரணமாக, 'ரெவல்யூஷனரி ஆர் லெஸ்-தேன்-ரெவல்யூஷனரி ரெகக்னிஷன்?' ('Revolutionary or Less-than-Revolutionary Recognition?'), இணையத்தில் Heathwood Institute and Press (www. heathwoodpress. com) ஆல் 13 நவம்பர் 2013-ல் வெளியிடப்பட்டது, 'ரெகக்னிஷன் கான்ட்ரடிக்டட்' 'Recognition Contradicted'), *சவுத் அட்லான்டிக் குவாடர்லி 2* (South Atlantic Quarterly 2) (Spring 2014). தற்போது குன்-ம் வில்டிங்-ம் தமது கருத்துக்களை புத்தகமாக எழுதி வருகிறார்கள். அக்டோபர் 2017-ல் மெக்சிகோவின் Puebla-ல் நடைபெற்ற ஓப்பன் மார்க்சிசம் அண்ட் கிரிடிகல் தியரி பற்றிய கருத்தரங்கில் ரிச்சர்ட் குன் ஒரு ஆய்வுக் கட்டுரையை வழங்கினார்.

ஜான் ஹாலவே (John Holloway), மெக்சிகோவின் Benemérita Universidad Autónoma de Puebla-ல் உள்ள Instituto de Ciencias Sociales y

Humanidades-ல் பேராசிரியராகவும் ஆய்வாளராகவும் உள்ளார். அவரது பிரபலமான நூல்கள் சேஞ்ச் த வேர்ல்ட் விதவுட் டேக்கிங் பவர் (Change the World Without taking Power) (Pluto, 2002), கிராக் கேபிடலிசம் (Crack Capitalism) (Pluto, 2010).

காத்ரினா நசியோகா (Katerina Nasioka) மெக்சிகோவின் Benemérita Universidad Autónoma de Puebla-ல் உள்ள Instituto de Ciencias Sociales y Humanidades-ல் தனது முனைவர் பட்ட ஆய்வுகளை முடித்துள்ளார். அவரது ஆய்வின் அக்கறைக்குரியவை நகர்ப்புற பொதுவெளி, விமர்சனக் கோட்பாடும் சமூக கிளர்ச்சிகளும் ஆகியவற்றோடு தொடர்புடைய பிரச்சினைகள். அவர் கிரேக்கத்தில் சுய-ஒழுங்கமைக்கப் பட்ட கூட்டுத்துவ முயற்சிகளிலும் திட்டப்பணிகளிலும் பங்கேற்றார். சமீபத்திய கிரேக்க சமூக போராட்டம் பற்றிய ஆய்வுக் கட்டுரைகளையும் வெளியிடவும் முன்வைக்கவும் செய்தார். அவர் ஜெண்டர் அண்ட் ஜர்னலிசம் இன் கிரீஸ் *(2008)* (Gender and Journalism in Greece *(2008))*-ன் இணை ஆசிரியர், *Ciudades en Insurrección, Oaxaca 2006 / Atenas 2008 (2017)*-ன் ஆசிரியர், பியாண்ட் கிரைசிஸ்: ஆஃப்டர் த கொலாப்ஸ் ஆஃப் த இன்ஸ்டிட்யூஷனல் ஹோப் இன் கிரீஸ், வாட்? (Beyond Crisis: *After the Collapse of the Institutional Hope in Greece, What?) (PM Press, 2018)*-ன் இணை தொகுப்பாசிரியர்.

ரோட்ரிகோ எஃப் பாஸ்கல் (Rodrigo F. Pascual) போனஸ் அயர்ஸ் பல்கலைக் கழகத்தில் அரசியல் அறிவியலில் இளங்கலை பட்டமும் சமூக அறிவியல்களில் முனைவர் பட்டமும் பெற்றவர். அவர் National University of Tierra del Fuego-ல் ஆய்வாளரும் இணை பேராசிரியரும். CONICET-Argentina and of the Universidad Nacional de Quilmes-ல் மூத்த ஆசிரியர் (Fellow). அவரது ஆய்வின் அக்கறைகளில் அரசு பற்றிய விமர்சன கோட்பாடுகள், சர்வதேச உறவுகள் பற்றிய விமர்சன பகுப்பாய்வு, உலகமயமாக்கம் ஆகியவை அடங்கும். அவர் *Integrados: Debates sobre las relaciones internacionales y la integración regional latinoamericana y Europea* (Imago Mundi, 2013)-ன் இணை ஆசிரியர்.

ஃபிரெடெரிக் ஹேரி பிட்ஸ் (Frederick Harry Pitts) பிரிஸ்டல் பல்கலைக் கழகத்தில் மேலாண்மைத் துறை விரிவுரையாளராக உள்ளார். வேலை பற்றிய நோக்குநிலைகள் (Perspectives on Work) பற்றிய ஊழியர் ஆய்வுக் குழுவிற்கு தலைமை வகிக்கிறார். அவர் பாத் பல்கலைக் கழகத்தில் உலகளாவிய அரசியல் பொருளாதாரத்தில் முனைவர் பட்டம் பெற்றுள்ளார். அவர் ஃப்யூசர்ஸ் ஆஃப் வொர்க் (Futures of Work)-ன் இணை ஆசிரியர். அசோசியேட் போர்ட் ஆஃப் வொர்க், எம்ப்ளாய்மென்ட்

& சொசைட்டி (Associate Board of *Work, Employment & Society*)-ல் ஒரு உறுப்பினர். அவர் *கிரிடிகிங் கேபிடலிசம் : நியூ வேஸ் டு ரீட் மார்க்ஸ்* (*Critiquing Capitalism Today: New Ways to Read Marx*) (Palgrave, 2018), மாட் போல்டனுடன் (Matt Bolton) *கோர்பினிசம்: எ கிரிடிகல் அப்ரோச்* (*Corbynism: A Critical Approach*) (Emerald, 2018) ஆகியவற்றின் ஆசிரியர். *எகானமி & சொசைடி* (*Economy & Society*) போன்ற ஆய்விதழ்களுக்கு பங்களிப்புகள் செய்வதன் மூலம் மாறிக் கொண்டிருக்கும் பணியிடம் சிந்தனையிலும் செயல்பாட்டிலும் எப்படி புரிந்து கொள்ளப்படுகிறது என்பது பற்றிய சொற்போர்களில் ஈடுபடுகிறார். 'பின்-வேலை இயக்கத்தின் மிகக் கூர்மையான வெளிப்புற மதிப்பீட்டாளர்' என்று அவரை கார்டியன் (Guardian) சித்தரித்தது.

மரியோ ஸ்கேபல் (Mario Schäbel) ஜெர்மனியில் உள்ள லுட்விக்-மாக்சிமிலியன்ஸ்-ஊனிவெர்சிடேட் ம்யுன்சென் (Ludwig-Maximilians-Universität München)-ல் அரசியல் துறையில் முதுகலைப் பட்டம் பெற்றார். Benemérita Autonomous University of Puebla-ல் உள்ள Institute of Social Sciences and Humanities 'Alfonso Vélez Pliego'-ல் சமூகவியலில் முனைவர் பட்டத்தை முடித்துள்ளார். அவரது ஆய்வுப் பொருண்மை ஓப்பன் மார்க்சிசமும் ஃபிராங்க்ஃபர்ட் பள்ளியின் மரபுரிமையும். அவரது வெளியீடுகளில் 'El Idealismo y la Ortodoxia en el Marxismo Abierto de John Holloway: un alejamientode la Escuela de Frankfurt' (*Bajo el Volcán*, 2016), 'La Importancia dela Escuela de Frankfurt para una nueva Lectura de Marx' (*Constelaciones*, 2017), 'Die Bedeutung der Frankfurter Schule für eine neue Marx-Lektüre' (Kassel University Press, 2018) ஆகியவை அடங்கும்.

செர்ஜியோ டிஷ்லர் (Sergio Tischler) மெக்சிகோவில் உள்ள Benemérita Universidad Autónoma de Puebla பல்கலைக் கழகத்தில் உள்ள Instituto de Ciencias Sociales y Humanidades-ல் பேராசிரியராகவும் ஆய்வாளராகவும் உள்ளார். அவர் பல புத்தகங்களை எழுதவும் சீரமைக்கவும் செய்துள்ளார். அவற்றுள் *Imagen y dialéctica. Mario Payeras y los interiores de una constelación revolucionaria* (FyG editores, 2009); *Revolución y destotalización* (Grietas Editores, 2013), John Holloway, ஜபதிஸ்மோவின் Fernando Matamoros ஆகியோருடன் இணை ஆசிரியர். *Reflexión teórica y subjetividades emergentes* (Herramienta, 2015), வெர்னர் போன்ஃபெல்டுடன் (Werner Bonefeld) இணை ஆசிரியர் - *வாட் இஸ் டு பி டன்? லெனினிசம், ஆன்டி-லெனினிஸ்ட் மார்க்சியம் அண்ட் த கொஸ்டின் ஆஃப் ரெவல்யூஷன் டுடே* (*What Is To Be Done? Leninism, Anti-Leninist Marxism and the Question of Revolution Today*) (Ashgate, 2002), ஜான் ஹாலவே, ஃபெர்னாண்டோ மாடமோரோஸ் உடன்

(John Holloway, Fernando Matamoros) *ஆஃப் நெகடிவிடி அண்ட் ரெவ்ல்யூஷன்: அடோர்னோ அண்ட் பொலிடிகல் ஆக்டிவிசம்* (*Negativity and Revolution: Adorno and Political Activism*) (Pluto, 2008).

ஏட்ரியன் வில்டிங் (Adrian Wilding) எடின்பர்க் பல்கலைக் கழகத்திலும் வார்விக் பல்கலைக் கழகத்திலும் அரசியலும் தத்துவமும் பயின்றார். அவர் எடின்பர்க் பல்கலைக் கழகம், ஓப்பன் பல்கலைக் கழகம், ஃப்ரீட்ரிஷ்ஃ-ஷில்லர்-ஊனிவர்சிடேட் ஜேனா, ஆகியவற்றில் பயிற்று வித்திருக்கிறார். இப்போது Großbritannien-Zentrum, Humboldt Universität zu Berlin-ல் Fellow ஆக உள்ளார். அவர் 'பின்-வரலாற்றின் குற்றப் பொறுப்பு', *திறந்த மார்க்சியம் III* ('The Complicity of Post-History', Open Marxism 3) (Pluto, 1995), 'பைட் பைபர்ஸ் அண்ட் பாலிமேத்ஸ்: அடோர்னோஸ் கிரிடிக் ஆஃப் பிராக்சிசம்' ('Pied Pipers and Polymaths: Adorno's Critique of Praxisism'), ஜான் ஹாலவே முதலானோர் *(தொகுப்பாசிரியர்கள்), நெகடிவிடி அண்ட் ரெவ்ல்யூஷன்* (John Holloway et al. (eds), *Negativity and Revolution*) (Pluto, 2008)-ல் வெளியானது, இன்னும் சமீபத்தில், ரிச்சர்ட் குன்-டன் (Richard Gunn), 'கிரிடிகல் தியரி அண்ட் ரெகக்னிஷன்' ('Critical Theory and Recognition'), பெவர்லி பெஸ்ட் முதலானோர் (Beverly Best et al) *(தொகுப் பாசிரியர்கள்), த சேஜ் ஹெண்ட்புக் ஆஃப் ஃபிராங்ஃபர்ட் ஸ்கூட் கிரிடிகல் தியரி* (*The Sage Handbook of Frankfurt School Critical Theory*) (Sage, 2018). அவரது சமீபத்திய பல்வேறு எழுத்துக்களையும் மொழிபெயர்ப்பு களையும் Heathwood Press, Grundrisse, Verso ஆகியவற்றின் இணைய தளங்களில் காணலாம்.